Phút thứ 61

Truyện dài

Mạc thy Loan

"Mùa xuân nào
cũng bắt đầu
bằng một con én
quyết chí
tạo dựng nắng ấm
thanh bình tươi sáng
cho muôn hoa tươi nở"

Mạc thy Loan

Phút thứ 61

Truyện dài

Mạc thy Loan

Trang trọng, thân kính đặt vào tay những
chiến sĩ tự do trong và ngoài nước.

Trân trọng kính gởi đến những người dân Việt
đang sống trong gông cùm Cộng Sản,
và đang tị nạn chính trị khắp nơi
trên thế giới.

thyloan

Mạc thy Loan
Hoa Kỳ đầu thu 2013

Tác giả chân thành trang trọng cảm ơn một số thân hữu, văn hữu đã dành cho tác phẩm này sự quan tâm và lòng ưu ái đáng quý.

◇ ◇ ◇ ◇ ◇ ◇

Tên tuổi và hành động của các nhân vật, cùng những địa danh, tình tiết trong truyện dài "Phút thứ 61" là hư cấu của tiểu thuyết. Nếu có sự trùng hợp trong cuộc đời thì đó là ngẫu nhiên đặc biệt. Điều này cũng áp dụng cho tập sách nhỏ "Văn chương tuyển phẩm" ở phần cuối.

◇ ◇ ◇ ◇ ◇ ◇

MAIN CHANNEL ENTRANCE TO SAIGON
SAIGON
Gia Dinh
Bien Hoa
Phu Cuong
Tay Ninh
An Loc
Loc Ninh
Phuoc Binh
Phuoc Vinh
Xuan Loc
Ham Tan
Vung Tau (Cap St. Jacques)
Bao Loc
Gia Nghia
Svay Rieng
Cao Lanh
Vinh Long
My Tho
Go Cong
Tan An
Moc Hoa
Khiem Cuong
Truc Giang
(Ben Tre)
Sa Dec
Phuoc Le
Ba Ria
Long Thanh
Thu Duc
Cu Chi
Hoc Mon
Trang Bang
Go Dau Ha
Dau Tieng
Ben Cat
Lai Khe
Dong Xoai
Chon Thanh
Binh Long
Can Giuoc
Can Duoc
Ben Luc
Duc Hoa
TAN SON NHUT AIRPORT
Cua Song Saigon
Rach Cung
Vam Co Tay
Vam Co Dong
PLAIN OF REEDS
CAO NGUYEN
Mekong (Tien Giang)

My My
Phong My
Cao Lan
Kie
Mekong (Tien)
Cai Tau
Sa Dec
Thoi A
Can Tho
Nhon N
Rach Gia
Ga
Nhu
Long Lon
Long Ph
Kha
My Chanh
Lap Vo
Tam Khanh
Thuan Hung
Phong Hoa
Vinh Tuong
Long My
Luong Tam
Vinh Quoi
Cai Tau Thuong
Vung
Thoi Not
Lai Vung
Phong Phu
Co Do
Thoi La
Vi Thanh (Duc Lon
Hoa Luu
Thuan Hung
Vinh Tuy
Long Xuyen
Ap Phung
Kien Tan
Dong
Truong Thanh
Kien Binh
Ap Luc Tho Hoa An
Thuan Tuy
KINH MAC CAN DUNG
341
Thanh Hoa
Kien Thanh
Ngoc Hoa
Hoa An
Kien A
Cau Sac
Dinh My
Hue Duc
Vong The
Tan Hoi
Soc Son
Rach Gia
An Hoa
Kien Thanh
Cai Lon
Thoi An
Vinh Hoa
Kien Hung
Ba Chuc
Tri Ton
Mui Kto
201
KINH CAI SON
Tri Ton
Tan Hoi
5 Soc Son
13
Dong Yen
Minh Luong
Thu Sau
Dong Thai
Kien Hung
U Minh
Vinh Phu
2014
Phum Tampo
449
Vinh Thanh Van
Rach Gia
Bay
2
An Bien
Dong Hung
Kim Qui
Giang Thanh
Tra Tien
Kien Luong
An Binh
Tho Son
Vung Cay Duong
Tho Son
Hon Tre
5
Ra Ghe
Ha Tien
Thuan Yen
6 725
Hon Chong
Hon Minh Hoa
Hon Rai
6
Damnak
Kep
Tra Pho
My Doc
Loc Tri
10 Duong Hoa
Ba Hon
Binh Tri
2
Balua Is.
20
7
6
8
Mui Trau Nam
9
Koh Antay
Pirate Is.
4
Hon Minh Hoa
9
1978
Bai Doc
Ong Thay
Duong Dong 40
Ham Ninh
An Thoi
Mui Ong Doi
Hon Thom
6
Hon Nam Du
13
Cua
Can
Dua
anh
ui Is.
104°

Phút thứ 61

Mạc thy Loan

To reorder please contact:

Bloombird
P.O. Box 35667
Monte Sereno, CA 95030-0667
www.bloombirdbook.com

"Phút thứ 61" by Mạc thy Loan
Hardcover book

Price: $28

First class shipping cost:
USA $6
Canada $20
Other countries $24

Check payable to: Bloombird

Thank you

◊ ◊ ◊

Chương 1

$\mathcal{N}$ ăm 1974, chiến trường Việt Nam bùng nổ lớn. Bọn Cộng Sản Việt Nam xé Hiệp định Paris, đánh khắp nơi. Người bạn thân của Phương thuộc tiểu Đoàn 1 Nhảy Dù tử trận ở Quảng Trị. Được hung tin, Phương bàng hoàng, đau xót, ngậm ngùi nhớ lại những ngày vào trại Hoàng hoa Thám thăm anh ta, rồi cả hai đi lang thang dưới bến Bạch Đằng, ngồi quán lộ thiên uống bia trò chuyện đến khuya. Trong hoàn cảnh đất nước nghiệt ngã chiến tranh, Phương là một trong những người được may mắn đến trường. Lần cuối cùng chia tay bạn, Phương cảm thấy ưu tư. Gần một năm sau, niềm lo âu của người thanh niên thành sự thật.

Phương chán nản đô thành, bỏ học, đi xa. Còn mấy chục đồng trong túi, chàng lấy ra hết tặng cho Tiếp, thằng bạn ở trọ chung nhà, đang học Luật khoa. Nhìn túi vải trên lưng Phương, Tiếp hỏi:

- Mày đi đâu?

Phương trầm ngâm lắc đầu không đáp, bước xuống cầu thang. Tới cửa gặp Hùng, nó chận Phương lại, chất vấn:

- Phương, mày làm gì vậy?

Phương uể oải:

- Tao đi.

Hùng lăng xăng:

- Đi đâu? Không được. Ở lại đây với anh em. Đừng
    quẫn trí làm càn.
Phương nghiêm mặt nhìn Hùng, rồi gạt tay nó qua một
bên, bước ra cửa. Thấy vẻ quyết liệt của bạn, Hùng không
cản nữa, nói với theo:
- Nhớ viết thơ về cho anh em.
Phương lầm lì bước ra khỏi nhà. Chàng đi thẳng ra ngoại
ô Sài Gòn. Qua khỏi Phú Lâm vài cây số, trời đổ mưa tầm
tã. Phương vẫn lặng lẽ bước đều trên Quốc lộ 4. Túi vải
chứa cái mùng lưới nhỏ cùng tấm khăn lông ướt nhẹp. Cả
người Phương cũng thế. Hơn nửa giờ sau, trời tạnh. Phương
vẫn đều bước như không biết trời đã mưa và đang nắng.
Trước mặt Phương, một chiếc xe đạp chạy ngược chiều,
hướng về Sài Gòn. Phương không chú ý lắm. Vài phút sau
chiếc xe ấy trở đầu hình chữ U chạy vòng lại song song
với Phương. Chàng quay qua bên trái nhìn xem người đạp
xe là ai. Đó là một thiếu niên chừng mười ba tuổi, gương
mặt thông minh. Cậu ta nhảy xuống xe, hỏi Phương:
- Anh đi về đâu vậy?
Phương đáp lửng lơ:
- Về Châu Đốc.
- Sao anh không đi xe đò?
Phương thành thật:
- Tại thích đi bộ.
Cậu bé nhìn Phương, không tin:
- Anh đừng ngại, hồi xưa em cũng như anh vậy.
Phương ngắt lời cậu bé:
- Không phải là anh không có tiền đi xe đò. Anh có
    tiền mà. Tại anh không thích đi xe thôi.
Cậu bé vẫn chưa buông tha Phương:

- Em không dám cười anh đâu. Ngày xưa em cũng nghèo vậy. Thôi để em đón xe cho anh đi.

Phương cương quyết:

- Không. Anh muốn đi bộ.

Thấy khó lòng thuyết phục Phương, cậu bé thôn quê im lặng, đồng hành bên Phương. Hai phút sau, cậu lên tiếng:

- Anh có bạn ở Châu Đốc?

- Ừ.

- Anh ở Sài Gòn lâu chưa?

- Vài năm.

Phương vẫn đều bước, trả lời mấy câu hỏi dấm dớ của thiếu niên xa lạ. Bỗng nhiên bàn tay cậu bé nhét vô túi áo trên của Phương một vật gì. Phương xoay đầu nhìn sang thì chàng ta đã nhảy lên xe, đạp về hướng Sài Gòn.

Cậu bé đưa tay vẫy chào từ giã, nói:

- Anh dùng tiền đón xe đi.

Nói xong mấy tiếng ngắn ngủi, cậu bé quê đạp xe thật lẹ vì sợ chàng đuổi theo. Phương ngỡ ngàng đứng yên bất động, không nói được một lời, nhìn theo chiếc xe đạp đến khi nó mờ nhạt trên con đường nhựa loáng nước. Phương xúc động ngút ngàn, lòng ngậm ngùi nhìn mấy tờ giấy bạc chan chứa tình người, tình đồng hương cùng máu đỏ da vàng của một em bé thôn dã chất phác, dễ thương, thánh thiện có tâm hồn cao quý tuyệt vời. Chàng nghe buồn thật buồn thầm nhủ "Cậu ta phải dành dụm trong bao lâu mới có được món tiền hai trăm đồng này?! Tội nghiệp thằng bé biết bao! Nó đã hy sinh số tiền thiết thực, to lớn của nó cho mình. Bây giờ làm sao đây?! Con người Việt Nam thật là nhân hậu, tràn trề tình cảm quê hương, thương mến, và giúp đỡ nhau từ trái tim chân thành tha thiết. Đây chính thực là tình thương nòi giống, nghĩa đồng bào. Tuy đơn sơ, nhỏ bé nhưng là món quà vô giá, lung linh tuyệt mỹ của Việt Nam thân yêu ngàn đời, Việt Nam triền miên loạn lạc chiến tranh."

Phương tiếp tục lộ trình. Đến xế chiều, chàng đến một quận lỵ nhỏ. Phương nhủ thầm "Phải xài cho hết số tiền này hôm nay. Mình phải sạch túi trong suốt lộ trình như đã định." Chàng bước vào một quán nhỏ bên đường gọi dĩa cơm, ly cà phê sữa đá và bao thuốc lá, vừa đúng 200 đồng. Phương hài lòng, đi tiếp. Chập tối, chàng ghé vào văn phòng xã trình giấy và tìm chỗ ngủ qua đêm. Họ cho người đưa chàng vào một ngôi chùa khuất sâu bên trong ruộng. Đến nơi, chàng ngạc nhiên khi thấy khoảng hơn mười chú tiểu, tuổi cỡ 16, 17 đang đùa giỡn. Ông sư già chỉ bộ phản cho Phương nằm. Quần áo còn ẩm ướt rất khó chịu. Đành vậy, Phương không có bộ thứ hai để thay. Chàng lặng lẽ quan sát các chú tiểu. Các chú xù xì với nhau chuyện tán gái, rồi cười khúc khích. Phương khẽ lắc đầu, nghĩ bụng "Đây là tiểu quỷ, trốn quân dịch."

Sáng hôm sau, chàng từ giã ông sư già tiến trở ra Quốc lộ 4, tiếp tục hành trình.

Khoảng mười giờ giờ sáng, Phương cảm thấy dã dượi trong người. Hôm qua dầm mưa, phơi nắng, hít thở hơi ẩm mốc của đường lộ Phương đã bị cảm.

Hai bên đường ruộng lúa xanh tươi, không một mái nhà. Phương cố gắng kéo những bước chân nhọc nhằn.

Xế trưa, trước mặt Phương hiện ra mấy dãy nhà lá mộc mạc. Phương không nghe đói, chỉ muốn nằm và thèm ly sữa nóng. Phương rẽ vào một quán cóc sát mé lộ, nói với bà chủ tuổi chừng bốn mươi.

- Tôi bị bệnh, lại không có tiền, bà có thể cho tôi xin ly sữa được không?

Bà chủ nhìn Phương, lạnh lùng đáp:

- Tiệm tôi bán ế, phiền cậu đi nơi khác.

Phương bình thản:

- Vâng, chào bà.

Chàng không tiếc là mình đã không để dành số tiền cậu bé cho hôm qua để phòng khi bất trắc. Số tiền đó có đáng bao nhiêu đâu. Vả lại chàng đang cố ý đi tìm bất trắc mà. Phương muốn trắc nghiệm xem mình có bị chết đói, chết khát, chết bệnh hay chết vì đạn chiến tranh không. Chàng muốn biết tình quê hương, nghĩa đồng bào trong thời tao loạn. Người sinh viên mong tìm hiểu đời sống nghèo nàn của người dân quê mộc mạc, cần nhìn rõ đời sống phong sương nguy khốn của những người lính. Phương hy vọng sau cuộc hành trình này, chàng sẽ tìm thấy một cái gì thật đẹp, thật có ý nghĩa.

Qua khỏi khu xóm nhỏ, đồng ruộng lại tiếp nối hai bên đường. Miệng Phương khô khan, người nóng, tay chân rã rời. Chàng để ý thấy trên bờ đê nhỏ có một cây bóng mát, cách bờ lộ khoảng hơn trăm thước. "Giữa trời nắng chang chang, gặp bóng cây mát mẻ này thì sướng quá!" Phương thầm nghĩ vậy và tiến về phía đó.

Chàng nằm xuống và bắt đầu ngủ. Chưa được nửa giờ, Phương nghe có tiếng nói chuyện xì xào bên tai:

- Không biết còn sống hay đã chết rồi.

- Chắc chưa chết đâu. Kêu thử coi.

Phương mở mắt ngồi dậy. Một cô gái quê khoảng mười sáu tuổi và một cậu trai trạc mười bốn. Hai thiếu niên nhìn Phương lom lom. Phương hỏi:

- Chuyện gì vậy?

Thằng bé đáp:

- Tụi em tưởng anh là xác chết.

Dù mệt mỏi, Phương cũng không khỏi tức cười.

- Thế hai em có sợ xác chết không?

Đứa bé trai đáp:

- Sợ chứ anh, nhưng em có nghe …

Thằng bé nói tới đây bỗng ngưng lại, gương mặt nó đăm chiêu, cố nhớ một điều gì xa xôi trong ký ức.

Lấy làm lạ, Phương dịu dàng hỏi:

- Em có nghe gì hả em?

Nó nhìn chị nó rồi đáp:

- Em nghe "Chết ngày nay, ngày mai khỏi chết."

Phương giật bắn người, bước tới nắm nhẹ đôi vai thằng bé:

- Em hãy cho anh biết ai đã nói với em câu này!

Thằng bé thản nhiên trả lời:

- Không có ai hết.

- Em bảo là em có nghe mà.

- Thì em có nghe, nhưng không có ai nói với em hết.

Bây giờ cô bé mới lên tiếng:

- Để em giải thích cho anh rõ. Câu chuyện là như vầy: Cách nay khoảng chín tháng, có bắn lộn, đủ loại súng nổ. Chúng em và mọi người trong nhà sợ quá nhảy xuống hầm trốn đạn. Một lát sau tiếng súng ngưng, tụi em vẫn nằm yên nghe ngóng. Lạ lùng làm sao tụi em nghe nhiều tiếng hát the thé vang lên "chết ngày nay, ngày mai khỏi chết …"

Nói tới đây cô gái nhìn Phương kỹ hơn, thấy vẻ mặt phờ phạc của chàng, đề nghị:

- Hay là anh vô nhà tụi em nghỉ ngơi đi.

Phương ngẩng lên thấy mặt trời đã hạ xuống thấp, chiều đang dần đến. Còn hơn bảy cây số nữa mới đủ. Mỗi ngày chàng phải đi hai mươi cây số. Phương xách túi đồ rồi nói với cô gái.

- Cám ơn em, chắc anh phải đi ngay bây giờ.

Nói xong Phương đeo túi vải lên vai rồi tiến đến hai chị em dặn dò:

- Câu hát ấy không đúng nghe hai em. Mạng sống rất quí. Chúng ta phải sống và giúp đỡ người khác như hai em đã giúp anh, mời anh vô nhà nghỉ ngơi. Hai em giỏi lắm! Nhớ lời anh dặn nha. Đời sống con người rất quí. Đừng có nghe mấy người mặc đồ đen, đi dép cao su, dụ dỗ các em cầm súng rồi hát "chết ngày nay, ngày mai khỏi chết ..." Hai em chỉ nên nghe lời cha mẹ thôi. Không có ai thương các em bằng cha mẹ. Hai em nhớ kỹ đó!

Cô bé đáp:

- Dạ, em sẽ nhớ.

Hai đứa bé đồng quê đưa tay chào lữ khách rồi bước lên con đê khô cằn, nứt nẻ.

Trên đường trở về căn nhà lá cách đường lộ khoảng một cây số, thằng bé nói với chị nó:

- Tội nghiệp ảnh quá chị ơi! Ảnh không có tiền đi xe đò.

Cô chị tiếp lời đứa em:

- Ảnh tốt với mình quá! Chị mong là có người cho ảnh quá giang.

Chia tay hai đứa bé quê hiền lành, dễ thương Phương lặng lẽ tiếp tục hành trình mà cảm thấy rờn rợn trên xương sống. Cộng Sản đã tiêm thuốc độc vào trí óc non nớt của những em bé thôn dã để rồi một ngày không xa chúng sẽ dụ dỗ các em cầm súng AK hy sinh cho chúng. Thật là dễ sợ!

Đi khoảng ba cây số, Phương gặp một khu nhà khá đông đúc, có chợ và trạm y tế. Phương đến trạm y tế xin thuốc cảm, uống tại chỗ, rồi tiếp tục đi.

Khi chiều mát thì Phương đã đi đủ hai mươi cây số. Tấp vào đồn nghĩa quân, Phương trình giấy và cho biết chàng sẽ ngủ lại đêm trong khu xóm này. Trả giấy tờ cho Phương, ông Trưởng đồn nói:

- Tôi không thể cho anh ngủ trong đồn được, nhưng để anh ngủ lang bang ngoài kia cũng không được. Nguy hiểm lắm!

Nghĩ ngợi một lúc, ông ta tiếp:

- Được rồi, để tôi nhờ ông Trưởng ấp Hinh tìm cho anh một chỗ ít nguy hiểm.

Lát sau, ông Trưởng ấp Hinh và hai người lính nghĩa quân, súng đạn trên tay trong tư thế sẵn sàng tác chiến, đưa Phương vô phía mấy dãy nhà cách đồn lối nửa cây số. Trên đường đi, Trưởng ấp Hinh tâm sự:

- Cậu coi, chiến tranh giặc giã thiệt là khổ. Tui có sáu đứa con, lương Trưởng ấp làm sao sống nổi. Mấy năm trời chắt mót, vay mượn, mua được chiếc xe lam cũ, đưa khách sống qua ngày. Còn cậu, sao đi bộ xa xôi thế này?

- Dạ tôi muốn đi đến tận thôn quê hẻo lánh để thấy rõ cảnh sống dân nghèo.

- Như vậy thì hay lắm. Khi nào về Sài Gòn cậu hãy cho mọi người biết rõ đời sống của người dân đen đồng ruộng.

- Vâng.

Ông Trưởng ấp đưa tay chỉ ngôi trường học trong bóng đêm mờ mờ:

- Tháng trước đụng, vách tường như cái rổ. Thời buổi này sống ngày nào hay ngày nấy.

Phương im lặng, quan sát hai bên. Tiếng ễnh ương, cóc nhái kêu um, muỗi vo ve trên cổ, trên đầu. Hai người lính nghĩa quân lặng lẽ đi không buồn góp chuyện. Họ đã chấp nhận thân phận của mình.

Ông Trưởng ấp lại nói tiếp:

- Tôi đưa cậu đến ngủ trước nhà bà Mịch, chỗ đó đỡ hơn, không ngay lằn đạn.

- Cám ơn ông.

- Chắc tôi ở lại với cậu cho vui. Có chết thì chết chung, nhằm nhò gì.

Phương phản đối:

- Ông có ý tốt, tôi rất cảm ơn. Nhưng ông nên trở về đồn.

Ông Hinh làm như không nghe câu nói của Phương:

- Mạng tôi lớn lắm đó cậu. Năm ngoái, một trái B-40 nổ cách tôi ba chục thước, mà chỉ bị thương nhẹ.

Phương cười:

- Mạng ông lớn thiệt đó.

Ông Hinh ra dấu cho mọi người quẹo vô một căn nhà lá ba gian khá đồ sộ, cửa đóng kín mít. Ông hạ giọng nói thật nhỏ với Phương:

-Thấy cái võng giăng giữa hai cây cột cái đó không? Cậu tới đó nghỉ đi. Tôi nằm bên kia cho có bạn.

Phương lắc đầu:

- Ông về đồn đi. Tôi thích nằm một mình. Sáng mai mình gặp lại.

Nghe giọng nói cương quyết của Phương, ông gật đầu, rồi cùng hai người lính trở về đồn.

Đặt lưng xuống võng, Phương thấy dễ chịu. Nghe tiếng muỗi vo ve, Phương lấy mùng ra giăng, ngủ một giấc đến sáng.

Một đêm yên tĩnh nhẹ nhàng trôi qua, không có viên đạn nào bay ngang qua đầu Phương.

Đang loay hoay xếp mùng, Phương thấy bà chủ xuất hiện nơi cửa, nhìn Phương cười nói:

- Chào cậu.

Phương ngượng ngập phân trần:

- Tối qua ông Trưởng ấp Hinh đưa tôi đến đây.

Vẻ mặt tươi tắn, phúc hậu bà tiếp:

- Cậu đừng ngại. Vô đây tôi biểu cháu nó pha cà phê cậu uống.

Phương hơi ngỡ ngàng vì cách đối xử của chủ nhân. Bà ta không lấy làm lạ hay thắc mắc về sự có mặt của chàng mà chào Phương như đón tiếp người thân đi xa về. Phương cảm thấy hạnh phúc bước theo bà.

Chàng hết sức ngạc nhiên khi thấy toàn là bàn và ghế. Thì ra đây là quán cà phê ruộng.

Cô con gái bà chủ cười e lệ, mời Phương ly cà phê sữa nóng. Cô ta cũng dễ coi, dáng cao, nước da trắng, có chiếc răng khểnh. Phương nghe lòng rộn rã. Đêm qua ngủ ngon, chàng đã lấy lại sức. Sẵn ly cà phê nóng, Phương uống hai viên thuốc cảm. Sau vài câu ân cần thăm hỏi chủ nhân có tâm hồn nhân ái, Phương đứng dậy cáo từ.

Phương có nhiều cảm tình với hai mẹ con, nhưng chàng không thể dừng bước, tương lai có dịp sẽ trở lại. Bây giờ phải đi cho xong lộ trình đã định.

Phương trở ra đồn tìm ông Trưởng ấp Hinh để nói lời từ biệt nhưng không gặp, chàng lên đường.

Ánh nắng ban mai dịu dàng, tươi sáng, không khí trong lành, vài con gà gáy muộn. Phương bước đi, cõi lòng thơ thới. Ly cà phê sữa nóng làm lữ khách ấm dạ. Nụ cười với chiếc răng khểnh duyên dáng của cô chủ quán làm chàng lâng lâng cảm giác ấm êm.

Phương nghe tiếng xe ngừng lại sau lưng, một giọng đàn ông quen quen.

- Cậu ơi, lên xe.

Phương quay lại, nhận ra ông Trưởng ấp đang lái chiếc xe lam. Bước đến ông, Phương nói:

- Tạt qua đồn tìm ông từ giã mà không gặp. Hôm nay cũng có nhiều hành khách đấy chứ.

Ông cười tươi:

- Cậu lên xe đi! Tôi đưa cậu một đoạn.

Phương từ chối:

- Cảm ơn ông. Tôi không thể đi xe.

- Đi một chút thôi.

- Ông đi đi, khách chờ kìa. Tôi phải đi bộ cho đủ cây số mới được. Chào ông.

Lữ khách quay người, định bước. Ông thò đầu ra gọi:

- Cậu à . . .

Phương xoay mặt lại, chờ ông nói tiếp:

- Tôi có ý chở cậu đến chợ Long An, mời cậu ăn điểm tâm với tôi. Biết bao giờ mình mới gặp lại. Cậu đừng từ chối mà. Lên đi, lên!

Nhìn số hành khách kiên nhẫn ngồi chật cứng hai băng phía sau, nhìn ông Trưởng ấp có lòng quí khách chân thật, người thanh niên không thể làm gì khác hơn là mỉm cười bước nhanh lên băng trước ngồi cạnh ông Hinh.

Đợi cho khách xuống xe hết, ông Hinh đưa Phương vào một tiệm ăn khá nhộn nhịp ở gần bến. Chàng gọi dĩa cơm tấm thịt nướng có trứng ốp la và ly cà phê đá. Sau khi gọi cho phần mình, ông Hinh vui vẻ kể chàng nghe về sinh hoạt ở bến xe với nhiều chi tiết lý thú.

Dùng xong bữa điểm tâm thân mật tuy sơ giao, Phương xiết chặt tay ông Hinh từ giã và ngỏ lời cảm ơn thật nhiều lòng hiếu khách chân thành của ông.

Một buổi sáng hạnh phúc tràn trề của Phương. Sự niềm nở, tử tế của người địa phương làm chàng sung sướng, cảm động. Cơn bệnh cũng qua đi. Chàng đếm những bước đi hân hoan, đầy ắp tình người.

Khi mặt trời đứng bóng, Phương dừng lại trước một căn nhà lá có ao kế bên. Chàng ngỏ lời xin cơm, người đàn ông và hai đứa con trai nhỏ sốt sắng lấy thêm chén đũa mời chàng dùng chung bữa. Tuy chỉ có nồi cá chốt kho tiêu và dĩa rau muống luộc, mọi người ăn ngon lành.

Chạng vạng tối, Phương đứng trước mấy chiếc xe tăng M-113, tìm người chỉ huy chi đội Thiết giáp. Người sĩ quan chăm chú nhìn Phương dò xét rồi hỏi:

- Anh đi về đâu?

- Tôi xuôi Quốc lộ 4 về Châu Đốc.

- Sao không đi xe?

- Tôi không muốn đi xe, chỉ muốn đi bộ.
Lạ lùng trước sự việc hiếm có, người sĩ quan nhìn thẻ sinh viên của Phương một lần nữa. Anh ta ngờ vực. Cộng Sản tung đặc công, gián điệp phá hoại, thu thập tin tức là thường. Anh sĩ quan vặn vẹo:
- Anh là sinh viên à?
Đọc rõ ý nghĩ của người sĩ quan ưu tú, Phương thong thả điềm nhiên đáp:
- Đúng vậy, tôi là sinh viên Báo chí.
Không muốn nói lòng vòng về nỗi buồn của mình khi người bạn tử trận, và để giải thích thỏa đáng lý do đi bộ, Phương phóng đại nguyên do phụ thành nguyên do chính:
- Sở dĩ tôi đi bộ là vì tôi muốn tìm hiểu thêm về cảnh sống nghèo nàn của người dân thôn dã và sự nhọc nhằn, hiểm nguy của người lính Việt Nam Cộng Hòa. Chỉ có vậy.
Sự điềm tĩnh và giọng nói lưu loát có vẻ phóng viên của Phương làm người sĩ quan hết nghi ky. Anh ta cởi mở:
- Anh sẽ ngủ trên đường lộ, cạnh xe tăng với chúng tôi. Mà anh đã ăn gì chưa? Để tôi gọi Trung sĩ Bá lo cho anh.
Phương cảm ơn người sĩ quan chỉ huy, theo Trung sĩ Bá đi men xuống đường, đến chỗ anh để ba lô. Bá còn trẻ, dáng người gầy, nét mặt xương. Anh lấy cho Phương gói cơm sấy và lon thịt hộp Mỹ. Phương ái ngại nói:
- Anh cho tôi rồi mai mốt anh sẽ bị thiếu.
Bá cười:
- Đồ quỉ này ăn riết ngán chết luôn, trên xe còn cả đống kìa, anh yên tâm.
Phương ăn qua loa, hỏi Bá:

- Trông anh còn trẻ quá, anh vô quân đội được bao lâu rồi?
- Đã 3 năm rồi. Tôi tình nguyện. Gia đình tôi bị Việt Cộng giết gần hết.

Phương ân cần nói:
- Xin chia buồn cùng anh.

Thỉnh thoảng tiếng đạn pháo nổ ầm ì từ phía trong kia. Không khí chiến tranh dày đặc quanh đây. Bá bỗng hỏi:
- Sao anh không đón xe đò đi?
- Tôi muốn đi bộ để hiểu thêm về đời sống của người lính và dân ở thôn quê hẻo lánh. Đi xe làm sao được?

Bá trầm ngâm giây lát rồi hạ giọng:
- Nhưng anh có biết là rất nguy hiểm không? Trên Quốc lộ 4 này đụng hoài. Tụi nó muốn cắt con lộ huyết mạch này lắm. Thôi để mai tôi đón xe đò cho anh đi. Tôi bắt thằng tài xế dành băng trước rộng rãi cho anh. Nó lộn xộn tôi đánh nó chết mẹ.

Phương cười vì chưa chi Bá đã đòi đập người ta rồi:
- Anh Bá, tôi biết là nguy hiểm chứ. Nhưng tôi chỉ đi ban ngày, ban đêm ngủ với lính, sợ gì?

Bá vẫn giữ vững lập trường:
- Ban ngày thì ban ngày. Vẫn nguy hiểm. Thôi nghe lời tôi đi. Tôi không muốn thấy anh chết dọc đường.

Phương cũng không vừa:
- Cảm ơn anh đã quan tâm đến tôi. Nhưng tôi biết rằng tôi không chết dễ dàng như vậy đâu. Tin tôi đi, tôi sẽ gặp lại anh mà. Ở Sài Gòn, có thể lắm. À, anh có người yêu chưa?

- Có. Nàng là nữ sinh Trung học Vĩnh Long. Còn anh?
- Tôi yêu một người, nhưng người đó không yêu tôi. Cô ấy đã đánh mất người yêu của mình.
- Chuyện tình của anh rắc rối quá hả?

Phương lặng thinh. Chàng nghĩ đến Lam-Anh. Ba năm dài thư từ qua lại, kết cuộc không có gì. Lam-Anh đã đi xa, nhưng trái tim Phương còn ghi đậm hình bóng nàng, bây giờ và mãi mãi ngàn sau.

Bá mời Phương điếu thuốc. Khói tỏa. Hai người bạn trẻ tuy mới quen nhưng có vẻ thân thiết từ lâu. Câu "Tứ hải giai huynh đệ" trong hoàn cảnh này không phải là một sáo ngữ giang hồ.

Trên trời sao dày đặc. Đêm Việt Nam mơ hồ. Đêm chiến tranh tăm tối. Đêm tuổi trẻ chênh vênh.

Sáng sớm, Phương đã thấy anh Trung sĩ trẻ đi nhanh về phía mình. Bá hỏi trước:
- Đêm qua anh ngủ ngon không?
- Ngon! Nằm ghế bố bên cạnh "con cua sắt" M-113 giữa đồng trống và trời đầy sao này thật là tuyệt. Tôi không đổi lấy cái phòng ngủ sang trọng ở Sài Gòn đâu.

Bá cười hài lòng. Đêm qua Bá đặc biệt căng chiếc ghế bố nhà binh cạnh thiết vận xa cho Phương ngủ. Còn Bá đi đâu Phương không biết. Hiểu bí mật quân sự nên Phương không hỏi.

Bá mời:
- Mình đi kiếm cà phê uống

Hai người bước vô quán gần đó. Bá gọi hai tô bún tôm và hai ly cà phê đen.

Anh Trung sĩ trẻ tuổi trở lại chuyện đi bộ của Phương:

- Đêm qua tôi nằm mơ thấy anh chết giữa đường.

Phương cười nụ, hỏi:

- Anh có lộn người khác không chứ?

Bá quả quyết:

- Chính là anh, người có tình yêu một chiều.

Phương không nín cười được. Bá cũng cười sảng khoái. Tay cầm ly cà phê, Bá nghiêm giọng:

- Anh Phương. Anh đã đi bộ khá nhiều rồi, như vậy cũng tạm đủ. Anh suy nghĩ lại đi.

Phương lựa lời đáp:

- Tôi rất cảm động về những băn khoăn của anh. Nhưng tính tôi không muốn thay đổi chương trình, kế hoạch nửa chừng. Tôi phải hoàn tất chuyến đi này bằng đôi chân, xin anh thông cảm, và tôi không bao giờ quên tấm lòng tốt của anh.

Bá không nói gì, mời Phương điếu thuốc Capstan. Mặt trời đã lên cao, Bá gọi bà chủ quán ra ghi sổ nợ. Phương xúc động, bồi hồi. Tiền lương lính không có bao nhiêu. Ăn trước trả sau. Phương biết mình không thể làm gì hơn, lại không muốn nói những lời khách sáo ngoài miệng, bắt tay Bá ra đi.

Đêm kế tiếp Phương dừng chân trong khu vực chỉ huy của Trung úy Khang, con một vị Luật sư nổi tiếng đã từng có những đụng chạm chính trị với Tổng thống Nguyễn văn Thiệu. Khang cho người mang về một thùng bia con cọp.

Cởi mở trò chuyện, Trung úy Khang cho biết anh vừa đi hành quân vừa học Luật. Khang ân cần rót bia cho Phương và tâm sự khá nhiều với người bạn mới. Anh mang hoài bão cao đẹp, lúc nào cũng muốn bảo vệ miền Nam và xây dựng quê hương xứ sở. Lý tưởng nhiệt tình này là động cơ mãnh liệt giúp anh có nhiều nghị lực để vừa cầm súng vừa cầm sách. Phương vô cùng ngưỡng phục và rất mến người sĩ quan có chí này. Chàng nghĩ trong tương lai, hai người có thể cùng đồng hành trên bước đường phụng sự Tổ quốc Việt Nam thân yêu.

Lòng hiếu khách, kính trọng kẻ sĩ và tính tình hào sảng, vui vẻ của Trung úy Khang như ánh lửa tuyệt vời bập bùng cháy trong đêm đông lạnh giá. Phương cảm thấy lòng mình lâng lâng hạnh phúc, êm đềm. Chàng nghĩ chuyến đi bộ nghìn trùng nguy hiểm của mình không phải là vô nghĩa.

Chiều hôm sau, người bộ hành ghé vào căn nhà lá nhỏ chơ vơ bên đường lộ. Một thiếu phụ trạc hai mươi lăm tuổi mời Phương vào. Nhà trống vắng, chỉ có hai chiếc giường tre, cái tủ thờ, và chiếc bàn nhỏ. Phương ngỏ lời xin một bữa cơm. Thiếu phụ sốt sắng nói:

- Dạ được. Nhưng đồ ăn bữa nay không có gì hết. Để tôi bảo cháu qua bên bà ngoại xin ít tôm kho tàu.

Phương xua tay:

- Thôi khỏi chị. Tôi ăn với nước mắm cũng được.

Chị ta không để ý đến lời Phương nói, sai đứa con gái khoảng sáu tuổi qua nhà bà ngoại. Thiếu phụ mang chén đũa ra mời Phương. Chàng ngồi vào bàn nói:

- Mời chị dùng luôn.

Chị đáp:

- Tôi đã ăn rồi. Anh ăn đi.

Phương nghi ngờ chị ta chưa ăn và nhường phần cơm cho mình. Chàng nhìn nồi cơm, còn khá nhiều. Kế bên là nồi nước mắm kho quẹt. Phương kiên nhẫn:

- Chị lên ăn luôn cho vui.

- Tôi đã ăn rồi, thiệt mà.

Lúc đó, đứa bé gái trở về, trên tay bưng một cái tô nhỏ, có một ít tôm. Phương ái ngại nói:

- Để cho bà cụ. Tôi ăn với kho quẹt được rồi.

- Má tôi còn nhiều lắm, anh cứ ăn đi.

Phương gắp vài con tôm ăn lấy lệ và chừa cơm trong nồi cho đủ phần một người. Chàng vẫn nghĩ là chị ta chưa dùng cơm chiều.

Vừa đứng lên, lữ khách thấy một ông lão tóc râu bạc trắng vừa từ nhà sau đi tới. Phương chào, nhưng ông cụ chỉ lặng lẽ nhìn chàng mà không nói một lời. Chiếc áo trên lưng ông mặc rách nát, chỉ khá hơn mảng lưới bắt cá một chút thôi. Phương sững sờ giây lát rồi chàng cởi chiếc áo khoác đang mặc, cẩn thận phủ lên đôi vai ông. Ông nhanh nhẹn kéo áo xuống trả lại. Phương bước lui ra cửa không nhận. Thiếu phụ lên tiếng.

- Anh giữ lấy mặc. Ba tôi còn áo. Tại ổng thích như vậy đó.

Phương không tin, nói:

- Trời lạnh, ông cụ cần mặc chiếc áo này. Cảm ơn chị, tôi đi đây.

Nói xong Phương bước nhanh ra cửa. Thiếu phụ vội chạy theo ấn cái áo khoác vào tay Phương. Bàn tay nàng chạm nhẹ cánh tay lữ khách. Nàng nói:

- Anh đi đường xa lạnh lẽo, không thể thiếu nó được. Ba tôi, tánh ổng vậy đó. Áo lành không mặc, cứ mặc cái áo rách.

Lúc này, Phương mới có dịp nhìn kỹ người thiếu phụ đối diện. Làn da tươi hồng mịn màng, vành mi dài và đen, môi tròn, nhỏ. Dáng dấp nàng rắn chắc nhưng không thô kệch. Một nét buồn u uẩn phảng phất trên gương mặt.

Thấy chiếc áo cứ bị đưa qua trả lại, Phương tìm kế hoãn binh. Chàng hỏi:

- Ảnh đâu chị?

Giọng buồn buồn chủ nhà đáp:

- Ba cháu Quyên tử trận cách nay mấy tháng.

Nhìn đôi mắt đen của chị, Phương cố nén tiếng thở dài.

Gió len lỏi qua vách lá buông khúc sầu bi. Ễnh ương bắt đầu hòa điệu. Căn nhà hiu quạnh, buồn tênh. Hoàng hôn dần xuống. Linh hồn người lính sát Cộng quanh quẩn đâu đây. Anh đang nhìn vợ con anh ăn uống kham khổ, chỉ có nước mắm kho quẹt, cha vợ anh chưa bao giờ được áo lành che thân, cứ phải mặc chiếc áo rách tả tơi.

Phương nói như năn nỉ:

- Chị làm ơn giữ chiếc áo này cho bác. Tôi còn trẻ, khỏe mạnh, không có cũng không sao. Nè chị, cầm đi.

Phương cẩn thận đưa áo về phía người góa phụ. Chàng sợ chạm vào da thịt người đàn bà. Nàng tiếp tục từ chối:

- Anh cần nó mà. Ba tôi còn áo trong rương chưa lấy ra mặc đó thôi.

Thấy khó lòng thuyết phục, Phương dụ:

- Thôi được. Tôi cho bác mượn. Khi nào trở về tôi lấy lại. Chị cầm dùm. Tôi phải đi.

Người góa phụ khôn ngoan nhìn Phương, mỉm cười nói:
- Cảm ơn anh nhiều. Trời sắp tối. Sương xuống. Anh không nhà. Mặc áo vào đi cho khỏi lạnh.

Ánh mắt long lanh trìu mến của nàng tiếp theo câu nói nên Phương đành chịu thua.

Chàng kết thúc:
- Trạm lính gần đây không chị?
- Chừng ba trăm thước. Anh đi một chút sẽ thấy.

Phương chào từ giã. Lòng tràn xúc động bâng khuâng. Người góa phụ nhan sắc mặn mà. Người lính chết trẻ. Ông già không đủ áo che thân. Bé Quyên mồ côi cha. Phương bước đi với nỗi buồn man mác.

Nắng gay gắt, Phương lầm lủi đi. Bên kia đường, hai cô gái rúc rích cười chỉ chỏ. Giọng một cô gái:
- Tía ơi, tía thất tình, tía đi lang thang phải không?

Phương lờ đi, lặng lẽ bước. Một thanh niên đi xe đạp trờ tới phụ họa:
- Thằng này khùng. Hôm trước tôi thấy nó đi ở khúc Long An.

Phương bình thản đi. Chàng biết ngày xưa Kha luân Bố đã bị một nhóm trẻ con lấy đá ném vào người ông vì cho rằng ông khùng. Tâm trí Kha luân Bố đang phóng ra ngoài đại dương mênh mông xa ngút ngàn với những phiêu lưu hiểm nguy không thể lường trước được. Vĩ nhân lẫy lừng này đã trải qua nhiều năm kiên nhẫn mới đạt được mong ước, giông buồm ra khơi tìm đất mới.

Năm 1485 Kha luân Bố bắt đầu tiếp xúc với triều đình để xin yểm trợ tài chính và nhân sự cho chuyến mạo hiểm xa xôi, nhưng bất thành.

Ông vẫn không nản chí, tiếp tục đệ trình dự án to lớn của mình. Nhưng không quốc gia nào ủng hộ. Năm 1489, ông được vua Ferdinand II và nữ hoàng Isabella cấp cho đặc quyền ăn ở miễn phí trong những tỉnh thành thuộc quyền cai trị của triều đình Ferdinand II- Isabella. Với sự tự tin vững chắc và lòng kiên nhẫn bao la như đại dương, năm 1492 Kha luân Bố đã thành công trong việc thuyết phục triều đình Tây ban Nha cung cấp đầy đủ phương tiện cho chuyến viễn du ly kỳ, quan trọng nhất lịch sử loài người: khám phá Mỹ châu.

Phương không phiền hà mấy cô gái đang chọc ghẹo chỉ hóm hỉnh cười, nhủ thầm:

"Nếu mình bước qua hỏi các cô gái quê ấy rằng họ có thấy Kha luân Bố đi ngang qua đây không, thử xem các nàng trả lời như thế nào."

Đêm qua sau khi từ giã người góa phụ trẻ, Phương đến gặp người sĩ quan đóng quân bảo vệ khu vực ấy. Thiếu úy Chinh vui tươi chấp nhận Phương và mời chàng ngồi giữa lộ nhậu thịt cầy, rượu đế với mình. Phương lịch sự cắn một miếng thịt chó rồi kín đáo nhả ra lòng bàn tay khi làm bộ che miệng hắt xì. Phương cũng nhâm nhi chút rượu trắng cay xé họng. Chàng không biết uống rượu, nhưng khi cần cũng hớp được vài ngụm xã giao.

Chập khuya, một người lính bưng ra nồi cháo cá nóng hổi, nói là của một nhà dân nấu cho. Phương ăn tô cháo và thầm cảm ơn gia chủ. Nếu không có thức ăn đặc biệt ấy thì người thanh niên phải chịu nhịn đói vì không thể nào ăn thịt chó được.

Thịt cầy, rượu đế. Cháo cá ban đêm. Phương đã được nếm đầy đủ mùi vị nhân nghĩa đồng bào, tình thân quân đội. Phương cảm thấy thú vị khi chàng không cần có trong tay tờ giấy của Tổng thống Thiệu cấp để trình cho cơ quan địa phương ngõ hầu được cung cấp thức ăn và chỗ ngủ miễn phí như Kha luân Bố ngày xưa. Đồng bào dồi dào tình cảm và những người lính hòa đồng sẵn sàng chia sớt cho Phương những gì họ có. Đó không phải là tình quê hương sao?!

Gần chiều, Phương đến một quận lỵ nhỏ bé. Chàng ghé vào ngôi chợ khi ấy vẫn còn một ít người đang nhóm ở đó. Phương hỏi xin bà bán khoai mì một củ, bà sốt sắng cho ba củ. Bằng giọng nói thẳng thừng, không khách sáo bà thúc hối Phương:

- Lẹ lên đi kiếm chỗ ngủ đi mày. Đêm nay chắc đánh lớn đó. Có cái chùa gần đây, tới đó thử coi.

- Cảm ơn bác.

Tạ từ xong Phương đi theo hướng của bà bán khoai chỉ. Ngôi chùa hiện ra, lợp mái ngói đỏ, đồ sộ, phía ngoài có cổng sắt khóa kín. Phương cất tiếng gọi lớn, một người đàn ông trung niên bước ra, hỏi:

- Cậu kiếm ai đó?

- Dạ không. Tôi xin ngủ nhờ đêm nay.

- Không được đâu. Không có chỗ.

Phương nhìn vào bên trong ngôi chùa thênh thang, nói bâng quơ:

- Vậy à?!

Phương nói cho chính mình nghe "Phật Thích Ca đi vắng rồi, tìm cách khác vậy."

Xong, chàng đi trở lại khu chợ.

Một thanh niên đang loay hoay khóa cửa tiệm sửa xe gắn máy. Phương bước đến nhờ vả. Thanh niên đồng ý cho chàng ngủ qua một đêm và dặn là sáng nhớ khóa cửa cẩn thận trước khi đi.

Bên trong đồ đạc sơ sài. Trên vách treo lủng lẳng mỏ lết, kềm, búa. Đó đây vài cái vỏ xe Honda cũ kỹ. Nền đất dơ, chỗ cao chỗ thấp.

Phương lấy mùng ra giăng.

Vừa đặt lưng xuống chừng hơn mười phút, Phương nghe tiếng đập cửa ầm ầm. Phương mở cửa. Hai người lính Tiểu khu đòi xem căn cước. Phương đưa giấy tờ đầy đủ. Trong lúc hai người lính đang xét giấy, bỗng có một nhóm người hiếu kỳ từ đâu ùa đến đứng sau lưng họ. Hai bà trạc ngoài bốn mươi tuổi, ba thiếu nữ, một thanh niên, cùng mấy cậu trai nhỏ. Họ tò mò nhìn Phương như nhìn cọp trong sở thú. Một bà nói:

- Trời ơi, tội nghiệp cẩu quá! Con Hoa, con Cúc, đứa nào giúp cẩu được?

Một thằng bé lanh chanh:

- Chị Cúc được, chị Cúc được đó.

Cô gái có tên Cúc bẽn lẽn mắng thằng bé:

- Đừng có nhiều chuyện.

Bà lúc nãy hướng về phía Phương nói:

- Nhà tôi chật quá. Để tôi hỏi cho cậu một chỗ ngủ đêm nay. Nằm đây ẩm thấp, muỗi mòng như vầy đâu có được.

Phương từ chối:

- Dạ cảm ơn bác. Cháu có mùng. Chỗ này cũng tốt lắm rồi.

Tiếng một cô gái:

- Chị Cúc, mắc cỡ gì nữa.

Phương nghe tức cười làm sao. Đúng lúc ấy người lính trả giấy tờ lại cho chàng. Quay sang đám đông tò mò, anh lính đuổi:

- Thôi mấy người về nhà ngủ đi. Muốn gì sáng tính.

Đám đông lặng lẽ biến mất. Phương lắc đầu, cảm thấy khôi hài sau câu nói ngây ngô của người lính. Chàng cười một mình, nghĩ thầm "Chuyện cần thiết là đêm nay, sáng còn gì nữa mà tính?"

Trong đêm đó, nhiều loại súng nổ chát chúa đầu trên, đầu dưới, tiếng chân rầm rập trên đường cùng nhiều quả lựu đạn nổ. Phương nghe ngóng rồi mệt mỏi ngủ thiếp đi. Sáng hôm sau, quân đội Tiểu khu Định Tường chấm dứt cuộc hành quân bất ngờ với thắng lợi khá lớn. Địch quân rút ra khỏi vùng xôi đậu, bỏ lại chiến trường nhiều vũ khí và xác chết.

Chiều hôm sau, Phương dừng lại chùa Cao Đài. Những tín đồ Cao Đài giáo rất ân cần, niềm nở đón tiếp Phương. Chàng dùng bữa cơm chay với họ và ngủ lại đêm. Một tu sĩ trưởng thượng hướng dẫn Phương, giảng giải cho chàng nghe về Cao Đài giáo với Thiên nhãn. Khi thực sự định tâm nhìn vào Thiên nhãn, kẻ tu hành có thể đạt được sự hiệp nhất giữa con người và Thượng đế. Nền tảng của triết lý Cao đài dựa theo Thái cực sinh lưỡng nghi, tức là âm dương. Người ta cần đề cập tới một phối hợp khá phức tạp: Tam giáo, Ngũ chi, Bát quái. Muốn hiểu rõ đạo Cao Đài người tu tập cần nắm vững căn bản triết thuyết của ba đạo giáo có ảnh hưởng lớn đến dân tộc Việt Nam là Nho giáo, Lão giáo, Phật giáo. Ngoài ra đạo Cao đài còn thờ phụng chúa Jesus. Đó là một sự tương dung đôi khi khó hiểu cho người đời. Cao Đài giáo lấy thương yêu làm nền tảng và dùng nhân nghĩa để hành đạo, phụng sự chúng sinh. Trên bàn thờ có năm cây nhang, mang ý nghĩa là:

- Giới hương: Còn trong thời kỳ giữ giới
- Định hương: Đang trong thời kỳ thiền định.
- Huệ hương: Đạt được trí huệ cao
- Tri kiến hương: Đã đạt được lục thông
- Giải thoát hương: Thoát khỏi vòng luân hồi.

Lục thông là sáu phép thần thông, biểu hiện năng lực trí huệ cao siêu của người tu đạo.

1- Thần cảnh thông:
   Khả năng di chuyển không hạn chế như bay lên trời, đi trên nước, chui vào trong núi ...Tất cả mọi động tác đều tùy theo ý muốn.
2- Thiên nhãn thông:
   Nhìn thấy tất cả mọi hình sắc ở gần hay ở xa trong cả thế gian và mọi hình tướng khổ vui của chúng sinh trong nhiều kiếp.
3- Thiên nhĩ thông:
   Nghe và hiểu hết mọi âm thanh, ngôn ngữ trong thế gian của chúng sinh.
4- Tha tâm thông:
   Biết hết tất cả mọi ý nghĩ trong tâm của kẻ khác.

5- Túc mệnh thông:

Biết được kiếp trước của chính bản thân mình và của chúng sinh.

6- Lậu tận thông:

Không còn sinh tử luân hồi trong ba cõi, được giải thoát hoàn toàn, tới cảnh giới Niết bàn.

Lậu tận thông là bậc cao nhất, chỉ có chư Phật mới đạt đến.

Phương nhận thấy có một chút gì không ổn trong hai phần "Tri kiến hương" và "Giải thoát hương" vì trong giai đoạn "Tri kiến hương" tu sĩ đã nắm được Lục thông bao gồm thoát vòng sinh tử luân hồi thì đâu cần tới "Giải thoát hương" nữa. Chàng nghĩ trong thời kỳ "Tri kiến hương" có lẽ nên sửa là đạt tới ngũ thông, thay vì lục thông thì chính xác hơn. Nghĩ như vậy nhưng Phương không nói ra vì có thể chàng chưa hiểu hết cao ý của người khác. Có thể là một sự nhấn mạnh nên cần lặp lại.

Phương tươi cười cảm ơn vị chức sắc cao tuổi và cảm phục tinh thần tự túc của các tín đồ Cao Đài. Họ tự cày ruộng mưu sinh, không nhờ vào sự đóng góp thức ăn, tiền bạc của dân chúng.

Nắng chiều dịu dàng, gió mát, Phương hít thở gió đồng thật khoan khoái.

Tiếng học trò ê a đọc bài vang lên từ mái trường nhỏ bé bên kia lộ. Âm thanh ngọt ngào, dễ thương của những đứa bé khiến lòng Phương rạt rào cảm xúc. Chàng bỗng nhớ lại vụ các em học sinh trường Tiểu học Cai Lậy bị chết thảm thương vì đạn pháo kích của bọn Việt Cộng khát máu, dã man. Ngôi trường này đâu có gần đồn bót nghĩa quân, sao lại có thể bị liên lụy? Bọn Việt Cộng xâm lăng đã cố tình giết hại trẻ thơ. Thân xác các em văng tung tóe khắp sân trường, máu loang trên bàn, tay chân lìa đoạn, tang tóc thê lương, tội nghiệp. Trẻ em ngây thơ, dễ thương này tội tình gì mà phải bị chết thảm như vậy?! Tội ác Việt Cộng không có sách nào có thể ghi cho đầy đủ được.

Bài hát thương tiếc các em vẫn mãi hằn sâu trong ký ức Phương.

"Hỡi bé thơ ơi sao vội lìa đời khi tuổi còn thơ, khi miệng con xinh. Tiếng hát ngây thơ bên trường Cai Lậy nay chẳng còn đâu. Thầy còn giảng bài tình thương trong lớp, bạn bè còn ngồi chăm chỉ lắng nghe sao em vội bỏ mái trường vĩnh viễn ra đi?!"

Phương băng ngang đường. Chàng đứng trước cửa lớp nhìn vào. Anh giáo viên bước ra, vui vẻ bắt tay Phương hỏi chuyện. Sau khi biết Phương đi bộ từ Sài Gòn về đây, anh ta vồn vã nói:

- Chút nữa tan trường, tôi mời anh về nhà dùng cơm cho vui.

Phương mỉm cười, gật đầu, bước ra sân trường chờ đợi.

Dắt chiếc Honda SS50, anh giáo viên nói:
- Nhà tôi cũng gần đây thôi. Mình đi.

Phương ngần ngừ giây lát rồi leo lên phía sau.

Đêm đó hai người thanh niên mới quen nói cho nhau nghe nhiều chuyện rất thú vị. Phương được nghe về thủy châm cứu tức là châm cứu có dùng thuốc. Chàng gật gù khi nhớ tới câu tục ngữ quen thuộc "Đi một ngày đàng, học một sàng khôn."

Một ngày nọ, Phương gõ cửa một ngôi nhà trông có vẻ khá giả xin bữa cơm trưa. Người đàn ông non bốn mươi tuổi dọn cơm cho Phương. Ăn xong Phương từ giã. Ông ta móc túi đưa Phương mấy trăm bạc, Phương cương quyết từ chối. Ông ta cũng không ép Phương phải lấy tiền, chỉ hỏi:

- Có phải cậu là cán bộ của cha Thanh đi công tác không?

Phương lắc đầu. Ông dò dẫm:

- Vụ cha Thanh tới đâu rồi?

- Tôi cũng không biết rõ. Nghe nói cha Thanh đã phổ biến cáo trạng số 1 gì đó.

Người đàn ông mỉm cười dặn dò:

- Hôm nào có dịp đi ngang, nhớ ghé lại chơi nghe!

- Dạ, cám ơn ông.

Chuyến đi bộ của Phương đã trở nên quen thuộc hơn khi mỗi ngày ánh mặt trời lặn tắt. Chàng ung dung tiếp xúc với mọi người và dùng thức ăn đơn giản, nghèo nàn của người dân thôn dã trong bầu không khí thân ái, hiền hòa đầy ắp tình tự dân tộc. Phương cảm thấy vui vì chàng đã có quyết định đúng khi bỏ học nửa chừng để thực hiện chuyến đi dài nguy hiểm thế này. Người sinh viên thực sự cảm nhận được tình quê hương, nghĩa đồng bào. Hai giá trị trừu tượng này không thể nào đánh đổi được bằng vật chất. Chàng cảm thấy lòng dạ ấm áp và càng thêm yêu mến đất Việt, người Nam.

Một hôm, sau khi dùng bữa cơm đạm bạc của một gia đình gồm có mấy anh em, Phương hỏi người anh cả, gần bốn mươi tuổi:

- Xin phép hỏi gia đình anh sinh sống ở đây được bao lâu rồi?

Người chủ nhà đáp:

- Khoảng hơn hai năm thôi. Chúng tôi di chuyển từ Lộc Ninh về đây.

Phương thấy hơi lạ nên hỏi cho chắc:

- Có phải Lộc Ninh thuộc tỉnh Bình Long không?

- Đúng vậy. Nơi ấy khô cằn sỏi đá, khốn khổ vô cùng.

Phương cảm thấy bị lôi cuốn, hỏi:

- Tôi nhớ là quân đội Quốc Gia đã đánh bại mấy mươi ngàn quân Cộng Sản Bắc Việt tại mặt trận An Lộc thuộc tỉnh Bình Long. Phải vậy không?

Người chủ nhà đáp:

- Đúng vậy. Trong trận chiến đẫm máu, khốc liệt dài hơn ba tháng ấy, quân dân miền Nam đã chứng tỏ quyết tâm chống Cộng oai hùng. Dù nhận được sự trợ giúp hùng hậu về vũ khí của Nga Xô và Trung Cộng cùng với quân số đông gấp tám lần trong thời gian đầu, sau đó là gấp sáu lần quân đội Quốc Gia, bọn Cộng Sản Bắc Việt vẫn phải chuốc lấy thất bại nhục nhã giống như kỳ tổng tấn công Tết Mậu thân 1968.

Phương cảm thấy hứng thú hỏi tiếp:

- Có phải anh cũng đã tham chiến trong trận đánh
lịch sử đó?

Người trung niên mơ màng nhìn ra khoảng trời xa, hồi
tưởng lại biến cố kinh hồn mà anh đã dự phần:

- Trong thời gian đầu tụi Cộng Sản Bắc Việt đã huy
động 4 Sư đoàn chính qui gồm có Công trường 5,
7, 9 và Công trường Bình Long, khoảng 36,000
quân. Bên ta chỉ có 6 Tiểu đoàn và một Đại đội
trinh sát, khoảng 3,500 tay súng chủ lực cùng với
700 quân nhân, cảnh sát địa phương. Tổng cộng là
4,200 chiến sĩ. Tỉ số chênh lệch quá cao. Một
đánh tám. Ngày đầu tấn công, chúng đã pháo
kích khoảng 6,000 quả đạn đủ loại vào một chu vi
5 cây số. Với quân số đông đảo và những trận
mưa pháo kinh hoàng, bọn Cộng Sản chắc chắn
sẽ chiếm lấy An Lộc trong vòng 10 ngày như
chúng đã nhanh chóng làm chủ Lộc Ninh sau hai
ngày ồ ạt tấn công biển người. Nhưng tại An Lộc
Cộng quân xâm lăng đã gặp sức kháng cự oai
hùng, dũng cảm của quân đội Quốc Gia với
những mưu kế tuyệt vời của các vị sĩ quan ưu tú.
Những Tướng lãnh Bắc Việt chỉ huy trận này đã
thảm bại nhục nhã vì không cập nhật hóa sự kiện
chiến trường, tưởng rằng trận địa An Lộc sẽ
giống như Điện biên Phủ năm xưa. Công thức
nướng quân cũ rích phát xuất từ bộ óc khô cằn,
nứt nẻ của chúng đã làm hàng chục ngàn chiến
binh miền Bắc chết oan uổng dưới những trận
bom kinh hồn của B-52 và các cuộc tấn công xuất
sắc của những đơn vị tinh nhuệ Việt Nam Cộng

Hòa như Liên đoàn Biệt động quân, Trung đoàn 8 thuộc Sư đoàn 5 bộ binh, Lữ đoàn 1 Nhảy Dù, Liên đoàn 81 Biệt Kích Dù ......

Khách bộ hành chuyên tâm lắng nghe sự trình bày khúc chiết, sâu xa của người đối diện. Chàng đoán rằng anh ta phải là một sĩ quan giỏi, nhiều kinh nghiệm của quân lực Việt Nam Cộng Hòa nhưng không tiện hỏi. Nhìn vẻ mặt quan tâm đặc biệt của Phương, người chủ nhà hỏi:

- Anh có bao giờ đi Bình Long chưa?

- Dạ chưa.

Người trung niên nói tiếp:

- Trong trận chiến đẫm máu An Lộc có khoảng bốn ngàn thường dân chết vì mấy chục ngàn trái đạn pháo đủ loại của chúng. Cộng Sản đinh ninh sẽ chiếm đóng An Lộc trong hai tuần lễ, nhưng càng đánh chúng càng thua, ròng rã ba tháng trời. Do đó chúng đã trút hết phẫn nộ lên đầu dân lành vô tội không có hầm trú ẩn bằng đạn đại bác 130 ly, hỏa tiễn 122 ly, súng cối 82 ly vân vân ......

Phương chăm chú lắng nghe với cõi lòng sầu muộn. Chàng hỏi:

- Còn Lộc Ninh thì sao?

Bằng giọng trầm buồn, chủ nhà nói:

- Khá nhiều thường dân chết và bị bắt làm lao công chiến trường cho chúng. Toàn bộ tài sản của đồng bào ở Lộc Ninh đã bị chúng vơ vét chở qua Miên. Trước năm 1972, Lộc Ninh đã là một nơi chốn cô quạnh, thiếu thốn vật chất. Quận lỵ buồn hiu ấy đã được thể hiện sống động qua hai câu thơ đơn giản của một nữ sinh Lộc Ninh. Vần thơ đó đã vẽ lên được bức tranh của khu phố cao nguyên bụi đỏ nghèo nàn.

Phương ngạc nhiên thích thú không ngờ người chủ nhà này còn nhớ rất nhiều chi tiết ly kỳ nên hỏi thêm:

- Anh có nhớ hai câu thơ ấy không?

Mỉm cười nhẹ nhàng, chủ nhà đáp:

- Tôi còn nhớ. Hai câu đó là:

"Thung lũng hoang dãy nhà thấp gục đầu
Trời vắng gió quận ly buồn xơ xác."

Phương tấm tắc khen:

- Thật là hay! Tôi có thể nhìn thấy Lộc Ninh qua hai câu thơ này.

Cuộc đối thoại trở nên thân mật hơn, người trung niên kể tiếp:

- Lộc Ninh tội nghiệp kia đã bị tang tóc, đau thương do Việt Cộng gây ra. Đầu tháng tư năm 1972, tụi nó chiếm đóng và đã giết hại nhiều người. Chúng đã dùng xe gắn máy kéo lê những thương bệnh binh dưới đường cho đến khi chết. Và chúng cũng không tha những người dân. Một bà cụ bán quán ở gần nhà tôi cũng bị giết.

Phương ngạc nhiên hỏi:

- Bà cụ làm gì mà bị tụi nó giết?

Anh ta thở dài, đôi mắt buồn bã:

- Khi Việt Cộng tiến sát vô quận Lộc Ninh, ông Quận trưởng và một người cố vấn Mỹ di tản chiến thuật về Bình Long. Trên đường đi, họ đã ghé nhà bà cụ nhờ giúp đỡ. Là người hiền lành, bà chủ quán đã sốt sắng mang hai bộ quần áo dân sự cho họ mặc. Nhờ vậy họ đi thoát được về tới Bình Long. Vài tuần sau, bọn Việt Cộng nằm vùng đến bắt bà cụ mang vào rừng biệt tích. Tội nghiệp cho bà! Chúng đã từ từ giết bà một cách độc ác.

Phương nhẹ thở dài chung nỗi niềm đau hận với người đàn ông mới quen. Đối với Phương, sự khát máu của Việt Cộng vượt quá xa tri thức của chàng.

Mang tâm cảm muộn phiền, khắc khoải, Phương ân cần cảm ơn chủ nhà rồi từ giã.

Hai tiếng Bình Long gợi trong lòng Phương một cảm giác xao xuyến, nhẹ nhàng. Năm 1971 Phương đã gặp một nữ sinh Trung học Bình Long. Chàng buồn bã không biết cô nữ sinh dễ thương ấy có bình an trong trận đánh ác liệt năm 1972 đó không. Bình Long bụi đỏ có người con gái tên Huyền Thu, khoảng mười lăm tuổi mà chàng đã gặp trong kỳ trại hè ở Vũng Tàu một năm trước khi trận đánh An Lộc bùng nổ. Dáng người mảnh khảnh, yêu kiều, da hơi nâu hồng có lẽ vì nắng cao nguyên, mái tóc dài óng ả vừa phủ đôi vai, đôi chân mày thon nhỏ nhưng đen đậm, cặp mắt sáng, long lanh nét mơ màng kỳ lạ khiến Phương đứng ngẩn người nhìn mà không nói được một lời làm quen. Đôi mắt của cô bé quả là kỳ dị. Phương như bị thôi miên và chết đuối trong dòng suối mơ màng ấy. Khi thấy Phương lặng lẽ ngắm nhìn nàng, một cô trong các người bạn nàng lên tiếng:

- Thu ơi, mi bỏ ngải yêu người ta rồi phải không?

Cô nàng có vẻ thẹn thùng bước đi nơi khác.

Nhờ câu nói chọc ghẹo của bạn học Thu nên Phương biết được tên nàng. Vì suối mắt long lanh, kỳ bí, ru hồn ấy nên Phương ghép thêm chữ Huyền và đặt tên nàng là Huyền Thu. Rồi đoàn xe lăn bánh mang theo người con gái sắc nước, huyền kỳ trở về Bình Long trong ngày kết thúc trại hè. Sau này Phương vẫn không hiểu tại sao chàng lại bị mất hồn đến như vậy. Lam-Anh tuyệt đẹp nhưng Phương đã có thể nói chuyện không khó khăn. Nhưng đối với Huyền Thu thì chàng chỉ đứng xa nhìn mà không cất bước tới gần nói chuyện kể cả ngày cuối cùng.

Buổi trưa trước ngày tan trại, đoàn xe nhà binh chở tất cả trại viên lên hải đăng Vũng Tàu ngắm cảnh. Phương không thấy Lam-Anh ở đâu, chỉ gặp Huyền Thu đi loáng thoáng trong nhóm bạn. Lát sau, mọi người tìm gốc cây tránh nắng, và Phương đứng một bên lề đường nhìn sang bên kia nơi Huyền Thu đang ngồi một mình. Chỉ còn non một tiếng đồng hồ nữa là xe chở mọi người trở về trại Chí Linh. Tim Phương rộn ràng muốn bước qua bên kia đường làm quen với Thu. Nhưng không hiểu sao, chàng không cất bước nổi, chỉ lặng lẽ nhìn Thu cho tới khi mọi người lên xe về. Chàng như con cá sông bị nước phền làm thần kinh tê liệt, tay chân cứng đơ, chỉ còn đôi mắt đờ dẫn.

Khoảng tháng bảy năm 1972, Phương có đến nơi tạm trú ở Sài Gòn của đồng bào tị nạn chiến tranh chạy về từ Bình Long để tìm Thu. Nhưng chàng không biết làm sao mà tìm vì không biết họ của Thu, và gia cảnh của nàng. Chàng đi quanh quẩn qua nhiều dãy lều với hy vọng mong manh là sẽ thấy được Thu, nhưng việc mò kim đáy biển ấy đã không có kết quả. Trong thời gian cắm trại ở Vũng Tàu

Phương có nghe mơ hồ rằng Huyền Thu là con gái của ông Trưởng ty Cảnh sát Bình Long, nhưng không rõ điều ấy có đúng không. Chàng chỉ biết cầu mong Thu cùng gia đình nàng được bình yên vô sự. Phương tiến gần về miền Tây.

Một buổi chiều, khi đặt chân tới ngoại ô Long Xuyên, Phương ghé nhà một tín đồ Phật giáo Hòa Hảo. Không thấy vợ anh ta, chỉ có hai cha con. Thằng bé trạc tám tuổi, tóc hớt cua rất dễ thương, đứng kế bên cha nghe chuyện.

Ngay sau khi nghe lữ khách ngỏ lời xin một bữa ăn, thằng bé lấy chén bới cơm cho Phương rồi lễ phép dùng hai tay trao chén cơm cho chàng. Phương thân ái nhận chén cơm rồi xoa đầu thằng bé, hỏi:

- Cháu học lớp mấy rồi?

- Dạ, cháu đang học lớp ba.

Phương còn dư một cây viết trong túi nên lấy ra tặng thằng bé. Nó cười thật tươi và cám ơn Phương bằng giọng nói trong veo như dòng suối ngọt.

Phương ngủ lại một đêm trên cái sạp phía trước hiên. Phật giáo Hòa Hảo là một tôn giáo nhập thế, rất gần gủi với nhiều người dân vùng bốn chiến thuật. Hầu như làng nào cũng có loa phóng thanh phát ra những bài giảng đạo của đức Huỳnh Giáo chủ. Tâm tình người dân miền Tây vốn đã hiền hòa lại được vun bồi đạo đức bởi lý thuyết Phật giáo Hòa Hảo nên cảnh sống an vui, thuần hậu của dân chúng các tỉnh miền Tây Nam phần như Long Xuyên, Châu Đốc, Bạc Liêu, Cà Mau, Rạch Giá ... có thể nói là lý tưởng trước ngày Bắc Cộng xâm lăng.

Sáng hôm sau, Phương từ giã hai cha con dễ mến rồi đi vô thành phố Long Xuyên.

Trong suốt lộ trình mười ngày, Phương không hề tắm rửa dù chàng có cơ hội. Một hôm, Phương được một bà chủ căn nhà khá rộng cho tạm trú qua đêm. Phía sau có con kinh nhỏ, nước chảy dịu dàng. Cả người nóng bức, hôi hám khó chịu, ngứa ngáy. Phương thèm được tắm một bữa cho sướng cả trăm vạn tế bào đang bị ẩm ướt và nóng. Nhưng Phương tự cấm mình không được xối nước trước khi chuyến đi kết thúc. Chàng phải khắc phục những thiếu thốn tiện nghi, chịu đựng được sự dơ bẩn, hôi hám của cơ thể không làm vệ sinh trong nhiều ngày của mình. Phương tập luyện cho mình sự nhẫn nại và thích nghi với hoàn cảnh sống chung quanh không vừa ý.

Vì đã quá lâu không gặp người bạn cũ năm xưa hiện đang học trường Sư phạm ở Long Xuyên, nên Phương ghé qua thăm, kết thúc chuyến đi bộ về miền Tây.

Phương lưu lại Long Xuyên vài ngày rồi mượn thằng bạn ít tiền mua vé xe đò lên Châu Đốc thăm Châu, người bạn gái quen ở Hà Tiên trong kỳ trại hè năm trước.

Năm đó Phương vừa thi đậu Tú tài hai xong nên tâm trạng thơ thới yêu đời. Đúng lúc ấy thì được dịp đi chơi trại Hà Tiên do Bộ Giáo dục tổ chức cho học sinh giỏi các tỉnh miền Tây. Phương biết khi đã lên Đại học rồi thì đời sống không còn như những năm ngồi ở Trung học nữa. Cho nên chàng rất quý mến, trân trọng những ngày giờ ngọt ngào, êm mơ, mật ngọt hạnh phúc của tuổi học trò mười bảy, mười tám đẹp tuyệt vời. Tình thân bạn bè dưới mái học đường trong sáng như pha lê, hồn nhiên dịu dàng như ánh trăng tươi mát lãng đãng trên mặt nước nhu hòa, yên tĩnh. Trong vườn mơ suối mộng thời niên thiếu, đó đây vươn lên vài nụ hoa tình thánh khiết của những nàng nữ sinh e ấp, thơ ngây, những tình cảm tràn trề sức sống của các chàng trai còn may mắn được ngồi trong khuôn viên nhà trường.

Phương nhớ trong đêm họp mặt cuối cùng, ai cũng lưu luyến không muốn chia tay nên nhiều người thức suốt đêm, quây quần bên ánh lửa trại, hát ca dao, hò đối mộng mơ, lãng mạn.

Đèn nào cao cho bằng đèn Châu Đốc
Gió nào độc cho bằng gió Gò Công
Vợ chồng son đã đem lòng ước mong
Thuận vợ chồng ta cùng tát biển Đông.

Hò lơ, hó lơ,
lắng tai nghe tiếng ai đang hò lờ,
hò lơ, hó lơ.

Một cô học trò tỉnh Châu Đốc khai chiến.

Kiên giang nước biển mặn mà
A li hò lờ
Có thương Châu Đốc?
A li hò lờ
Vía bà núi Sam
Vía bà núi Sam

Hò lơ, hó lơ,
lắng tai nghe tiếng ai đang hò lờ,

hò lơ, hó lơ.

Một anh bạn ngồi cạnh Phương ghé vào tai chàng nói nhỏ "Đang cắm trại ở Hà Tiên mát mẻ như vầy tự nhiên nhắc tới bà thần ở núi Sam nghe ớn quá!" Phương ôm bụng cười nghiêng ngã, nói với bạn "Mày hò đối lại đi." Anh bạn hăng hái: "Được. Đối thì đối."

Sông Kiên nước chảy tà tà
A li hò lờ
Cô em Châu Đốc
A li hò lờ
Nõn nà dễ thương
Nõn nà dễ thương

Hò lơ, hó lơ,
lắng tai nghe tiếng ai đang hò lờ,
hò lơ, hó lơ.

Các cô nàng bên tỉnh Châu Đốc bắt đầu lúng túng, tìm câu đối lại. Những "cao thủ" bên Kiên Giang lại chuẩn bị cho các câu kế tiếp.

Một nàng trong nhóm Long Xuyên lên tiếng cứu các bạn Châu Đốc.

Em chưa biết hát hò lơ
A li hò lờ
Nhưng em đã biết
A li hò lờ
Mộng mơ ân tình
Mộng mơ ân tình

Hò lơ, hó lơ,
lắng tai nghe tiếng ai đang hò lờ,
hò lơ, hó lơ.

Anh bạn khều Phương, thì thầm "Đại cao thủ xuất hiện rồi. Tới luôn bác tài." Phương lại cười ngặt nghẽo trước vẻ mặt giễu cợt của người thanh niên vui tính.

Người con gái vừa đối hò tên Mai Phượng có mái tóc dài và gương mặt thật đẹp. Trong ánh lửa bập bùng và khoảng cách xa, nét diễm kiều của thiếu nữ chập chờn lộng lẫy.

Một nam sinh Rạch Giá lên tiếng:

Đèn nào sáng cho bằng đèn Sa Đéc?
A li hò lờ
Gái nào đẹp
A li hò lờ
Cho bằng gái Kiên Giang
Cho bằng gái Kiên Giang

Hò lơ, hó lơ,
lắng tai nghe tiếng ai đang hò lờ,
hò lơ, hó lơ.

Nối tiếp là hơn một trăm câu ca dao Việt Nam tình tự dễ thương được các nam nữ học sinh miền Tây mang ra hò đối suốt đêm trong tình thân ái êm đềm, hoa mộng.

Anh say rượu ngày mai sẽ tỉnh
Kẻ say tình, mãi không tỉnh đâu em

Anh về em chẳng dám đưa
Hai hàng nước mắt như mưa tháng mười

Biểu về nói với ông câu
Cá ăn thì giựt, để lâu hết mồi

Cây cao bóng mát không ngồi
Ra ngồi chỗ nắng trách trời không mây

Em liều một trái sầu giêng
Con nào độc hiểm, em nghiền ra tro

Gặp mặt em mà anh chẳng dám chào
Sợ ba má hỏi thằng nào biết con

Đèn cầu tàu ngọn lu ngọn tỏ
Anh trông không rõ, anh ngỡ đèn màu
Rút gươm đâm họng máu trào
Để em ở lại, em kiếm thằng nào hơn anh

Dao phay kề cổ, máu đổ không màng
Chết thì chịu chết, buông nàng không buông

Chiếc thuyền kia nói có,
Chiếc ghe nọ nói không.
Phải chi miễu ở gần sông
Em thề một tiếng kẻo lòng anh nghi.

Chiều nay cắt cổ con gà vàng
Để khuya nó gáy, hai đàng biệt ly.

Cơm ăn ba chén lưng lưng
Uống nước cầm chừng để dạ thương em.

Đứa nào thấy Tấn, quên Tần
Xuống sông sấu ních, lên rừng cọp tha

Rượu ngon cái cặn cũng ngon
Thương em bất luận chồng con mấy đời

Ví dầu cha đánh mẹ treo
Đứt dây té xuống, em theo đến cùng

Một đêm quân tử nằm kề,
Còn hơn đứa dại vỗ về quanh năm

Đống lửa tàn dần nhường chỗ cho ánh bình minh le lói đằng xa. Tình thân ái sinh hoạt học đường của cô cậu Cần Thơ, Long Xuyên, Châu Đốc, Rạch Giá, Bạc Liêu, Cà Mau như còn bàng bạc trên gương mặt mỏi mệt sau một đêm thức trắng thay phiên nhau hò đối rất vui tươi, lãng mạn lẫn đôi chút nghịch ngợm. Tuổi hoa niên, mộng mơ thời Trung học dễ thương, đầm ấm biết bao.

Chương 2

𝒫hương đang nằm đọc sách trên gác. Nghe tiếng bước chân ở cầu thang, Phương quay đầu lại thấy anh hai chàng đang đứng ở nấc thang cuối nói vọng lên:

- Có liêm sĩ một chút chớ! Chờ bà già đi kiếm gạo về nuôi à?

Phương nghe đau nhói ở ngực, nghĩ thầm "Đúng! Lời trách mắng ấy quả không sai. Nhưng ta là kẻ sĩ, chí lớn ở ngày mai."

Phương đứng dậy, đi lang thang ngoài phố.

Cuối năm 1975, bọn Cộng Sản đang co dần bàn tay thô kệch, bẩn thỉu xiết vào cổ dân chúng. Bè lũ Hồ chí Minh luôn rêu rao là nhân dân làm chủ. Và mọi người đều biết rằng còn có nhà nước quản lý, và đảng lãnh đạo. Bằng cấp Tiến sĩ láo khoét phải dành cho bọn chúng.

"Đại thắng mùa xuân" mang đến cho Cộng Sản một sự chống đối tiêu cực, ngấm ngầm nhưng vô cùng mãnh liệt của đồng bào miền Nam, và một nền kinh tế tồi tệ. Bọn Lê Duẩn chỉ thị cho thuộc cấp ở miền Nam phải đẩy mạnh phương diện ngoại thương để thu ngoại tệ. Do đó tàu đánh cá Thái Lan thường xuyên ghé bến cảng Rạch Giá trao đổi thương mại. Những tàu đánh cá Thái này rời bến với lý do ngư nghiệp, nhưng họ không đánh cá mà ghé bến Rạch

Giá mua tôm đông lạnh của Cộng Sản và bán hàng hóa Thái Lan. Vùng biển Thái Lan rất hiếm tôm nên giá tôm rất đắt, chỉ những gia đình trung và thượng lưu mới dùng nổi. Vì thế mặc dù mang hàng qua bán cho Cộng Sản chẳng có lời bao nhiêu vì giá cả do Cộng Sản ấn định, nhưng giới thương mại Thái Lan được lời to nhờ số tôm đông lạnh do Việt Nam cung cấp.

Hai tay buông thổng trong hai túi dưới của chiếc áo ký giả bạc màu, Phương bước đi lơ mơ, tâm trí mông lung nghĩ ngợi, dường như chẳng thấy ai.

Chuyện đời biến đổi. Mới ngày nào nghe danh từ Việt Cộng qua báo chí và biểu ngữ như "Cộng quân đã bị loại ra khỏi vòng chiến 150 tên" hay "Liên hiệp với Cộng Sản là tự sát" hoặc đầy sát khí "Lấy máu Nga Xô hòa rượu đế, chặt đầu Việt Cộng nấu canh chua." Nghĩ đến đây Phương bỗng nhếch mép cười một mình, băng qua ngã tư một cách lơ đãng, suýt chút bị chiếc xích lô đạp đụng phải.

Tâm trí Phương tiếp tục phiêu du "Ừ nhỉ, giá bây giờ chặt đầu Lê Duẩn, Phạm văn Đồng, Trường Chinh, Võ nguyên Giáp ..... bỏ vô nồi nấu canh chua. Còn tay chân, mình mẩy đem đi kho tiêu. Xong rồi vẽ bảng quảng cáo quán cơm như sau 'Canh chua đầu Việt Cộng cao cấp, tứ chi Cộng Sản kho tiêu. Bảo đãm ăn không ngon trả tiền lại. Kính mời.' Ôi chao, chắc là phải sập tiệm vì hàng triệu đồng bào sẽ đổ xô tới thưởng thức. Thế mà bây giờ Việt Cộng lố nhố đầy đường, đầy chợ." Phương khẽ lắc đầu.

Đã đến bùng binh chợ Rạch Giá, Phương dừng lại tủ thuốc lá trước "Khách sạn ăn uống số 1," khách sạn Phú Sĩ năm xưa, mua gói thuốc Giao Long. Chàng rút ra một điếu và bật lửa. Nhìn khói thuốc tỏa lên, bất giác Phương thở dài. Mong manh quá! Ngẫm nghĩ rồi cuộc đời nào có khác chi. Thoáng hiện, rồi thoáng mất. Chín tháng tượng hình trong bụng mẹ rồi oe oe tiếng khóc. Bi hài kịch đã bắt đầu mở màn trên "sân khấu đời" của kiếp người. Từ đó quay cuồng với bao hỉ nộ vô nghĩa để sau cùng đến một kết số duy nhất là cái chết. Tranh danh, đoạt lợi, hận thù, bắn giết..... Tất cả đội mũ, mặc áo hành động trong ý thức của hiện thực một cách hăng say, cuồng nhiệt. Nhưng có biết chăng đó chỉ là ý thức của ảo linh, một ý thức vô hồn, chỉ có giá trị trên sân khấu mà thôi. Khi sân khấu đời bế mạc, bối cảnh còn lại gì và các diễn viên là ai? Những tĩnh vật rỗng tuếch và xác thân tiều tụy vã mồ hôi. Tất cả chỉ có thế. Diễn viên trên sân khấu đời luôn luôn diễn xuất trung thành với vai trò của mình không bao giờ xao lãng. Tình tiết được thể hiện trên từng đường gân, sớ thịt. Hầu như mọi người đều quên rằng mình chỉ là diễn viên trong giây phút đóng tuồng trên sân khấu. Phương không thích làm diễn viên. Chàng chỉ thích làm người pha đèn màu rọi lên phông sân khấu.

- Phương, làm gì mà đứng thờ thẫn vậy?
- À, mày đi làm về đó hả? Sao, hôm nay mánh mung
  được gì không?

Thường, bạn Phương, cười méo mó:

- Có gì đâu. Tụi An ninh biên phòng trực 24/24 trên
  tàu. Mấy thằng Thái Lan đâu có nhúc nhích được
  gì.
- Ờ, thì lúc nào mày đứng gần thằng Thái Lan, nói
  nhỏ vài câu, bảo nó đem qua vài cái đồng hồ,
  kiếm vài trăm ngàn như chơi. À mà mày phải nhớ

kỹ nhé. Phải cho đúng là đồng hồ hai cửa sổ, không người lái, có 12 ngọn đèn mới được đó.

Thường cười ngặt nghẽo sau câu nói của Phương. Cả hai bước song song về hướng nhà Thường.

Cái nắng buổi trưa gay gắt như a dua theo thái độ hống hách của những tên Công an Cộng Sản. Ngay giữa ngã tư, một tên Công an mặc đồng phục màu vàng mà đồng bào miền Nam gọi là "bò vàng" đứng như trời trồng ngoài nắng để hướng dẫn lưu thông. Chẳng những hướng dẫn xe gắn máy, xe đạp, "bò vàng" còn chỉ đường cho người đi bộ. Ai đi lệch ra ngoài lằn nước sơn một chút, hay băng xéo, đi tắt ngang ngã tư là lập tức "bò vàng" thổi còi inh ỏi.

Phương lên tiếng:

- Mẹ nó! Bộ Trời đày hay sao mà. Thành phố nhỏ xíu có mấy trăm chiếc xe gắn máy Honda mà nó làm gì kỹ vậy?! Đi bộ cũng thổi nữa. Làm như ai cũng ở trong rừng như tụi nó hết vậy. Đồ mọi, ngứa mắt quá!

Nghe một tràng liên thanh phẫn nộ của bạn, Thường chỉ cười nhẹ. Thường học trường Luật, trầm lặng, ít nói, bản tính hiền lành, an phận. Phương theo ngành Báo chí ở Đại học Vạn Hạnh. Hai người học chung từ lớp Đệ thất nên chơi với nhau rất thân.

Trên cầu đúc gió thổi lộng. Phương như quên sự có mặt của Thường, ngó mông lung ra biển. Vài hòn đảo mờ mờ ở xa. Sóng nhấp nhô, nhấp nhô như mời mọc. Lòng chàng rộn lên, hơi thở dồn dập. Ngoài xa kia như hứa hẹn một cái gì tươi sáng, một khung trời tự do. Phương chợt nghĩ tới Địa trung Hải, một vùng biển Phương biết lờ mờ qua sách vở với thành phố Barcelona, Valencia của Tây ban Nha;

Marseille, Montpellier và Nice của Pháp; Athens, Patras của Hy Lạp ... Phương mong ước một ngày nào đó chàng sẽ có cơ hội lang thang quanh vùng biển Địa trung Hải ấy, nơi có nhiều danh nhân lừng lẫy như triết gia Socrates, Plato, Aristotle, kịch tác gia Sophocles, sử gia Herodotus, nhà toán học Euclid, vật lý học Archimedes, các nhà thơ Horace, Virgil, Dante, và sư tổ Y khoa Hippocrates với lời tuyên thệ "Hippocratic Oath" vẫn còn áp dụng cho các sinh viên Y khoa ngày nay.

"Ồ, ta phải đi. Đi với bất cứ giá nào."

Thường hỏi bạn:

- Mày nói cái gì?

Ý tưởng cuồn cuộn trong đầu khiến Phương buột miệng thốt ra mà không biết. Đến khi nghe bạn hỏi, Phương mới giật mình đáp:

- Không, không có gì.

Hai người bạn thân tìm một trụ xi măng ở cuối cầu đúc, gần sân quần vợt ngồi nghỉ chân. Thường thích môn thể thao quần vợt nên yên lặng xem hai người đang giao đấu khá sôi nổi. Phương không thích thể thao, tiếp tục theo đuổi ý tưởng mãnh liệt "ra khơi, biết mặt trùng dương, biết đời bao la ..." của riêng mình. Chàng băn khoăn nghĩ suy trăm cách.

"Đi. Nhưng làm sao đi được khi trong túi không có một chỉ vàng. Đi nhờ ư? Chuyện ngàn năm một thuở. Mà có biết ai tổ chức đâu mà nhờ vả. Chuyện bí mật, sinh tử của người ta mà. Bây giờ chỉ còn một con đường thôi. Chơi bạo vậy. May ra thành công vẻ vang. Còn vận đen thì diện kiến tử thần."

Nghĩ đến đây Phương cắn chặt hai hàm răng, trừng mắt nhìn về phía trước. Chàng xúc động mạnh vì sắp đến một khúc quanh lớn của cuộc đời, một đổi thay to tát. Phương tư lự "Hoặc sống tự do ở ngoại quốc hoặc chết thảm khốc. Cái nào cũng mới lạ cả. Thân này chưa bao giờ xuất ngoại và cũng chưa hề chết. Như vậy mà hay. Nói theo xướng ngôn viên đại nhạc hội là thay đổi không khí. Đúng. Không khí tù ngục này quá ngột ngạt, hôi hám. Đi. Phải đi tìm không khí mới cho cuộc đời. Nếu chẳng may tìm không được thì đành chết. Ở lại không thăng tiến được mà còn là gánh nặng cho gia đình. Ngày ngày phải chứng kiến những cảnh trái tai, gai mắt làm sao chịu nổi. Không đánh bại được chúng nó thì phải đi. À, sao không vô bưng kháng chiến? Mấy tháng nay dọ tìm đường dây móc nối mà nào có thấy. Lại nghe tin đồn Việt Cộng trá hình Phục quốc quân rỉ tai vào bưng để rồi hốt trọn cho vào khám hay đày xuống U Minh trồng tràm. Chân giả khó phân. Vả lại vấn đề đất nước đâu phải hoàn toàn do người Việt quyết định. Ngày 30 tháng 4 năm 1975 xảy ra nào phải vì thua trận. Hiệp định Paris 1973 chỉ là tờ giấy hợp thức hóa, gìn giữ thể diện, danh dự cho sự rút lui, phản bội đồng minh của siêu cường Mỹ quốc. Những lời hứa sẽ can thiệp quân sự nếu Cộng Sản vi phạm hiệp định chỉ là giọng điệu gian xảo của con buôn. Làm sao mà can thiệp khi Quốc hội trói tay không chuẩn chi ngân sách quốc phòng?"

Đau khổ ngấm ngầm, Phương thở dài chua xót. Tâm cảm trào dâng.

"Một ngàn năm bị giặc Tàu đô hộ. Tám mươi ba năm dài bị thực dân Pháp bóc lột. Rồi hai mươi năm chiến tranh ý thức hệ. Mười hai thế kỷ dân Việt lãnh chịu tang thương.

Bốn mươi tám thế hệ nối tiếp nhau trong đọa đày, đau khổ. Một trường bi kịch quê hương. Thượng sách là vượt biên ra ngoại quốc. Tự giải thoát trước rồi sau đó cố gắng làm một cái gì cho gia đình, Tổ quốc. Nho giáo nói đúng: Nhân là lo cho mình trước, phụng sự tha nhân sau. Mình có mạnh, có đầy đủ mới giúp được kẻ khác. Thân mình chưa xong thì làm sao nói chuyện người. Vô ích."

Phương hỏi bạn:

- Lúc này tàu Thái Lan qua đều không mày?
- Khá đều.
- Có khi nào mày xuống tàu tụi nó không?
- Có, thỉnh thoảng thôi.
- Dễ ăn không mậy?
- Cái gì?

Phương nhăn mặt nhìn Thường:

- Cái gì hả? Cái "Tự do" đó.
- À ...
- Sao?
- Không được mày ơi! Thằng chủ tàu đi đâu cũng bị một thằng biên phòng kè sát bên. Còn trên tàu lại có hai thằng khác nữa. Con kiến cũng không lọt huống hồ ...

Phương trầm ngâm nghĩ ngợi.

Đã đến nhà Thường. Cả hai bước vào.

Chương 3

*P*hương về đến nhà đã hơn 6 giờ chiều.

- Vinh, Ly tới trình diện coi.

Hai đứa cháu nhỏ, Vinh 4 tuổi, Ly 6 tuổi, gọi Phương bằng chú đang chơi trên sàn nhà cùng ngẩng đầu lên rồi vội chạy đến trước mặt Phương. Chàng nghiêm mặt ra lệnh:

- Nghiêm.

Hai đứa bé đứng khép chân, xếp hai tay xuôi xuống nhìn Phương chờ đợi.

- Chào.

Hai cánh tay phải đưa lên ngang mày. Bàn tay thằng Vinh khum khum. Bàn tay con Ly vảnh lên nom yếu ớt. Phương hướng về phía thằng Vinh nói:

- Tóc?

Giọng đơn đớt của thằng Vinh:

   - Schơ quơ (cheveux)

   - Lỗ tai?

   - O rây (oreille)

   - Mắt?

Thằng Vinh sựng lại, đưa mắt lên cao, chớp chớp để cố nhớ.

   - Ở dơ (yeux)

Phương lắc đầu:

- Không phải "Ở dơ" mà là "Y-dơ"

Vinh đọc lại đúng hơn lần trước.

Phương mỉm cười tiếp:

- Miệng?

- Buútch (bouche)

- Mũi?

- Nê (nez)

- Bỏ tay xuống.

Bé Vinh bỏ tay chào xuống, vẫn đứng yên đó, nhìn sang chị nó chờ đợi. Nó cảm thấy nhẹ nhõm trong lòng.

Phương quay sang bé Ly hỏi mấy chữ giống như đã hỏi Vinh. Ly cũng trả lời đúng. Khi phát âm chữ "cheveux" giọng nó nhão ra và kéo dài, đôi môi nó uốn éo, cố gắng rất nhiều trông hơi tức cười và dễ thương.

Phương nói:

- Bỏ tay xuống. Tan hàng.

Hai đứa bé vẫn đứng đó nhìn nhau.

Phương nói lớn:

- Cố gắng. Quên rồi sao? Khi chú hô "tan hàng," hai
  đứa la "cố gắng" rồi đi, nghe chưa? Tan hàng.

Giọng hai đứa bé so le cất lên:

- Tan hàng cố gắng.

- Tan hàng cố gắng.

Phương bực bội:

- Chú nói "tan hàng" thì Ly và Vinh chỉ hô "cố gắng"
  thôi chứ không phải nói "tan hàng cố gắng." Bây
  giờ làm lại: "tan hàng"

- Cố gắng. Cố gắng.

Phương cho phép:

- Rồi. Hai đứa đi chơi đi.

Nhìn hai đứa cháu hớn hở trở lại chỗ ngồi lúc nãy với mớ đồ chơi ngổn ngang, Phương nghe trong lòng dậy lên một niềm vui lâng lâng. Đó là thú tiêu khiển duy nhất của chàng khi ở nhà ngoài việc đọc sách. Chàng tập cho hai đứa bé quen với kỷ luật và dạy chúng dăm ba chữ Pháp cho vui. Nghe chúng phát âm tiếng Tây, Phương cảm thấy thú vị như nghe một bản nhạc hay.

Phương bước đến hai đứa bé, cúi xuống hôn thằng Vinh và con Ly. Rồi chàng bảo hai đứa hôn lại, và chúng ngoan ngoãn vâng lời.

Phương đi ra nhà sau. Mẹ chàng đang ngồi ăn cơm với thằng em út.

- Đi đâu mà trưa không về ăn cơm vậy mậy? Có đi đâu thì cũng phải về ăn cơm chớ.

- Ôi, hơi đâu má lo! Tui ăn ở nhà thằng Thường rồi. Nằm nhà thì không muốn đi. Mà đi rồi thì không muốn về.

- Về nhà mình ăn chớ ăn nhà người ta làm chi. Thời buổi này chớ đâu như lúc trước. Thôi ngồi xuống ăn luôn. Bữa nay tao xào bông súng với tép cho mày đó. Còn đây một tô cá kến kho. Ăn cho rồi đi để thằng Lũy nó dẹp.

Phương uể oải ngồi xuống, hỏi:

- Bữa nay má bán được không?

- Bán được có cái mùng với một bộ đồ. Bây giờ ai cũng đói hết, đâu như hồi đó nữa.

Phương quay lại hỏi người chị dâu:

- Anh hai đâu rồi chị?

Chị hai lơ đãng đáp:

- Ổng đi đâu tao đâu có biết. Cũng như mày vậy.
Sáng đi tới trưa, trưa tới chiều.

Phương nhướng mắt hỏi:

- Còn chiều tới tối?!

Không để chị dâu trả lời, Phương bật cười khan:

- Tui thì làm luôn từ chiều tới khuya. Chẳng biết đi
đâu, nhưng nằm nhà không được.

Chị hai hóm hỉnh nói:

- Để tao kiếm cho mày một cô vợ. Lúc đó khỏi đi
đâu.

Phương mỉm cười:

- Chưa chắc. Ở mà tui đâu có lấy vợ sớm làm gì.
Ngán quá! Mấy cô bạn thân ai muốn lấy chồng thì
cứ việc.

Phương dùng bữa qua loa, buông đũa, đứng dậy bước ra
nhà sau. Chàng nghe tiếng mẹ bảo thằng em út:

- Lũy, coi dọn dẹp đi con, rồi lấy bài vở ra học.

Thấy Phương thay áo, mẹ chàng hỏi:

- Tính đi nữa hả mậy?

- Ở nhà làm gì bây giờ đây? Muốn điên lên được.
Nè má! Đi không?

Bà mẹ ngạc nhiên hỏi:

- Đi đâu?

Phương hạ thấp giọng:

- Vượt biên.

Bà An thắc mắc:

- Làm sao đi? Tàu bè đâu?

Phương bước đến gần mẹ nói thật nhỏ:

- Cướp tàu.

Không đợi mẹ hỏi, chàng tiếp với vẻ tự tin, phấn khởi:

- Cướp tàu đò Phú Quốc. Má nghe tui nói nè. Má,
chị hai, chị ba, mấy đứa nhỏ và thằng Lũy xuống
tàu đi như những hành khách khác. Tui, anh hai,
anh ba, thằng Nhân, thằng Thắng, thằng Hưởng sẽ
hạ những thằng bộ đội đi trên tàu. Nguy hiểm,
khó khăn nhưng có thể làm được. Má đừng lo! Đi
nghe má!

Bà An như bị cuốn hút bởi vẻ mặt và giọng nói đầy tin
tưởng của Phương nên có phần hăng hái và mỉm cười nhẹ
nhàng rồi sau đó là thoáng đăm chiêu, băn khoăn vì dù sao
việc ấy đối với bà là một chuyện quá táo bạo, không thể
nào làm được. Bà khỏa lấp:

- Không được đâu mày ơi!

Phương không hề ngạc nhiên trước lời bàn ra của mẹ,
chàng kiên nhẫn thuyết phục tiếp:

- Má yên tâm. Có kế hoạch đàng hoàng. Tui sẽ kiếm
súng, đủ thứ đồ chiến đấu, không thua đâu. Mà
rủi có thua thì chết còn hơn sống như vầy. Ra
ngoại quốc má sẽ không cực khổ như bây giờ.
Thằng Hưởng, thằng Lũy sẽ đi học. Tui, Nhân,
Thắng sẽ đi làm. Má chỉ ở nhà nấu cơm thôi. Cuộc
sống đầy đủ, tự do muốn làm gì thì làm. Ở với tụi
này hát không dám hát lớn, sách vở phải giấu
diếm, hồi hộp. Chắc có ngày tui điên hay vô khám
nằm. Tui mệt quá rồi, ức quá rồi! Má còn chờ gì
nữa? Bây giờ còn lỏng lẻo không đi, mai mốt tụi
nó xiết lại, chừng đó ngồi khóc vô ích.

Bà An có vẻ suy nghĩ:

- Tao thấy chưa đến nỗi nào. Đừng liều mạng như
vậy!

Phương uất ức:

- Má tin tụi nó!

Phương đốt điếu thuốc, đội nón, uể oải bước ra cửa. Phương có thói quen đội nón suốt ngày kể cả buổi tối. Lúc đầu bạn bè còn ngạc nhiên, sau rõ cá tính mạnh, sống theo sở thích mà không ngại dư luận của Phương nên bạn bè không để ý tới nữa.

Chương 4

$\mathcal{T}$rong nỗi bàng hoàng khó chấp nhận sau diễn văn đầu hàng Việt Cộng ngày 30 tháng 4 của Dương văn Minh, Phương cùng những bạn thân không chịu nổi sự thực đau lòng. Những thanh niên đang dở dang chương trình Đại học âm thầm họp mặt kín đáo mong tìm một phương cách nào đó để đối phó và giải quyết một vấn đề chính trị trọng đại, gian nan.

Khoảng tháng 11 năm 1975, Thường, Tiết, Bách là sinh viên Luật khoa cùng với Hùng là sinh viên Quản trị xí nghiệp và Phương họp mặt thường xuyên. Vì lý do an toàn bảo mật, ít khi họ họp đủ cả năm người một lúc. Hai hoặc ba người. Sau đó một người trong buổi họp sẽ gặp những người vắng mặt để trình bày và thảo luận.

Ngôi nhà của Tiết rộng rãi, nên Phương thường xuyên ở đó. Trên tầng lầu hai, Phương cùng Tiết bàn chuyện đến khuya. Cái "radio" ba băng hiệu Philips của Tiết được sử dụng tối đa. Đầu tiên họ mở đài V.O.A, B.B.C, Phi luật Tân nghe ngóng tình hình thế giới. Từ nửa đêm đến 2 giờ sáng hai chàng thanh niên cùng chí hướng kiên nhẫn rà đài Phục quốc quân trên tất cả băng tần. Đêm nào cũng vậy, không có tăm hơi gì mặc dù họ thay đổi giờ giấc. Được hai tuần lễ họ thất vọng không dò tìm nữa.

Phương đến nhà Hùng. Mở cửa cho bạn lách vào xong, Hùng phàn nàn:

- Tao nói với mày hoài, nhà tao ở gần phòng Công an thị xã, mày phải thận trọng chớ. Ban đêm mày đội nón chi vậy?

Phương hơi ngạc nhiên:

- Mày khéo lo quá! Có gì đâu! Tao đi đứng bình thường mà.

Hùng không đồng ý:

- Tụi nó cho rằng mày đội nón là một dấu hiệu gì đó rồi thộp cổ mày không được sao?

- Mày quá tưởng tượng. Trừ phi có thằng nào trong nhóm mình phản phé. Lẽ ra tao không nên cho thằng Bách biết, nó công tử quá! Nhưng thằng Tiết đã lỡ nói với nó rồi. Thằng Thường kín miệng không sao. Mấy hôm nay có gì lạ không?

- Nghe nói Ba Tàu yểm trợ tài chánh cho kháng chiến. Họ bí mật liên lạc với nhau. Mấy ông chủ tiệm biết tụi Việt Cộng sẽ lột sạch tài sản nên họ họp nhau lại giúp đỡ kháng chiến. Nghe vậy thôi chớ không nắm được gì cụ thể.

- Kế hoạch đánh chiếm Rạch Giá mày làm tới đâu rồi?

Hùng hăng say nói:

- Tao đã điều nghiên mấy cứ điểm quân sự của tụi nó rồi. Đây là khu vực đóng quân trong dinh Tỉnh trưởng, cầu số 1, cổng Tam quan ...Tao đã đạp xe đi ngang qua mấy chỗ đó. Mình có thể bất thần tấn công lấy một mớ súng đạn rồi rút lui.

Hùng kéo ngăn tủ rút ra quyển binh pháp rồi trình bày tổng quát cho Phương nghe. Vấn đề còn lại là tăng cường thêm nhân sự thân tín và phương tiện chiến đấu.

Phương nói với Hùng:

- Mày đã có họa đồ đóng quân của tụi nó như vậy rất hay. Mình sẽ tìm cách phát huy thêm lực lượng.

Bất chợt có tiếng gõ cửa, Hùng nháy mắt ra hiệu bảo Phương im lặng, rồi kín đáo nhìn qua khe hở. Mỉm cười, Hùng nói:

- Thằng Thường tới, để tao ra mở cửa.

Đưa bạn vào nhà xong, Hùng mau mắn hỏi Thường:

- Mày có nghe tin gì không?

Thường đáp ngay:

- Có. Tao nghe nói ở vùng Mõ Cày, đi vô chừng 15 cây số có người đón. Lại một nguồn tin khác là ở vùng Dầu Giây, Long Khánh cũng có tuyển mộ tương tự.

Hùng đăm chiêu:

- Tao thấy có điều gì không ổn trong các vụ này. Rất có thể Cục Tình báo Quốc phòng của tụi nó bày vẽ ra các màn kịch Phục quốc trá hình để bắt cho hết những quân nhân, sinh viên yêu nước vẫn còn khí tiết đương đầu với chúng. Cách nay vài hôm tao nghe nói có một nhóm thanh niên cùng chí hướng chống Cộng từ Rạch Giá lên vùng Pleiku, đi sâu vô trong chừng 10 cây số, tìm cách liên lạc với Phục quốc quân. Họ cất một căn nhà lá nhỏ ở tạm. Khoảng 2 giờ sáng, có ba người mặc quân phục Thủy quân lục chiến Việt Nam Cộng Hòa, đeo súng M-16 gõ cửa xin nước uống. Họ nói rằng đang có công tác khôi phục quê hương.

Phương và Thường chăm chú nghe với nhiều dè dặt. Hùng hớp một ngụm nước rồi nói tiếp:

- Nhóm người Rạch Giá đó cũng cẩn thận lắm. Họ không biểu lộ điều gì, không chống cũng không theo.

Phương chợt hỏi:

- Toán Thủy quân lục chiến đó có mời gọi nhập cuộc không?

Hùng trả lời:

- Có.

Thường chen vào hỏi:

- Rồi sau đó?

Hùng thong thả kể tiếp:

- Trong nhóm chí hữu Rạch Giá ấy có vài người kinh nghiệm già dặn nên họ giữ thái độ ngoại cuộc để dò xét thêm coi toán Phục quốc quân đó là giả hay thiệt.

Phương góp lời:

- Quả là gay go! Làm sao phân biệt được trong một buổi gặp nhau?

Hùng nói thêm:

- Sau đó toán Thủy quân lục chiến ấy có trở lại vài lần nữa.

Thường buột miệng:

- Vậy à. Chắc là phải có chi tiết nào đó lộ ra để có thể phân định bạn thù.

Hùng gật gù:

- Đúng vậy. Một người từng trải trong nhóm Rạch
  Giá đã để ý thấy tuy hầu hết những người trong
  toán Thủy quân lục chiến đó đều mang giầy nhà
  binh của Việt Nam Cộng Hòa, nhưng có một người
  mang dép râu, và đôi bàn chân của người ấy rất to
  với những ngón chân thô kệch chứng tỏ là lính du
  kích bộ đội lâu năm chứ không phải là chiến sĩ
  Việt Nam Cộng Hòa của chúng ta.

Thường lên tiếng:
- Lẽ nào Cục Tình báo Quốc phòng của tụi nó hớ
  hênh như vậy sao?

Phương góp ý:
- Có thể là do sơ sót chiến thuật của toán Việt Cộng
  địa phương. Chúng có thể nói rằng quân Phục
  quốc phải tùy cơ ứng biến, nếu cần cũng có thể
  mang dép râu. Còn sự thực thì có lẽ tên du kích ấy
  không quen đi giầy của lính Quốc Gia.

Ba thanh niên trầm ngâm, cõi lòng nặng trĩu gánh sầu
hận vong quốc. Lòng yêu quê hương và căm thù Cộng Sản
Bắc Việt của những thanh niên miền Nam này đã hun đúc
trong huyết quản họ những giòng máu đấu tranh cuồng
nhiệt dù họ biết rõ rằng trên bình diện quân sự, phương
cách dấn thân chiến đấu của họ như là trứng chọi núi đá.

Chương 5

Tất cả chỉ là tin đồn, không thể nào phối kiểm được. Những người sinh viên Quốc Gia này cưu mang căm phẫn và muốn làm một cái gì đó cho quê hương, nhưng họ nghĩ rằng làm phải được một kết quả hay một tiếng vang lớn nào đó, chớ không thể thí mạng với Cộng Sản bằng một giá quá rẻ. Biết rằng không thể làm được những điều mình nghĩ, mình mong muốn nên những thanh niên miền Nam chống Cộng này không họp mặt thường xuyên nữa. Và sinh hoạt chấm dứt. Mỗi người ôm một suy tư riêng. Phương nằm nhà suốt ngày đọc sách, không thiết gì đến cuộc sống bên ngoài. Như hàng triệu gia đình khác nhà Phương đang trong cơn túng quẫn, ngặt nghèo. Bà mẹ phải đi mua từng bộ đồ cũ mang về ruộng bán, thật vất vả để mang về vài chục lít gạo, vài ký khoai, mấy con cá lóc ... Phương vô cùng xót xa, nhưng chàng không muốn đi làm thư ký cho Cộng Sản để kiếm cơm. Bao suy tư ngổn ngang trong đầu. Chàng đang tìm một lối thoát cho cả gia đình, nhưng không tỏ lộ cho ai biết. Vì thế khi nghe người anh hai trách mắng chàng không chịu đi làm để phụ tiếp gia đình, Phương chỉ im lặng, lòng nặng trĩu đớn đau, uất hận cho hoàn cảnh của mình và gia đình cùng bao người dân khác giờ đây phải chịu đựng sự cai trị ngu xuẩn của Việt Cộng.

Một buổi tối, quá tuyệt vọng, Phương lang thang ngoài phố, ý nghĩ tự kết liễu cuộc đời nung nấu mạnh trong lòng.

- Ê Phương, đi đâu đó?
- Chẳng biết đi đâu nữa, nản quá Bách ơi!
- Mày có ghé nhà thằng Tiết không?
- Lúc này không bàn chuyện đó nữa. Bất lực, bất lực quá mày ạ! Tao ... tao muốn tự tử cho rồi.

Bách hoảng hốt ngăn bạn:

- Thôi mày. Ráng nhẫn nại chờ một thời gian coi, biết đâu hả mậy?

Phương thở dài, vỗ vai Bách từ giã.

Bọn Việt Cộng không để yên cho những sinh viên, học sinh Quốc Gia. Nếu không vào làm việc cho chúng thì phải đi làm nghĩa vụ quân sự, một thứ lính lao công khổ sai hạng nhẹ. Trước tình thế đó, các người trẻ phải chọn cách ít tệ hại nhất trong hai lựa chọn: vào làm việc cho chúng. Làm cầm chừng để có giấy tùy thân, được miễn đi kinh tế mới hay nghĩa vụ quân sự.

Ít lâu sau Thường vào làm công nhân viên cho Ty ngoại thương, Tiết lên Sài Gòn trở lại trường học ngành Kinh tế Quản lý, Hùng vào làm cho Ty Vật tư, Bách vào làm ở Giao thông Vận tải, Phương làm Ty Lương thực, phụ trách việc thủ kho nhà máy lúa gạo. Đấy là lối thoát để cứu vãn tình trạng nguy ngập của gia đình. Không riêng gì nam thanh niên, các cô nữ sinh Trung học, Đại học cũng phải đi làm. Thành phần trẻ đang trên đường phát huy kiến thức nhằm phục vụ xã hội ngày mai một cách xứng đáng hơn đã phải buộc lòng tìm kế sinh nhai một cách uổng phí tài năng trong các việc làm thấp kém.

Chương 6

- Tôi có thể trả lại anh mấy quyển sách kia, nhưng cuốn "Thối nát" này tôi phải tịch thu.

Nghe tên sĩ quan Việt Cộng nói vậy, Phương bất mãn trả lời:

- Tôi cần đọc cuốn ấy. Anh nên trả lại cho tôi đầy đủ.

Tên Việt Cộng gằn giọng:

- Anh không có quyền giữ cuốn đó.

Phương không chịu thua:

- Tôi đã đọc nhiều sách của Liên Xô và Trung Quốc, nay tôi đọc thêm những quyển sách của "bọn Ngụy" này để tìm hiểu thêm. Anh nên đưa lại cho tôi.

Tên Việt Cộng bực bội ra mặt. Hắn nhìn Phương dò xét, không tin rằng Phương là cán bộ cao cấp thuộc ngành văn hóa, chính trị.

- Đảng và nhà nước có cơ quan riêng "nghiên kiếu" việc đó. Anh có giấy tờ gì chứng minh là anh có quyền đọc những sách của bọn phản động ấy?

Phương tưởng rằng sẽ lấn lướt, qua mặt được tên Việt Cộng này nên chàng nói năng cứng rắn tỏ vẻ mình là cán bộ cao cấp có quyền tàng trữ và đọc những sách còn sót lại của miền Nam. Nhưng tên này cương quyết tấn công người sinh viên chống Cộng.

Phương cảm thấy nặng nề trong lòng, không thể nào ngờ được rằng có ngày chàng phải đối diện với kẻ thù trong tư thế yếu như thế nầy. Phương không đủ mạnh để trực diện đương đầu với chúng. Chàng đang tìm cách ra đi.

Khoảng ba tuần trước, Phương đã rủ Thắm đi chơi và nói chuyện khá nhiều. Thắm làm việc chung trong Ty lương thực với chàng. Nàng có làn da trắng, vóc dáng cao, đôi môi đầy đặn, nói năng hoạt bát, vui tính nên được nhiều người quí mến. Cán bộ Trưởng ty lương thực là một người từ miền Bắc vô, tính tình trầm lặng, dễ chịu. Ông ta khá lớn tuổi, người đứng đắn thường giao cho Thắm vài công tác quan trọng và có vẻ tin tưởng nàng rất nhiều. Ngoài cương vị chỉ huy, ông coi Thắm như con cháu trong nhà. Phương lặng lẽ quan sát mối quan hệ ấy và một toan tính thành hình trong đầu chàng. Phương cách của chàng là chơi thân với Thắm rồi rủ Thắm cùng vượt biển với mình nếu Thắm chịu giúp chàng một việc khá nguy hiểm. Việc gay go đó là lấy trộm khẩu súng ngắn của ông Trưởng ty, và một vài thứ cần thiết khác. Phương không biết xác suất thành công của chàng là bao nhiêu trong việc lôi kéo Thắm vào mưu mô vượt thoát khỏi gôm cùm xiềng xích thống trị miền Nam của Cộng Sản Bắc Việt. Chàng nghĩ đó là kế hoạch cần nhiều kiên nhẫn và phải hết sức cẩn thận. Thời gian có thể kéo dài trong nhiều tháng.

Là người hiếu học, Phương rất quí trọng sách. Chàng lo nghĩ đến sự mai một của những quyển sách thân yêu dưới thời Quốc Gia trước ngày 30 tháng 4. Và trong quyết tâm phản kháng, đối nghịch bằng hành động, Phương rất chú ý đến tài liệu cần thiết để phát động cuộc chiến tranh tâm lý. Do đó việc sưu tầm, tàng trữ những cuốn sách chống Cộng của người Quốc Gia là việc làm cấp bách.

Sau khi làm thủ kho nhà máy lúa gạo của Ty Lương thực được một tháng, Phương gom góp tiền lấy vé xe lên Sài Gòn tìm mua những quyển sách chống Cộng. Phương đi bộ suốt mấy con đường quanh khu vực bến Bạch Đằng, dừng lại trước mỗi sạp chiếu bán sách cũ trên lề đường. Phương chọn mua những sách Chính trị và Triết học có giá trị nhằm mục đích bảo tồn tài liệu quí báu và sử dụng trong việc phát động cuộc chiến tranh chính trị sau này khi điều kiện cho phép.

Nổi bật nhất trong số hơn mười quyển sách Phương gom góp được là các quyển: "Mưu kế chính trị" của Vũ tài Lục; "Tom Paine, nhà cách mạng đơn độc," xuất bản năm 1972; "Một cơn gió bụi" của Trần trọng Kim; "Thối nát" của Bùi Nhung.

Phương rất thích và trân quí quyển "Thối nát" bởi vì tác giả vạch rõ mưu mô xảo quyệt, bỉ ổi của Hồ chí Minh và trình bày rõ ràng bao sự kiện lịch sử khác từ năm 1945.

Tuy không có nhiều sách để mua, nhưng Phương cũng tạm hài lòng. Chàng lên xe đò trở về Rạch Giá. Chuyến xe đi từ Sài Gòn về tới bến phà Mỹ Thuận êm xuôi, không ai xét hỏi. Nhận thấy đoàn xe chờ qua phà khá dài, Phương để sách trên xe, bước xuống tìm một quán cơm. Khi dùng bữa xong, trở lại tìm chiếc xe đò thì không thấy nó ở đâu. Phương đành phải đón xe khác đi về Rạch Giá, và tìm đến chiếc xe đò bỏ rơi chàng hỏi lấy lại cạp táp chứa đầy sách của mình. Người tài xế bảo rằng khi đến kinh B thì bộ đội xét xe, và giữ lấy số sách ấy vì không có chủ. Ông ta đưa cho Phương tờ giấy biên nhận chữ viết ngoằn ngoèo của một tên bộ đội nào đó.

Phương đón xe trở lại kinh B với bộ quần áo công chức Cộng Sản trên mình, nói chuyện tự tin, thẳng thừng như một cán bộ "đồng chí" cao cấp với cung cách xã giao khéo léo nên lấy lại cạp táp sách dễ dàng.

Mọi việc êm xuôi trong sáu mươi phút. Đến phút thứ 61, giông tố phủ chụp lên người thanh niên chống Cộng.

Trong lúc Phương chờ xe trở về thị xã Rạch Giá một tên cán bộ cao cấp trong vùng đến xem xét lại tất cả sách của chàng. Và có lẽ hắn đã biết qua nội dung quyển "Thối nát" nên nhất định đòi tịch thu. Phương cũng cương quyết phản đối. Hai bên dằng co càng lúc càng quyết liệt.

Nghe tên Việt Cộng đòi xem giấy chứng minh của cơ quan nghiên cứu văn hóa, Phương cảm thấy hơi nao núng. Làm thủ kho nhà máy xay lúa thì có tư cách gì nghiên cứu "sách phản động của Mỹ Ngụy." Phương chống chế:

- Tôi là cán bộ ưu tú, chuyên cần nên thường xuyên đọc nhiều sách để hiểu biết thêm và cũng có thể giúp các cán bộ khác trong vấn đề tư duy. Quyển sách đó cũng không có gì đặc biệt lắm, anh trả lại thì tôi rất cám ơn.

Tên Việt Cộng nhíu mày, rồi nói:

- Anh chờ một lát.

Nói xong hắn quay bước đi với nguyên cạp táp sách và khẩu súng ngắn đeo lủng lẳng bên hông.

Phương hoang mang không biết hắn dở trò gì. Đứng giữa đường lộ ở một nơi vắng vẻ, trong tay không có vũ khí, không có giấy tờ giả chứng minh là cán bộ văn hóa cao cấp, Phương nhận thấy tình hình không ổn. Tuy biết vậy, nhưng chàng không thể bỏ trốn và có thể thoát đi được an toàn. Chung quanh đây nơi nào cũng có Việt Cộng địa phương, và những tên trở cờ, lật lọng sau ngày 30 tháng 4. Những tên trước đây đã thọ hưởng ưu đãi của chế độ tự do Việt Nam Cộng Hòa, đã được các chiến sĩ Quốc Gia bảo vệ an ninh để đến trường trau dồi kiến thức, giờ đây biến thành tay sai, chó săn hăng say cho chính quyền Cộng Sản. Những tên Phương đã quen biết trong tháng ngày đi học như Tỉ mập, Hải bi da, Kiệt ruồi ......

Phương bỗng tiếc là trước đây chàng không nhanh tay lấy vài khẩu súng từ đống vũ khí chất cao ngất trong khuôn viên trường Đại học Vạn Hạnh, nơi có rất nhiều Việt Cộng nằm vùng trước ngày mất nước. Lòng ngổn ngang trăm mối ưu sầu tả tơi, Phương thấy đau buồn cho vận nước nổi trôi bất hạnh, lúc nào bọn gian manh, xảo quyệt cũng đông đảo hơn người bên phía chính nghĩa.

Đang trầm tưởng với nỗi buồn lo cho mình và cho quân dân miền Nam, Phương thấy hai tên Công an xã tiến về phía chàng, còn tên cán bộ lúc nãy không thấy. Phương bị chúng dí súng bắt về phòng giam kinh B.

Ở đó mười ngày thì Việt Cộng chuyển Phương lên quận Thốt Nốt, vào trại cải tạo chung với hạ sĩ quan quân đội, cảnh sát, trưởng ấp, xã trưởng của chính quyền Quốc Gia ngày trước.

Thấy con đi biệt tăm mấy ngày, mẹ Phương dò hỏi và biết được chàng đang bị giam ở Thốt Nốt, bà đi vội ra văn phòng Ty Công an Rạch Giá khiếu nại và cứu Phương ra khỏi trại giam.

Ty Lương thực biết chuyện, sa thải Phương.

Chương 7

Đêm nay như mọi đêm Phương không biết đi đâu cho đỡ cuồng chân, chàng bèn tìm đến Cầm. Nàng là một góa phụ lớn hơn Phương ba tuổi, có một đứa con gái bảy tuổi. Phương quen biết Cầm qua sự giới thiệu của Liễu, vợ của một người bạn Phương.

Chồng Cầm tử trận để lại đứa con gái. Thương con, Cầm vẫn ở chung với mẹ chồng để hai bà cháu gần gũi với nhau. Nhưng bà mẹ chồng không tốt với nàng, thường hắt hủi, không an ủi tinh thần hoặc giúp đỡ nàng trong những khi túng quẫn vật chất. Cuộc sống của hai mẹ con Cầm rất vất vả bởi nàng ở vậy nuôi con, không tái giá. Một phần vì còn son trẻ thiếu thốn tình dục, ái ân, phần khác người góa phụ cần chút tiền lo cho con nên đôi khi nàng nhận "đi khách" một cách chọn lọc.

Trong buổi gặp đầu tiên, Phương trả tiền sòng phẳng cho việc ong bướm gái trai. Cầm không đẹp, nhưng có đôi môi thật quyến rũ và thích hơi ấm đàn ông. Hai người giống và hợp nhau ở điểm đó nên dễ thân thiết.

Sau vài lần tiếp xúc, Cầm thích và yêu Phương nhưng chàng không tiến xa với Cầm trên đường tình cảm.

Thoáng thấy bóng dáng Phương ở đầu ngõ, Liễu nói to:

- Hoàng tử của bà tới kìa.

Phương mỉm cười, khoan thai tiến vào ngôi nhà lá trong khu xóm nghèo nàn, nhưng đầy ắp tình cảm lối xóm mộc mạc của Việt Nam nhân hòa.

Nghe Liễu báo tin, Cầm ngồi bật dậy, nhưng lao chao không vững vàng. Phương nhìn Cầm cười, dịu dàng hỏi:

- Uống rượu à?

Liễu đỡ lời Cầm:

- Chỉ uống từ chiều đến giờ đó anh.

Phương nghe lòng mình bâng khuâng, ngồi xuống ôm Cầm vào lòng. Nửa mê, nửa tỉnh Cầm thủ thỉ:

- Anh! Em nhớ anh quá! Em buồn, em uống nhiều rượu, anh đừng la, đừng giận em nghe!

Thương xót cảm thông người đàn bà cô độc, Phương lặng lẽ bồng Cầm vào trong, đặt nàng lên giường. Chàng lấy khăn ướt lau mặt cho Cầm, và pha chút nước chanh cho nàng uống để giã rượu. Cảnh sống người đàn bà thật là tội, không có nghề nghiệp mưu sinh, chỉ bán thuốc lá bên lề đường sống qua ngày.

Sau ngày mất miền Nam, đời sống người dân càng thêm bi đát dưới sự cướp bóc công khai, có giấy phép của Việt Cộng. Đã có biết bao nữ sinh Trung và Đại học vội vã lập gia đình vì lo sợ sẽ bị ép buộc kết hôn với thương phế binh Cộng Sản. Họ nghĩ rằng thà lấy một người đàn ông nghèo nàn, lao động của miền Nam còn hơn là làm vợ một thương binh Cộng Sản lạnh lùng xa lạ ở miền Bắc.

Phương chợt nhớ tới Nga, một sinh viên Sư phạm, có đôi mắt cận và khuôn mặt hiền khả ái. Phương gặp và quen nàng trong kỳ họp mặt sinh viên Rạch Giá tại Sài Gòn trong dịp lễ Giáng sinh. Nga nói chuyện nhỏ nhẹ, yêu văn thơ và mời Phương ghé nhà nàng chơi khi chàng có dịp về thăm gia đình ở Rạch Giá.

Ánh mắt, lời nói, dáng vẻ dịu dàng và cung cách giao tiếp của Nga khiến Phương cảm thấy lâng lâng thoải mái khi đối thoại với nàng. Cho nên vài tháng sau buổi tiếp xúc đầu tiên, Phương đến nhà Nga thăm nàng.

Nga cư ngụ trong một ngôi nhà xinh xắn gần sân vận động Rạch Giá, mặt tiền hướng ra vịnh Thái Lan, đón nhận nhiều luồng gió mát dễ chịu. Nga tươi tắn mời chàng lên "balcon" của tầng lầu hai. Đôi bạn nhàn nhã ngồi uống trà trong khung cảnh êm đềm, vừa nhìn ra biển vừa trò chuyện rất vui và tương đắc trong nhiều tiếng đồng hồ.

Sau ngày mất nước, Phương tìm đến nhà Nga để xem đời sống của nàng ra sao. Chàng vô cùng thất vọng, buồn bã khi thấy trong nhà nàng có năm, sáu tên bộ đội đang sống ở đó. Toàn thể gia đình Nga đã bị đuổi đi. Nỗi lo âu và niềm thương mến người bạn học mới quen lan tràn trong lòng Phương. Chàng không biết bây giờ Nga đang trôi giạt nơi đâu. Niềm phẫn uất trào dâng mãnh liệt khiến Phương nghiến răng muốn xông vào tàn sát hết bọn rừng rú Bắc phương đang cướp bóc nhà cửa của dân lành, đang chiếm đoạt ruộng vườn thân yêu của người dân quê cần cù, chất phác do cha ông để lại. Những mảnh vườn với những cây xoài nặng trĩu đầy trái non tương tự như cây xoài mà trong năm học Đệ thất Phương đã ghé thăm và khều nhẹ mấy trái nằm lửng lơ thật thấp mời gọi. Sau này một cô bạn học của chàng lại là con gái của gia đình có cây xoài nhiều trái hấp dẫn ấy. Trong một buổi trò chuyện vui vẻ, Phương đã thú tội với cô ta rằng mình đã hái trộm mấy trái xoài non rất xinh xắn mà không dám bước vô nhà công khai xin. Cô bạn học cười dịu dàng nói "Không có sao! Trái nhiều quá nó rụng đầy sân làm dơ đất. Phải cám ơn Phương nữa chớ. Bây giờ thì Phương cứ tự nhiên, thoải mái muốn khều bao nhiêu trái cũng được. Hay là để Thảo ra đó lấy những trái ngon tặng Phương." Phương cười, khoát tay đáp "Cảm ơn Thảo, ngày xưa vui chơi một chút vậy thôi. Nhất quỉ, nhì ma, thứ ba là học trò mà." Qua năm sau cả hai cùng dự khóa thi Tú Tài một dài ba ngày tại trường Nguyễn trung Trực. Ngay trong buổi sáng đầu tiên, cô bạn chủ nhân cây xoài kia đã hái một cành hoa "daisy" thật dễ thương trao tận tay Phương và dịu dàng nói "Đây là cánh hoa tươi may mắn, Thảo cầu chúc Phương thành công, đỗ đạt hạng cao." Phương cảm động vô cùng, nhìn người con gái chân tình, mộc mạc mà nghe lòng ngập tràn hạnh phúc. Một tình bạn thân ái tuyệt vời.

Cơn phẫn nộ lắng xuống, Phương buồn, lặng lẽ dõi mắt ra biển khơi. Chàng thầm mong là Nga và gia đình đã vượt biển an toàn và đang sống đời tự do ở một nước nào đó.

Sau khi được Phương lau mặt và cho uống nước chanh, người góa phụ đã tỉnh rượu khá nhiều. Nàng nằm yên bên cạnh Phương. Liễu đã tế nhị, bước ra ngoài, sau khi đóng cửa cẩn thận. Ngôi nhà nhỏ của Liễu ở cách nhà gia đình chồng Cầm khoảng bốn căn. Liễu cảm thương hoàn cảnh của Cầm nên xem Cầm như chị em ruột. Nàng dành cho Cầm một góc phía sau nhà, vừa đủ kê chiếc giường nhỏ để bạn ở tạm khi có chuyện gay go với bà mẹ chồng không tốt với đứa con dâu.

Thấy Phương nằm thẳng người bên cạnh mình khá lâu mà không nói gì, không nắm tay hay ôm ấp mình, Cầm hỏi:
- Khi nằm bên cạnh một người đàn bà anh nghĩ gì?

Tâm trí chập chùng như sóng đại dương cuồng nộ trong cuộc đời dâu bể hận thù cùng nỗi xót xa, thương mến Nga khiến Phương không còn nhớ đến sự hiện diện của Cầm. Đến khi nghe Cầm bất chợt hỏi, chàng mới giật mình, trở về thực tại, đáp gọn lỏn:
- Không nghĩ gì cả.

Vừa nói xong, Phương bị Cầm tát một cái thật đau vào má bên phải. Sau vài giây ngạc nhiên, Phương chợt hiểu, phá lên cười, rồi xoay qua ôm Cầm, âu yếm hôn lên môi nàng thật ngọt ngào tình tứ. Cầm sung sướng đưa lưỡi mình lượn lờ quanh lưỡi Phương và nút say sưa, đắm đuối. Môi và lưỡi nàng cuồng nhiệt chờn vờn, ve vuốt và cuốn chặt lưỡi của Phương không dưới nửa giờ đồng hồ. Phương cũng ngất ngây hưởng thụ dục tình sôi nổi của Cầm. Hai người quấn chặt lấy nhau như hai con sam biển. Những giọt đam mê của cặp tình nhân nồng nàn, ướt át không kém gì nước biển mặn mà của Kiên Giang hiền hòa, lãng mạn.

Một đêm ái ân say đắm trong khu xóm nghèo nàn dưới khung trời miền Nam ảm đạm.

Chương 8

𝒫hương mặc chiếc áo "kaki" đen như phần đông những công nhân đang làm việc ở bến ngư cảng để khỏi bị chú ý. Chàng quan sát một chiếc tàu Thái Lan đang xuống hàng. Những thùng tôm đông lạnh được chuyền từ xe đưa xuống tàu thật nhanh chóng. Thường đang ghi chép những con số vào sổ xuất nhập. Khung cảnh nhộn nhịp, ồn ào.

Phương nghĩ thầm "Không thể nào lẻn xuống tàu được. Nếu được chăng nữa cũng không có chỗ ẩn núp. Hay là chờ tàu sắp rời bến, lặn xuống cột dây thừng vào bánh lái, sau đó chỉ việc ôm chặt dây thừng mà lướt theo tàu. Không được. Mọi người sẽ thấy dễ dàng. Muốn kín đáo phải lặn sâu trong nhiều giờ. Như thế phải cần bình dưỡng khí. Làm sao kiếm được bình dưỡng khí? Tàu Thái Lan khó ăn quá! Thôi đi làm ngư phủ ghe thằng Tán rồi thừa cơ hội mà hành động, nó đã hứa giúp mình hôm trước. Hành động thế nào đây? Chắc chắn là nó và các thủy thủ kia không chịu đi rồi. Như vậy phải cướp ghe của nó. Thôi. Không thể làm như vậy được. Tàu Thái Lan tấp nập thế này mà không đi được thì dở quá!"

Phương đi tới đi lui suy tính, tâm trí hỗn độn. Để bước chân trôi dài xuống cuối bến cảng, Phương bâng quơ nhìn những chiếc đò máy đưa khách ra khơi. Những chiếc "vỏ vọt" hung hăng rẽ sóng, trông thật vui mắt. Chợt một ý nghĩ lóe lên trong đầu khiến Phương buột miệng "A!" một tiếng nhỏ. Chàng nghĩ đến việc dùng xuồng máy ra khơi đón tàu Thái Lan rồi phóng lên, xin thuyền trưởng cho đi theo về đất Thái. Phương nhủ thầm "Phải rồi, chỉ còn cách đó thôi. Nếu ông ta không chịu và đưa trả về bến thì mình sẽ tự sát ngay trên tàu. Đành phó mặc cho Định mệnh vậy."

Phương bước nhanh về nhà, ăn cơm qua loa rồi lên gác nằm nghĩ ngợi "Không có tiền sắm xuồng máy thì phải thuê. Có nên tiết lộ cho người đưa đò biết rõ ý định của mình không? Chắc là không. Nguy hiểm quá! Nó nhận tiền xong rồi trở về bờ báo cáo với Công an biên phòng lập công thì tàn đời mình. Thời buổi này bọn phản trắc làm tay sai cho kẻ thù nhiều quá, làm sao dám tin ai. Phải giữ tuyệt đối bí mật. Thành bại gì chỉ do một mình mình thôi. Cứ tiến hành, thuê xuồng máy ra khơi, rồi tùy cơ ứng biến. Phải thoát ra khỏi Việt Nam trong lúc này, không thể trì hoãn nữa. Nếu không mình sẽ đi tù triền miên và sẽ chết vô ích dưới bàn tay man rợ của lũ quỉ đỏ. Mình sẽ phấn đấu tối đa, phải thoát đi để tìm cách trở về giải cứu quê hương. Phải phá vỡ, phải đập tan, phải hủy diệt cả hệ thống gian manh, xảo trá của chủ thuyết Cộng Sản tà đạo phi lý, phản nhân tính, phản dân tộc và lật đổ đảng Cộng Sản ác độc cướp của, giết dân. Phải tận diệt chúng tới tận cùng gốc rễ. Không thỏa hiệp, hòa giải vì bất cứ lý do nào. Không mắc mưu trò gian lận trưng cầu dân ý, hay thay đổi, thêm bớt những luật lệ của chúng, kể cả thứ hiến pháp vô giá trị, mị dân chỉ nhằm củng cố quyền lực, lợi lộc của đảng cướp Cộng Sản gian ác."

Chương 9

$\mathcal{P}$hương đi bộ tới nhà Cầm, rủ nàng đi ngoạn cảnh hòn Sơn Rái. Nghe người tình mời đi du lịch, Cầm vui lắm vì nàng chưa bao giờ ra những hòn đảo nho nhỏ quanh tỉnh Rạch Giá như hòn Tre, hòn Đất, hòn Sơn Rái, đảo Phú Quốc với hòn Thơm nhỏ bé nằm kế bên. Ngoài xa khơi vùng Kiên Lương là quần đảo mang tên Hải tặc nơi mà cách nay mấy năm Phương muốn cùng đi với một đoàn người nhái, nhưng không được vì số lượng tàu quá ít.

Phương thực hiện chuyến đi hòn Sơn Rái này nhằm mục đích quan sát thật kỹ vùng biển chung quanh bến ngư cảng để chuẩn bị cho kế hoạch vượt biển cam go sắp tới. Đồng thời Phương cũng muốn vui chơi thỏa thích với Cầm vì biết đâu chàng có thể chết trong vài ngày sắp tới.

Hơn tuần lễ trước Phương làm trung gian bán cái hải bàn lời được khá nhiều tiền nên chuyến đi chơi này chàng có tiền tiêu xài thoải mái. Phương gọi xích lô đạp cùng ngồi với Cầm. Nàng vui tươi hớn hở, âu yếm nắm tay Phương và thỉnh thoảng hôn thật nhanh lên cổ người mà nàng mơ ước được lấy làm chồng. Phương cảm nhận trọn vẹn niềm hạnh phúc của người góa phụ tràn trề nhựa sống này.

Sau khi mua một ít thức ăn nguội và bánh tây mang theo, hai người xuống tàu-đò-chở-hàng đi Sơn Rái, hòn đảo còn có tên hành chánh là Lại Sơn, cách thị xã Rạch Giá khoảng 60 cây số.

Mục đích chính yếu của chuyến đi này là để Phương có phương tiện quan sát thật rõ ràng và ghi nhớ vùng biển cách bến cảng từ vài trăm thước đến vài cây số. Chàng cần ngồi phía sau để có thể nhìn ngắm dễ dàng. Nhân lúc trong khoang thuyền khá đông người, lại ồn ào, nên Phương nói nhỏ với Cầm là đi ra phía sau đuôi tàu khi ấy không có ai ngồi vì trời nắng gắt. Cầm ngoan ngoãn nghe lời Phương, không hề phản đối hay thắc mắc. Đó là điểm mà Phương thích Cầm. Lúc nào nàng cũng làm theo ý và chiều chuộng Phương.

Đặt túi xách xuống mặt ván gần bánh lái, Cầm hỏi:

   - Mình ngồi ở đây hả anh?

Phương nhoẻn miệng cười, tinh nghịch nhìn Cầm đáp:

   - Không phải ngồi, mà là nằm. Em lấy cái khăn lớn ra để hai đứa mình đắp ngang mặt che nắng, rồi ...

Vừa làm theo lời Phương, Cầm nhẹ nhàng hỏi tiếp:

   - Rồi sau đó mình làm gì hở anh?

Phương nheo mắt trả lời:

   - Mình hôn nhau.

Cầm sung sướng mỉm cười. Nét rạng rỡ hòa lẫn những tia nắng tung tăng trên gương mặt trắng hồng của Cầm như bức tranh tuyệt tác của thiên nhiên. Tâm cảm hạnh phúc của người góa phụ trẻ nhẹ nhàng bơi lội trong biển tình du dương lãng mạn, nhấp nhô như chiếc thuyền con đang lướt sóng. Từ ngày chồng qua đời, Cầm chưa bao giờ có được những giây phút nhẹ nhàng, thơ mộng như hôm nay. Con tim Cầm rộn ràng, bồi hồi. Nàng xem Phương gần như là thần tượng bởi chàng nói chuyện dịu dàng với Cầm và rất hiếm khi phiền trách nàng. Trong những tháng năm tảo tần nuôi con, Cầm đã được vài người ngỏ ý kết hôn, nhưng Cầm chưa yêu ai cả. Đến khi gặp Phương, Cầm cảm nhận một bầu trời sáng tươi bềnh bồng trước mặt. Nàng thầm mong ước được làm vợ Phương, nhưng nàng biết giấc mơ đó sẽ không bao giờ thành sự thật. Cầm an phận, chỉ biết tận hưởng những giây phút ngắn ngủi bên người thanh niên thâm trầm, lãng mạn này.

Cầm dùng chiếc khăn bé nhỏ lau sàn tàu vừa đủ cho hai người rồi nói:

- Anh nằm xuống đi. Em phải để sẵn chai nước chút nữa mình uống.

Phương nói nhỏ:

- Em nằm trước đi. Anh ngồi đây ngắm cảnh một lát.

- Dạ.

Không còn bận tâm lo đối đáp với Cầm, Phương lặng lẽ nhìn vào bờ đang lùi xa dần theo vận tốc con tàu nhỏ. Mặt nước đục vàng phù sa, yên tĩnh như dòng sông ngoan hiền. Trời trong sáng, chan hòa ánh nắng hồn nhiên. Tầm nhìn thật rõ, có thể thấy xa khoảng bốn cây số. Phương cố thu nhận toàn thể cảnh vật rồi ghi nhớ mọi chi tiết như chiếc máy chụp ảnh. Chàng nghĩ thầm "tương lai, vận mệnh của mình là đây, là vùng biển nhỏ bé, thân yêu hiền lành này. Nó sẽ là điểm xuất phát cho một ngày mai rực rỡ. Và cũng có thể là nấm mồ miên viễn thiên thu." Gương mặt người thanh niên miền Nam nghiêm nghị, trầm tư. Tự do đã bị Cộng Sản tước đoạt. Phải tranh đấu để giành lại Tự do. Tự do có cái giá của chính nó. Và Phương sẵn lòng mang hết tiền bạc, tâm sức, và ngay cả mạng sống của mình đặt vào ván bài Tự do quyết liệt này.

Việc quan sát vùng ven biển Rạch Giá đã xong, Phương nhẹ nhàng nằm xuống bên Cầm, cùng che chung tấm khăn với nàng. Cầm xoay người qua hôn nhẹ lên má Phương. Tiếng động cơ tàu "ành ành" hòa lẫn tiếng gió biển rạt rào khiến Phương hơi buồn ngủ. Chàng lim dim đôi mắt thả hồn về quá khứ hai năm trước trong chuyến đi hòn Thơm, một hòn đảo nhỏ nằm cạnh bên Phú Quốc. Hơn một ngàn sinh viên tham dự trại hè qui mô được mấy chiếc tàu HQ của Hải quân Việt Nam Cộng Hòa đưa từ bến Bạch Đằng Sài Gòn trong một hải trình dài. Hòn Thơm có những bãi cát sạch, nước trong veo là nơi yên bình để nghỉ ngơi, vui đùa với thiên nhiên sóng biển sau bao tháng ngày miệt mài sách vở. Chàng sinh viên trẻ tuổi luôn ghi nhớ sự ưu đãi của chính quyền Quốc Gia mặc dù có những cá nhân của chính quyền ấy mang khuyết điểm cần phải sửa đổi. Như anh em ruột trong nhà, chuyện gì thì chuyện nhưng tối hậu vẫn là anh em, vẫn thương mến, đùm bọc cho nhau. Còn đối với Việt Cộng thì hoàn toàn ngược lại: kẻ thù cần phải tiêu diệt tận gốc rễ.

Sau hơn ba tiếng đồng hồ chậm chạp rẽ sóng, con tàu nhỏ tiến vào bãi Nhà, nơi xuất nhập của những thuyền chở khách và hàng hóa từ Rạch Giá tới và cũng là chỗ cho tàu đánh cá ghé qua.

Phương đưa bạn gái đến nhà một người quen của chàng. Gặp lại bạn cũ, ông Lung hớn hở, vui mừng nói:

- Mấy năm rồi mới gặp lại cậu. Lấy vợ hồi nào vậy? Hai vợ chồng ở đây chơi, cần gì cứ nói, đừng ngại gì hết nghe Phương.

Nhìn người bạn lớn hơn hai mươi tuổi nói chuyện huyên thiên, Phương mỉm cười đáp:

- Dạ, cũng mới đây. Chú vẫn khỏe chứ? Vết thương ngày xưa đã lành hẳn rồi phải không chú Lung?
- Nhờ trời, mọi việc đều tốt đẹp. Hai vợ chồng ngồi chơi, để tui đi ra ngoài một chút.

Nghe ông Lung dùng hai chữ "vợ chồng," Phương trêu chọc, nhìn Cầm với tia mắt nghịch ngợm. Nàng véo nhẹ cánh tay Phương rồi cả hai cùng cười.

Lát sau ông Lung trở vô với hai trái dừa tươi. Ông lấy dao, thành thạo chặt phía trên đầu, đổ nước dừa ra ly lớn rồi bổ làm đôi, nạo thịt dừa non thả vào ly. Cho một chút muối bọt để vị ngọt thêm đậm đà, ông quậy đều rồi mời hai người bạn trẻ.

Cầm khen:

- Nước dừa ngọt quá! Cám ơn chú nhiều lắm.

Ông Lung tươi nét mặt nói với Cầm:

- Cô biết không dừa hòn Sơn Rái cây nào cũng ngọt. Cá biển thì khỏi chê, tươi rói, cho lên lò than nướng ăn với rau sống thì nhất đời. Hai người cứ ở đây chơi, mọi việc để tui lo.

Cầm nhìn ông Lung với ánh mắt trìu mến rồi nói nhỏ:

- Chú tốt quá! Chú cho phép cháu gởi chú một ít để đi chợ.

Nói xong Cầm nhét vào tay ông Lung mấy tờ giấy bạc. Người đàn ông trạc năm mươi tuổi xua tay nói:

- Không cần tiền đâu. Cô giữ để xài. Tui có quen mấy chiếc ghe câu, họ cho cá ăn không hết. Cô có biết không, Phương đối xử với tui rất tốt. Năm xưa, tui nằm nhà thương Rạch Giá mấy ngày, quen Phương và cẩu đã giúp tui rất nhiều. Hai người ra chơi kỳ này gặp lại nhau coi như người nhà, cô đừng ngại!

Nghe hai người đối đáp, Phương làm như không để ý, lặng lẽ đưa mắt ra biển khơi, bâng khuâng bồi hồi. Những năm trước đây, chàng đã đến hòn đảo dễ thương này với vài người bạn học, cùng hát những bản nhạc ngợi ca quê hương. Phương biết đây là lần cuối cùng chàng được ngắm nhìn cây cối xanh um tươi mát chen chúc nhau trên một diện tích nhỏ, những ghềnh đá chập chùng rải rác quanh đảo, những ghe thuyền bắt cá của dân địa phương, và được nếm vị muối mặn quê hương. Phương muốn ôm trọn hòn đảo này vào lòng để vuốt ve những con suối, những thân cây, những bãi biển cát trắng mịn màng, những cây dừa cao thấp đó đây. Người sinh viên trẻ ngậm ngùi "Ôi quê hương thân yêu, biết đến bao giờ ta mới được trở lại đây lần nữa?! Cuộc đời trôi nổi, tử sinh, phiêu bạt không thể nào biết được."

Phương chợt nghe Cầm hỏi:

- Bây giờ mình làm gì hả anh?

Quay mặt vô trong, Phương mỉm cười đáp:

- Mình đi ra mấy bãi biển gần đây chơi em.

Ông Lung xen vô:

- Cậu đưa cô qua bãi Thiên Tuế chơi, nơi đó có nhiều tảng đá hình dáng lạ lùng rất đẹp mắt.

Cầm hỏi:

- Có xa lắm không chú?

Ông Lung cố ước lượng khoảng cách rồi đáp:

- Chừng hai, ba cây số.

Phương nắm tay Cầm:

- Mình đi em. Bây giờ còn sớm, mình cứ đi thong thả, vài cây số không có xa đâu.

Đôi nhân tình nhàn du trên con đường nhỏ quanh co bên những cây đu đủ xinh xắn điểm tô đó đây dưới những ngọn dừa cong cong cao ngất.

Bãi Thiên Tuế và bãi Giếng ở sát liền nhau nơi có vài trăm ngôi nhà lá nghèo nàn, mộc mạc hướng ra biển chập chùng đá tảng lớn nhỏ chen lấn nhau mà nằm ngủ. Đi thêm hơn hai cây số nữa là bãi Bấc có khoảng non trăm căn nhà.

Cầm vui sướng ép sát vô người Phương nói:

- Em cảm ơn anh đã cho em ra đây chơi. Cảnh thiệt là đẹp.

Phương kéo Cầm đứng lại rồi hôn lên môi nàng thật lâu khiến Cầm ngất ngây đứng không muốn vững. Chàng vòng tay bế Cầm bước tới một tảng đá, đặt nàng xuống rồi hai người cùng nghỉ ngơi, hưởng thụ không khí trong lành từ biển thổi vào, thoang thoảng mùi tanh của cá và rong rêu.

Cầm thỏ thẻ:

- Chắc anh ra đây nhiều lần rồi phải không?

- Hai lần thôi. Đây là chuyến thứ ba. Có lẽ đây là kỳ viếng thăm cuối cùng.

Cầm hơi hoảng hốt hỏi nhanh:

- Sao vậy anh? Sao lại là lần cuối cùng?

Biết mình lỡ lời, Phương nói mông lung:

- Cuộc đời này vô thường, bất định, đâu có ai biết được ngày mai phải không em?

Cầm gật gù:

- Em cũng nghĩ như vậy. Kinh nghiệm khó tìm mua!

Phương xoay người đưa tay phải vuốt nhẹ mái tóc người góa phụ:

- Kinh nghiệm khó tìm mua. Câu này hay quá!

Cầm tươi nét mặt:

- Đó là một câu trong bài thơ con cóc của em.

Phương bật cười:

- Em khiêm tốn quá! Anh nghĩ đó là một bài thơ hay. Em có làm thơ nhiều không?

- Thưa anh không. Em chỉ viết một, hai bài thôi. Có nhiều khi buồn và cô đơn quá, em không có ai để tâm sự nên mượn trang giấy ghi đôi ba dòng cho khuây khỏa tâm tư.

Nói xong Cầm nghiêng người, nhẹ nhàng ngả vào lòng Phương. Cả hai cùng im lặng. Gió biển vẫn ù ù xuyên qua những cành cây xanh tươi mát, du dương ru hồn hai người trẻ vào tấu khúc nhân sinh.

Khi đôi nhân tình trở về nhà thì ông Lung đã chuẩn bị xong bữa cơm tối đơn sơ nhưng đầy hương vị miền hải đảo với tô canh chua nóng và dĩa tép rang muối. Cả ba vừa ăn vừa nói chuyện rất vui vẻ, thân mật.

Trong khi Cầm lo rửa chén thì Phương và chú Lung ngồi trước hiên nhà nói chuyện thời sự. Phương hỏi:

- Sau ngày 30 tháng 4 chú có bị khó dễ gì không?

Ông Lung bình thản đáp:

- Cũng may là đảo nhỏ mọi người đều quen biết nhau nên cũng dễ thở, không có ai kiếm chuyện.

Phương yên lòng nói:

- Như vậy mừng cho chú.

- Còn Phương thế nào?

- Cũng tàm tạm. Yên ngày nào hay ngày ấy.

Ông Lung nhẹ thở dài:

- Ngày 30 là ngày không ai ngờ nổi.

- Đúng vậy. Thôi thì phải tùy cơ ứng biến.

Chỉ có vầng trăng lưỡi liềm trên nền trời với ánh sáng thật mờ. Đôi ba con muỗi vo ve. Phương cảm thấy mệt nên kết thúc buổi nói chuyện ngắn ngủi.

Bước vào trong thì Cầm đã giăng mùng sẵn chờ Phương. Nàng nhoẻn miệng cười ý nhị. Phương cười đáp lại như tín hiệu đồng ý và sẵn sàng.

Ông Lung ngủ ở gian nhà bên trái khá xa nên đôi tình nhân thoải mái chuyện trò. Cầm nũng nịu gối đầu lên ngực Phương rồi vuốt ve khắp người chàng. Phương luồn bàn tay phải vào mái tóc đen dài của Cầm và mơn man từng lọn mềm mại, lòa xòa buông dài xuống phần da thịt khêu gợi của nàng. Những ngón tay Phương nhẹ nhàng chuyển động trên tóc, trên ngực Cầm khiến nàng rợn người, uốn éo. Đôi chân Cầm kẹp chặt chân phải của Phương với sự cọ sát êm êm, quyến rũ khiến chàng ngất ngây khoái cảm. Một lát sau, người đàn bà đam mê quay người xuống, dùng miệng hôn rồi cắn nhè nhẹ quanh hai đầu gối người tình. Phương cảm thấy tê tê khoái lạc, hơi đau đau và nhột nhạt không chịu nổi. Phương vòng tay ôm ngực Cầm rồi kéo nàng lên và tìm đôi môi tham lam của nàng mà hôn như bão táp.

Đêm đó hai người mây mưa thật lâu trong căn nhà lá bé nhỏ trên hòn đảo thanh bình, xanh tươi, khoáng đạt.

Khi gà gáy đến lần thứ tư, Phương mới dậy và thấy ông Lung chuẩn bị đồ điểm tâm trên bàn. Chàng rất cảm động trước sự ân cần chu đáo ngoài mong ước. Ông Lung nói:

- Hai người nên đi chơi bãi Bàng, cảnh đẹp lắm!

Phương nói dọ dẫm:

- Có lẽ khá xa, nếu có chỗ ngủ đêm thì mới thoải mái phải không chú?

Ông Lung cười:

- Cậu nói chí lý. Tui có người em bà con ở gần đó. Phương cứ nói là bạn của tui thì hai vợ chồng nó sẽ tiếp đãi cậu. Dân trên đảo này hiếu khách lắm, huống hồ Phương là bạn của tui.

Phương vui vẻ cảm ơn ông Lung rồi soạn ít đồ cắm trại như đèn pin, dao găm, diêm quẹt, và một số thức ăn khô chàng mang ra từ Rạch Giá.

Sau hơn bốn tiếng đồng hồ đi theo đường đất, nhiều khi phải nhảy lên các ghềnh đá cheo leo, cuối cùng Cầm và Phương đặt chân đến bãi Bàng. Phương thích thú, hài lòng với cảnh vật ở đây. Bãi này có phong cảnh tuyệt đẹp với nhiều cây dừa đó đây cong nghiêng xuống, che một phần bãi cát trắng thênh thang như sơn nữ xõa mái tóc dài xuống bờ suối mát. Bãi Bàng là bãi sạch nhất hòn Sơn, là nơi đón nhận dòng suối tiên thanh thoát đổ xuống từ đỉnh Ma thiên Lãnh. Với dáng dấp cong cong như hình trăng khuyết và sự tĩnh mịch êm đềm, hoang vắng bãi Bàng có năng lực khiến tâm hồn tao nhân, mặc khách lâng lâng rung cảm bồi hồi theo lớp sóng tiêu dao.

Cặp tình nhân lãng mạn chạy nhảy vui chơi trên bãi cát trắng không người như đôi vợ chồng tỉ phú có biệt thự sang trọng và bãi biển riêng.

Phương cõng Cầm đi chầm chậm trên cát mịn trong làn sóng nhỏ tung tăng mát lạnh của hải đảo. Chiếc áo trắng mỏng của nàng thấm nước làm nổi bật đường nét đẹp khêu gợi của bộ ngực căng đầy có hai hạt lựu hồng tuyệt mỹ. Cầm sung sướng tỉ tê:

- Phương ơi, em yêu anh.

Nói xong Cầm đưa tay mơn man mắt mũi người tình.

Sau đó hai người cùng lặn xuống nước và cố tìm cách hôn môi nhau. Sau nhiều lần bị sặc và uống nước biển, hai người trẻ lãng mạn chỉ có thể chạm môi nhau qua loa như hai chú cá đang đùa giỡn.

Quả đúng như lời ông Lung, vợ chồng người em họ ông rất quí mến hai người khách từ Rạch Giá ra chơi.

Đôi nhân tình qua một đêm ân ái mặn nồng như sợ rằng ngày mai sẽ tận thế.

Sang ngày thứ tư, Phương dẫn Cầm đi lên đồi Ma thiên Lãnh, cao gần 500 thước. Ma thiên Lãnh là một đỉnh núi nhỏ nổi tiếng trong tổng số bảy ngọn núi của hòn Sơn Rái mà dân địa phương thường gọi tắt là hòn Sơn, hay hòn Rái. Hòn Sơn Rái nằm giữa hòn Tre và quần đảo Nam Du.

Có hai huyền thoại về nguồn gốc tên đảo thường được nhắc đến là chúa Nguyễn Ánh, trên đường trốn tránh quân Tây Sơn, đã ghé lại đảo này và được một con Rái cá khổng lồ dâng lên nhiều cá nhỏ cho chúa Nguyễn để làm thức ăn. Huyền thoại kia là có một đám Rái cá họp nhau lại làm mất hết tung tích Nguyễn Ánh để quân Tây Sơn không tìm ra được.

Ở Việt Nam và nhiều nước khác thường có những truyền thuyết, huyền thoại tô điểm cho một nhân vật lịch sử nào đó. Tinh thần sùng bái, ngưỡng vọng lãnh tụ được đề cao quá đáng. Điều này có hại vì cá nhân nào của các thế hệ mai sau cũng có thể thăng tiến vô giới hạn.

Ma thiên Lãnh có huyền thoại nên thơ, trữ tình. Trên đó có một tảng đá to lớn, bằng phẳng được bao bọc chung quanh bởi những cánh hoa thiên nhiên hương sắc ngạt ngào đẹp lạ lùng và những ngọn cỏ thơm nồng mùi dược thảo.

Khí hậu êm mơ, dịu dàng chan hòa dưới những áng mây lãng đãng gần xa, lấp lánh nhẹ nhàng bảy màu lộng lẫy cầu vồng đỏ, cam, vàng, xanh lục, xanh dương, tím nâu, và tím nhạt tạo thành nơi chốn huyền ảo nửa hư, nửa thực. Và có không ít Tiên nữ thường xuống tảng đá vui chơi nên dân trên đảo gọi tảng đá ấy là Sân Tiên. Năm tháng dần trôi, có một số tu sĩ khổ hạnh, và vài người chán cảnh trần gian nhiễu sự tìm đến Sân Tiên tu thiền. Gần đó có một hang động khắc hàng chữ "Mai dương Kiếm pháp" là nơi ẩn dật của những thiền sư với cách tiếp nhân xử thế khá lạ lùng.

Phương và Cầm nắm tay nhau bước thoăn thoắt, vượt qua hàng ngàn nấc thang làm bằng những khúc gỗ đơn sơ với vài tảng đá nhỏ chắn giữ hai bên. Hai người đi xuyên qua vườn chuối, xoài, và mảng cầu. Thỉnh thoảng Cầm dừng lại nâng niu vài trái mảng cầu lủng lẳng trên cây.

Khoảng hai tiếng đồng hồ sau thì hai người thấy một pho tượng Phật mà người dân đảo gọi là Phật lộ Thiên. Cầm bước đến nghiêm chỉnh chấp tay xá lạy. Phương đứng tựa một gốc cây lơ đãng nhìn mây trôi trên đầu. Chàng hít nhiều hơi dài, tận hưởng không khí dịu dàng, sạch sẽ của nơi chốn hoang vu, diễm lệ yên bình. Phương bỗng nhớ một câu của người xưa "Thanh sơn tịch mịch đạo tâm sinh." Người sinh viên nghĩ thầm "Thật là đúng. Giữa cảnh siêu phàm này thì tâm dễ lắng đọng hơn là giữa cảnh đời sóng gió bon chen. Nhưng đứng giữa cảnh đời hỗn loạn mà giữ được tâm bình lặng thì công phu vượt trội hơn là ẩn cư nơi thâm sơn cùng cốc. Kiếp nhân sinh dẫy đầy ngang ngược, bất công, phản trắc khiến bản ngã chao động sục sôi lửa giận. Muốn tâm lặng tĩnh thì ta phải tự chủ, tự kiểm soát thường xuyên. Chỉ cần một chút xao lãng là cơn cuồng nộ trào dâng như sóng thần, vũ bão. Tri dị hành nan. Biết thì dễ, nhưng làm rất là khó."

Cầm bước đến bên Phương, nhẹ nhàng nép vào lòng tình nhân. Đôi bạn trẻ cùng thả hồn dập dìu theo gió thoảng vi vu không còn để ý gì đến thời gian.

Vài giọt nắng le lói xuyên qua cành lá rừng như nét màu cam rực rỡ của họa sĩ tài ba trong nét vẽ thần tốc giữa cụm màu xanh lục mênh mang.

Phương cắn nhẹ cánh tay người tình nói nhỏ:

- Mình đi tiếp nghe em.

- Dạ.

Khi mặt trời nghiêng bóng quá trưa thì Phương và Cầm đặt chân đến vùng Sân Tiên. Tảng đá to lớn, uy nghi vững chắc nằm hiên ngang giữa đỉnh núi thấp của hòn Sơn Rái như một dấu ấn tuyệt tác của thiên nhiên. Phương đưa tay giúp Cầm bước lên tảng đá đồ sộ rồi chàng phóng người nhảy theo sau. Người góa phụ trầm trồ khen:

- Thật là siêu phàm. Em chưa bao giờ thấy được cảnh này. Hay là em với anh cất nhà chòi ở đây luôn nghe.

Phương khoan thai bước đến bên cạnh tình nhân, nâng mặt nàng lên rồi chậm chạp nút đôi môi không bao giờ thỏa mãn ấy. Đôi cánh tay Cầm vội vã ôm ghì lấy người tình. Mười ngón tay nàng cấu chặt lưng Phương thật sâu, chiếc lưỡi thèm khát của Cầm di chuyển liên tục, đam mê như muốn hòa tan trong đôi môi của Phương. Hai người ôm ghì lấy nhau trong mê đắm ngất ngây, cho nhau hạnh phúc chơi vơi ngắn ngủi giữa trời mây, gió nước bềnh bồng. Phương cởi áo Cầm rồi áp mặt lên hai nhũ hoa to tròn, căng cứng mà hưởng thụ mùi da thịt tràn trề nữ tính, khát khao tình dục. Cầm khẽ rên "ư ơ ư" nho nhỏ như khuyến khích, mời gọi thêm. Khác với họa sĩ vung nét cọ thần tốc vẽ màu nắng vàng cam rực rỡ, Phương thong thả ve vởn đầu lưỡi của mình lên hai nụ hồng nổi bật trên chiếc ngực trắng ngần, tươi mát của Cầm khiến nàng rùng mình ôm cứng lấy người yêu và khe khẽ gọi Phương:

- Anh ơi, anh ơi.

Hai người nhẹ nhàng ngả lưng xuống tảng đá thần tiên, nghiêng mình quấn chặt lấy nhau như những dây leo trong rừng không rời thân cây cổ thụ. Gió biển rì rào như khúc nhạc yêu kiều, mộng ảo ru hồn hai người bay bổng ngút ngàn trong không gian mơ lồng lộng. Chung quanh đảo có nhiều hòn đá lớn nhỏ chồng chất lên nhau thân tình, tha thiết như tình nhân muôn đời âu yếm. Trong buổi hoàng hôn non, trên Sân Tiên chỉ có đôi bạn trẻ sau ngày mất nước đắng cay, hụt hẫng ưu sầu gặp nhau hưởng ái ân ngắn ngủi, mong manh như bọt nước dã tràng. Họ cuồng loạn trong biển tình vô bến, đam mê nhục thể tuôn tràn vô lượng. Hai xác thân chồng lên nhau như đá trên bãi biển Thiên Tuế. Những tế bào co dãn, cảm khoái rần rần xuyên qua hai làn da, hai thân xác nhịp nhàng, liên tục bất tận, miên viễn như vũ trụ vô cùng. Đôi nhủ hoa nàng muốn vỡ tung và Cầm nẩy mông lên đón nhận nhiều món quà yêu vũ bão của Phương trong ngất ngây sung sướng. Những giọt mồ hôi trên lưng của Phương đồng cảm với giòng suối tiên luyến ái rịn ra giữa hai chiếc đùi trắng ngần của người đàn bà một con mê đắm trong hoan lạc con người. Phương cắn vành môi dưới của Cầm rồi mê man nút nhè nhẹ trong khi cái lưng khỏe mạnh của chàng không ngừng nhấp nhô như con thuyền nhảy sóng giữa tháng ngày giông bão.

Chiếc-thuyền-Phương hân hoan, vui sướng cỡi sóng-Cầm không ngừng nghỉ, càng lúc càng dữ dội, mạnh bạo, hung hãn. Và những đợt sóng tung tóe tuôn tràn hòa theo tiếng hét thỏa mãn cực độ của người đàn bà đam mê nhục thể đang chơi vơi ở phút thứ sáu mươi mốt.

Hai xác thân mệt mỏi rã rời trong lúc mặt trời giấu mặt không muốn nhìn.

Hoàng hôn chậm chạp bao trùm đảo Sơn huyền hoặc tình ái.

Phương đã vui hưởng ái ân suốt năm ngày trên hòn đảo tươi mát với sóng biển ầm ì cùng những đợt gió lả lơi tạo nên khung cảnh nửa tiên nửa phàm. Những áng mây lãng đãng, hiền hòa, những ngọn sóng chạy nhảy tung tăng, vỡ vụn thành ngàn mảnh trắng xóa khi ập vào những khối đá cô đơn thầm lặng. Âm thanh khoan thai nhẹ nhàng, dũng mãnh rồi buông rơi thanh thoát của hàng ngàn lớp sóng tạo thành điệu nhạc êm mơ, chan chứa cung điệu rung cảm của vũ trụ tuyệt vời, của thiên nhiên trác tuyệt.

Năm ngày an nhàn, hưởng lạc trên hòn đảo có nhiều bãi cát êm đẹp bên người đàn bà luôn luôn ngoan ngoãn chiều chuộng mình khiến Phương đâm ra lo âu, sợ chết. Nhưng rồi nỗi lo sợ ấy bị đánh tan bởi ý thức phấn đấu mãnh liệt được thôi thúc bằng ý chí cương quyết.

Phương trở về thành phố Rạch Giá tiến hành kế hoạch ra đi sanh tử của chàng.

Chương 10

Sau khi bắt tay từ giã Phương năm 1974, Trung sĩ Bá trở lại công việc thường ngày của một người lính cho đến ngày miền Nam bị bức tử. Bá như rơi từ tầng lầu thứ mười xuống đất. Gia đình anh đã bị Việt Cộng giết gần hết. Anh tình nguyện gia nhập quân đội để ngăn chận những tàn sát dã man của Cộng Sản. Đời sống trong quân đội giúp anh khuây khỏa nỗi buồn rất nhiều. Anh và các đồng đội cùng chiến đấu bên nhau, cùng chia xẻ những khổ cực, vui buồn trong những ngày khốn khó của quê hương. Giờ đây quân thù đã chiếm đóng, tương lai mù mịt, nặng nề.

Cha mẹ và hai người em của Bá đã chết vì bị Việt Cộng tiến vào nhà uy hiếp, bắt làm con tin chiến trường và làm bia chắn đạn cho chúng. Bọn Cộng Sản hèn nhát, bất tài đặt những khẩu súng cối 61 ly ở đó bắn vào đồn bót nghĩa quân gây tổn thất nặng cho lính Quốc Gia. Để bảo vệ công sự phòng thủ, và sinh mạng của toàn thể đồng bào trong xã, những người lính Quốc Gia bất đắc dĩ phải tấn công và triệt hạ những cây súng cối của Cộng quân cùng với những khẩu AK-47 xuất phát từ căn nhà của gia đình Bá. Quân Cộng Sản gian ác, đê hèn bị tiêu diệt và trọn gia đình Bá phải hy sinh oan uổng.

Bá chỉ còn người dì ruột góa chồng đang ở Bình Thủy thuộc tỉnh Cần Thơ.

Chị của Bá là một người vợ lính nghĩa quân. Chị đã can đảm chiến đấu bên cạnh chồng trong một đồn bót hẻo lánh thuộc tỉnh Gò Công. Chị đã cùng sống trong đồn với chồng và hai đứa con thơ bốn và sáu tuổi, lo nấu từng bữa ăn đạm bạc với một mớ cá lòng tong và ít rau cải bình dị nấu bằng những cái nồi rất cũ kỹ đặt ở một góc thiếu ánh sáng trong đồn. Ngày qua, tháng lại những người nữ quân nhân không chính thức này đã âm thầm cống hiến công sức cho công cuộc chiến đấu chống kẻ thù Cộng Sản. Người nữ chiến sĩ này không có vũ khí riêng, không có số quân và tiền lương. Chị chỉ có tình yêu vô bờ bến dành cho chồng đang làm bổn phận nam nhi ngăn chặn quân thù đang dày xéo quê hương. Chị là người mẹ với trái tim đong đầy tình mẫu tử như bao nhiêu người mẹ Việt Nam khác trên vùng đất cong hình chữ S. Chị là một trong hàng ngàn người vợ lính khắp nẻo đường Việt Nam ngày đêm sát cánh cùng chồng chống trả kịch liệt những đợt xung phong điên cuồng, hiếu sát của kẻ thù. Người nữ quân nhân gan dạ đã sáng suốt nhận định tình hình chiến sự và quyết chí liều chết giúp chồng đập tan cuộc tấn công của kẻ thù với quân số 300 trong khi lực lượng trong đồn chỉ có 24 người lính và 32 người dân gồm có vợ lính, con lính cùng chung sống trong hoàn cảnh vô cùng thiếu thốn:

- Chúng đang phá lô cốt chánh. Anh hãy mau qua bên đó tiếp anh trưởng đồn. Em bắn che cho anh. Bằng mọi giá chúng ta phải giữ vững căn cứ này. Em tử thủ tại đây để bảo vệ mấy đứa nhỏ. Nếu chúng nó tấn công thì em ném lựu đạn ra, có thể cầm cự đến sáng được.

Đó là những lời nói cuối cùng của chị trước khi hy sinh. Mười lăm trái lựu đạn M-26 chị đã ném ra ngoài công sự phòng thủ giết rất nhiều Việt Cộng cuồng tín ngu mê. Và quả lựu đạn cuối cùng thứ 16 chị để dành cho chị, với hai đứa con thân yêu nhỏ dại và ba tên đặc công Việt Cộng đã tiến vào bên trong. Chị, người vợ lính của quân đội Việt Nam Cộng Hòa đã anh dũng hy sinh cho Tổ quốc.

Những người đàn bà yêu quê hương, không ai biết tên tuổi đã quyết tâm chiến đấu cho tự do và không ngần ngại chấp nhận cái chết cho non sông. Những nữ chiến sĩ dũng cảm này không cần có lá cờ Quốc Gia phủ lên chiếc quan tài đóng vội vàng bằng những tấm ván mỏng manh, không cần huy chương, không cần tiếng kèn truy điệu. Họ chết cho người khác sống.

Những anh thư nước Việt đã lặng lẽ hiến dâng cuộc đời mình trong đồn bót thiếu thốn tiện nghi, đã oai hùng kề cận bên chồng giết giặc chỉ vì hai chữ Tự Do thiêng liêng bất diệt.

Bá đã mất hết. Chàng phải làm một điều gì đó để những ngày còn lại trong cuộc đời mình có ý nghĩa. Quân thù đã nắm chính quyền, nhưng Bá cương quyết không đầu hàng. Con đường tranh đấu trước mặt Bá còn dài với nhiều cam go, gian khổ.

Chương 11

Phương được Thường cho biết là ngày mai một chiếc tàu Thái Lan sẽ rời bến khoảng chín giờ sáng. Chàng có mặt tại bến cảng lúc tám giờ, đứng từ xa chăm chú nhìn cột khói của chiếc tàu sắp nhổ neo. Một giờ rồi hai giờ trôi qua. Đến mười hai giờ trưa vẫn không có gì. Phương bực dọc trở về nhà. Trên đường về nhà, chàng ghé nhà Thường chơi rồi khéo léo đặt vài câu hỏi để biết lý do tại sao chiếc tàu Thái Lan chưa rời bến. Thường nói rằng vì hàng xuống chưa đủ nên chiếc tàu phải ở lại thêm một ngày.

Sáng hôm sau, điểm tâm xong, Phương bước nhanh đến ngư cảng. Dọc đường, Phương gặp mẹ đi chợ về. Chàng dừng lại hỏi:

- Má đi chợ về đó à?

- Ừ, mày đi đâu đó?

- Tui ra ngoài này một chút. Nhờ má trả cho má thằng Thường hai trăm đồng dùm tui nghe. Thiếu bả mấy bữa rày.

- Ừ. Có đi thì nhớ về ăn cơm nghe mậy. Bữa nay tao mua chuối về hầm dừa cho mày đây.

Phương đáp qua loa cho xong chuyện rồi bước đi. Nước mắt Phương muốn trào ra. Ngực chàng u uất, nặng nề một cơn đau sầu thảm. Nỗi buồn mênh mông chụp xuống tâm khảm người sinh viên vong quốc. Chàng nói thầm "Mẹ ơi, mẹ luôn luôn thương và nghĩ đến con, săn sóc con từ chút một, thế mà con đang dối gạt mẹ. Mẹ có biết chăng hôm nay là ngày cuối cùng mẹ con mình còn trông thấy nhau. Con sẽ mãi mãi xa mẹ dù việc con làm thành hay bại. Mẹ ơi, hãy tha lỗi cho con! Con biết mẹ sẽ chờ con về ăn trưa với nồi chuối hầm dừa bốc khói. Mẹ sẽ lầm bầm 'Cái thằng đi như ngựa. Dặn nó về ăn mà nó đi biệt.' Mong mẹ hiểu cho con. Con xin lỗi mẹ."

Bến cảng vẫn đông đúc, ồn ào như mọi ngày. Phương chờ hơn một tiếng đồng hồ thì chiếc tàu Thái Lan rời bến. Chàng đi nhanh xuống bến đò, đảo mắt nhìn qua một lượt rồi đưa tay vẫy một chiếc vỏ vọt.

Chiếc đò máy đưa chàng băng băng ra khơi trước khi tàu Thái Lan rời hải khẩu.

Người thanh niên đưa đò hỏi:

- Anh muốn ra đâu đây?

Phương đưa tay chỉ ra khơi:

- Ra chiếc kia.

Phương cùng với người đưa đò khỏe mạnh đã cách xa bờ hơn hai cây số. Phương vờ hỏi:

- Anh coi chiếc kia chạy ra hay vô?

Gã đưa đò chăm chú nhìn vệt đen trên biển một hồi lâu rồi đáp:

- Chiếc đó nó vô chớ không phải ra. Mà anh muốn tới chiếc nào?
- Tàu chở hàng đi Sơn Rái. Tôi bỏ nhiều đồ đạc trên ghe. Anh ráng chạy nhanh coi có kịp không.
- Tôi thấy là không phải chiếc đó rồi. Nhưng anh muốn thì tôi chiều anh vậy.

Phương cười tươi vỗ vai gã:

- Anh ráng giúp tôi nhé.

Lòng Phương hơi lo, thầm nghĩ "Tại sao vẫn chưa thấy chiếc tàu Thái Lan. Lẽ nào nó vẫn còn trong bến?"

Gã đưa đò chợt lên tiếng:

- Không phải đâu anh ơi. Tôi chắc chắn là chiếc ấy chạy vô. Tôi làm nghề này mấy năm trời, ngó qua là biết liền. Thôi trở vô hé?

Phương làm bộ như bực dọc, thở dài đáp:

- Ừ vô thì vô.

Nói xong Phương đảo mắt nhìn quanh xem có chiếc tàu nào chạy gần không. Chung quanh đây vắng lặng, an toàn. Phương đứng dậy chỉ về phía bên phải gã đưa đò hỏi:

- Mấy chiếc tàu kia đi đâu vậy?

Gã xoay người nhìn theo hướng Phương chỉ. Nhanh như chớp, Phương dùng vai và mông hất gã đưa đò bất hạnh xuống biển. Bất thình lình bị tấn công, người thanh niên tội nghiệp bơi nhanh vào bờ để tránh hiểm nguy. Phương bỏ mặc hắn, chụp lấy cần máy đuôi tôm chạy trở ra khơi.

Gã lái đò bất hạnh vừa bơi vừa quan sát Phương. Hắn thấy kẻ cướp xuồng máy của mình lúng túng điều khiển chiếc vỏ vọt. Hắn hoang mang vô cùng, tự hỏi người khách lạ lùng kia lấy chiếc xuồng máy cũ rích của hắn làm gì. Nó có đáng giá bao nhiêu. Hắn buồn rầu nghĩ tới người vợ mới cưới mấy tháng của hắn. Vừa đám cưới xong, nợ nần chưa trả hết, giờ đây phải chết thảm nơi này thì làm sao đây? Chiều nay nàng đang chờ hắn về cùng ăn cơm. Hai người dự tính sẽ dành dụm tiền mua căn nhà nhỏ chung sống rồi sẽ có hai đứa con. Hắn sẽ đặt tên cho đứa con trai đầu lòng là Chiến, và đứa con gái kế là Hạnh. Hắn cố làm việc nuôi con để Chiến trở thành kỹ sư cầu cống xây lại những con đường loang lổ, gập ghềnh. Và đứa con gái sẽ là dược sĩ giúp những người dân quê nghèo có thuốc men trị bệnh. Vì không được cơ hội đến trường học, gã phấn đấu làm việc siêng năng để nuôi những đứa con đi học đỗ đạt thành tài, có kiến thức, hưởng cuộc đời nhàn hạ và có ích cho xã hội. Bây giờ giấc mơ ấy như những tảng mây đang bay lơ lửng trên đầu hắn. Làm sao có thể bơi vào bờ cách xa bốn cây số. Chưa bao giờ hắn tập bơi đường xa như vậy. Lòng chùn xuống tái tê, hai hàng nước mắt từ từ rơi trên má gã đưa đò xấu số. Hắn đớn đau tự trách mình sao lại nhận người khách quái gở này làm gì để giờ đây phải âm thầm chết thảm thương ở đây. Hắn khóc tức tưởi nghĩ thầm hay là kiếp trước mình làm nên tội lỗi tày trời, giết người, cướp của để giờ đây bị quả báo.

Một đợt sóng ào tới, phủ chụp lên đầu hắn. Tấm thân khoảng sáu mươi ký của hắn chìm xuống. Hắn vùng vẫy ngoi lên. Đợt sóng kế tiếp lại tràn ngập lên đầu hắn. Gã đưa đò khẽ gọi tên vợ mình. Ba bốn ngọn sóng khác liên tiếp vùi dập hắn. Người hắn nhấp nhô cố chống lại Tử thần. Hắn bắt đầu kiệt sức vì tinh thần giao động mạnh và sự vùng vẫy phí sức đối đầu với những luồng sóng ồ ạt. Hắn đã sai lầm khi sử dụng sức lực quá nhiều để chống cự với các đợt sóng bủa vây. Lẽ ra hắn phải biết nương theo chiều sóng đánh ầm tới, bơi nhẹ nhàng, cỡi lên các con sóng đó, để dành sức từ từ bơi vào bờ. Hắn hoảng hốt, bấn loạn và thương nhớ người vợ mới cưới nên vùng vẫy loạn xạ, phung phí sức lực. Bất hạnh cho hắn, những luồng gió từ đâu lại ào ào thổi tới khiến sóng biển càng thêm cuồng bạo, nhận chìm hắn xuống. Ở phút thứ sáu mươi mốt này hắn không ngoi lên được nữa. Thằng Chiến, con Hạnh của hắn không có cơ may được chào đời để góp một bàn tay xây dựng quê hương Việt Nam điêu tàn, khốn khổ. Người lái đò chết oan uổng, tội tình bỏ lại người vợ đáng thương.

Trong khi đó, Phương vụng về lái chiếc xuồng máy đâm qua bên phải, bên trái lao chao. Sau hơn mười lăm phút điều chỉnh cuối cùng Phương cũng hướng được chiếc xuồng phóng mình ra biển khơi. Động cơ máy đuôi tôm ầm ĩ, rung mạnh khiến cánh tay Phương giựt giựt theo âm động. Lúc nãy khi hất gã đưa đò xuống biển, Phương rất bình tĩnh, bận rộn lo chinh phục chiếc xuồng máy cho nó chạy ngay hàng thẳng lối. Bây giờ mọi việc đã tạm ổn, bỗng dưng toàn thân Phương run bần bật, nhất là hai đầu gối. Vẻ mặt kinh hoàng của nạn nhân có một tác động mãnh liệt vào tâm não người thanh niên. Chàng vừa hủy bỏ một đời sống. Một cuộc giết chóc không thù oán.

Chiếc xuồng máy vùng vẫy không tuân phục kẻ cướp. Nó biết rằng chủ nó đã bị hãm hại và sẽ chết thảm trong lòng biển. Nó tức giận gầm thét, đòi trở về bờ chứ không muốn ra khơi. Nó không muốn chủ nó chịu định mệnh khắc nghiệt của lão tiều phu ngày xưa chỉ đường cho Hàn Tín để rồi bị Hàn Tín chém đầu. Nó muốn giúp chủ nó kiếm tiền và sanh ra hai đứa con ngoan, lớn lên thành nhân tài cho đất nước. Biển cả dường như cũng nổi cơn thịnh nộ. Sóng, gió từ đâu ùa tới, tung chiếc xuồng máy lên cao rồi đập ầm xuống, ngã nghiêng từng hồi. Phương vất vả lo đối phó với chiếc xuồng máy chưa quen sử dụng cùng với phong ba bất chợt dấy lên.

Một lúc sau, khi mặt biển bớt động Phương tắt máy, thả neo cho xuồng đậu lại một chỗ rồi lấy bình nước uống mấy hớp cho đỡ khát. Châm thêm xăng vào máy xong, Phương ngồi bệt xuống khoang xuồng có lót ván, dựa lưng, lặng lẽ nhìn vào bờ.

Phương hồi hộp chờ đợi. Có một chiếc tàu từ xa hướng mũi ra khơi trông rất giống tàu Thái Lan. Phương nhổ neo, giựt máy, chầm chậm tiến đến nó. Chàng thất vọng quay trở ra. Đó chỉ là một tàu đánh cá thường ở Rạch Giá. Lát sau một chiếc tàu tuần tiểu khinh tốc PCF chạy như bay về phía chiếc xuồng của Phương khiến chàng phải cảnh giác. Độ vài phút sau nó đổi hướng chạy về hòn Đất.

Phương kiên nhẫn chờ đến chiều vẫn không thấy bóng dáng chiếc tàu Thái Lan đâu. Bụng đói cồn cào, Phương uống chút nước cầm hơi vì nước không còn bao nhiêu.

Đêm đen bao trùm mặt biển. Gió lạnh tràn lan. Trong kia thành phố Rạch Giá loang loáng ánh đèn điện. Biển yên lặng. Vài lượn sóng con vỗ lạch bạch vào mạn xuồng. Chiếc xuồng nhấp nhô. Phương buồn bã nhìn vào bờ nghĩ ngợi "Mọi người đang êm ấm, sao ta cô độc đói lạnh ở đây. Ngày mai rồi sẽ ra sao? Tàu Thái Lan đã đi hay trì hoãn nữa. Không thể được. Chính mắt mình đã thấy rõ là nó ra gần đến hải khẩu rồi mà. Thế sao không bắt gặp nó? Chắc mình ra quá xa và lệch hướng đi của nó. Thôi mặc kệ, chắc mình tới số chết rồi." Một niềm lo sợ, hối hận len vào hồn người thanh niên.

Phương lấy tấm "poncho" dơ bẩn của gã đưa đò đắp lên ngực, nằm mơ màng chờ sáng. Nền trời lác đác sao. Tiếng gió rào rào cộng với tiếng nước va vào mạn xuồng, đôi lúc đệm thêm tiếng động cơ tàu "bành bành" tạo nên một điệu nhạc tiêu diêu kỳ ảo. Phương cong người lại vẫn thấy lạnh. Bỗng nghe có tiếng máy tàu ngày càng lớn Phương ngồi dậy canh chừng vì sợ nó nhận chìm chiếc xuồng bé bỏng. Nhưng nó chạy xéo hướng bên kia. Chàng lẳng lặng nằm xuống. Cứ thế, Phương chập chờn ngủ đến sáng.

Ở biển, bình minh đến sớm hơn đất liền. Phương rửa mặt cho tỉnh táo rồi ngồi chờ. Đến khoảng chín giờ sáng chàng quyết định kết thúc kế hoạch. Phương nổ máy chạy về bờ, cố đến càng gần bến càng tốt với điều kiện là không có chiếc ghe, tàu nào chạy kề cận. Không đầy mười phút máy tắt vì hết xăng. Phương ước lượng khoảng cách từ đây tới bờ biển Rạch Giá khoảng bốn cây số.

Phương lấy thùng múc đầy nước biển đổ vào xuồng thật nhiều rồi đứng lên một bên vách xuồng cố ý cho nước biển tràn vào và nhận chìm luôn chiếc xuồng máy. Phương bỗng mất thăng bằng ngã nhào xuống biển. Từ trong lòng nước chàng tiếp tục đeo vách xuồng cố hết sức ấn nó xuống. Chiếc xuồng máy vẫn trơ ra đó. Phương phải hao tốn rất nhiều sức lực hơn nửa tiếng đồng hồ mới nhận nó chìm xuống. Phương nở nụ cười mãn nguyện. Nụ cười chưa kịp tắt thì Phương thấy chiếc xuồng bỗng nhiên úp xuống, đưa đáy xuồng nhô lên khỏi mặt nước khoảng bốn tấc. Phương bơi tới gần tìm cách dìm nó xuống mà không có kết quả.

Suốt ngày hôm qua nhịn đói cộng thêm gần hai tiếng đồng hồ vất vả thủ tiêu chiếc xuồng máy nên Phương mệt đuối người. Đôi tay run, Phương ôm chặt chiếc bình xăng rỗng bơi từ từ vô bờ. Cái phao dã chiến này giúp Phương tiết kiệm được nhiều sức lực. Chàng bơi khoảng năm mươi phút mà vẫn không tiến thêm được chút nào vì ngược nước. Khoảng cách giữa Phương và chiếc xuồng máy càng lúc

càng xa. Chàng thấy nó mờ mờ đằng kia. Phương cảm thấy
lạnh và mệt nhoài mặc dù biển yên tĩnh, chỉ có những gợn
sóng lăn tăn. Phương thầm nghĩ "Lẽ nào ta chết lặng lẽ như
thế này. Nơi này có thể là mồ chôn mình và gã đưa đò bất
hạnh." Phương nghe lòng dâng lên niềm hối hận mênh
mông như khoảng trời xanh thăm thẳm trên đầu. Chàng nói
trong lòng "Tại sao mình không thể tìm một phương cách
nào tốt đẹp hơn cho mình và cho người? Tại sao mình bước
chân qua lằn ranh thiện ác? Cái gì đã khiến xui như vậy?
Tại sao gã đưa đò lại gặp mình ngày hôm qua? Món nợ
này rồi mình sẽ phải trả. Một ngày nào đó. Có thể trong
vài hôm sắp tới đây khi sóng nước tiếp tục đẩy mình ngược
ra biển khơi và không có chiếc tàu nào đến gần. Anh đưa
đò ơi! Tôi có tội lỗi với anh. Tôi không thể xin anh tha thứ.
Đó là sự ươn hèn, khả ố. Nhưng tôi không biết phải trả như
thế nào, và trả bao lâu, hay là tôi phải chết. Chết vì những
nhát dao của một tên côn đồ nào đó, vì những viên đạn của
Việt Cộng, hay vì một tai nạn khủng khiếp mà tôi không
tránh được. Tôi chỉ nghĩ đến sự vượt biển thoát thân của
mình mà bất kể đến người khác. Tôi tự nhủ rằng 'Cứu cánh
biện minh cho phương tiện.' rồi bắt người khác hy sinh. Tôi
có quyền gì chứ? Tôi có tạo ra được đời sống đâu mà tôi
có thể tự tiện lấy đi của tha nhân? Sao tôi hành xử giống
Stalin, Hitler dù tôi lúc nào cũng chống đối hai tên gian ác
đó? Đầu óc tôi sao lại tăm tối mù mờ? Sao tôi không thể
nhẫn nại hơn để khỏi phải vay món nợ khổng lồ này? Tôi
tưởng rằng tôi sẽ khỏi phải trả ư? Làm sao mà không trả
được? Món nợ nào cũng phải trả. Sớm hoặc muộn thôi.
Anh chủ xuồng máy ơi! Tôi cầu mong anh siêu thoát. Hay
nếu có phép lạ nào đã cứu sống anh ngày hôm qua thì tôi

vô cùng sung sướng. Không có món quà nào to lớn bằng khi tôi biết được anh đã thoát chết. Tôi thật sự hối hận và đau khổ trong lòng anh có biết không? Nếu tôi có thể đi ngược thời gian thì tôi nhất định không xô anh xuống biển. Anh và tôi trở về bờ. Và tôi sẽ từ từ trả nợ tiền đò cho anh. Còn nếu anh kêu Công an bắt tôi thì tôi cũng đành chịu. Khi ra tù rồi thì tôi thanh thản, không còn nợ nần, lương tâm cắn rứt. Bây giờ mọi sự đã lỡ làng. Tôi đang chờ định mệnh an bài số phận của tôi đây. Cầu mong linh hồn anh siêu thoát, có một cuộc đời mới ở trên đất nước tự do nào đó trên thế giới, có kiến thức và việc làm tốt đẹp, sống đời hạnh phúc bên vợ hiền, con ngoan. Tôi tha thiết mong cầu cho anh. Vĩnh biệt anh!"

Tâm hồn Phương chao đảo. Hai cánh tay đã bắt đầu mỏi. Chàng nhìn vào bờ, trong đó có bao nhiêu là kỷ niệm ngọt ngào, thân ái trong quãng thời gian dài đi học với bạn trai, bạn gái cùng lớp, cùng thị xã, những ngày đi cắm trại xa gần, những ngày học thi đói lả, tay run run không cầm nổi cuốn sách dày 600 trang. Mọi thứ sẽ tan loãng vào hư vô khi Phương bị chết chìm ở đây.

Phương hướng về bờ cố gắng tiếp tục bơi, tự cổ võ tinh thần mình "Phải cố gắng, nơi đây nhìn thấy bờ, nước yên sóng nhỏ mà chết sao? Không, ta không thể chết, ta phải sống. Ta phải sống để tiếp tục chiến đấu chống bọn Cộng Sản ma quỷ, bọn sâu bọ tàn ác hãm hại muôn dân."

Sức lực tăng lên trong người Phương. Chàng hít thở đúng cách và cố nương theo con sóng để bảo toàn sức lực của mình.

Khoảng nửa giờ sau, trong cuộc chiến đấu chống chọi với tử thần gần như vô hy vọng ấy, đúng vào phút thứ sáu mươi mốt, Phương thấy từ xa một chiếc thuyền đánh cá khá lớn băng băng tiến ngay về phía chàng. Lạ lùng làm sao, con thuyền ấy như cố ý đi tìm cứu Phương và nó đã có tọa độ chính xác của chàng, chỉ việc phóng tới vớt chàng lên.

Mừng rỡ, Phương đưa tay lên vẫy liên tục và cố gắng la to vài tiếng. Mặt biển phẳng lặng nên người trên tàu trông thấy Phương dễ dàng. Chiếc thuyền cá hãm máy, và một người ở mũi thuyền ném dây xuống. Phương mở nắp thùng xăng cho nước tràn vào, đè cho nó chìm xuống rồi bắt lấy sợi dây thừng lớn của chiếc thuyền cứu mạng. Người đàn ông trung niên lực lưỡng kéo Phương lên rất nhanh chóng, gọn gàng. Chàng buông sợi dây thừng, tựa lưng vào mạn thuyền co ro. Cô gái trạc mười chín tuổi, có làn da đỏ hồng rạm nắng và một lúm đồng tiền duyên dáng trên má, đi mau vào phòng tài công lấy ra chiếc khăn choàng đưa cho Phương. Chàng thều thào nói lời cảm ơn cô gái tốt bụng.

Người đàn ông suýt xoa:

- Thiệt là may cho cậu. Biển động thì cậu chết rồi. Mà cũng hên là bữa nay tụi tui đi sớm hơn mọi ngày. Thiệt là mạng cậu lớn lắm! Mà sao cậu bị té ở đây?

Phương nói dối:

- Dạ, cháu đi hòn Sơn Rái. Đang đứng thì bị sóng hất té xuống.

- Cậu rớt hồi nào lận?

Phương làm vài cử chỉ mệt mỏi để có đủ thời giờ tìm câu trả lời hợp lý:

- Dạ hồi sáu giờ sáng.

Người con gái có chút cảm tình với Phương lên tiếng:

- Thôi ba để ảnh ngồi nghỉ.

Nói xong nàng vào trong bưng ra một tách trà nóng cho Phương. Chàng đỡ lấy ly trà nhoẻn miệng cười cám ơn. Cô gái không đẹp, nhưng dễ nhìn và có duyên.

Sau khi uống vài ngụm trà nóng, Phương cảm thấy khỏe hơn nên hỏi chuyện xã giao:

- Thưa ghe bác cào hay siệp?

- Ghe tui đẩy siệp.

- Siệp mà lớn thế à?

- Ừ, như vậy mới có ăn chứ.

- Lúc này trúng không bác?

- Cũng khá. Hôm kia có một chiếc siệp trúng mấy tấn tôm thẻ, bán cả triệu bạc, ham quá cậu ơi!

Phương khẽ mỉm cười, hỏi tiếp về chuyện đẩy siệp của ông chủ tàu ân nhân. Ông chủ tàu thích thú ngỏ lời giúp đỡ:

- Cậu có muốn đi không? Tui cũng đang thiếu người.

- Có nặng không bác?

- Nặng nề gì! Đẩy rồi xúc lên, mình chỉ việc ngồi lựa. Chia phiên nhau làm. Ai làm đêm thì ban ngày ngủ. Còn ai làm ban ngày thì ban đêm ngủ. Một ngày chín trăm đồng. Nếu cậu thích làm thì ba ngày sau cậu xuống ngư cảng tìm ghe số 47F cha con ông Bảy Hành là ai cũng biết.

- Dạ, để cháu tính lại.

- Bây giờ tui phải đi luôn, không thể đưa cậu về bến cảng được. Tui sẽ ghé mấy chiếc vỏ vọt lưới bao cá-kến-bờ gởi cậu. Tới chiều cậu về chợ với họ luôn.

Chiếc ghe đẩy siệp chầm chậm áp lại gần một chiếc vỏ vọt đang bao cá. Ông chủ tàu nói vọng xuống:

- Mấy anh ơi! Làm ơn cho cậu này quá giang về bờ.
Tội nghiệp cẩu đi Sơn Rái bị té xuống biển. May
gặp tụi tui đó, nếu không thì chết rồi. Thiệt là hên
cho cẩu.

Hai người thanh niên đang bao lưới cá nhìn Phương giây
lát rồi một trong hai người lên tiếng:

- Được rồi. Nhưng mà tới chiều tụi tui mới về lận.

Phương lên tiếng:

- Dạ được. Anh làm ơn giúp tôi.

Ông chủ ghe siệp giúp Phương leo xuống. Khi đặt chân
lên chiếc xuồng lưới cá kến xong, Phương ngước lên nhìn
hai cha con chủ ghe siệp ân nhân nói lớn:

- Xin cám ơn bác và cô rất nhiều.

Ông chủ ghe nói:

- Nếu muốn đi thì xuống bến cảng tìm tui nghe cậu.

- Dạ.

Chiếc ghe siệp lướt ra khơi. Cô gái nhìn Phương rồi nhẹ
nhàng vẫy tay từ giã. Phương bồi hồi xúc động nhìn theo
chiếc ghe siệp đến khi nó mờ xa.

Một thanh niên hỏi Phương:

- Chắc anh đói lắm hả? À anh lấy áo tui bận cho đỡ
lạnh cái đã. Đây bận vô đi rồi ăn cơm, ăn đỡ canh
chua cá kến nghe.

- Dạ, được mà anh. Như vậy là quí lắm rồi. Mấy anh
trúng cá không?

- Bữa nay tệ hơn hôm qua.

Nói xong anh ta trở lại phía sau tiếp tục gỡ cá từ mạng
lưới. Những con cá kến cong mình giãy giụa dưới ánh nắng
ban mai lấp lánh màu vảy bạc trông thật đẹp.

Gỡ cá xong, họ chạy đi nơi khác. Họ chăm chú nhìn mặt nước xem có nhiều bọt hay không. Nếu thấy có nhiều bọt nước tức là bên dưới có một đàn cá đang di chuyển. Chừng mười phút sau họ bủa lưới quanh một vùng có khá nhiều bọt nước. Chiếc xuồng máy chạy vòng tròn với một tốc độ thật nhanh. Người ngồi phía trước lẹ tay tuôn lưới xuống nước một cách chừng mực không để cho lưới quện thành chùm. Khi bủa lưới xong, họ bắt đầu xiết chặt vòng vây. Chiếc xuồng máy chạy bên ngoài mảng lưới, người đứng trước cầm sào có cột cặp phao ở đầu đập mạnh xuống nước. Sau đó họ dần dần thu hẹp diện tích của đàn cá bị bao. Đến một mức tối thiểu nào đó họ phăng lưới lên từ từ và gỡ cá bỏ vào thùng ướp nước đá.

Phương chăm chú quan sát, thỉnh thoảng cầm sào đập phụ hai người thanh niên. Chàng cảm thấy thú vị, thích thú khi thấy họ vừa đập vừa hô to có giai điệu tương tự như người ta hò dô ta vậy. Nhưng tiếng la của họ giản dị hơn bằng một hai âm thanh ngắn mạnh.

Khi lưới đã được kéo lên, Phương phụ giúp gỡ cá với đôi tay vụng về, chậm chạp.

Đến chập choạng tối hai thanh niên mới trở về. Nhà họ ở cách chợ Rạch Giá khoảng năm cây số. Họ thuật sơ cho người nhà biết về sự có mặt của Phương. Một người đàn bà trạc năm mươi tuổi nói:

- Chèn đét ơi! Số cậu này lớn dữ đa!

Người đàn bà thứ hai phụ họa:

- Coi kìa, cẩu như người mất hồn vậy.

Người đàn bà thứ nhất nói

- Chứ sao! Coi như chết đi sống lại rồi còn gì.

Nương theo tình thế đó Phương làm ra vẻ ngơ ngác để khỏi phải trả lời này nọ.

Người đàn bà thứ nhất hướng về Phương nói:

- Chắc là kiếp trước cậu có tu, làm phước nhiều nên Trời Phật xui khiến như vậy. Rớt xuống biển mấy tiếng đồng hồ mà còn sống được thì không phải là chuyện thường. À mà cậu cơm nước gì chưa?

Phương lơ mơ đáp:

- Cơm nước ... Dạ cháu ăn rồi.

Người thanh niên đang xúc cá gần đó đỡ lời:

- Ảnh ăn với tụi con rồi má.

Phương cảm thấy choáng váng vì câu nói của người đàn bà ấy "Kiếp trước cậu có tu, làm phước nhiều." Chàng thấy mỉa mai và chua xót trong lòng. Nếu mọi người biết chàng là ai, đã làm gì để đến tình trạng này thì chắc chắn họ sẽ nguyền rủa và ghê tởm chàng. Phương cảm thấy một vùng trời u ám bao quanh tâm hồn. Kế hoạch vượt biên bằng đường biển thất bại hoàn toàn dù đã phí phạm một nhân mạng.

Người đàn ông chủ gia đình lấy xe Honda đưa Phương về Rạch Giá. Đến đầu đường vô nhà, Phương ngỏ lời cám ơn và cởi trả lại chiếc áo.

Chân không dép, lưng không mặc áo Phương đi nhanh về nhà. Cánh cửa mở. Anh hai Phương nhìn chàng với ánh mắt ngạc nhiên. Phương lặng lẽ ra nhà sau.

Thấy chàng về, bà An mừng rỡ hỏi:

- Mày đi đâu hai ngày nay vậy? Ăn cơm chưa?

Phương uể oải thở dài:

- Còn gì ăn không má? Đói bụng quá!

Mẹ Phương bước đến tủ chén lấy thức ăn dọn ra bàn. Phương ái ngại nói:

- Má để đó đi, tui tự dọn được mà. Bây giờ đi tắm cái đã. Tụi nó đi chơi hết rồi hả má?
- Có thằng nào ở nhà. Mạnh mày mày đi, mạnh tụi nó tụi nó đi. Thiệt mà sanh con trai vô phước!

Phương bước ra nhà tắm, lòng buồn mênh mang. Chàng mường tượng đến một ngày nào đó chàng sẽ phải trả món nợ máu này. Phương không lo sợ gì cả, chỉ buồn vì chưa báo hiếu cho mẹ được ngày nào. Phương ủ rũ tâm hồn "Mẹ thương con nhiều quá! Nhưng con thương mẹ được bao nhiêu hở mẹ?!"

Ăn cơm xong, Phương thuật lại việc làm của mình cho mẹ và anh hai nghe. Bà An kêu trời, khóc tức tưởi. Anh hai Phương tỏ vẻ bất mãn nói:

- Không có ai ngu như mày hết. Làm cái gì người ta cũng phải có hai ba đường rút lui. Kế hoạch thứ nhất không thành, còn kế thứ hai, thứ ba. Mày liều mạng quá!

Phương cúi đầu im lặng nghe trách mắng. Thất bại thì phải ráng mà hứng những phê bình, chỉ trích.

Bà An nói trong tiếng khóc:

- Mày làm chuyện ác nhân, sát đức. Mày đâu có biết thương tao. Trời ơi là trời!

Anh hai Phương lên tiếng:

- Thôi đi má ơi! Lỡ rồi, la um xùm lên đi.

Bà An bớt khóc, nhưng gương mặt hiện đầy nét đau khổ dường như chính bà vừa thực hiện tội ác to lớn đó. Anh hai Phương nói:

- Ngày mai mày ra phường xin giấy lên Sài Gòn đi. Kiếm thằng Tùng nhờ nó tìm việc làm cho. Ít nhất hai năm sau mày mới có thể về đây được.

Chương 12

*N*ăm giờ sáng, bà An mở cửa cho Phương ra bến xe và dặn dò:

- Đừng có tự đắc, ráng nhịn nhục mà sống nghe con.

Rất hiếm khi mẹ Phương gọi chàng bằng con, chỉ toàn là "mày." Chỉ riêng hôm nay, trước phút ly biệt không biết ngày nào gặp lại bà mới gọi Phương bằng tiếng "con" ngọt ngào. Phương nghe lòng mềm nhũn. Chàng nhè nhẹ gật đầu rồi nói:

- Thôi má vô ngủ đi, tui sẽ viết thơ về.

Tuy trong lòng muốn xưng "con" với mẹ, nhưng Phương không nói được vì quá ngượng miệng. Chàng chỉ gọi mẹ bằng "má" và xưng là "tui." Tiếng "tui" mộc mạc quê mùa nhưng đầy ắp tình cảm chân thật, không cầu kỳ của dân miền Tây.

Chàng bước ra con đường đất nhỏ. Được mười bước, mẹ chàng bước theo gọi. Phương dừng chân. Mẹ chàng nói:

- Ráng lo niệm Phật nghe con. Trời Phật sẽ phù hộ cho con.

Phương không nói gì, chỉ gật đầu nhẹ.

- Thôi tui đi nghe má.

Chàng bước nhanh. Trời còn tối. Sao lấp lánh mù mờ trên không. Vài tiếng gà gáy. Khí lạnh gây gây. Tâm hồn Phương sầu thảm, tái tê.

Chương 13

Tùng, ba mươi hai tuổi, anh bà con của Phương. Thuở còn ở Trung học, Tùng ngu si khờ khạo nghe lời móc nối hoạt động cho Cộng Sản ở Cần Thơ. Ra tòa lãnh án mười hai năm tù Côn Đảo. Sau khi trao đổi tù binh, Tùng về làm việc cho bọn Cộng Sản ở Lộc Ninh, quận lỵ bị Việt Cộng chiếm đóng năm 1972. Sau ngày 30 tháng 4, Tùng về Sài Gòn với chức vụ Xã ủy Tân sơn Nhì.

Tuy có liên hệ bà con, nhưng Phương chỉ gặp Tùng khi chàng lên bảy tuổi. Sau đó thì hoàn toàn xa cách. Cha của Tùng vay một số tiền rất lớn của ba Phương nhưng không bao giờ trả. Mẹ của Phương tức giận tuyệt giao với người anh ruột.

Phương đi xe buýt tới phòng làm việc của Tùng. Đây là ngôi nhà của một thương gia Trung Hoa đã di tản. Tùng có một phòng ngủ riêng tại chỗ làm việc. Vừa pha ly đá chanh cho Phương, Tùng niềm nở nói:

- Phương nằm đây nghỉ ngơi nhé. Anh bận họp bữa
     nay.
- Dạ, phiền anh quá!
- Có gì đâu. Thôi anh phải đi bây giờ, cứ tự nhiên
     nghe.
- Dạ.

Phương ngả lưng xuống giường, nhủ thầm trong lòng "Thằng này cũng tử tế, nhưng mày theo Việt Cộng, thật là ngu! Tình cảm và lý tưởng là hai vấn đề khác nhau, không thể nào lầm lẫn được." Phương đứng lên khép cửa lại rồi nhẹ nhàng mở mấy hộc tủ tìm thử xem có thứ vũ khí nào không. Chỉ toàn là giấy tờ, một bịch xà bông bột, một gói đường. Người sinh viên lật xấp giấy ra xem với hy vọng có thể tìm thấy một điều gì quan trọng, nhưng chàng không toại nguyện, chỉ đơn thưa kiện, thông cáo, ban khen ...

Hơn nửa giờ sau Tùng trở về.

- Phương, mình đi ăn cơm.

Tùng chở Phương trên chiếc Honda 67. Tùng lái vụng về đến nỗi Phương nổi nóng chửi thầm "Mẹ, Việt Cộng thằng nào như thằng nấy."

Tùng gọi món thịt nướng và hai chai bia lớn. Tùng nói:

- Uống la de không biết có say không nữa.

Phương cười hỏi:

- Bộ anh chưa uống bao giờ sao?

- Đây là lần đầu tiên.

Cái vẻ mán về thành phố của Tùng khiến Phương ngán ngẩm, khinh miệt.

Phương đã xài hết mấy ngàn đồng của mẹ cho. Chàng mang chiếc khăn lông ra chợ trời bán lấy vài trăm sống lây lất thêm một ngày.

Tùng móc ra một xấp giấy bạc khoảng mấy trăm ngàn đồng rồi nói là để lo việc đám cưới vào tuần sau khiến Phương thấy khó chịu. Chàng tự hỏi tiền này ở đâu ra, có phải cướp bóc của dân không?

Kẻ chiến thắng luôn luôn cướp bóc, hãm hại người thua trận. Khi đoàn quân hiếu chiến của Nhật chiếm đóng Nam Kinh của Trung Hoa năm 1937, chúng đã vơ vét tài sản, tàn sát không dưới ba trăm ngàn người dân Trung Hoa vô tội. Tụi Nhựt Bổn thật dã man trong việc giết người bằng nhiều cách, coi đó là những thú tiêu khiển. Bọn kiêu binh Nhật dùng kiếm chém đầu nạn nhân, sau đó đặt đầu lâu bên hàng rào kẽm gai rồi gắn lên môi nạn nhân điếu thuốc để làm trò cười. Chúng hãm hiếp khoảng tám mươi ngàn phụ nữ. Chẳng những cưỡng dâm, lũ người thú tính đó còn bắt những người cha nạn nhân hiếp con gái ruột của họ, và con trai hiếp mẹ ruột. Người dân Trung Hoa trong thời gian tăm tối ấy vô cùng bất hạnh. Nhiều nạn nhân bị chôn sống nửa người và bị chó săn xâu xé từ đầu tới ngực. Có kẻ bị quân xâm lược dùng móc sắt lớn móc vào lưỡi rồi treo ngược lên trần nhà như là một thí nghiệm của sự tra tấn. Những tội ác dã man, rừng rú khủng khiếp này đã bị giấu kín, bưng bít trong bao thập niên vì những quyền lợi và thủ đoạn chính trị của nhiều thế lực to lớn. Ký giả nào phanh phui ra là bị ám hại một cách tinh vi, khéo léo và êm thấm: tự tử vì bị áp lực não, sức ép tâm lý, sự hăm dọa triền miên.

Và năm 1945 bọn Nhật bạo tàn, nham hiểm đã phá hủy ruộng vườn miền Bắc Việt Nam để trồng cây kỹ nghệ phục vụ cho nhu cầu chiến tranh trong trục Phát xít Đức-Ý-Nhật mong làm bá chủ thế giới. Hậu quả là cả triệu người Việt Nam phải bị chết đói trong tháng ngày rét lạnh thương tâm, người người không có cơm ăn, có gia đình chết hết không còn một người sống sót. Kiệt sức chết trên giường trong khi chập chờn ngủ. Chết dưới đất. Chết ngoài đường. Chết thê lương, tội nghiệp, oán hờn không nhắm mắt.

Bọn thực dân Pháp tham lam vô bờ bến và bọn xâm lăng hung bạo Nhật Bản cùng với những yếu tố nghiệt ngã khác như hạn hán, sâu bọ, bom đạn chiến tranh hỗn loạn giữa năm phe, bảy phía đã tạo nên trận đói năm Ất Dậu 1945 khiến bao người dân miền Bắc chết oan uổng. Nhạc phẩm bi thảm, tuyệt vời "Con đò đưa xác" của nhạc sĩ Ngọc Bích qua tiếng hát buồn não nùng của Thanh Thúy vẽ lên phần nào thảm cảnh rùng rợn ấy.

"Gió thổi thì thầm, mưa bay lâm râm. Ai chở con đò trên dòng sông vắng. Ai khóc tỉ tê trên dòng trường giang. Đò sang ngang dưới trăng vàng. Gió thu hiu hắt nức lên từng cơn. Nặng nề một chiếc thuyền con. Âm thầm chở mấy vong hồn qua sông! Trăng lên, mây tan. Sao trăng đẹp thế này! Mà trên sông vắng, con đò cay đắng đưa xác người về đâu? Ô hô! Ô hô! con ơi mười mấy tuổi đầu, vì chưng đói rét, ngậm sầu thác oan!

....

Mang mang trong mây tan. Phiêu linh có một bóng ông già. Tay chèo, tay lái. Lòng buồn tê tái đem chôn đàn con. Chôn đi đâu? Chôn đi đâu đám thân tàn? Trôi về đâu? Con đò xác. Lấp vào đâu nỗi niềm thương?!"

Số người chết của Nhật trong vụ hai trái bom nguyên tử thả xuống Hiroshima và Nagasaki trong thượng tuần tháng tám 1945 chỉ bằng một phần tư so với số người dân Việt chết đói năm 1945.

Nhìn đâu Phương cũng chỉ thấy một màu đen buồn bã. Chính chàng cũng là người có tội. Phương đã lập luận theo kiểu "Cứu cánh biện minh cho phương tiện" để rồi ra tay xô đẩy gã đưa đò vô tội xuống biển, chiếm lấy chiếc xuồng máy trong mưu đồ vượt biển. Cũng chỉ vì nôn nóng, và quyết liệt thoát ra khỏi Việt Nam nhanh chóng nên Phương sử dụng mọi phương cách. Sự đối kháng với Cộng Sản của Phương đã vượt qua nhiều thứ bậc bình thường. Nó âm ỉ, nằm sẵn trong tiềm thức của người sinh viên từ một thuở nào xa xôi.

Trong dòng đời bé thơ, Phương đã có trực giác bén nhậy về người Cộng Sản. Phương mơ hồ cảm nhận rằng đó là lũ người thậm vô lý và độc ác. Vì thế Phương rất ngạc nhiên khi nhận thấy có nhiều người trí thức Việt Nam và ngoại quốc đỗ đạt cao trong mọi ngành nghề như khoa học, luật khoa, y khoa, kỹ thuật hay những kẻ thành công nổi tiếng trong văn chương, âm nhạc, báo chí, điện ảnh lại có những bài viết, những hành động cực kỳ quái gở, thơ ngây, ấu trĩ, ngu xuẩn, làm tay sai không tiền thù lao cho lũ Cộng Sản quỉ quyệt. Những kẻ trí thức bệnh hoạn đó đã gián tiếp gây tội ác mà không biết bởi họ chỉ có kiến thức trong ngành nghề của họ mà thôi. Và cũng có thể họ mắc một thứ bệnh tâm lý nào đó ngoại trừ lũ xảo trá, vô liêm sĩ, điển hình là ca, nhạc sĩ phản quốc, phục vụ cho Cộng Sản vì tiền, danh lợi cá nhân ..... Ngoài khả năng chuyên môn trong phạm vi nghề nghiệp mưu sinh, các giá trị tinh thần khác của những kẻ được gọi là trí thức ấy như óc sáng suốt, sự nhận định chính trị sâu sắc, triết lý sống, sự độc lập tư tưởng, khách quan, công bình, đạo đức chưa chắc đã bằng ai.

Cái trực giác lạ lùng, mãnh liệt về Cộng Sản của người sinh viên là một tài sản tinh thần quý giá. Đồng thời cũng chính nó là nguyên nhân quan trọng trong nhiều hành động của chàng. Sau ngày mất miền Nam thân yêu, Phương cảm thấy mình không còn sinh khí nữa. Chàng điên cuồng trong từng giọt máu luân lưu trong cơ thể. Có một hôm, khi đi gần tượng anh hùng kháng Pháp Nguyễn trung Trực ở ngay nhà lồng chợ Rạch Giá, Phương thấy một tên cán bộ Cộng Sản đang loay hoay chúi đầu sát vô dàn máy xe hơi đang bị hư nằm bên đường, thắt lưng phải đeo khẩu súng nhỏ. Phương rất muốn xông tới giết hắn rồi đoạt lấy khẩu súng. Nhưng chàng kịp thời tự ngăn mình lại. Phương kềm chế, ngăn lửa giận để quyết tâm, bằng mọi giá phải thoát khỏi Việt Nam, ra đi tìm cơ hội trở về tiêu diệt toàn bộ lũ Cộng Sản Việt Nam ngu ngốc, tham lam, và gian ác. Trong tâm thức cuồng nhiệt nóng bỏng ấy, chàng cho phép mình được làm những việc mà bình thường chàng không bao giờ chấp thuận. Phương vô cùng đau khổ khi phải ra tay, khi phải "vay nợ," khi phải làm những việc tội lỗi. Chàng cảm thấy bế tắc bao vây, dày đặc. Phương muốn nổ tung. Chàng ao ước có cơ hội phóng đạn long trời lở đất hủy diệt lũ Việt Cộng chuyên chính bán nước, hại dân ở Hà Nội, Sài Gòn.

Ngày sau đó Phương không còn gì để bán. Chàng lục túi áo sơ mi của Tùng lấy được hơn trăm bạc, và rút cây viết Pilot bỏ túi sau khi hắn treo tạm cái áo trong phòng làm việc. Phương cảm thấy hổ thẹn vì việc lấy trộm này. Rồi chàng nói với chính mình rằng "hắn làm tay sai cho giặc tràn vào cướp miền Nam, vơ vét tài sản của lương dân, mình có lấy của hắn chút ít cho qua cơn ngặt nghèo này cũng không sao. Vả lại gia đình hắn còn mang nợ gia đình mình một số tiền rất lớn."

Phương đến tạm ngụ ở nhà bà Thiêm, một người có lòng nhân ái, đã giúp đỡ chàng rất nhiều.

Trước ngày Mỹ giao miền Nam cho Nga Xô, và Trung Cộng chàng ở trọ ngôi nhà này trong suốt mấy năm học. Căn gác nhỏ này ngày xưa vui tươi, nhộn nhịp bao nhiêu thì bây giờ đìu hiu, vắng vẻ bấy nhiêu. Gần mười chàng sinh viên nghỉ học về quê nhà tìm đường thoát thân. Nhìn mấy căn phòng vắng lặng, Phương nghe lòng buồn rười rượi. Đời sống sinh viên nghèo ở tỉnh lên Sài Gòn trọ học có biết bao kỷ niệm vui buồn. Phương nhớ có lần chàng và hai người bạn cũng là dân Rạch Giá ăn vài củ khoai mì thay cơm trong suốt hai ngày dài thăm thẳm. Ba đứa nằm dài, nhìn nhau cười méo mó. Ông thầy dạy lớp Pháp văn hè từ Rạch Giá lên Sài Gòn thăm bồ xưa nhắn lời mời đến tất cả học trò ra tiệm Thanh Thế uống cà phê. Phương và hai thằng bạn muốn đi cho vui nhưng không được vì chẳng có một đồng đi xe buýt, và cũng không có sức khỏe để đi vì người đói lả.

Qua ngày thứ ba thì Phương phải ráng sức lội bộ đến trường rồi thu hết can đảm hỏi mượn tiền cô bạn học xinh xắn. Cô bạn ân cần, thân ái mở xách tay trao cho Phương tờ giấy năm trăm tình nghĩa. Người thanh niên nghèo đói cảm động ngút ngàn.

Phương đến quán cơm Xã hội Quân đội nằm trên góc đường Trần quốc Toản - Lê văn Duyệt mua vé cơm cho cả ba người rồi đi nhanh về nhà báo tin vui cho hai thằng bạn thân. Cả bọn leo lên xe buýt ra quán cơm Quân đội. Ăn xong ba người ra đầu đường uống nước mía, chuyện trò vui vẻ. Một thằng chỉ tấm bảng quảng cáo nói "Gởi xe đạp chỉ có năm đồng, rẻ quá, về lấy xe đem vô đó gởi tụi mày." Cả bọn cười vang. Đời bỗng dưng đẹp làm sao khi cái bụng no đầy. Năm trăm đồng thân ái của cô bạn học, con một sĩ quan ưu tú trong quân đội Việt Nam Cộng Hòa, chan chứa tình bạn cao đẹp trong thời thanh xuân dưới mái trường Đại học của miền Nam đáng yêu, đáng quý.

Phương nhớ có một đêm, khoảng hơn mười giờ, chàng ngồi ủ rũ trên giường mắt đờ đẫn, người nóng và tứ chi đau nhức. Chàng bị bệnh đã hai ngày. Những con vi trùng cảm đang hoành hành khiến Phương uể oải và tinh thần xuống dốc. Chàng nhớ Lam-Anh thật nhiều và ước mong có nàng bên cạnh săn sóc cho mình. Không còn gì nữa. Hai người đã đoạn tuyệt. Những lá thư qua lại, những lần ngồi cạnh nhau ở Đại học Văn khoa, những lần nàng lên Sài Gòn tìm Phương mà không bao giờ gặp. Bao hình ảnh quá khứ liên tục hiện ra trong tâm khảm Phương như những đoạn phim rời rạc nhưng thật sống động. Chàng thở dài buồn bã.

Có tiếng chân đi lên cầu thang. Phương không quan tâm bởi chàng nghĩ là một người bạn trọ học nào đó mới trở về. Bỗng có tiếng con gái hỏi rất nhẹ nhàng:

- Anh Phương đó phải không?

Một chút ngạc nhiên, Phương đáp:

- Có tôi đây.

Người con gái xuất hiện với nét mặt lo âu:

- Em nghe nói anh bị bệnh nên đến đây thăm anh.

Nở nụ cười gượng gạo, Phương nói:

- Ồ Lài đó à? Cám ơn Lài nghe. Anh bệnh vài ngày rồi hết, không có gì đâu.

Giọng nghiêm trang Lài phản đối:

- Không được. Coi anh xanh xao, hốc hác như vầy có vẻ nặng lắm đó. Để em cạo gió cho anh.

Phương thoái thác:

- Không cần đâu Lài ơi.

- Thôi, anh đừng nói nữa. Vén áo lên để em cạo cho. Anh chờ một chút, em đi lấy chai dầu nóng và cây muỗng.

Nói xong Lài bước nhanh xuống cầu thang. Còn lại một mình, chàng trai rất đỗi ngạc nhiên và cảm động vô cùng. Chuyện Phương bệnh chỉ có vài người bạn ở chung biết, tại sao Lài lại hay tin? Vả lại chàng cũng ít khi gặp và nói chuyện với cô nàng. Nhà Lài ở cách nhà Phương đang ở trọ khoảng mười căn trong khu Cư xá Đô thành nằm trên đường Phan thanh Giản. Lài học lớp mười và Phương đang học Đại học năm thứ nhất. Vóc dáng cao, khuôn mặt trắng, giọng nói trong, êm dịu, Lài trông dễ nhìn và có nét hiền ngoan. Thỉnh thoảng Phương gặp Lài trên con đường dẫn ra cổng Cư xá và Lài chào Phương rất lễ phép. Hai người chưa bao giờ ngồi nói chuyện riêng. Chỉ vài câu xã giao trong tình lối xóm thôi. Tối nay cô láng giềng đột ngột đến thăm rồi sốt sắng tình nguyện chăm sóc khiến Phương cảm thấy ấm lòng, an ủi thật nhiều.

Lài trở lên và khởi đầu cạo gió cho Phương. Quì thẳng trên giường, bàn tay Lài kéo chiếc muỗng lên xuống nhịp nhàng vừa đủ mạnh để làm vỡ toang những hồng huyết cầu trên lưng chàng. Xong phần lưng, Lài xoa dầu vào mũi và hai bên thái dương của Phương rồi dùng hai ngón tay cái ấn khá mạnh vào hai huyệt sau đuôi mắt. Những động tác thành thạo với lòng chăm sóc chân thành của Lài khiến Phương cứ ngỡ đây là giấc mơ. Dù có sự hiện diện của Lài với lòng nhiệt tâm lo lắng, Phương vẫn nhớ nhung Lam-Anh. Phương cảm thấy mình thật là bất công, nhưng chàng không thể có tâm cảm nào khác được. Miên man nghĩ và nhớ về Lam-Anh, nên Phương không nghe Lài nói gì. Lài vỗ nhẹ lên đầu gối Phương hỏi:

- Anh đang nghĩ gì vậy mà không nghe em nói?

Phương vội đáp:

- Ồ, đang nghĩ đủ thứ chuyện. Lài nói gì?

- Em hỏi là anh đã ăn gì chưa.

- Anh có ăn chút cháo cách đây khoảng hai tiếng đồng hồ. Bây giờ vẫn chưa thấy đói.

- Để em về nhà pha chút sữa đem qua cho anh.

Phương quyết liệt phản đối:

- Không cần đâu Lài. Cạo gió như vầy được rồi, anh sẽ hết bệnh liền mà.

Nghe Phương nói như vậy, Lài cũng không dám nài ép thêm.

- Anh đưa ngực để em cạo phía trước.

Ngày xưa khi còn nhỏ, mỗi lần bệnh Phương đều bị mẹ bắt cởi áo ra cạo gió. Đau lắm, nhưng sau đó thì khỏi bệnh rất nhanh. Bài vở ở trường còn thật nhiều, Phương cần hết bệnh mau lẹ nên chàng nghe theo Lài cởi bỏ luôn chiếc áo để Lài dễ dàng cạo trước ngực, cổ và hai vai. Lài chịu khó cạo rất sâu và mạnh nên nàng khá mệt, hơi thở thoảng nhẹ trên lưng, trên cổ Phương. Hai người không nói gì với nhau ngoài mấy câu cần thiết. Phương nhủ lòng là sẽ không bao giờ quên tấm lòng nhân ái hiếm có của người con gái hồn nhiên, thánh thiện, dễ thương này.

Sau hơn hai mươi phút cạo gió, nửa phần thân thể phía trên của Phương hiện đầy những đường bầm đỏ đậm. Lài đưa ngón tay chấm lên chai dầu gió xanh lấy chút dầu rồi dịu dàng xoa lên mũi Phương. Thiếu nữ săn sóc cho chàng không khác gì vợ lo cho chồng. Phương ngồi yên để cho cô hàng xóm hiền tâm giúp chàng hết bệnh và không hề có một ý tưởng kém thanh tao nào trong đầu.

Phương êm giọng nói:

- Cám ơn Lài nhiều lắm! Anh không biết có cơ hội nào để làm điều gì đó giúp cho Lài hay không.

Lài thỏ thẻ:

- Anh ở xa lên đây học lẻ loi một mình, không có ai giúp trong lúc bệnh hoạn. Em cạo gió cho anh một chút đâu có gì to lớn mà anh để ý.

Nói xong Lài nhoài người vào trong một góc giường lôi ra chiếc mùng và đứng dậy giăng lên thẳng tắp cho chàng. Lài vén một cánh mùng phủ choàng qua người Phương như chiếc lưới to bao con cá vào trong, và ngực nàng chạm nhẹ lên một bên vai của Phương. Hai người cùng ở chung trong mùng. Nhanh nhẹn, khéo léo, Lài tấn mùng bốn phía cẩn thận, đặt gối ngay ngắn cho Phương rồi nói nhỏ:

- Anh Phương nằm xuống nghỉ đi.

Phương chậm chạp nhích tới gần cái gối rồi uể oải nằm xuống.

Vừa vén mùng bò ra ngoài Lài vừa nói:

- Anh Phương ngủ ngon nha!

Phương xúc động, dịu dàng nói:

- Anh rất cám ơn Lài.

Phương ôm gối, chìm vào giấc ngủ trong hạnh phúc tràn lan.

Bà Thiêm góa chồng, tần tảo mua gánh bán bưng nuôi đứa con trai duy nhất, và dành dụm tiền mua được căn nhà trong khu Cư xá Đô thành. Sau đó bà cho sinh viên từ các tỉnh lên Sài Gòn trọ học thuê với giá rẻ cho nên số sinh viên đến xin ở trọ ngày càng đông. Hầu hết những thanh niên đến mướn phòng của bà Thiêm đều là dân Rạch Giá. Phương là một.

Con trai duy nhất của bà rất hiền nên thường bị vợ ăn hiếp. Chẳng những ăn hiếp chồng, cô ta còn hỗn hào với bà Thiêm nữa. Tình cờ chứng kiến cảnh tượng đó, Phương lắc đầu ngao ngán và cảm thấy rất thương bà. Do đó chàng thường nói chuyện, hỏi han bà bằng giọng nói dịu dàng với tấm lòng chân thật. Theo thời gian bà cũng rất thương mến Phương. Có những tháng gia đình từ Rạch Giá gởi tiền lên không đủ, Phương đành phải xin bà cho thiếu rồi sau đó ngoài giờ học chàng ra Tòa án Gia Định viết đơn mướn, kiếm tiền trả cho bà. Trong một thời điểm túng quẫn quá, Phương phải dọn đến ở nhà một người bạn. Anh chàng này rất quí mến Phương nên xin phép cha mẹ chấp thuận cho Phương đến ăn nhờ, ở đậu mà không lấy tiền. Chàng cảm thấy vui vì anh bạn này cần có một người bạn học ở chung nhà cho đỡ hiu quạnh. Đó là một gia đình công chức người Bắc khá giả, nề nếp, quy củ. Ở đó được ba tuần thì Phương không chịu nổi sự gò bó khuôn khổ nên dọn trở lại nhà bà Thiêm. Bà không thắc mắc. Tuy Phương không hề nói cho bà biết lý do chàng dọn đi, nhưng bà Thiêm hiểu rất tường tận. Bởi vậy một hôm bà bảo Phương đến gần rồi bà nói nhỏ:

- Tôi cho cậu ở không lấy tiền, nhưng cậu đừng cho con dâu tôi biết, nó dữ lắm.

Phương ngỡ ngàng xúc động:

- Cháu cám ơn bà nhiều lắm.

Bà nói tiếp:

- Thấy cậu thiếu thốn quá tôi lấy tiền không đành.

Phương xúc động vô cùng thầm nhủ rằng mình đã may mắn gặp được "phiếu mẫu" như Hàn Tín ngày xưa gặp bà phiếu mẫu - người giặt vải thuê - cho cơm ăn.

Trong xóm có người nấu cơm tháng nhưng Phương chỉ dùng được vài tháng rồi ngưng vì không đủ tiền. Bữa đói, bữa no. Giá một dĩa cơm thịt nướng thơm phức, đầy đủ bổ dưỡng là hai trăm đồng. Trong túi chỉ còn vỏn vẹn có mấy chục, không mua được gì cả, Phương đi ra ngôi chùa đối diện cổng Cư xá ăn trưa chỉ tốn ba mươi đồng. Chùa nhận được rau cải héo úa từ các tiệm rau cải bán ế rồi nấu một nồi lớn cho những người đạp xích lô và một vài sinh viên nghèo như Phương đến ăn cầm hơi. Hai chén cơm gạo đỏ với tô canh cải héo không thấm tháp gì với sức thanh niên đang đi học. Phương đành phải chịu thôi.

Vài tháng sau, bà Thiêm cho mọi người biết là bà sẽ nấu cơm tháng để các sinh viên ở trọ khỏi phải đi chỗ khác dùng bữa rất bất tiện nhất là những khi trời mưa. Phương thoáng ngạc nhiên, nhưng không để ý đến việc nấu cơm của bà Thiêm. Chàng vẫn ra chùa ăn, đôi khi đến quán cơm Xã hội Quân đội ở đường Trần quốc Toản, giá chỉ có bảy chục, ngon và bổ hơn là ăn ở chùa. Người sinh viên nghèo nàn quanh đi quẩn lại bấy nhiêu đó.

Một hôm bà Thiêm nói với Phương:

- Cậu cứ vô ngồi ăn chung với mấy cậu kia đi. Tôi có nấu thêm cơm.

Phương cảm thấy không ổn, từ chối:

- Cám ơn bà, nhưng như vậy sẽ không đủ cho những người đó.

Bà Thiêm giải thích:

- Cậu cứ yên tâm, ngày nào cũng dư một chút đồ ăn. Tôi sẽ làm thêm một ít rau cải nữa là sẽ đầy đủ cho mọi người. Bắt đầu chiều nay tôi sẽ nói là cậu đóng tiền cơm tháng và cậu cũng là khách ngang hàng với mấy cậu kia.

Phương cảm động muốn khóc rồi từ giã bà Thiêm để đi đến trường.

Có vài buổi sáng, khi thức dậy, Phương đã thấy gói xôi thật ngon để trên bàn của Phương. Chàng nghẹn ngào xúc động biết đó là quà thân thiết của bà "phiếu mẫu."

Phía trước của tầng trên nhà bà Thiêm không có vách nên thường có những ngọn gió vi vu nhẹ nhàng thổi qua. Mỗi tối, ngồi dưới ánh đèn, đầu đội nón Phương thường đọc sách đến khuya trong khi đám bạn khá giả đi xem xi nê hay ngồi quán cà phê. Đêm nào cũng thấy Phương yên lặng đọc sách với chiếc nón trên đầu, tụi bạn ở chung cho rằng Phương khùng. Họ nghĩ là buổi tối không có nắng tại sao đội nón. Phương chẳng thèm đếm xỉa gì đến những ý nghĩ nông cạn của tụi bạn ở trọ.

Ngôi nhà bé nhỏ nghèo nàn này đã cưu mang Phương trong tháng ngày dài vất vả đèn sách. Giờ đây bạn bè vắng bóng, chỉ có mỗi mình chàng với tương lai đen ngòm trước mặt. Kỷ niệm êm đềm trở về trong ký ức khiến chàng buồn bã thở dài.

Có một đêm, mưa gió bão bùng, Phương cảm thấy lạnh cả hồn lẫn xác, lòng u uất cô đơn, cảm xúc não nề bao phủ nên chàng thả trôi tâm tư mình lên trang giấy:

Đêm nay phố vắng mưa nhiều quá!
Sấm chớp rền vang gió lạnh lùng
Co ro khắc khoải hồn băng giá
Đời có gì đâu buồn mông lung!

Phương ráng chờ qua đám cưới của Tùng, hắn sẽ tìm cho chàng một việc làm gì đó. Chàng cố gắng ăn uống dè sẻn cho đến ngày nhận việc với số tiền hai ngàn đồng nhờ bán cây viết Pilot.

Đang nằm đọc quyển sách dịch "Người lữ hành cô độc" của Constantin Virgil Gheorghiu, Phương nghe bà Thiêm gọi:

- Cậu ơi, có thơ cậu nè.

Phương hơi ngạc nhiên tự hỏi "Người nào gởi thư cho mình đây?"

Đón lá thư trên tay bà Thiêm, Phương biết là của thằng em từ Rạch Giá gởi lên.

Chương 14

Dì ruột của Bá gọi:

- Bá, có ai kiếm cháu nè.

Bá vội bước ra, trông thấy Lực, người bạn ngày xưa học chung năm Đệ tứ, vui mừng nói:

- Trời, mày đó hả Lực? Gần chục năm rồi không gặp mày.

Lực cười to:

- Mày trốn ở đâu mà tao không thấy?

Hai người bắt tay thân ái. Bá trả lời bạn:

- Tao nằm trong một Chi đội Thiết giáp M-113 trấn đóng trên quốc lộ 4 gần Sài Gòn. Còn mày?

Dì của Bá mời khách:

- Cháu ngồi chơi, để dì lấy nước.

Lực ngồi xuống ghế, đưa tay lau mồ hôi trán, chậm rãi đáp:

- Tao ở trong Sư đoàn 18 bộ binh, thuộc Lực lượng Đặc nhiệm Trung đoàn 52.

Bá nôn nóng hỏi:

- Có phải trong hai tuần đầu tháng tư mày bị tụi nó dùng trò biển người hèn hạ áp đảo?

- Đúng vậy. Tụi nó chẳng tài cán gì cả. Chỉ bắt lính 15, 16 tuổi đi chết thí mạng. Cộng Sản Bắc Việt vây tụi tao với tỉ lệ 20 trên 1.
- Chúng nó nướng quân giỏi hơn mình nướng khô mực cả ngàn lần.

Nói xong Bá cười khinh miệt và nói tiếp:
- Bữa nay tao với mày uống một bữa cho đã nghe. Chờ tao một chút.

Người lính thiết giáp bước vô trong, rồi mang ra hai cái ly và một lít rượu đế.
- Bây giờ làm sao mà có khô mực nhậu. Thôi mình nhai đậu phọng da cá tạm đi nghe.

Lực cười:
- Đậu phọng da cá đủ bắt miệng rồi.

Bá rót rượu ra hai ly, nói:
- "Dô", "dô" đi Lực.

Đôi bạn lính uống rượu trắng Việt Nam và nói chuyện ồn ào thật vui.

Bà dì của Bá nhắc khẽ hai người thanh niên:
- Nói nho nhỏ một chút. Tụi 30 tháng 4 chỗ nào cũng có.

Lực trầm giọng kể cho bạn:
- Lực lượng Đặc nhiệm 52 của tụi tao có nhiệm vụ cản đường tiến quân của hàng chục Sư đoàn địch. Khởi đầu một Trung đoàn Cộng Sản Bắc Việt tấn công vào đồn Địa phương quân ở cầu La Ngà thuộc Chi khu Định Quán, tỉnh Long Khánh. Cầu La Ngà cách ngã ba Dầu Giây 29 cây số về hướng bắc được một Tiểu đoàn trừ bị và một Chi đội Thiết vận xa M-113 bảo vệ. Chúng pháo kích

suốt đêm rồi tấn công biển người. Cầu La Ngà bị thất thủ, quân ta phải rút về Túc Trưng tái phối trí. Tụi tao quần thảo với tụi nó liên tiếp hai tuần lễ. Và trận kinh hồn nhất diễn ra gần con suối có cái tên khá thơ mộng là Gia Nhan, uốn éo quanh một ấp nhỏ mang tên vị anh hùng Nguyễn thái Học. Vùng này hoang vu nên cỏ cây rậm rạp bao bọc hai bên con suối, vô tình tiếp tay cho kẻ thù len lỏi để tập kích. Phía trên là ngọn đồi mang tên Móng Ngựa giống như địa hình chung quanh.

Giữa tháng 4 năm 1975 trong suốt hơn sáu mươi phút Tiểu đoàn 3 đã hứng chịu trận mưa pháo của Cộng Sản Bắc Việt. Hàng ngàn trái nổ đủ loại như đại pháo 130 ly, hỏa tiễn 122 ly, súng cối 82 ly vùi dập một diện tích non 4 cây số. Trận mưa bão nổ vừa dứt thì Trung đoàn 95 thuộc Sư đoàn 325 của Bắc Việt ào ạt tấn công biển người. Từng lớp Cộng quân bị bắn gục trước những tay súng gan lì của quân lực Việt Nam Cộng Hòa. Chúng lại đẩy hàng trăm con chốt thí mạng khác tiến lên. Hàng trăm tên ngã gục, rồi hàng trăm người máy có da thịt khác lại tiến lên theo làn sóng điên rồ vô tri giác của một loài ác quỷ. Với quân số chênh lệch 20 lần, đồi Móng Ngựa bị thất thủ sau bốn giờ tử chiến. Những Đại đội trưởng anh hùng lẫm liệt của Tiểu đoàn 3/52 đã liên tục yêu cầu pháo binh và phi cơ bạn trút xuống tất cả những viên đạn pháo, những quả bom lên đầu họ để tiêu diệt Cộng Sản vì đồi Móng Ngựa đã bị quân thù tràn ngập.

Những sĩ quan kiêu hùng cao cả ấy đã chọn cái chết oanh liệt cho non sông.

Lực ngừng lại, cầm ly rượu lên hớp một ngụm rồi nói tiếp:

- Để toàn bộ lực lượng Trung đoàn 52 khỏi bị tiêu diệt, tụi tao mở đường máu thoát về ấp Bàu Hàm cách ngã ba Dầu Giây bảy cây số. Dẫn đầu là ba chiến xa M-41, kèm hai bên là những thiết vận xa M-113. Tụi tao dồn hết hỏa lực hùng hậu với đại bác 76 ly bắn trực xạ, hàng chục khẩu đại liên cùng với hàng trăm cây súng phóng lựu M-79 đồng loạt nhả đạn trong lúc xe tăng cán nát các hầm hố của địch khiến chúng không thể nào phản công nổi. Sau hơn sáu mươi phút giao tranh dữ dội, tụi tao thoát khỏi vòng vây và liên lạc được với Chi đoàn 1/18 Thiết ky ở gần ấp Bàu Hàm. Chúng ta đã gánh vác những trách nhiệm vượt quá khả năng nhân lực và vũ khí. Nếu một đánh một thì chắc chắn chúng ta đã chiến thắng vẻ vang. Đáng tiếc chúng ta là những dũng sĩ bị bỏ rơi, bị bán đứng, đổi chác bằng một giá quá rẻ.

Chương 15

"Anh Phương thân mến,

Anh Nhân bị tụi Công an bắt mấy bữa nay vì bạn anh Nhân đánh một thằng Công an tỉnh. Chúng nó trói anh Nhân lại rồi đánh hội đồng. Tui biết có một thằng đang ở khách sạn Kiên Mỹ. Tui sẽ dẫn gái cho nó chơi rồi hạ nó. Anh thấy được không?
Thắng."

Phương suy nghĩ giây lát rồi ngồi vào bàn viết:

"Thắng, mày đừng nóng nảy hành động, sợ không yên với tụi nó rồi làm khổ má. Mày chỉ cần biết tên và nhớ mặt nó thôi. Để đó sau này tao tính.
Phương."

Qua ngày hôm sau, Phương lại được thư của Thắng.

"Tụi nó giam anh Nhân mười ngày rồi thả. Bây giờ anh

Nhân đang ở nhà. Má, anh hai, anh ba gom tiền lại lo thuốc cho ảnh, nhưng chỉ có mười ngàn không thấm vào đâu. Ảnh bị đánh nặng lắm, sau này giảm thọ.

Thắng."

Đọc thư xong, Phương nghe phẫn uất dâng đầy cổ họng. Chàng đi tới đi lui buồn bực, nghĩ ngợi "Phải làm sao kiếm tiền gởi về nhà ngay mới được. Ở nhà đang chạy cơm từng bữa làm sao có tiền lo thuốc thang cho thằng Nhân. Vấn đề thù oán tính sau, bây giờ phải lo trị bệnh cho nó trước đã. Mình không có tiền ăn mỗi ngày làm sao mà có mấy chục ngàn gởi về được. Không thể nào ngồi yên. Nhưng làm sao mà kiếm ra số tiền lớn đó? Chỉ có cách đi tắt, làm ngang thôi. Giải quyết thế nào đây? Hay là lấy chiếc Honda của thằng Tùng đem bán? Không. Không thể làm như vậy được. Mình không phải là phường trộm cướp. Như vậy thì bỏ mặc thằng Nhân à? Không, không được. Phải phụ giúp gia đình mua thuốc cho nó. Bằng cách thức nào? Lấy chiếc Honda ư? Đâu có sao, không còn cách nào khác nữa. Nó là Việt Cộng. Xe đó đâu phải của nó. Chúng nó cướp giựt của dân, mình lấy, chạy thuốc cho thằng em bị tụi nó đánh. Thế là huề. Không có gì phải thắc mắc."

Tuy lập luận như vậy, Phương phải suy đi, nghĩ lại suốt ba đêm thiếu ngủ. Sau cùng Phương quyết định lo phụ giúp gia đình trị bệnh cho thằng em.

Phương đến văn phòng Tùng, hỏi mượn xe đi thăm thằng bạn không thuận đường xe buýt. Tùng từ chối bởi vì xe này không có thể đăng bộ, người khác đi không được. Phương thản nhiên chờ cơ hội khác.

Trưa đó, Tùng chở Phương về nhà vợ ăn cơm. Đến nhà, Phương làm bộ quên mua thuốc hút, hỏi mượn xe chạy trở ra đầu đường kiếm bao thuốc lá. Tùng tin lời, đưa xe. Phương phóng xe một mạch ra khu vực Phù đổng Thiên vương gạ bán. Chẳng ai dám mua. Phương lái vội tới một tiệm sửa xe gần Cư xá Đô thành mướn thợ rã ra từng bộ phận rời rồi kêu xích lô chở về nhà bà Thiêm. Phương tắm cho khỏe rồi đi bộ ra đường Lý thái Tổ dọ bán từng món riêng lẻ. Không có kết quả như ý, Phương trở về nhà. Tới nhà, chưa kịp thay áo thì Công an phường đến hỏi giấy tờ và mời về phường. Phương vô cùng ngạc nhiên không hiểu tại sao sự việc đổ bể nhanh chóng như thế này. Chàng soát lại trong đầu xem có làm điều gì hớ hênh khiến cho bại lộ, nhưng không thấy một chi tiết khinh suất nào cả. Phương suy đoán rằng do một người nào đó rất thân cận với chàng, nhưng không phải là bà Thiêm, đã vô tình hay cố ý hại chàng. Phương bình thản đi theo mấy tên Công an, nhủ thầm "Bỉ vận đã tới."

Đêm đó trong phòng giam chỉ có Phương và một thằng bé. Nó bị giam vì can tội đánh lộn. Chỉ còn hai đêm nữa là lễ Giáng sinh. Phòng giam đầy hơi lạnh và muỗi. Nền xi măng buốt giá. Chàng chỉ còn hai điếu thuốc, hút cầm hơi cho đỡ lạnh. Phương không thể nằm được vì nền xi mạnh lạnh như nước đá, đành ngồi rút đầu gối lên ngực, dựa vào tường mơ màng ngủ. Nghĩ đến tương lai mịt mù, ảm đạm Phương có ý nghĩ xé áo làm dây thắt cổ tự tử để khỏi phải sống dưới chế độ hà khắc, bần cùng của Cộng Sản. Phương thầm nghĩ "Chết không có gì đáng sợ. Chỉ tội nghiệp bà mẹ, sẽ phải khổ biết chừng nào, mình chưa báo hiếu được một ngày, làm sao mà chết được?! Không. Phải can đảm sống. Dù đêm dài cách mấy phải có bình minh." Phương thiếp vào giấc ngủ nhọc nhằn vì gió lạnh và bầy muỗi đói.

Hôm sau Tùng đến. Hắn cùng bọn Công an phường đưa chàng về nhà bà Thiêm để lấy các bộ phận xe giống như chúng đã lấy cả miền Nam với hàng vạn tấn vật liệu để xây dựng nhà tù kiên cố đày ải những chiến sĩ của quân lực Việt Nam Cộng Hòa.

Qua ngày hôm sau, Công an phường giải giao Phương lên quận ba. Phương và tên Việt Cộng cùng đi bộ. Nó đi sau, mũi súng lăm lăm chĩa vào lưng Phương. Chàng có ý nghĩ vùng chạy thoát thân, nhưng nghe ớn lạnh sau gáy, không biết bao nhiêu đầu đạn sẽ ghim vào người.

Đến Ty Công an quận ba Phương được mở còng và ngồi chờ làm thủ tục. Thấy tên Công an cận thị đang bận rộn với đống giấy tờ ngổn ngang không để ý gì tới mình, Phương làm tỉnh khoan thai bước ra cửa rồi đi thẳng tới cổng chính một cách bình thản, tự nhiên. Qua khỏi cổng, tới đường lộ, Phương khấp khởi mừng thầm. Mới được vài bước, Phương nghe có tiếng la lớn từ bên trong, chàng bèn phóng chạy rất nhanh. Đến ngã tư Lê văn Duyệt - Phan thanh Giản, Phương xui rủi bị một tên Cảnh sát lưu thông rút súng chặn lại. Nhìn cây súng ngắn K-54 đen ngòm sẵn sàng nhả đạn của hắn Phương đành thúc thủ. Cơ hội ngàn năm một lần đã tiêu tan như vận nước đã tiêu tan. Tương lai của Phương tăm tối như tương lai cả miền Nam thân yêu đã bị đồng minh Hoa Kỳ phản bội, đẩy vào khu tội ác Harlem của New York.

Chương 16

𝒫hòng giam chật chội. Góc phòng có một thùng đựng nước tiểu. Hầu hết đều là bọn trộm cắp, lường gạt, nghiện ma túy. Phương nghe xót xa, buồn nản khi nghĩ rằng mình đã bị xếp chung hạng với bọn ấy. Chàng lặng lẽ tìm một góc ngồi im lặng, ôn lại quá khứ, băn khoăn tương lai.

Vài hôm sau, Phương rất ngạc nhiên khi nhận được quà tiếp tế của Cầm, và quần áo của mẹ chàng gởi vào. Quá xúc động trước tình cảm nồng nàn của Cầm, và tình thương bao la của mẹ Phương nghẹn ngào cắn răng chịu đựng nỗi khổ đau cùng cực trong tâm hồn.

Một đêm, khoảng hai giờ sáng, tên Công an đưa vào phòng một thanh niên chững chạc có vẻ trí thức. Phương đến hỏi chuyện:

- Sao anh bị bắt vậy?

Người thanh niên im lặng không đáp, vẻ mặt buồn buồn. Hiểu nỗi lòng u uất của anh ta nên Phương tôn trọng không quấy rầy, lẳng lặng trở về chỗ ngồi.

Khoảng nửa giờ sau, thêm một thanh niên khác bị đưa vào. Hai người sững sờ đối diện, họ quen biết nhau.

Thanh niên vô sau lên tiếng:

- Anh Luân, anh cũng bị bắt sao?

Thanh niên thứ nhất bàng hoàng giây phút rồi nói:

- Mình bị phản rồi.

Đêm đó hai người nói chuyện đến gần sáng. Phương nằm yên lắng nghe được biết rằng thanh niên bị bắt trước là một chiến sĩ Phục quốc với quân hàm Thiếu úy, người vào sau là Trung sĩ. Họ chưa hoạt động gì cả thì bị sa cơ. Cả một danh sách bị tiết lộ. Công an Cộng Sản chỉ việc đi lùng từng người theo địa chỉ ghi trên danh sách. Tuy bị bắt, họ vẫn giữ thái độ lạc quan, tin rằng trễ lắm là Tết năm 1976 sẽ có đại biến và phần thắng sẽ về phe Phục quốc quân. Phương thầm mong điều đó xảy ra.

Phương ở trại giam quận ba được hai tuần lễ thì có tên trong danh sách đi "học tập." Chàng không cảm thấy lo sợ, nghĩ rằng sẽ được thong thả ngồi nghe cán bộ "lên lớp" chính trị. Như thế khỏi phải sống nơi chật hẹp, tù túng thiếu vệ sinh này.

Đêm ấy tất cả bị còng từng đôi một, lần lượt leo lên chiếc xe hàng bít bùng. Khoảng bảy mươi người bị nêm cứng trong xe, kẻ ngồi, người đứng. Ai nấy đều có vẻ thích thú vì được trông thấy phố xá lần cuối cùng, tương lai thế nào cũng được.

Một đoàn chừng mười chiếc xe hàng nối đuôi nhau chạy ra xa lộ Biên Hòa. Mỗi chiếc xe có hai tên Công an canh giữ. Miếng cửa lưới sau xe được cài chốt cẩn thận. Mấy chiếc xe Jeep chạy phía sau sẵn sàng nhả đạn nếu có kẻ nào liều mạng nhảy xuống. Chuyện tẩu thoát không thể nào thực hiện được.

Không có bữa cơm chiều nên Phương cảm thấy đói dữ dội. Trên xe nhung nhúc đám tù đứng ngồi chen kẽ. Vài thanh niên đã từng vào tù ra khám, biết rõ cách mở còng, đã mở cho nhau, thoải mái hơn là phải dính với người bạn tù của mình.

Đoàn xe lầm lủi chạy. Trời bỗng đổ mưa, bên ngoài tối đen. Gió thổi ù ù, mưa tuôn ào ạt. Những người khốn khổ nghiêng qua, ngã lại trong cảnh ấm áp chênh vênh nghiệt ngã trên đoạn đường lồi lõm vùng Hố Nai. Mưa đêm như than khóc cho số phận các người tù tội đang tiến đến một tương lai ảm đạm.

Vân, một thanh niên miền Trung cất tiếng hát buồn tỉ tê.

Một gã tù đứng kế bên gắt:

- Có im đi không hả nẫu?

Vân đáp:

- Ơ hay, tôi hát miệng tôi chứ lại. Việc gì anh cấm tôi hát chứ?

Gã thanh niên:

- Mà Đ. mẹ, tao cấm mày đó. Cự hả, ông đập bể mặt nghe con.

Nói xong hắn xấn tới. Một người can:

- Thôi đi, cán bộ dòm kìa.

Tên Công an lên tiếng:

- Gì đó? Có im không nào? Tao bắn vỡ óc cả lũ bây giờ.

Tiếng thằng Vân cầu nhàu:

- Anh em tù tội với nhau mà ăn hiếp hả? Có ngon tới chỗ tính sau.

Gã thanh niên:

- Ừ mày nhớ đó. Ông dậm mày chết mẹ.

Tên Công an quát:

- Tiên sư cha chúng mày muốn chết hả?

Nói xong hắn lên đạn rắc rắc. Cả bọn nín khe.

Trời đã bớt mưa. Đường trơn ướt nên xe phải chạy chậm lại. Phương cố nhìn ra ngoài để định vị trí. Xe đang lên đồi chầm chậm. Phương chăm chú nhìn hai bên đường, toàn là rừng cao su. Nhờ ánh đèn chiếc xe phía sau Phương đọc được tấm bảng bên lề đường: Đèo Mẹ bồng Con. Thế là sắp đến tỉnh Long Khánh. Đoạn đường này đối với chàng không xa lạ gì. Long Khánh, Xuân Lộc. Cái tên êm đềm dễ thương làm sao. Địa danh này đã in sâu đậm vào ký ức chàng. Long Khánh có người con gái đẹp tên Lam-Anh. Phương đã tặng nàng tiên hiệu là Ngọc Chân, Lam-Anh Ngọc Chân.

Đèo Mẹ bồng Con. Long Khánh.

Giòng suối quá khứ cuồn cuộn chảy về.

Tháng tám năm 1971, bộ Giáo dục tổ chức một trại hè dành riêng cho những học sinh xuất sắc vùng ba và vùng bốn chiến thuật. Địa điểm là Trung tâm huấn luyện cán bộ Xây dựng nông thôn Chí Linh nơi có đồi Hồng Lĩnh, có bãi biển Thùy Vân cát trắng thật đẹp. Phương gặp Lam-Anh trong một buổi tắm biển. Nàng có một nét đẹp thật quyến rũ, vành mi cong tự nhiên, mái tóc đen óng ả, dài quá vai, đôi môi hồng, đầy đặn với nét khêu gợi duyên dáng. Giọng nói của nàng thật trong và nhiều âm điệu. Khi lảnh lót, lúc êm đềm. Nét mặt, khóe mắt, vành môi của nàng rung động chuyển biến nhịp nhàng theo ý tưởng diễn lộ. Cả người nàng toát ra một vẻ huyền hoặc mê hồn, nửa tiên, nửa phàm.

Lam-Anh cùng mấy cô bạn bị một nhóm thanh niên bao quanh quạt nước tới tấp. Các cô phản công yếu ớt. Phương đứng phía trong nhìn ra. Ông thầy Tuân đứng gần khuyến khích Phương:

- Ra tay nghĩa hiệp đi!

Phương cười đáp:

- Anh ba ra đi.

Đơn vị Rạch Giá được hai giáo sư hướng dẫn. Thầy Biên dạy môn quốc văn làm trưởng đoàn. Thầy Tuân dạy toán là phó đoàn. Phương và những người bạn không gọi bằng thầy mà gọi là anh hai, anh ba cho thân mật.

Thầy Tuân cười lộ cặp răng khểnh:

- Thôi, cho tôi đứng ngoài. Được lắm đó, "dô" đi.

Nói xong thầy Tuân đẩy Phương thật mạnh khiến chàng mất thăng bằng ngã chúi xuống nước. Phương vui thích vừa bơi ra vừa quay lại nói với thầy Tuân:

- Anh ba xúi đó nghe.

Khi Phương ra tới nơi thì các cô nàng đã được vài thanh niên đến tiếp cứu. Phương nhập bọn đám thanh niên nghĩa hiệp giải thoát nhóm thiếu nữ.

Một cô bỗng la lên:

- A, cái gì kìa!

Phương nhìn theo hướng thiếu nữ chỉ thì thấy một khúc gỗ màu đen trôi lềnh bềnh gần đó. Chàng bơi đến kéo về. Các cô thích thú bám lấy, chân đạp nước tung tóe. Nửa vô tình, nửa cố ý tay Phương đụng phớt bàn tay trắng nõn nà của Lam-Anh. Cùng vịn vào khúc gỗ, mỗi người một bên nên khuôn mặt của đôi nam nữ đối diện thật gần. Phương cảm thấy bần thần như say sóng đại dương trước nét đẹp hớp hồn của nàng.

Cố trấn tỉnh, Phương hỏi làm quen:

- Cô ở đơn vị nào? Sài Gòn hở?

- Dạ không phải. Long Khánh.

- A, Long Khánh.

- Anh biết Long Khánh à?

- Có nghe qua, quen lắm.

- Còn anh?

- Rạch Giá.

- Rạch Giá, Hà Tiên đó phải không?

Phương cười giảng giải:

- Hà Tiên là quận ly của Rạch Giá. Ở đây đông người ồn ào quá! Mình đến đằng kia nha?

Lam-Anh đang do dự chờ ý bạn thì có tiếng gọi lớn:

- Tất cả Long Khánh trở về trại.

Lam-Anh và các bạn vội vàng bước lên bờ sau khi từ giã Phương. Chàng ngẩn ngơ nhìn dáng nàng trên bãi cát trắng mịn. Lam-Anh quay đầu nhìn lại, Phương đưa tay vẫy chào. Chàng thong thả bơi vào chỗ nước cạn, đứng thừ người một hồi lâu rồi cũng trở về.

Phương nhìn thấy một cành cây xinh xắn nằm bên đường nên nhặt làm gậy cầm tay cho vui. Chàng vừa đi vừa nghĩ ngợi "Nàng đẹp quá! Tiếc lúc nãy chưa kịp hỏi tên. Ước gì được gặp lại nàng. Đơn vị tỉnh Long Khánh. Mình đến trại Long Khánh chắc sẽ gặp cô ta."

Nghĩ ngợi lan man, Phương tới trước cửa Câu lạc bộ của Trung tâm lúc nào mà không hay. Nghe mấy thằng bạn gọi, Phương bước vào. Đông quá. Có cả thầy trưởng đoàn. Còn đang lớ ngớ, Phương nghe mấy tiếng "kìa kìa" phát ra từ một góc đối diện phía bên phải. Phương chăm chú quan sát thì như là cơn mơ, người con gái đẹp Long Khánh chàng gặp lúc nãy trên biển đang ngồi chung với đám bạn trai gái dùng nước giải khát. Chàng vui vẻ mỉm cười chào họ, song vẫn đứng yên, tay chống lên đầu gậy.

Tiếng một cô gái trong đám:

- Lại đây!

Phương hơi ngượng ngập bước tới bàn của nhóm người Long Khánh. Đám học sinh Rạch Giá đang đứng quanh đó nham nhở thật lớn:

- Ê Phương! Coi chừng bị bề hội đồng nghe!

Phương nghe đánh thót trong bụng, nghĩ thầm "Tụi quái ăn nói sàm sỡ to tiếng thế. Mặc kệ, chắc nàng không nghe đâu."

Một cô mời chàng ngồi, hỏi:

- Anh dùng gì? Cam vàng nhé!

Phương cười xã giao, ngần ngại gật đầu rồi liếc nhanh về phía thiếu nữ đã làm chàng ngây ngất trong lòng biển.

Một thanh niên lên tiếng:

- Xin lỗi anh tên gì?

- Dạ Phương. Còn các bạn?

- Tôi tên Thành, đây là Thông.

Thành đưa mắt nhìn cô ngồi đầu bàn:

- Chị Diệp giới thiệu tiếp đi, phần tôi xong rồi.

- Tôi tên Diệp, đây là Cúc và Lam-Anh.

Phương nhìn Lam-Anh giây lát rồi tự nhiên thốt ra một câu nói đùa bạo dạn mà chàng không ngờ mình có thể dạn dĩ đến thế:

- Lam-Anh ở đây, còn Lam-Em ở đâu?

Các bạn của nàng cười vang.

Ngày hôm sau, Phương trốn tụi bạn phá đám, âm thầm lẻn đến trại Long Khánh tìm Lam-Anh. Tới nơi không gặp

Lam-Anh, Phương hơi buồn. Các bạn nàng nấu mì gói mời chàng trong lúc chờ đợi Lam-Anh. Những bạn của nàng ai cũng dễ thương, rất quí khách. Chừng mười phút sau Lam-Anh trở về. Chàng trai cảm nhận một vùng trời mùa xuân quanh quẩn đâu đây. Tất cả ngồi quây quần trò chuyện vui vẻ. Chuyện ông trưởng trại làm việc luộm thuộm, tắc trách khiến cả ngàn trại sinh phải nhịn đói gần một ngày, chuyện nhổ khoai mì con, bẻ chuối non ...... Phương được sự cảm mến của hầu hết những người bạn mới.

Tối đêm đó, có trình diễn văn nghệ. Phương đứng cạnh Lam-Anh, lòng đê mê ngây dại.

- Lam-Anh. Ngày mai trại kết thúc. Mình sắp chia tay rồi.

Hơi ngập ngừng, Phương nói tiếp:

- Lam-Anh có thể cho Phương địa chỉ viết thư không?

Lam-Anh nghĩ ngợi giây lát rồi đáp:

- Nhà Lam-Anh khó lắm! Phương có thể viết thư về địa chỉ của trường.

- Như thế nào?

- Trần thị Lam-Anh, 11A3, Trung học Công lập Long Khánh.

Bất chợt nhóm bạn của Lam-Anh ào ào kéo tới lôi nàng đi đâu đó. Phương nói khẽ:

- Lam-Anh trở lại nhé! Phương chờ ở đây.

Lam-Anh gật đầu rồi bước theo bạn.

Phương chờ đến tàn buổi văn nghệ rồi ở nán lại đó thật khuya vẫn không thấy bóng dáng cô gái tóc dài xinh đẹp mới quen.

Sao lờ mờ trên vòm trời đen như mực. Sương lãng đãng gây gây lạnh. Phương thở dài buồn bã, tung chân đá nhẹ cát vàng dưới chân, lững thững về lều.

Đặt lưng nằm xuống nghỉ chưa được bao lâu thì giáo sư trưởng đoàn Rạch Giá thổi còi tập họp kiểm thảo kỷ luật. Phương bị phạt hít đất 20 cái vì tội bỏ trại ngày hôm qua lén đi thăm đơn vị Long Khánh.

Sau này, từ Rạch Giá Phương viết thư kể Lam-Anh nghe chuyện chàng bị phạt. Nàng hồi âm với lời lẽ nồng nàn "Ước gì đêm đó có Lam-Anh để hai chúng mình cùng hít đất chung với nhau. Tội nghiệp Phương quá! Lam Anh 'thù' thầy trưởng đoàn Rạch Giá thật là nhiều!" Phương đọc thư Lam-Anh cảm động ngẩn người.

Năm ấy tuy cả hai cùng học thi Tú tài một nhưng hai người liên lạc thư từ đều đặn. Phương tỏ tình cảm với Lam-Anh, nhưng nàng chỉ muốn kết bạn tri âm thôi và kể cho chàng nghe mối tình đầu của nàng với một nghệ sĩ nhiều tuổi hơn nàng. Chàng cầu hôn và gia đình nàng chấp thuận, nhưng Lam-Anh từ chối vì nghĩ rằng lập gia đình ở tuổi mười sáu là quá sớm. Sau nhiều lần bị từ chối, anh chàng nghệ sĩ hơn ba mươi tuổi kia đi lấy vợ.

Lam-Anh chơi vơi trong nỗi đau buồn nên than thở:

"Trên phím ngọc búp tình nào chợt đến
Giờ điểm trang sao còn những hư hao?!"

Phương họa lại:

"Những hư hao như bất tận trong hồn
Giờ trang điểm không bao giờ có nữa".

Đọc những lá thư tha thiết yêu thương của Phương, Lam-Anh ngậm ngùi:

"Em vẫn đứng bên lề đường ngăn cách
Anh còn gì trong ánh mắt buồn tênh?"

Phương vẫn luôn mang một hy vọng mong manh nào đó:

"Em muốn bước nhưng lòng em còn ngại
Nên con đường còn ngăn lối tình ta
Anh chợt hiểu tình em ngàn cao cả
Dù thật buồn nhưng lòng nở ngàn hoa."

Phương còn nhớ thật rõ trong một lá thư nàng viết:

"Phương ơi! Nếu một ngày nào đó Lam-Anh thương yêu, và người Lam-Anh yêu không phải là Phương thì Phương nghĩ sao?"

Phương hồi âm: "Đành chịu vậy!"

Lam-Anh thỏ thẻ qua trang giấy:

"Đêm nay đọc những dòng chữ chân thành tha thiết với mối tình cao thượng của Phương, Lam-Anh thấy Phương dễ thương như một thiên thần."

Mối tình lửng lơ chập chờn như thế kéo dài đến kỳ thi Tú tài hai.

Phương vui mừng với kết quả thi đậu Tú tài hai ngay khóa đầu tiên chưa được bao lâu thì nghe tin Lam-Anh thi rớt. Phương rất lo lắng, hồi hộp và mong cho nàng thi đậu trong khóa thứ hai để hai đứa có thể gặp nhau tại Sài Gòn. Nhờ quyết tâm, cố gắng của mình và những lời khích lệ tinh thần của Phương, Lam-Anh lấy được bằng Tú tài hai kỳ sau.

Lam-Anh chọn ban Sử trong Văn khoa và rủ Phương tới chơi. Hai đứa ngồi nói chuyện rất vui trong giảng đường ọp ẹp sau giờ học. Lam-Anh đưa ảnh của mình chụp năm bảy tuổi cho Phương xem rồi cả hai cùng cười vang trong tình thân thiết ngọt ngào êm ấm.

Trước khi về quê ăn Tết, Phương viết cho Lam-Anh một lá thư dài. Vì viết nhiều quá nên Phương đọc lại không kỹ, nghĩ rằng câu nào mình viết cũng đã rõ ràng ý nghĩa.

Khi mùa xuân trôi qua, Phương trở lại Văn khoa tìm Lam-Anh nhưng nàng lãnh đạm không muốn tiếp. Phương hỏi lý do, Lam-Anh không trả lời. Phương rất hoang mang không hiểu nguyên nhân, bước tới trước mặt nàng, Lam-Anh quay gót bỏ đi. Sau nhiều lần né tránh như vậy, Lam Anh đứng lại cho Phương hỏi:

- Lam-Anh. Có chuyện gì nói Phương nghe đi.

Nàng lẳng lặng mở cặp lấy giấy viết mấy chữ rồi trao cho Phương.

Phương chờ chiếc xe đạp nàng khuất ở cuối đường mới mở mảnh giấy nhỏ ra đọc:

"Chưa thấy ai tự phụ, hợm hĩnh như Phương. Định viết thư về Rạch Giá, nghĩ lại thôi."

Phương vẫn chưa hiểu chuyện gì xảy ra. Trong suốt mấy ngày Phương cố nhớ lại xem có đoạn nào trong lá thư gởi đi hôm Tết khiến nàng buồn giận, và chàng đã đoán được. Phương giật mình tìm Lam-Anh giải thích. Nàng nhất định không chịu nghe rồi viết thư đoạn tuyệt. Phương đau xót, tái tê cả lòng. Một câu viết quá ngắn ngọn, túc từ bỏ lửng, hiểu ngầm nên dễ khiến người đọc hiểu lầm, có cảm tưởng là bị chê bai, khinh miệt thay vì được khen tặng, tôn vinh. Vì làm thơ nhiều nên Phương có thói quen cắt bớt chữ cho câu thật ngắn gọn, và cũng vì ỷ lại rằng Lam-Anh đã hiểu mình trọn vẹn nên Phương không viết thật rõ ràng như viết cho một người lạ đọc. Phương khẽ lắc đầu ngán ngẩm chính mình rồi viết gởi Lam-Anh một lá thư ngắn mong được gặp nàng để đối diện nói rõ ý nghĩa của câu văn đó. Nhưng ước vọng của Phương không xảy ra như chàng mong muốn.

Không được cơ hội giải thích dù đã nhiều lần yêu cầu, lại nhận thư tuyệt giao với lời lẽ đắng cay, tự ái Phương trào dâng mãnh liệt nên chàng nhận lời chia tay rồi trả lại Lam-Anh tất cả thư từ nàng gởi trong suốt ba năm qua. Bao nhiêu lời lẽ êm dịu, thân thiết tuổi học trò, tuổi sắp vào đời, tuổi tràn đầy mơ ước trao cho nhau bây giờ biến mất trong một cơn lốc xoáy nghiệt ngã, lạnh lùng không khoan dung. Phương ngây ngất điên đảo trong nỗi buồn vô tận, trong nỗi sầu cao ngút lan tràn trên đỉnh núi Hy mã Lạp sơn, ngụp lặn đắm chìm trong biển đen tuyệt vọng dưới trận bão táp loạn cuồng phá nước, chẻ mây. Phương không ăn, không ngủ, không học hành, không bước ra khỏi nhà. Chàng ủ rũ sầu ôm chặt nỗi buồn đau thống thiết đang xé nát con tim. Hai, ba giờ sáng Phương thờ thẫn gọi tên Lam-Anh rồi nói nhỏ "Tại sao em quá cố chấp như vậy? Sao em không cho anh một phút để giải bày trước mặt em, để em nhìn thấy sự chân thành của anh, rồi em đoạn tuyệt cũng được mà. Hay đây chỉ là cái cớ để em tránh xa anh? Anh không nghĩ như vậy. Lúc trước Tết hai đứa mình đã vui đùa với nhau rất đậm đà, thân mật. Anh không hiểu được. Những lòng em đã quyết thì con tim anh phải chịu. Không có em, anh không có gì cả dù có vài cô bạn học xinh xắn rất muốn đến gần anh, nhưng anh không mở lối.

Từ nơi em, anh cảm nhận một vầng sáng, một thanh âm, một lôi cuốn huyền hoặc vô hình khó diễn tả. Ngay trong năm mười giây ngắn ngủi nhìn nhau khi hai đứa cùng ôm khúc gỗ bơi chầm chậm trong sóng nước bãi biển Thùy Vân, lòng anh đã xao xuyến, rung động, thương yêu em. Những khuôn mặt khả ái của các cô bạn cùng quê, hay cùng giảng đường Đại học đều bị lu mờ trước nét quyến rũ lạ lùng của em từ mái tóc, vành mi, đôi môi, giọng nói ... Hồn anh đã bay bổng theo mái tóc dài tha thướt của em về tận Long Khánh kể từ khi ấy.

Thôi thì kể từ nay, anh một mình chơ vơ trong đêm dài quạnh quẽ, trong đoạn đường đời ngút ngàn, nhọc nhằn trước mặt."

Phương buông mình lao xuống vực sâu đen thăm thẳm. Chàng tìm vui nơi gái điếm với tâm hồn ung thư hủy hoại. Phương đã gìn giữ xác thân, không gần gũi đàn bà để dành trọn cho người yêu Lam-Anh. Nhưng tình cảm hai người đã đổ vỡ khiến Phương không còn gì để trân quí. Chàng sống buông thả dường như để tự hành hạ, tự xử phạt mình, hứng trọn những vết chém của khắc nghiệt đoạn trường. Cơn bão đen vùi dập chàng một cách tàn nhẫn rồi ném chàng lên sa mạc thiêu đốt. Phương bị thương khắp cả người, tâm hồn lở loét, đôi mắt rỉ máu, con tim xám ngắt không còn cảm giác với những ngón tay nhuộm vàng nhựa thuốc.

Chiếc xe hàng rẽ vào con đường đất ngoằn ngoèo đầy ổ gà. Mấy tên tù bảo nhau "Sắp đến rồi, khóa còng lại đi. Nó biết được thì bỏ mẹ." Những tiếng "cách, cách" vang lên nho nhỏ. Thỉnh thoảng tù nhân té chồng lên nhau vì chấn động bởi đường quá lồi lõm. Trời đang mưa nho nhỏ. Tấm cửa được bật ra, từng cặp tù nhảy xuống, được lệnh vào hội trường đang thắp đèn măng xông sáng choang trong kia.

Mọi người đều đói bụng, khát nước, chờ nghe tên mình rồi bước vào hàng ngay ngắn. Mấy tên cán binh Việt Cộng mặt mày hùng hổ như muốn ăn tươi, nuốt sống đám thanh niên "Ngụy."

Nghe gọi tên, Phương ôm gói đồ cá nhân bước vào hàng phía bên kia. Chàng uể oải đặt gói quần áo xuống đất, ngồi bệt lên. Ý chí tê liệt, tâm não rã rời Phương cảm thấy như đang trôi trong dòng thác lũ cuồng bạo. Chàng khoanh tay trên đầu gối, gục đầu, nhắm mắt, nuốt nước miếng, nuốt khổ đau, nuốt chua xót, nuốt tủi hận.

"Đừng có tự đắc, ráng nhịn nhục mà sống nghe con!"

Tiếng nói êm đềm, tha thiết của thân mẫu dội về trí não. Phương nén một tiếng thở dài, tâm sự với mẹ hiền xa xôi.

"Con đâu có tự đắc, đâu có gây chuyện với ai. Con nghe lời mẹ. Chỉ vì thương em, chỉ vì gia đình mình nghèo, chỉ vì Việt Cộng chiếm nước cai trị tàn ác, chỉ vì Việt Nam là nhược tiểu quốc, chỉ vì con người tham lam cuồng vọng, chỉ vì quả đất này còn quá tối tăm, chỉ vì con ngu ngơ lọt lòng trong thế giới này. Mẹ ơi! Có bao giờ con hung dữ gây thù, kết oán. Tâm hồn con ngập tràn thương yêu và lý tưởng. Ước mơ của con là nhân loại sống thuận hòa, no ấm, hạnh phúc và đạo đức. Mẹ ơi! con làm gì nên tội?! Ngày mai đời con sẽ ra sao?"

Cán bộ đọc nội qui xong ra lệnh giải tán tìm chỗ ngủ. Phương lách ra một góc, trải mền xuống nền xi măng bẩn thỉu, phủ dày bụi đỏ. Chàng nằm một bên, phần mền còn lại dùng để đắp. Mưa không còn rơi, nước trên mái thiếc nhỏ từng giọt buồn buồn. Đêm tối ưu sầu. Gió rì rào mang theo cái lạnh cuối năm. Phương cố dỗ giấc ngủ nhưng vô ích. Bọn tù ở trại gần đó ùn ùn kéo đến gạ gẫm đổi chác.

- Ly trà nóng, mười đổi thuốc lào đổi không?

- Củ khoai mì nướng, gói Bastos.

Tiếng đổi chác ồn ào náo nhiệt, cơn đói, cái lạnh, nỗi lo âu làm Phương thao thức. Gần sáng chàng mới thiếp đi.

Tập họp, điểm danh, phân nhóm, định công tác. Những người khỏe mạnh được chọn đi lấy nước, lãnh gạo, thực phẩm. Số còn lại đi nhổ cỏ, dẹp kẽm gai, làm vệ sinh trại.

Nơi đây trước kia là hậu cứ của Trung đoàn 48, Sư đoàn 18 bộ binh, địa danh Long Giao thuộc tỉnh Long khánh.

Long Khánh, một cái tên định mệnh nghiệt ngã gắn liền với cuộc đời sầu khổ của Phương. Giai nhân Lam-Anh của Long Khánh đã ra đi, để lại trong lòng Phương những loang lổ điêu tàn, đau đớn. Giờ đây Phương mang đời tù tội trên mảnh đất bụi đỏ cùng tên.

"Long Khánh ơi, ta yêu người trong quần đau bi tráng!" Bất giác người thanh niên rên rỉ cho chính mình nghe.

Vài hôm sau, mọi người được lệnh phải kê khai lý lịch. Phương được chọn làm thư ký, khỏi đi lao động.

Chương 17

$\mathcal{L}$ao động ở trại tù Long Giao không có gì nhọc nhằn. Tết đến, Phương được chỉ định tổ chức văn nghệ đón xuân.

Chiều ba mươi, tất cả tù nhân được lãnh một cục thịt heo lớn hơn ngón cẳng cái một chút, cơm nhiều hơn một chút, mấy cục thèo lèo "cứt chuột," bốn điếu thuốc Vàm cỏ. Sau phần văn nghệ nhà bếp sẽ phát mỗi người một chén cơm nếp.

Cả đám tù vỗ tay vang dội khi nghe Phương tuyên bố kết thúc phần văn nghệ để chuẩn bị lãnh cơm nếp. Phương nhờ bạn bè lấy dùm, ăn qua loa rồi bước ra đống củi chưa bửa của nhà bếp, lặng lẽ ngồi tựa lưng hút thuốc nhìn sao, nghĩ ngợi bâng khuâng.

Phương hình dung khung cảnh quê nhà, nỗi ưu phiền sầu nhớ con của mẹ, nét khắc khoải, ưu tư trên mặt hai người anh, những vui chơi gượng gạo của mấy đứa em, các khuôn mặt uể oải, chán chường của bạn bè.

Đã bao nhiêu cái Tết qua rồi. Tết năm 1976 là đây. Tù đày vô hạn định. Ôm ấp niềm hy vọng mỗi ngày qua những "tuy dô" của bọn tù.

- Tụi mình sẽ được thả về sau Tết.

- Sao vậy?

- "Cách mạng" sợ có xáo trộn trong dịp Tết nên đưa thanh niên ra khỏi thành phố.

- Tao nghe nói mình chỉ học tập 21 ngày thôi, mày yên chí.

Toàn là những tin đồn phấn khởi.

Tiếng Tết ngày xưa nghe thiêng liêng, ấm êm, tươi đẹp làm sao! Bây giờ từ ngữ đó mơ hồ, mong manh, vô nghĩa.

Những cái Tết êm đềm, thần tiên nhất trong thời niên thiếu của Phương là khoảng thời gian kể từ năm 1962 đến 1967. Nhà bán tạp hóa nhỏ và thuốc Bắc, gia đình Phương có cuộc sống khá đầy đủ trong thôn xóm cách thành phố Rạch Giá 18 cây số. Cha Phương là Đông y sĩ yêu nghề và hết lòng chăm lo người bệnh. Ngoài việc chẩn mạch ngay tại tiệm, người còn chịu khó đạp xe tới những nơi hẻo lánh, hoặc ngồi xuồng đến tận nhà bệnh nhân lúc hai, ba giờ sáng. Sự tận tình trong thiên chức lương y của ba Phương gây được tiếng tăm và cảm mến của nhiều người trong xã. Tết đến, người biếu con vịt, kẻ tặng vài lít nếp, người cho bánh chưng. Những ngày gần Tết cửa tiệm đông đảo, bán thật đắt, thật vui. Nhiều người trong xã gọi cha mẹ Phương là "ông thầy, bà thầy." Khi vắng khách hàng, mấy anh em Phương quét dọn, sửa sang nhà cửa thật kỹ lưỡng, câu đối được dán lên.

Khoảng 28, 29 Tết ba của Phương ra chợ Rạch Giá mua thực phẩm ngon để đón xuân: bánh mứt, cây trái, gà vịt ê hề.

Mồng một Tết Phương và mấy đứa em quanh quẩn trong xóm, đốt pháo, đánh bầu cua. Sang mồng hai được phép đi chợ Rạch Giá xem chiếu bóng. Cứ như thế, những ngày xuân êm đềm trôi qua với quần áo mới, với bánh mứt, với gà xé phay, với la de, với pháo nổ đì đùng, với những bàn bầu cua cá cọp, tài xỉu ....

Chiến tranh chưa có tầm vóc khốc liệt.

Tết Mậu thân, 1968 ba Phương bị tai nạn phỏng dầu rất nặng. Tám ngày sau đó người qua đời trong bệnh viện Rạch Giá khi ấy không đủ thuốc, phương tiện, thiếu bác sĩ giỏi lại thêm chiến tranh ác liệt khắp nơi trong tỉnh Kiên Giang, giới nghiêm 24 giờ. Ba Phương mãn phần trong nhà thương hoang vắng, u buồn. Mùi tử khí tràn lan từ nhà xác. Đường phố trong thị xã đìu hiu không khí chết chóc. Xác của ba Phương được chở vội vã ra một nghĩa địa gần đó chôn. Việt Cộng tấn công từ tỉnh thành xuống khắp các xã ấp. Chúng phá cầu, đắp mô ngăn chận các loại xe. Giao thông bằng đường sông cũng nguy hiểm vì lực lượng võ trang hùng hậu của đám cán binh Việt Cộng bị tẩy não, trở nên cuồng tín không ngần ngại bắn xối xả vào ghe thuyền trên sông. Phương liều lĩnh theo một chiếc ghe đi nhờ ra thị xã Rạch Giá thăm cha. Khi ấy Phương chỉ có 14 tuổi.

Phương khóc rũ rượi sau cái chết của cha và muốn tự tử, đi tu. Nhà cửa sa sút, đời sống kinh tế rất khó khăn. Tâm hồn vô tư, thơ dại của Phương tiếp nhận không ngừng khổ đau, khốn nạn của cuộc đời. Phương sầu thảm, chơi vơi trong thế giới bềnh bồng phiền não, không có gì để bấu víu. Thời gian ung dung đi tới mặc cho kiếp người gian lao, buồn bã. Năm tháng chất chồng như những lớp vôi phết lên tâm khảm ngây thơ của Phương. Sau này mỗi lần Tết đến, Phương chỉ cảm thấy mơ hồ một hạnh phúc thần tiên ấm êm, tươi đẹp gì đó mà Phương đã đánh mất từ lâu. Chàng cố tìm kiếm, cố giữ lại trong lòng nhưng không được. Thơ ngây, tươi sáng trong tâm hồn Phương đã mất trong cảnh hoang vắng điêu tàn của một gia đình mất chủ. Phương đã thấy những dòng nước mắt nghẹn ngào tuôn rơi của mẹ trong đêm khuya thanh vắng bên bàn thờ cha. Phương đã biết tận tường hương vị chiến tranh khốc liệt, đã biết những chuyện lọc lừa gian trá trong xã hội dẫy đầy mưu tính tham lam, vị kỷ. Cuộc đời không thần tiên như cảnh tượng chàng vẽ trong đầu bởi ảnh hưởng chuyện cổ tích, thần thoại. Cuộc đời không còn là khúc nhạc du dương, ngọt ngào ru hồn Phương vào giấc ngủ yêu thương miên viễn. Cuộc đời dường như chỉ có tranh đoạt, chiếm hữu, thất vọng, chia ly, khổ đau, thù hận, chém giết, bạo tàn, chết chóc, tù tội. Những vết bùn đen ấy đã làm ô uế tâm hồn người thiếu niên.

Phương tựa đầu lên gốc củi, ngước mặt trông sao, cố tìm một bóng dáng thân yêu nào phản chiếu lên đó. Gió hơi lạnh, điếu thuốc sắp tàn. Trong kia tiếng cười nói của đám bạn tù còn náo nhiệt. Rồi liên tiếp nhiều vệt hỏa châu lòe sáng trên không. Tiếp theo sau là tiếng súng nổ đùng đùng không dứt. Giao thừa.

Vào đúng giây phút thứ sáu mươi mốt ấy, một bóng đen lặng lẽ, nhẹ nhàng tiến đến Phương nhưng chàng không hề hay biết.

Một giọng nói miền Bắc Hà Nội vang lên:

- Anh không ở trong đó ăn Tết với bạn bè à?

Phương giật nẩy mình, xoay đầu nhìn về phía có tiếng nói, thấy lờ mờ một cán bộ dáng người cao, đầu không đội nón, thắt lưng không đeo súng, nét mặt nhu hòa, thân thiện chứ không đằng đằng sát khí như đa số cán bộ, và cán binh Cộng Sản khác. Phương lấy làm lạ vì đây là sự việc hi hữu xảy ra. Tuy cảm nhận người đối diện không có hung ý, tàn bạo nhưng Phương vẫn thận trọng tối đa.

- Dạ, thưa cán bộ tôi muốn ngồi đây yên tĩnh một mình.
- Anh nhớ nhà à?
- Dạ đúng.
- Bao nhiêu anh em?
- Chín anh em.
- Đông quá nhỉ?
- Dạ. Còn cán bộ thì sao? Có mấy người con?
- Tôi chỉ có hai đứa con. Tất cả đã lớn rồi.
- Quê cán bộ ở đâu?
- Quê tôi ở Hà Tĩnh. Trước ở Hà Nội.

Phương âm thầm quan sát người đối diện kỹ hơn. Bây giờ khoảng cách hai người gần nên Phương thấy rõ từng nét trên khuôn mặt xương của người cán bộ, với giọng nói trong và dịu không làm chói tai người nghe. Y nói chuyện từ tốn, khoan thai như muốn làm quen với Phương. Chàng hơi hoang mang về sự kiện này. Hai người đâu có điều gì làm nền tảng để trò chuyện như thế này. Phương đoán cấp bậc của cán bộ này không tầm thường, có phong cách một kẻ trí thức, và gương mặt y không phảng phất vẻ hung tàn, độc địa. Phương nghĩ có lẽ y nhớ nhà, không có người cùng tâm tưởng để thố lộ nỗi lòng cá nhân yếu đuối. Hệ thống cai trị của đảng Cộng Sản cấm ngặt tư tưởng ủy mị, nhân ái. Mọi cán bộ, cán binh chỉ được biết đến hận thù, đấu tố, tiêu diệt, sát nhân, cầm tù, đày đọa, tra tấn thành phần đối nghịch, cá nhân phản kháng. Tình cảm nhân hậu con người phải bị hủy diệt hoàn toàn. Chuyện tình cảm trai gái riêng tư, và chuyện kết hôn trọng đại cũng bị Đảng điều khiển, chỉ định. Cá nhân trong guồng máy sắt máu Cộng Sản chỉ là những người máy tinh khôn chỉ có một sứ mạng duy nhất là giết người, phục vụ một thiểu số lãnh tụ vô cùng quỉ quyệt, tài giỏi trong những thủ đoạn gian xảo, độc ác vượt ngoài trí tưởng tượng của con người.

Phương hỏi tới:

- Cán bộ vào đây làm việc lâu chưa?
- Chỉ mới vào đây vài tháng, trong Nam hoàn toàn khác với miền Bắc.
- Cán bộ có nghĩ đến chuyện đưa gia đình vào Nam ở không?
- Tôi đang suy nghĩ. À, anh bị tội gì mà phải vào đây? Trông anh không phải là người xấu.

Người tù trẻ có phần nào cảm mến trước sự quan tâm thành thật của người cán bộ không quen biết này. Chàng nói cho y biết đại khái về lý lịch, học thức của mình cùng nguyên nhân việc bị bắt. Y chăm chú lắng nghe không bỏ sót một chi tiết nào kể cả việc em của Phương bị Công an đánh hội đồng, cần tiền chạy thuốc và Phương không thể đứng yên trước cảnh đó nên phải lừa một cán bộ Việt Cộng lấy xe Honda bán kiếm tiền gởi về nhưng thất bại và bị đi tù.

Sau khi nghe rõ đầu đuôi câu chuyện, người cán bộ trạc năm mươi bèn hỏi Phương:

- Tên họ anh là gì?

Phương trả lời và y lấy giấy viết ra ghi rồi bỏ vào túi áo trên, xong nói nhỏ:

- Tôi phải về. Chúc anh nhiều sức khỏe.

Phương chưa biết nói sao thì người cán bộ đã quay gót đi, biến nhanh vào bóng tối.

Còn lại một mình Phương cứ tưởng đây là giấc mơ kỳ lạ. "Y là ai? Tại sao có vẻ mến mình như vậy? Đây có phải là một người ngoại lệ trong hàng triệu cán bộ Cộng Sản sắt máu, hung ác, luôn gieo tang tóc, khốn khổ cho lương dân? Mình và ông ta có liên hệ thần bí gì với nhau? Y thật sự là ai? Từ đâu tới?"

Tâm trí Phương quay cuồng với bao nghi vấn, thắc mắc mà không thể nào tìm được câu trả lời thích đáng. Ngoại trừ .... Ngoại trừ một ý niệm huyền vi, tinh tế, thâm sâu, ảo diệu của triết lý Phật giáo cao siêu.

Khí lạnh tăng dần, Phương chịu không nổi phải bước vào trong tìm nơi ngồi suy tưởng.

Chương 18

Bị giam ở Long Giao khoảng ba tháng, Phương và bọn tù được tin phấn khởi là sẽ trở về Sài Gòn. Mọi người hớn hở tưởng tượng khung cảnh thủ đô thân yêu sau bao ngày xa cách. Đó chỉ là tin đồn, nhưng có vẻ hợp lý, xuôi tai. Một thanh niên nói:

  - Tao nghe cán bộ nói riêng với mấy thằng làm nhà cho cán bộ là "Chúc các anh về Sài Gòn vui vẻ!"

Một thằng khác:

  - Phải rồi. Tụi mình đâu có tội gì, cải tạo ba tháng là quá rồi.

Sáng sớm ngày hôm sau, Phương và các bạn tù được lệnh xếp hàng để chuẩn bị rời trại. Mọi người thầm mong là được chở về Sài Gòn như các tin đồn rỉ tai trong trại. Tất cả tù nhân lần lượt lên xe. Đoàn xe nối đuôi nhau chạy ra cổng. Ba trăm người hồi hộp. Một thằng nói:

  - Quẹo trái là về Sài Gòn. Quẹo mặt là cải tạo mút chỉ.

Bụi đỏ Long Khánh tung mù mịt, chiếc xe dằn xóc liên hồi. Phương ngồi sát cửa sau, chàng thầm hy vọng được trở về thủ đô chứ nếu lên rừng chắc chết.

Chẳng mấy chốc xe đến ngã ba. Mọi con tim hồi hộp, muốn ngưng đập. Chiếc xe tù quẹo phải, lao mình tới vùng rừng rậm hoang vu. Mấy chục gương mặt trên xe thiểu não, buồn rầu. Hai bên đường từng dãy cao su lui ngược về sau. Tiếng cười nói lúc mới lên xe giờ đây nhường chỗ cho sự lo lắng, sợ hãi. Vài giọng nói cất lên:

- Bù gia Mập đang chờ đón mình anh em ơi!
- Thôi! Thế là tàn đời!
- Coi như khổ sai chung thân.

Xế chiều xe ngừng lại. Hai bên toàn là rừng hoang. Con đường xe đang chạy không phải là quốc lộ hay liên tỉnh mà là đường mòn của Việt Cộng dùng lúc trước. Vài mái nhà tranh lấp ló trong khu rừng âm u rờn rợn. Tên tài xế ngừng xe vào xin nước uống, hút điếu thuốc rồi tiếp tục lái.

Hơn một giờ sau xe tới nơi lao ngục mới. Lại xếp hàng, điểm danh, phân chia chỗ ở. Những kẻ lưu đày được chia làm ba nhóm. Mỗi nhóm cư ngụ tạm thời trong một căn nhà tranh khá dài, không có vách. Cây rừng hoang chằng chịt. Tiếng ve sầu kêu rang. Trời chiều, cảnh rừng hoang vu đến rợn người.

Có lệnh cấm không được bước ra ngoài quá mười thước. Việc lấy nước đã được nhà bếp lo. Ai muốn đi tắm phải xin phép cán bộ, rồi đi từng tốp năm người, xong đến tốp khác. Con suối thật lớn nằm dưới thung lũng hoang vu sâu thẳm. Từ mặt đất nhìn giống y như đứng từ lầu năm trông xuống đường. Lần mò từng bước leo xuống. Sẩy chân là bỏ mạng. Trở lên với thùng nước lại gian nan gấp bội.

Nhóm phá rừng, nhóm đẵn gỗ, đốn nứa, cắt tranh, làm việc quần quật từ sáng sớm đến chiều. Mỗi bữa được hai chén cơm nhỏ, con cá khô, một chén canh, đôi ba cộng cải bắp. Cứ thế ngày này tiếp theo ngày khác. Thỉnh thoảng được nghỉ lao động để nghe tụi quản giáo nhai đi nhai lại những giáo điều Cộng Sản vô lý, ngu xuẩn. Nghỉ làm việc là điều đáng mừng, nhưng ngồi suốt mấy tiếng đồng hồ nghe cán ngố "lên lớp" là một cực hình thầm lặng. Bệnh phù thủng đã bắt đầu xuất hiện. Do đó việc dựng thêm một ngôi nhà lớn, riêng biệt có tên "láng bệnh" là cần thiết. Toàn trại có bốn láng, cộng thêm láng bệnh là năm. Những người ở láng bệnh khỏi đi làm công tác. Đôi chân Phương bắt đầu yếu nên chàng khai là bị liệt nhẹ để khỏi phải thi hành lệnh lao động xây cất thêm trại tù cho Cộng Sản.

Những đêm khuya không ngủ được, ngồi trước đống lửa đang lụn tàn, Phương gục đầu tuyệt vọng. Chàng khơi lên ngọn lửa nhỏ, châm vào điếu cày, rít một hơi thật dài rồi say thuốc lào, gục lên sạp tre một hồi lâu.

Phương đứng dậy, chống gậy bước ra ngoài. Trời tối đen, vài vì sao lấm chấm. Phương ngẩng mặt lên trời khấn thầm "Nếu quả thật có Thượng Đế tối cao, xin hãy cứu con thoát khỏi cảnh đời địa ngục này. Con nguyện một lòng tôn kính ngài nếu lời nguyện con được chứng giám."

Gió thoang thoảng lạnh làm tăng thêm vẻ âm u của rừng thiêng. Phương nghe lòng mình khắc khoải, mơ tưởng một thiên đàng trên cao sẽ thấu cảnh đọa đày này và ra tay cứu giúp.

Ngày qua ngày. Vẫn điểm danh, phân công tác, học tập chính trị. Việc thư từ về gia đình cán bộ nói đẩy đưa, phỉnh phờ không bao giờ có thật. Thấm thoát đã tròn bốn tháng. So với ngày mới đến khung cảnh này bây giờ sáng sủa và rộng rãi hơn. Bốn dãy nhà đã được dựng lên, hai giếng đầy nước. Khu rừng hoang trước đây bây giờ trở thành một ấp nhỏ. Lao tác khổ sai có phần cực hơn ở Long Giao nhưng chưa đến nỗi kinh hoàng. Bệnh phù thủng đã xuất hiện nhưng chưa có ai thiệt mạng.

Lời khấn vái của Phương rơi vào không gian tuyệt vọng. Một hôm mọi người được lệnh di chuyển. Rồi họ thấy đoàn xe Molotova đưa đến một số tù mới. Chuyến này mọi người đều tin tưởng sẽ được thả về. Bọn tù lý luận rằng họ đã được coi như là "thấm nhuần tư tưởng cách mạng và lao động tốt." Những dãy nhà tranh khá khang trang, khu rừng hoang đã biến thành một thôn ấp. Như thế đã đủ, về là hợp lý.

Nhưng trước khi lên đường cán bộ ra lệnh nhà bếp phát thêm cho mỗi người một phần cơm. Sự kiện đó như một lưỡi dao chặt đứt nguồn hy vọng của lũ người khốn khổ. Thả về sao lại thêm cơm? Họ rầu rĩ tin rằng con đường đày đọa chưa ngừng ở đây.

Phương chống gậy ra xe. Gầy gò, yếu đuối. Đôi chân đi không vững.

Đoàn xe đưa đám người bất hạnh đến nơi xa xôi, hẻo lánh hơn. Hai bên toàn là rừng hoang, thỉnh thoảng có vài ngôi nhà Thượng.

Xe miệt mài chạy tám tiếng đồng hồ mới tới nơi. Mọi người đang ở giữa rừng sâu. Dọc theo đường mòn là một hàng rào cao làm bằng cây nứa, trông buồn thảm ghê rợn. Phương nhọc nhằn trèo xuống xe. Chàng không bước vào cổng mà đi men theo hàng rào mong tìm một sơ hở nào của Việt Cộng để thoát thân ngay khi còn đang lộn xộn. Được mười bước, một tiếng quát vang lên. Tên cán binh ngồi gác ở chòi canh ra hiệu bảo chàng quay trở lại. Phương thất thểu bước, ngay trong phút giây tuyệt vọng, nước mắt rưng rưng. Từ khi bị tù, đày đọa đây là lần đầu tiên chàng khóc.

Sự chịu đựng không còn bao nhiêu với sức lực suy tàn. Gần một năm dài sống mất tự do, thiếu thốn dinh dưỡng, khổ cực trong đám người hung bạo, thô lỗ tinh thần Phương kiệt quệ, xuống dốc. Phương nấc lên "Mẹ ơi! Con sẽ không bao giờ gặp lại mẹ nữa!" Chàng vừa thấy bóng dáng thần chết chờn vờn đâu đây. Chướng khí rừng sâu, đày đọa, đói rét. Cái chết sẽ đến, không còn nghi ngờ gì nữa. Chàng nghĩ có lẽ đây là thời điểm phải trả món nợ máu ngày xưa. Phương nặng nề lê bước với túi đồ trên lưng, cây gậy trong tay. Có vài người liệt nặng được bạn bè thay phiên cõng. Bệnh hoạn như thế mà chưa được thả thì ngày về là ngày nhắm mắt.

Chỉ có một mái tranh nhỏ. Những tên anh chị và đàn em của chúng đã chiếm. Hơn hai trăm người còn lại ngủ ngoài trời. Tuy có nghĩ đến việc trốn trại, nhưng Phương biết là không thể thực hiện được vì đôi chân bại hoại, yếu đuối giữa rừng cây bát ngát, diện tích có tới hàng trăm cây số. Quá nhiều trở ngại: lương thực, thú dữ, trạm gác. Phương gục đầu đớn đau tuyệt vọng. Chàng tự nhủ "Thôi đành tìm cái chết để tự giải thoát." Rồi nghĩ tới gia đình, nhất là mẹ, Phương gạt bỏ ý tưởng tự sát, cố gắng chịu đựng thêm một thời gian nữa.

Cơn mưa đổ xuống lúc nửa đêm. Trời tối đen như mực. Phương ôm mền gắng sức mò mẫm đường đi bằng chiếc gậy. Chàng vấp ngã té mấy lần. Thỉnh thoảng một ánh chớp lóe lên. Khi tìm được mái tranh thì không còn chỗ nào trống để nằm, Phương đành trải mền xuống nền đất ẩm ướt ngoài sân, lởm chởm những gốc cây con vừa bị chặt. Chàng cuộn mình trong chăn giữa trời đen sấm chớp, tiếp tục ngủ dưới cơn mưa tầm tã như một xác chết bị bỏ rơi giữa rừng.

Trời chưa sáng hẳn đã có tiếng ồn ào. Hai người bị phù thủng chịu không nổi chướng khí và cái lạnh đêm qua đã chết. Tinh thần mọi người giao động mạnh. Cán bộ cấp cho hai mảnh cao su. Hai cái tên bị xóa bỏ trong danh sách lưu đày.

Chương 19

𝒯rưởng trại là tên du đãng đã từng cướp của giết người trong chế độ trước. Hắn không biết viết nên chọn Phương làm thư ký. Mỗi ngày Phương chỉ ghi mấy chữ vào sổ báo cáo công tác cho cán bộ là xong, khỏi phải đi lao động vất vả.

Trong thời gian rảnh rỗi, Phương men theo hàng rào hái rau mè. Đó là một thứ cỏ dại mềm, lá hình bầu dục, có thể nấu canh ăn được. Nhưng nó lại chứa ít nhiều độc tố. Khá nhiều người đi tiêu có lẫn máu vì ăn loại cỏ này. Phương không hề có triệu chứng gì khi dùng loại rau đó nên tiếp tục tìm kiếm ăn độn thêm cho đỡ đói.

Đang lom khom hái cỏ mè, Phương chợt nghe một tiếng quát của tên lính gát:

- Mày làm gì đó? Ra đây!

Phương lặng lẽ đi theo hắn. Được vài chục thước hắn bắt thêm một tên tù khác. Hắn chĩa súng bắt hai người quì lên sỏi đá lô nhô. Nửa giờ sau, hắn cho người gọi trưởng trại ra lãnh hai tù nhân. Gã phó trại đi thay. Hắn vâng dạ với tên lính rồi áp giải hai người đi.

Trên đường về, gã phó trại đấm đá người thanh niên thẳng tay khiến hắn chúi nhủi vào bụi cây. Gã phó trại xông tới, thộp ngực nạn nhân lên gối liên tiếp năm, bảy cái. Tên tù ôm ngực, cong người chịu đòn, không dám chống cự. Chứng kiến cảnh hung bạo ấy, Phương cảm thấy rợn người, thầm lo không biết thân phận mình ra sao. May thay gã phó trại không để động gì đến Phương. Về tới trại, Phương và tên tù kia bị phạt quì gối. Khoảng hai mươi phút sau, gã phó trại trở lại nhìn Phương vài giây rồi chửi tục:

- Đ. má mày thư ký. Đứng dậy đi. Thằng kia lát nữa tính.

Phương đứng lên nói:

- Cám ơn anh.

Gã phó trại quát:

- Ơn cái con c.... Lần sau mày biết tay tao.

Phương tức giận vô cùng, nhưng cố dằn xuống vì chàng đang quyết tâm nhẫn nại tìm đường trở về cảnh đời tự do. Chàng nghĩ trong đầu:

"Ăn thua với thằng chó đẻ này hư đại sự."

Chương 20

Cuối đường Trương minh Ký có một quán nhỏ nhưng trang trí rất đẹp mắt. Quán Lệ Hồng đông đảo thực khách, phần lớn là dân thương mãi làm ăn khá giả do ngoại tệ có được từ Hoa Kỳ, Úc, và Pháp gởi về và một số cán bộ Việt Cộng trung cấp có nhiều tiền bởi tham nhũng, bóc lột của dân. Quán này nổi tiếng nhờ các món nhậu tuyệt ngon, bia nhập cảng, và các cô tiếp viên chiêu đãi trẻ đẹp. Chủ quán tên Châu, thiếu nữ khá đẹp, ăn nói dịu dàng. Đông, phụ tá của Châu, là một người đàn ông to lớn, vóc dáng như lực sĩ với những bắp thịt cuồn cuộn. Đông theo giúp Châu lo việc bán quán và cũng là vệ sĩ riêng cho nàng. Châu nhỏ hơn Đông ba tuổi, nhưng lại là chị bà con, nên Đông gọi Châu bằng chị. Ngoài liên hệ bà con, phụ thân Châu còn là đại ân nhân giúp đỡ cha mẹ Đông thật nhiều. Nhờ có sức khỏe dồi dào nên Đông rất ham thích võ nghệ và theo tập luyện võ Vovinam sáu năm, thắt đai vàng hai gạch đỏ. Một mình Đông có thể đánh hạ bốn, năm người trang bị dao búa.

Trong các ngày gây cấn cuối tháng tư 1975, ba của Châu đã trầm tĩnh, kiên gan điều động, chỉ huy lực lượng quân sự hỗn hợp tỉnh Châu Đốc trong tình thế rất bi thảm. Người đã hiên ngang, bất khuất chống Cộng đến hơi thở cuối cùng. Bọn Cộng Sản Bắc Việt hận thù, xử bắn vị anh hùng Quốc

Gia ngay thị xã Châu Đốc với nỗi tiếc thương của toàn dân trong tỉnh. Cư dân địa phương kính phục tôn vinh cha của nàng là công thần tuẫn tiết cho non sông.

Gia đình Châu tan tác vì sự trả thù của Việt Cộng. Ngày đầu tháng 5, một tên bộ đội đã dí súng vào lưng Châu nói rằng tất cả tài sản gia đình nàng là của "Ngụy" rồi tịch thu toàn bộ. Đôi môi mím chặt, Châu bình thản bước ra đường với hai bộ quần áo, cái mền và lòng căm hận sục sôi.

Nhờ linh tính lạ lùng, trước đó nửa tháng tâm trí Châu lóe lên ý nghĩ chôn giấu nữ trang để phòng khi bất trắc và nàng đã thực hiện điều ấy ở gốc cây phía sau sân trường.

Đau khổ trước cái chết kiêu hùng, bi tráng của người cha thân yêu, Châu không tha thiết gì đến đời sống của riêng cá nhân mình. Nàng muốn dấn thân tiếp nối truyền thống bất khuất anh dũng của cha. Châu tìm đến một người bạn thân của ba nàng đang sống ẩn dật trong một vùng núi non hiểm trở ở Châu Đốc. Nhân vật này là một chuyên gia về chiến tranh chính trị, am tường nhiều mưu kế, thủ đoạn và triết học. Đồng thời ông cũng là đại cao thủ võ Thiếu lâm, đang ẩn nhẫn chờ cơ hội gầy dựng lại lực lượng Phục quốc. Châu đã từng nghe cha mình nói về người này với thái độ kính trọng tin tưởng nên nàng đặt niềm tin và hy vọng vào ông ta rất nhiều. Sau khi nghe hoài bão của Châu, vị ẩn sĩ này mời Châu lưu lại để truyền cho nàng một số đòn sát thủ vô cùng lợi hại. Bản chất thông minh nên Châu hấp thụ nhanh chóng. Nàng chịu khổ cực tập luyện ngày đêm ròng rã suốt chín tháng trời và đã vượt qua tất cả mọi thử thách gay go, nghiêm túc của thầy và bốn người sư huynh trước khi ra đi.

Ẩn sư gật gù hài lòng nói:

- Chưa được một năm mà con đã lãnh hội được rất
  nhiều. Thầy mừng cho con. Nhưng mà ......

Nói xong ẩn sư buồn bã nhìn ra ngoài sân trước nơi có
đàn gà đang bươi quào kiếm ăn. Châu băn khoăn hỏi:
- Thưa thầy, nhưng mà sao hở thầy?

Ẩn sư ra dấu cho Châu bước đến gần rồi dịu dàng nhìn
sâu vào mắt thiếu nữ, giọng trầm buồn:
- Châu có biết là con đang dấn bước trên đường thiên
  lý thập tử nhất sanh không?

Châu xúc động nắm tay thầy đáp nhỏ:
- Thưa thầy con biết.
- Ta cầu mong cho con đạt được ước nguyện và bình
  an trong tháng ngày giông bão.

Người con gái chí hiếu, ôm mộng đội đá vá trời kính cẩn
cúi đầu chào thầy từ biệt.

Trở về thành phố Châu Đốc, Châu bán hết số nữ trang
cất giấu được rồi lên Sài Gòn mở sạp bán cơm tấm bên lề
đường Cao Thắng. Nhờ biết rành nữ công gia chánh do mẹ
dạy nên Châu làm thức ăn rất ngon, bán thật đắt. Chỉ có
mấy tháng nàng đã dành dụm mua được một lượng vàng
cất lên.

Vài tháng sau, vàng lên giá, Châu khôn khéo bán vàng
lấy tiền. Sạp bán cơm tấm càng ngày càng có đông khách.
Vừa thu lợi tức bán cơm, vừa lời tiền buôn vàng nên không
bao lâu Châu có một số vốn khá lớn. Nàng nghĩ đã đến lúc
thực hiện hoài bão, tâm huyết của mình nên Châu sang cái
sạp cơm tấm được hai lượng vàng rồi gom lại số tiền dành
dụm trong bấy lâu cộng chung được hơn mười lượng. Nàng
dọ tìm rồi thuê một căn phố trên đường Trương minh Ký,

mở quán nhậu loại sang, có cả rượu ngoại quốc và gái đẹp. Châu liền viết thư về Châu Đốc mời Đông lên Sài Gòn bàn việc quan trọng. Đông hiểu ngay và lên gặp Châu. Hai chị em bàn luận tại nơi kín đáo, vắng vẻ. Là một chiến sĩ nòng cốt của lực lượng Bảo an Hòa Hảo và cưu mang chung lý tưởng với Châu nên Đông tình nguyện cùng chiến đấu với nàng trên con đường dài đấu tranh gay go nguy hiểm chống lại kẻ thù Cộng Sản.

Sau mấy tuần lễ dọ dẫm liên lạc với những người thân tín, đôi bạn chí hữu đã mua được một cây súng trường của Mỹ chế tạo, M-16 cùng với ba trăm viên đạn, và khẩu súng ngắn Colt-45 với giá hai lượng vàng. Hai người cất giấu rất kỹ. Đông hướng dẫn Châu cách sử dụng cả hai loại súng và nàng thành thạo ngay.

Chương 21

*N*hư mọi ngày Phương mang sổ báo cáo đến căn chòi trưởng trại để ghi cho hắn những công tác trong ngày của tù nhân.

Tên trưởng trại hỏi Phương:

- Xong rồi hả thơ ký? Vô trong lấy chén cơm ăn đi.

Phương ngần ngại. Hắn nói tiếp:

- Tụi nhà bếp đem lên cả thau, tao ăn gì hết.

Phương biết hắn nói thật nên bước vô bên trong bới chén cơm. Ăn xong, Phương đứng dậy cáo từ. Gã trưởng trại nói:

- Ở lại chơi chút coi người đẹp. Làm gì gấp dzậy?

Vừa nói hắn vừa nựng má Phương rồi kéo chàng vào trong. Phương cảm thấy quá ghê tởm nhủ thầm "Thằng heo dâm dục này muốn gì đây?" rồi vùng thoát chạy ra ngoài. Tên trưởng trại rượt theo. Phương chụp một nhánh cây gần đó xoay người phóng ngược trở lại trúng ngay mặt hắn. Tên trưởng trại rú lên, chửi:

- Chết mẹ mày thơ ký, tao sẽ giết mày.

Chương 22

Châu nói:
- Các em hay nghe câu "Không có gì quí hơn độc lập, tự do phải không?"
Đám trẻ đáp:
- Dạ có chị Châu.
- Có, có.
- Tụi em nghe hoài chị ơi.
Châu cười mỉm hỏi:
- Vậy các em có nghe câu này chưa? Đó là:
"Không có Bác và Đảng là quí nhất"
Đám trẻ nhao nhao:
- Chưa nghe, chưa nghe.
Châu tươi tắn:
- Kể từ hôm nay, trước và sau khi ăn chị muốn các em nói lớn ba lần câu này:
"Không có Bác và Đảng là quí nhất"
Một đứa trẻ trong bọn đưa tay xin nói riêng. Châu cho phép. Chú bé nói:
- Em nghe câu này coi bộ hay nhứt đó chị Châu.
Châu vui tươi bước đến cậu bé có gương mặt sáng sủa, xoa đầu em khen:

- Em thông minh lắm. Nhớ nhắc các em khác dùm
  chị nghe.
- Chị khỏi lo. Em sẽ biểu tụi nó nói mỗi ngày một
  trăm lần.

Châu phì cười hôn nhẹ lên trán nó.

Việc làm ăn khá giả nên Châu dành ra một số tiền khá
lớn mua thức ăn, thuốc men, sách vở mang đến các khu
xóm nghèo nàn, tụ họp các em nhỏ lại phân phát tận tay
chúng nó. Châu còn chu đáo cho đám trẻ ăn uống tại chỗ,
săn sóc những vết thương nho nhỏ của chúng và dạy chúng
học Công dân, Đức dục Việt Nam như kính yêu ông bà cha
mẹ, yêu Tổ quốc Việt Nam, tinh thần quyết chiến chống
quân xâm lược từ phương Bắc, phương Tây. Thỉnh thoảng
Châu chen vào chút ít chính trị nhẹ nhàng, dễ hiểu dạy cho
đám trẻ em nghèo khó, con của những gia đình lao động
nghèo khổ và của thương phế binh Việt Nam Cộng Hòa.
Bọn trẻ cảm nhận được sự thương yêu thực sự của Châu
nên rất quý mến nàng. Châu cố gìn giữ ngọn lửa đấu tranh
lan truyền từ thế hệ này sang thế hệ khác. Nàng mang trọn
con tim đầy ắp tình đồng bào đến với những trẻ em bất
hạnh. Châu tin rằng trong số các em này sẽ có vài đứa trở
thành nhân tài có nhiều khả năng, đức độ để lãnh đạo và
liên kết với những nhân tài trẻ trung khác tạo nên một tầng
lớp người Việt Nam có phẩm hạnh cao và lý tưởng dân tộc,
Quốc Gia chống chủ nghĩa Cộng Sản tà mị phi nhân bản,
phản tổ quốc. Đồng thời các em sẽ kiên trì đối kháng bọn
lãnh tụ già tham lam, độc ác và ngu dốt làm nô lệ ngoại
bang để bám lấy, hưởng thụ quyền lực chính trị bất chính,
bất xứng. Các em cũng sẽ cảm hóa những thanh niên nam,
nữ con cháu của những tên lãnh tụ Cộng Sản sâu dân, mọt

nước. Các em Quốc Gia này sẽ ảnh hưởng và hướng dẫn những mầm-non-đỏ trở về chính nghĩa dân tộc, phản đối cha, chú tội đồ của họ và quyết tâm chung sức tháo gỡ xích xiềng Cộng Sản ngoại bang.

Tuy rất mệt mỏi, nhưng lòng Châu tràn ngập hạnh phúc. Mỗi tối trước khi ngủ, trong phút thứ sáu mươi mốt, Châu đứng trước di ảnh của cha tâm sự:

"Xin ba hãy giúp con có nhiều sức khỏe, nghị lực để tiếp tục con đường của ba. Con quyết tâm đập tan chế độ Cộng Sản này. Con kính lạy ba."

Chương 23

$\mathscr{P}$hương bị bệnh sốt rét, nằm trùm mền nhưng vẫn còn run. Một đàn em của tên trưởng trại dâm ác bước tới chỗ Phương nằm ra lệnh:

- Thơ ký đi ra báo cáo trưởng trại ngay.

Phương gắng gượng ngồi dậy, bước chân loạng choạng, trong lòng lo lắng.

Đến nơi Phương thấy đông đảo mọi người như hội chợ. Giữ bình tĩnh, Phương tiến về phía trưởng trại. Hắn nham nhở:

- Sao người đẹp bệnh à?

Phương đáp ngắn gọn:

- Vâng.

Tên trưởng trại ngạo nghễ nói:

- Ra đây anh trị cho.

Hắn đang cầm cây gậy tre đặc ruột nguy hiểm. Phương đảo mắt thấy mấy tên tù vừa bị đánh đang nằm lê lết dưới đất. Phương kinh hãi nhưng cố tự trấn tỉnh "Đừng sợ, mình không thể chết dễ dàng đâu."

Tên trưởng trại lên tiếng:

- Y tá Sung nói nghe coi. Ai biên con số đó?

Gã tù làm y tá đáp:

- Dạ thưa anh, thằng thơ ký ạ.

Tên trưởng trại hướng về phía Phương cười nham hiểm:

- Phải không mậy?

Phương vẫn chưa hiểu chuyện gì, ngạc nhiên hỏi:

- Chuyện gì tôi không hiểu.

Tên trưởng trại nổi giận:

- Đ. má mày. Nghe tao hỏi đây. Ai cho phép mày
biên thêm số người cho láng bệnh ngày hôm qua?
Mày muốn qua mặt tao hả?

Phương thanh minh:

- Tôi đâu có tự ý thêm bớt gì. Tại y tá không báo
cáo nên tôi tưởng số người bệnh y như cũ.

Không đợi Phương nói dứt, hắn quát:

- Mẹ. Mày muốn qua mặt tao còn dám chối hả? Mày
ngon hả thơ ký?! Ra đây. Cảnh cáo mày 20 cây.
Khỏi cần mày làm thơ ký.

Nói xong, hắn đập đập đầu gậy xuống đất. Phương sợ
hãi nói:

- Oan tôi mà anh. Tôi đâu dám qua mặt anh. Tại y tá.

Tên trưởng trại bước tới đạp Phương chúi xuống đất rồi
vung cây tre đặc ruột trong tay quất như mưa xuống thân
thể chàng. Hắn đếm 1, 2, 3 ...... 9, 10 ... Phương gồng mình
chịu không dám đưa tay ra đỡ vì tay chàng sẽ bị gãy nát.
Trời đất quay cuồng. Cơn đau lên tới tột đỉnh khiến Phương
không còn cảm giác đau đớn nữa. Chàng chỉ nghe những
tiếng "bịch bịch" ồ ạt trút xuống như thác đổ. Mười chín,
hai chục. Hắn ngừng tay. Phương nằm im không dậy nổi.

Giọng tên trưởng trại vang lên:

- Đ. mẹ mày. Muốn nằm vạ hả?

"Cốp." Hắn dộng đầu gậy đặc, cứng như thép lên đầu Phương. Chàng nghe đau buốt óc, gượng ngồi dậy để tránh những cú sấm sét khác vì không muốn bị hư thần kinh.

Ngày hôm sau đó, Phương phải đi lao động khổ sai. Cơn sốt chưa hết và trận đòn thù đêm qua khiến Phương ê ẩm, đau khắp cả người, chân bước không vững. Phương bị đày đi cắt cỏ tranh cho tụi quản giáo Việt Cộng. Lội bộ ngoằn ngoèo trong rừng sâu hơn bốn cây số mới tới chỗ có cỏ tranh. Cây lưỡi hái cùn mòn khiến chàng vất vả. Hai bàn tay Phương bị cắt tươm máu. Vi trùng sốt rét vẫn tiếp tục hoành hành khiến Phương lạnh run và thèm nằm xuống ngủ. Nhìn đám cỏ hoang trước mặt, Phương thở dài tuyệt vọng rồi ôm mặt cố nén khổ đau, than thở một mình "Ngày mai thế nào đây? Trời ơi, thật không ngờ đời ta thê thảm đến dường này! Thượng đế ơi, hãy cứu con thoát khỏi địa ngục trần gian!"

Hai bó cỏ tranh nặng trĩu như hai trái núi đong đưa trên đôi vai gầy yếu của kẻ sa cơ, thất thế. Qua cây cầu khỉ bắt ngang dòng suối lớn Phương loạng choạng ngã vì không đủ sức điều khiển hai chân ốm như đôi đũa. Bọn tù đi sau kéo Phương ra khỏi mặt nước, an ủi:

- Ráng lên thơ ký.

Hai tiếng đồng hồ sau Phương lết thân xác gầy gò, xiêu vẹo trở về trại giam.

Buổi chiều âm u nặng nề phủ xuống tù nhân khốn khổ.

Chương 24

Quán Lệ Hồng hôm nay vắng khách nên Châu đóng cửa sớm về nhà nghỉ ngơi. Suốt mấy tháng nay Châu làm việc liên miên mỗi ngày không dưới mười bốn tiếng đồng hồ nên gương mặt Châu trông mệt mỏi, tiều tụy. Đông ân cần khuyên Châu nên làm ít lại và cần ngủ thêm một chút. Nàng đồng ý.

Sau khi ăn chút súp khoai tây, cà rốt nấu với xương gà, Châu ngồi nghỉ một lát rồi đi tắm.

Hôm nay Châu mới có chút ít thời gian sắp xếp lại mớ giấy tờ ngổn ngang. Nàng phân loại từng thứ ngăn nắp rồi cất vào ngăn kéo. Chợt một bao thư cũ kỹ chìa ra từ trong một quyển sách nhỏ. Nàng cầm lên xem nhận thấy nét chữ thân quen của một người bạn ngày xưa.

"Châu mến,

Kỳ trại Hà Tiên vui thú, êm đềm với nhiều kỷ niệm rồi cũng qua đi. Châu về nhà có mệt lắm không? Đêm hát hò tới sáng làm anh mệt nhừ trên đường về Rạch Giá.

Cô bạn của Châu đã bình phục hẳn chưa?

Hy vọng trong một dịp nào đó chúng ta có cơ hội sinh hoạt chung với nhau nữa. Trong kỳ trại này ngoài Châu ra anh có quen một vài người bạn mới ở Bạc Liêu, Cà Mau, và Long Xuyên.

Anh viết đôi dòng thăm Châu. Thân ái chúc Châu luôn vui khỏe, học càng lúc càng giỏi.

Anh Phương."

Đọc xong lá thư ngắn, nhưng đầy thân tình chân thật, Châu bùi ngùi mơ màng dõi mắt qua khung cửa sổ nhỏ, bay vượt thời gian chật hẹp trở về quá khứ không xa.

Một buổi chiều, Châu và cô bạn khát nước nên ghé qua căn lều bán thức uống của một giáo sư trong ban tổ chức trại hè ở Hà Tiên do Bộ Quốc gia Giáo dục tài trợ cho các tỉnh miền Tây để tưởng thưởng những học sinh xuất sắc trong năm.

Châu cười tươi tắn nói với bạn:

- Chị Vân ơi, ông thầy Toại la quá trời em mới xuống tắm một chút, rồi chạy lên liền.

Phương đang đứng gần đó, pha ly nước đá chanh phụ giúp ông thầy điều hành, ngừng tay ngạc nhiên hỏi:

- Sao? Bị thầy la cô mới xuống tắm một chút rồi chạy lên liền à?

Nói tới đó Phương cười phá lên:

- Thật là ngộ nghĩnh, tôi cứ tưởng cô tắm lâu, thầy cô la, bảo đi lên chớ. Chuyện ngược đời thật! Tại sao vậy?

Khuôn mặt trong sáng, tươi tắn, thơ hoa của Châu hướng về Phương đáp:

- Tui không thích tắm, lạnh thí mồ, bãi biển gì bùn không!

Qua ngày hôm sau, đoàn cắm trại ở bãi Nò di chuyển về trường Tiểu học tại quận lỵ Hà Tiên vì trời giông bão, ở đó sinh hoạt thêm hai ngày rồi kết thúc.

Năm ngày cắm trại trôi qua thật nhanh. Đêm cuối cùng Phương bận làm quản trò sinh hoạt cộng đồng, hát hò suốt đêm nên không có dịp nói chuyện với Châu.

Sáng hôm sau, Châu đang đi trên hành lang trường thì nghe tiếng Phương gọi. Hai người nói cho nhau nghe những cảm nghĩ lưu luyến trong ngày bế mạc trại và Phương ngõ ý muốn trao đổi thư từ. Trao mảnh giấy có ghi địa chỉ cho Phương, Châu nói:

- Khi nào rảnh, anh viết thư cho Châu nghe.

Phương nhìn gương mặt sáng tươi, thanh tú dễ thương của Châu khẽ gật đầu. Rồi Châu chạy vụt đi. Cô nàng như con chim non vừa rời khỏi tổ, lúc nào cũng tung tăng chạy nhảy.

Sau đó Phương đã viết thư cho Châu. Nàng nhận làm em gái tinh thần của Phương, kể cho Phương nghe chuyện học hành, làm văn nghệ trong trường, chuyện những chàng trai trong tỉnh theo đuổi ...

Khoảng một năm sau, Châu bất ngờ lên Sài Gòn thăm Phương mà không báo trước. Cũng may là Phương không đi vắng.

Buổi chiều ấy, trong túi còn hơn một trăm đồng đủ trả tiền cho hai chuyến xe lam, Phương mời Châu dạo phố thủ đô.

Xuống xe gần chợ Bến Thành, Châu và Phương đi dọc theo đường Hàm Nghi tiến về bến Bạch Đằng, dừng chân ghế đá công viên Trần hưng Đạo. Châu tặng Phương một huy hiệu Đại hội thể thao gì đó mà chàng không quan tâm mấy. Trên tay, Châu cầm quyển sách nhỏ, Nội qui Hạ nghị Viện. Phương thắc mắc hỏi:

- Sao em có quyển này vậy?

Châu thản nhiên đáp bằng giọng nói không hề có chút kiêu hãnh:

- Của ba em. Em cầm theo để kẹp khăn tay.

- Ba em là Dân biểu hở? Bác tên gì vậy?

Châu không đáp, lặng lẽ đưa Phương quyển Nội qui Hạ nghị Viện. Chàng mở ra: Dân biểu ....

Phương hỏi Châu:

- Em có để ý công việc của ba không?

- Không anh à. Ba thương em lắm! Cho em thật nhiều tiền. Anh biết không, mỗi tháng ba phát lương cho em năm chục ngàn đó.

Phương trầm ngâm giây lát nói:

- Em có biết mỗi tháng nhà anh gởi lên cho anh bao nhiêu không? Mười lăm ngàn, thỉnh thoảng được hai chục. Tiền ăn, tiền nhà, tiền sách vở bấy nhiêu đó. Còn em, năm chục ngàn chỉ để tiêu xài. Nhiều quá!

- Vậy mà không đủ xài nữa đó anh.

- Ba em giàu quá nhỉ?

- Cũng phải làm học xì dầu đó chứ.

Phương mỉm cười vui vẻ, lặp lại ba tiếng "học xì dầu" mà Châu đã dùng.

Châu cho biết thêm là mẹ nàng có một cửa tiệm ở ngoài chợ bán sĩ và lẻ. Phương gật gù cho qua chuyện.

Hai người kể cho nhau nghe rất nhiều chuyện của mình: chuyện đi học, chuyện bạn bè trong lớp .... Rồi tới vấn đề yêu đương của thanh niên nam nữ, và chuyện hôn nhân.

Trong không khí rất thân mật và tự nhiên, hai người nói chuyện không hết đề tài, và khu vực bến Bạch Đằng không còn đường để hai người đi thêm nữa, họ bèn trở lên đường Tự Do.

Phương nhìn Châu mỉm cười nói khẽ:

- Anh xem em như em gái anh, anh nói điều này em đừng cười anh nghe.

Châu thoáng ngạc nhiên:

- Anh nói đi. Em đâu dám cười anh.

- Nãy giờ mình đi mấy tiếng đồng hồ rồi, khát nước quá! Mình kiếm chỗ nào uống nước. Mà anh không có tiền, chỉ còn có mấy chục trong túi à. Em có mang tiền theo không?

- Em cũng đang khát nước đây. Để em đãi anh nghe! Anh đừng ngại gì cả, em biết mà, đời sống sinh viên đa số đều khó khăn. Mình ghé đâu hở anh?

- Vô Pôle Nord em nha.

Trong tiệm kem, Châu tâm sự:

- Anh biết không, em thích kết bạn ở xa hơn là cùng trong tỉnh.

- Tại sao vậy?

- Họ tìm cách làm quen với em, theo đuổi em vì địa vị và sự giàu sang của gia đình em. Họ đến với em chỉ vì những hào quang đó, em chán quá anh à!

Phương cười nửa miệng hỏi:

- Vì thế em thích chơi với anh?

Đôi mắt Châu khẽ chớp, đầy trìu mến:

- Anh đâu có biết gia đình em như thế nào.

- Anh không cần biết em con của ai, ba em làm gì. Điều đó có quan hệ gì đến anh? Anh giao thiệp với em vì thấy em dễ thương, anh mến em. Đến hôm nay anh mới biết ba em là Dân biểu. Ba em là Dân biểu hay ba em là phu xích lô cũng vậy thôi. Em vẫn là Châu, em gái dễ thương của anh. Đúng không?

Châu có vẻ cảm động ngồi im lặng.

Một anh phế binh trung niên, trên tay đầy báo đến mời mua. Phương từ chối vì chỉ còn vài chục đồng để đi xe lam về phòng trọ. Nhưng người bán báo cứ đứng lì đó lải nhải. Làm sao anh ta hiểu được tình trạng tài chánh của Phương khi ngồi trong tiệm kem Pôle Nord sang trọng với bạn gái?! Châu thì ngồi đó lặng yên. Phương bối rối, rồi bực mình cho tay vào túi móc ra tất cả số tiền trong đó, khoảng chín chục đồng đưa hết cho anh ta để lấy tờ Tiền Phong giá bảy chục đồng.

Bước ra đường đón taxi cho Châu về, Phương biết rằng mình không còn một đồng trong túi, nhưng chàng không thể hỏi Châu vì lòng tự trọng, đành phải đi bộ suốt quãng đường dài khoảng năm cây số. Phương vừa đi vừa bực bội, vừa thấy tức cười. Được chừng một cây số thì có một chiếc Honda-ôm ghé lại mời đi. Phương thành thật nói:

- Tôi hết tiền rồi. Anh có thể làm ơn cho quá giang được không?

Người thanh niên lái xe Honda-ôm ngẫm nghĩ vài giây rồi mời Phương lên xe.

Xuống xe, Phương cầm tờ báo tặng anh ấy, nhưng anh ta không nhận, bảo khách đi nhờ giữ lấy mà đọc. Phương rất cảm động nói với chính mình "Trong hoàn cảnh xã hội khó khăn giữa thời chiến tranh khốc liệt này cũng còn có những tấm lòng vàng, hào hiệp đáng quí."

Đêm ấy về, đôi chân Phương mỏi đuối. Trong lá thư sau đó, Châu viết: "Đôi chân em như muốn rời ra, nhưng mà vui, thú vị hở anh?!"

Kỷ niệm thân ái, nhẹ nhàng như từng đợt gió thu hiu hắt thổi qua tâm hồn đau khổ của Châu. Từ khi gặp Phương nơi quán nước trong trại Hà Tiên, Châu đã nghe cõi lòng bồi hồi. Một luồng gió lạ làm dậy lên những nốt nhạc thần tiên mơ ước trong con tim non nớt của Châu. Nàng trở về lều với cô bạn mà nghe buồn man mác vì anh chàng đứng pha nước không chú ý gì tới mình. Anh ta chỉ nói chuyện vui đùa tự nhiên như đang nói với một người bạn trai. Dáng dấp cao, người gầy và cách đối thoại thành thật không trau chuốt nhưng chan chứa tình thân mến của anh chàng bán quán đã làm Châu xao xuyến, bâng khuâng.

Lần đi cắm trại ở Hà Tiên năm đó thật đông, thật vui, thật ngọt ngào trìu mến khó quên. Mật ngọt hạnh phúc tuổi thơ tràn lan như ánh trăng tròn tỏa chiếu ánh sáng lung linh huyền dịu lên mặt biển thanh bình yên lặng. Tuổi mộng mơ niên thiếu ở lứa tuổi mười sáu, mười bảy êm đẹp làm sao! Trong như pha lê, sáng như ngọc bích. Những nụ hoa tình chớm nở trong vườn xuân tươi sắc. Những lá thư viết bằng mực tím hiền ngoan của Châu gởi lên Phương, chàng sinh viên nghèo ở Sài Gòn.

Một ngày thu êm ả, Châu nói dối người anh là nàng phải ra thư viện Sài Gòn để đọc sách. Thực sự thì Châu lấy taxi đến thăm Phương đang trọ học chung với các bạn trong căn nhà lụp xụp nằm sâu trong hẻm ở đường Lê văn Duyệt. Không có phương tiện báo trước cho Phương chuyến viếng thăm của mình, Châu theo địa chỉ trên mảnh giấy tìm ra căn nhà lá nhỏ trong khu xóm nghèo có cái giếng con con. May cho Châu là hôm ấy Phương ở nhà. Châu còn nhớ rõ vẻ mặt vô cùng ngạc nhiên của Phương. Chàng nhìn Châu tưởng như mình đang trong giấc mộng. Phương không thể nào ngờ là Châu đón xe từ Châu Đốc lên Sài Gòn chỉ để tìm bạn cũ. Nàng mặc quần áo sang trọng, toát ra nét quý phái, thượng lưu. Tay cầm bóp đắt tiền, mái tóc được chăm sóc mỹ thuật từ một nơi danh tiếng ở Sài Gòn. Dáng vẻ cao sang bên ngoài như vậy, nhưng Châu rất dịu dàng, lễ độ, kính trọng Phương. Nàng nói năng nhỏ nhẹ, một điều thưa, hai điều dạ khiến Phương cảm thấy vui sướng, ấm áp tâm hồn. Một niềm hãnh diện dấy lên trong lòng khi Phương thấy đôi ánh mắt của bạn bè ở chung nhà nhìn hai người có vẻ ngạc nhiên. Châu tươi mát, lộng lẫy như một nàng công chúa. Phương tràn trề hạnh phúc khi được một cô nữ sinh trẻ đẹp lặn lội từ xa đến căn nhà lá bé nhỏ trong khu xóm nghèo nàn thăm mình.

Phương đâu có biết rằng Châu đã âm thầm yêu Phương từ hôm gặp nhau ở Hà Tiên.

Châu thẫn thờ, buông mình xuống chiếc ghế "salon" cũ. Nàng không biết bây giờ Phương đang trôi giạt nơi nào. Châu ước mong cho người nàng thầm yêu được thoát khỏi Việt Nam, sống cuộc đời an vui sung sướng trên xứ người. Châu tin như thế vì thành phố Rạch Giá nằm ngay biển. Ở Châu Đốc khó vượt biển hơn, nhưng không phải là không đi được. Tuy nhiên, Châu đã cương quyết gắn bó cuộc đời mình nơi đất nước nghèo khó, đau thương này như một sứ mạng thiêng liêng. Cha nàng đã oanh liệt hiến thân cho xã tắc. Máu người đã thắm lòng đất mẹ, hy sinh cho tự do, cho tinh thần quyết chiến, bất khuất của dân tộc Việt Nam hào hùng chống nội thù, ngoại xâm. Châu hãnh diện làm con của một sĩ phu yêu nước. Thục nữ nguyện lòng tiếp nối con đường tranh đấu cam khổ, lấy hạnh phúc toàn dân làm cứu cánh. Nàng tin rằng công sức của mình không vô ích.

Mùa xuân nào cũng bắt đầu bằng một con én quyết chí tạo dựng nắng ấm thanh bình tươi sáng cho muôn hoa tươi nở.

Chương 25

Tù nhân nào cũng bị ghẻ. Ghẻ nổi từ đầu đến chân. Gãi đến tươm máu vẫn không đã ngứa. Lấy dao nạo sồn sột, máu rịn khắp nơi, vẫn còn ngứa. Thật là kinh khiếp! Nhiều khi ngứa cả đêm không ngủ được. Phương đưa chân gần đống lửa hơ thử, thấy dễ chịu. Thử chân kia, thấy đã quá. Thế là người tù trẻ tuổi đã tìm được cách trị cơn ngứa. Dùng sức nóng của lửa để làm đã ngứa thôi, chớ không trị được bệnh ghẻ. Ngược lại sự hơ lửa có thể làm ghẻ mọc ra nhiều hơn. Nhưng Phương bất cần. Khỏi bị cơn ngứa hành hạ là sung sướng tột đỉnh rồi.

Sau khi tay chân đã hết ngứa, Phương cởi quần áo trần truồng, đưa nguyên chiếc mông đầy ghẻ ra hơ trên đống lửa cháy phừng phực. Phương cảm thấy đã ngứa và sướng vô cùng, sướng hơn cả khoái lạc ngủ với đàn bà. Những ai chưa bị bệnh ghẻ rùng rợn đó thì chưa biết được cái sướng của Phương và không tin là nó sướng hơn "cái kia."

Có mấy tên tù đang mồi lửa hút thuốc lào, bỗng dưng bị coi "show" hơ-mông-ghẻ của Phương và vài tên tù khác. Bốn năm cái mông ghê tởm đưa qua đưa lại, nhô lên nhô xuống theo ngọn lửa để khỏi bị phỏng giống như bọn mọi múa lửa vui chơi. Nhưng mọi múa lửa còn có tiếng cồng tiếng trống và có nghệ thuật, dù là nghệ thuật rừng rú.

Còn đây chỉ là sự di động của những cái mông xấu xí, kinh rợn, toàn ghẻ là ghẻ, kể cả hậu môn và bộ phận sinh dục. Những tên tù hút thuốc lào thông cảm nên không nói gì. Mấy phút sau có một cái mông, mê mẩn thế nào đưa sát mặt một tên tù kế đó. Hắn nổi sùng chửi um:

- Đ. mẹ mày, đưa đít vô mặt tao hả?!

Tên nọ tỉnh hồn du di bàn tọa đi nơi khác.

Nhìn những cây tre cao trên mười thước, Phương thấy khó mà hạ được, bởi trên ngọn chót vót, cành lá đan chằng chịt cây này với cây kia. Tuy vậy Phương cũng cố cưa thử một cây, rồi ra sức kéo, nhưng hoài công, cây tre vẫn đứng nguyên vị trí. Nhận thấy gắng sức cũng vô ích, Phương không làm gì cả, chờ đến giờ hết lao động, cùng về với toán của mình.

Vì không có tre mang về, Phương bị cúp phần cơm buổi chiều hôm đó. Chàng tức giận không nói gì.

Đêm ấy, Phương dùng dao vót một thanh tre thật nhọn, dài khoảng bốn tấc. Chàng tìm cách trốn trại qua hai giai đoạn. Bởi không thể trốn bằng cách băng rừng, lội suối vì không đủ lương thực, không có kinh nghiệm đi rừng, và tụi Việt Cộng vẫn còn trú đóng, đi lại trong rừng rất nhiều, Phương đành phải chọn khổ nhục kế. Trước hết, Phương phải làm cho mình bị thương khá nặng, nhưng không nguy đến tính mạng như đâm vào bụng cho lòi ruột ra để được đưa đến bệnh xá trong làng cách trại tù non hai mươi cây số. Nếu bị cán bộ ra lệnh bỏ cho chết thì đành chịu chết. Trong lúc ở bệnh xá, quan sát mọi sự và tìm cách trốn.

Phương cầm thanh tre nhọn ấn sâu vào bụng. Đau quá mà không xuyên qua lớp mỡ. Thử đi thử lại mấy lần không được. Đầu tre không đủ nhọn để Phương tự làm cuộc giải phẫu ruột bất đắc dĩ. Bực bội, Phương liệng thanh tre, nghĩ cách khác.

Phương bèn mượn tên tù gần đó cây lưỡi hái cắt tranh. Chàng hy vọng nó đủ bén để mổ bụng mình. Phương về chỗ nằm, kín đáo nhìn chung quanh, rồi đưa mũi nhọn cây lưỡi liềm lên bụng, nhấn vào. Chàng nhận thấy vấn đề khó nhất là xuyên qua lớp da bụng dày. Xuyên qua được rồi, chàng sẽ quậy qua quậy lại cho ruột đổ ra tùm lum.

Mũi của cây lưỡi liềm cùn đã bị mòn đi quá nhiều nên chẳng sắc bén gì cả. Đầu nó lại cong cong không có thế. Phương vất vả cả mười phút mà vẫn không thể đâm lủng bụng được. Mồ hôi chàng vã ra nhiều. Sau cùng Phương đành chịu, mang lưỡi liềm đi trả.

Phương không muốn dùng dao cắt mạch máu cổ tay vì hai lý do. Thứ nhất nó không có vẻ rùng rợn bằng đổ ruột, nên ít có hy vọng được đưa đi bệnh xá. Thứ hai, nó có thể ra máu nhiều và chết dễ dàng, nguy hiểm hơn mổ bụng. Phương chỉ có ý định vượt thoát chứ không có ý tự tử.

Đêm thật đen, cảnh rừng hoang vắng, âm u, kinh khiếp. Phương nghĩ cảnh địa ngục chắc không ghê rợn hơn cảnh đọa ngục này bao nhiêu. Chàng nằm, bụng đói cồn cào. Phần cơm mỗi ngày chẳng thấm vào đâu, giờ lại mất đi một buổi. Người Phương ngày càng yếu, nhất là đôi chân.

Phương nhất định chống lại bọn Việt Cộng, bất hợp tác trong việc lao động xây dựng nhà tù cho chúng. Nếu cất nhà cho dân nghèo ở thì chàng không ngần ngại, không chống đối, vui vẻ mà làm. Còn bây giờ sức lao động của chàng góp phần bành trướng hệ thống trại tù của chúng nên chàng cương quyết bằng mọi cách không tuân lệnh.

Trong bất cứ hoàn cảnh nào Phương cũng đều suy nghĩ tìm phương pháp để đối kháng dưới nhiều hình thức khác nhau. Tiêu cực, thụ động là bất hợp tác và bảo trọng cá nhân mình ngõ hầu sau này còn đủ sức khỏe và sống lâu dài để tiếp tục đánh phá. Nông nỗi, thích phô trương, khí khái xằng, anh hùng rơm là những điều kỵ của Phương. Nếu không thường xuyên tự kềm chế chắc chắn Phương đã giết vài tên cán bộ.

Một buổi trưa, trời nắng như thiêu, Phương cùng các bạn tù phát hoang chung quanh trại. Chàng cưa mấy gốc cây lởm chởm trên mặt đất. Lưỡi cưa cùn mằn, mòn đi một phần tư, cưa hoài chẳng đứt. Tên cán bộ đi ngang, mang giày lính của quân đội Việt Nam Cộng Hòa, đá thốc vào sườn non làm Phương ngã bật ra sau. Chàng ngồi dậy, tiếp tục cưa, hắn lại đá bồi một cú nữa. Phương sôi máu hận, nhưng cắn răng chịu đựng. Hắn bèn đuổi chàng đi làm việc khác. Phương cúi mặt đi, quyết tâm thực hành chữ "nhẫn."

Thấy Phương đi lững thững không làm gì, một tên cán binh, tay đang cầm dây leo rừng quất túi bụi từ đầu xuống lưng Phương, miệng chửi rủa:

- Thằng khốn kia, mày đi đâu đó? Muốn chống lại à?

Sự dồn nén trong lòng Phương lên đến tột độ, nó sắp nổ tung. Chàng đảo mắt nhìn bên tay phải, một người tù đang dùng búa chặt gốc cây. Và Phương quan sát thật nhanh tên cán binh vừa đánh chàng, thấy súng AK-47 hắn đeo trên vai. Trong vòng năm giây, Phương có thể giựt cây búa của người tù rồi phóng đến chẻ đầu tên Việt Cộng làm đôi. Xong, đoạt lấy súng và bắn mấy tên còn lại, dẫu có bị giết chàng cũng hả dạ. Tuy nhiên những câu hỏi của lý trí vang lên "Làm sao ngươi có thể thoát khỏi khu rừng này?", "Giết những tên Việt Cộng hạng bét này có ích lợi gì? Sao ngươi không ẩn nhẫn để sau này có thể tiêu diệt hàng triệu tên cấp bực cao hơn?"

Phương hủy bỏ ý định tử chiến, đứng yên cho hắn đánh, nước mắt chàng ứa ra vì uất ức, người chàng run lên vì sức ép của hàng ngàn ký chất nổ không được tung ra.

Đánh chán, hắn ngừng tay, bỏ mặc Phương đứng đó.

Chương 26

Giọng hát trong sáng, nhẹ nhàng của đám trẻ ngoan vang lên ở trong một con hẻm sâu ít người qua lại.

Đông đứng canh ở đầu ngõ cho Châu vào trong phát quà bánh rồi dạy các em bài đồng dao chính trị nàng vừa viết xong đoạn đầu.

> Tập tầm vông
> Bọn Duẩn Đồng
> Gian tham ác
> Tập đoàn Bác
> Hút máu dân
> Bọn gian tà
> Gây thán oán
> Bao khổ nạn
> Nước non nhà

Bỗng một chú bé dơ tay lên hỏi Châu:

- Chị Châu ơi, hút máu nghe ghê quá hà! Sao vậy?

Châu giảng giải:

- Các em cưng của chị nghe đây. Hút máu trong bài hát này không phải là đưa miệng vào cổ người khác hút máu như chuyện ma cà rồng mà các em thường nghe. Hút máu ở đây có nghĩa là vơ vét tài sản, sức lao động của người dân. Thí dụ như các em có mười đồng, chị làm bộ nói các em phải đổi tiền rồi chị lấy mười đồng của các em nhưng chị chỉ đưa lại các em ba đồng. Như vậy chị đã cướp của các em bảy đồng. Hành động cướp của ấy của chị có thể gọi là hút máu các em. Tiền bạc là do mồ hôi, xương máu của mình làm ra phải không các em?

Một đứa dơ tay hỏi:

- Tại sao phải đổ xương máu mới kiếm được tiền hả chị Châu?

Châu cười vui vẻ đáp:

- Em hỏi một câu rất hay. Phải rồi, kiếm tiền thì kiếm tại sao phải đổ xương máu chứ? Sau này lớn lên các em sẽ hiểu rõ ràng, thấm thía hơn. Nhưng bây giờ chị chỉ trả lời đơn sơ như thế này. Một người phu khuân vác ở bến tàu phải làm việc cực nhọc mỗi ngày để kiếm tiền. Có một hôm ông ta vì đuối sức, trượt chân té xuống đất, bị cục đá nhọn dưới đất làm bể đầu chết ngay tại chỗ. Do đó đồng tiền ông ta kiếm được rõ ràng là đồng tiền khó khăn, phải đánh đổi bằng xương máu của chính ông ta. Các em đã hiểu chưa?

Đám trẻ nhôn nhao nói:

- Tội nghiệp ổng quá chị Châu há?!

Châu cảm động, nhìn lũ trẻ ngoan nói:

- Phải rồi các em. Chúng ta phải giúp những người nghèo khổ đó. Các em có đồng ý không?

Lũ trẻ khoảng hai mươi đứa cùng đáp:
- Phải giúp, phải giúp chị Châu ơi!
- Đồng ý với chị.
Châu hân hoan nói:
- Bây giờ chúng ta hát tiếp.
Đám trẻ cùng đáp:
- Dạ.
- Dạ chị.
- Dạ, chị Châu.

Tập tầm vông
Bọn Duẫn Đồng
Gian tham ác
Tập đoàn Bác
Hút máu dân
Bọn gian tà
Gây thán oán
Bao khổ nạn
Nước non nhà

Chương 27

*M*ột tuần sau, trong đêm khuya, chỉ có mỗi Phương ngồi gác bên đống lửa, chàng lôi trong túi ra một viên đạn M-16 lượm được trong lúc đi làm việc bên ngoài. Ngắm nghía viên đạn vô tri giác, Phương mỉm cười nói nhỏ: "Hãy phá hủy bàn chân này để ta có cơ hội trốn thoát."

Phương lấy một bảng tre khoảng hai phân, chẻ đôi một phần ba để kẹp viên đạn. Đầu viên đạn hướng thẳng về bàn chân trái của chàng. Tay mặt cầm que củi đang cháy, đốt vào đuôi viên đạn. Phương biết rõ, sở dĩ đầu đạn bay thẳng về phía trước là nhờ nòng súng. Không có nòng súng đầu đạn văng ra vô định. Tuy vậy Phương vẫn thử, may ra chàng được trúng đạn M-16 một cách ly kỳ, ngoạn mục.

Phương kiên nhẫn đốt viên đạn và hồi hộp chờ kết quả. Mấy phút sau viên đạn phát nổ. Bàn chân chàng vẫn còn nguyên vẹn hình hài. Chàng thất vọng, liệng que củi vào đống lửa.

Đêm ấy bàn chân Phương không được "may mắn" trúng đạn M-16, nhưng có hai người tù ra đi vĩnh viễn: Quang và Định. Hai người chết vì quá kiệt lực. Người họ ngày càng teo dần lại, như ngọn đèn hết dầu, leo lét rồi tắt hẳn. Chính quyền Xã hội Chủ nghĩa lại phải tốn hai tấm cao su.

Phương tình nguyện đi chôn bạn. Toán đi chôn cất gồm tám người, thay phiên nhau gánh hai xác chết đong đưa, lầm lủi đi dưới trời mưa lất phất. Rừng âm u, hoang lạnh. Lá cây ẩm ướt phủ đầy con đường mòn tang tóc, ghê rợn. Nhóm người tới nơi. Mùi hôi thúi xông lên. Tháng trước có một tù nhân chết được chôn ở đây. Vì lười biếng các người tù đào huyệt quá cạn, nước mưa bào mòn mỗi ngày một ít. Bây giờ một phần thịt xương mục rã nhô lên, mùi tanh tưởi vô cùng khó chịu.

Phương nói:

- Chúng ta làm nhanh lên, nếu không bị bệnh chết.

Mọi người hì hục đào. Nhờ đất ẩm nên việc đào huyệt không đến nỗi vất vả. Phương dặn dò:

- Các anh chịu khó đào sâu một chút nha.

Mấy tiếng đồng hồ sau, mọi việc xong xuôi. Trời âm u màu xám. Cú rừng kêu não ruột. Ai nấy ngậm ngùi thương kẻ ra đi và cũng ngậm ngùi cho chính mình.

Họ tự hỏi:

"Ngày tháng nào mình sẽ đến đây nằm yên ngủ?!" Không ai biết được.

Năm xưa thi sĩ Đỗ Phủ đã từng bâng khuâng tự hỏi "Thân trôi nổi mịt mờ không biết mình là ai, từ đâu tới. Có phải chăng là bóng chim âu trên bãi cát ven sông?!"

"Phiêu phiêu hà sở tự
    Thiên địa nhất sa âu?!"

Tấm thân phiêu bạt về đâu nhỉ?
Tựa cánh chim âu giữa đất trời.

Chương 28

*N*ghe tiếng thét của Châu, Đông choàng dậy đi nhanh về phía căn phòng nhỏ của nàng. Khẩu súng Colt-45 trên tay Đông đã lên đạn. Chàng hỏi nhỏ:

- Chị Châu có sao không?

Châu bước ra, đầu tóc bù xù đáp:

- Không có gì cả. Chị bị ác mộng. Xin lỗi đã làm em thức dậy.

Đông bình thản trở về chiếc ghế bố nhà binh đặt ở phía bên trong, gần chỗ nấu ăn nằm xuống ngủ tiếp.

Châu lấy chút muối bọt pha với nước xúc miệng rồi ngồi thẫn thờ trên chiếc ghế "salon" cũ bạc màu. Trong cơn ác mộng, Châu thấy Phương bị người ta chém mấy dao, máu chảy đầm đìa. Châu vội phóng tới để săn sóc cho Phương, nhưng nàng bị trợt chân té sóng sượt trên mặt đất. Mồ hôi vẫn còn trên trán, Châu đưa tay vuốt mặt nói nhỏ chỉ đủ mình nghe "Anh, em cầu mong anh được bình yên. Em lo nhiều lắm! Anh đang ở đâu, có biết em thường xuyên nhớ anh, nghĩ về anh không? Trời ơi, nếu anh có chuyện gì em biết làm sao để giúp anh đây?! Phương ơi! Năm xưa tại sao anh không nói gì với em hết vậy? Anh xem em là gì của anh hở?! Em vẫn muốn nghe anh nói một tiếng để em biết được vị trí của em trong lòng anh. Là em gái tinh thần của anh hay là người tình? Anh ơi, em là gì của anh mà chẳng được, phải không anh? Bây giờ gia đình tan nát, quê hương lầm than, em và anh thất lạc nhau. Con đường của em đi còn dài thăm thẳm, hiểm nguy chập chùng. Ước gì có anh bên cạnh để em được ấm lòng, khỏi phải lẻ loi sau những giờ công tác nhọc nhằn, căng thẳng. Anh ơi, biết đến bao giờ em và anh mới được gặp lại nhau? Hay đó chỉ là ảo ảnh thiên thu hở anh?!"

Châu trở vào phòng ngủ, cúi xuống giường lôi ra khẩu súng M-16 ngắm nhìn nó với nỗi lòng hiu hắt buồn tênh.

Chương 29

Dũng đã ở tù Chí Hòa nhiều lần nên hắn rất sành sỏi về các mánh khóe lừa bịp. Hắn thích Phương nên thao thao bất tuyệt truyền nghề. Người sinh viên không cần biết hết sở trường của hắn. Chàng chỉ muốn biết làm sao cho cơ thể lên cơn sốt bất cứ lúc nào theo ý muốn. Dũng nói:

- Anh để bụng đói, ăn hết ống kem đánh răng hiệu "Hynos," nửa giờ sau sẽ bị nóng sốt.

Phương hỏi:

- Công hiệu được bao lâu?
- Khoảng một ngày.
- Có nguy hại gì về sau không?
- Không.
- Có khi nào "đi luôn" không?
- Không đâu. Em làm hoài.
- Tốt. Cám ơn Dũng.
- Có gì đâu anh Phương.

Chương 30

Châu và Đông trở lại khu xóm nghèo hôm nọ, phân phát quần áo, bánh kẹo cho những đứa trẻ ngoan. Như lần trước, Châu dạy các em hát đồng dao.

Trước khi Châu bắt đầu, Đông và ba người đàn ông lớn tuổi trong xóm chia nhau đi canh chừng bọn Công an.

Châu nói:

- Bây giờ mình ôn lại đoạn hôm trước. Xong rồi chị sẽ dạy cho các em đoạn mới, hơi dài. Các em phải chịu khó một chút nghen. Chị sẽ có phần thưởng đặc biệt sau khi mình học xong. Các em chịu không?

- Dạ chịu.

- Dạ chịu.

Châu nhìn lũ trẻ ngoan với ánh mắt thương yêu tràn trề, rồi đọc lại đoạn thứ nhất.

> Tập tầm vông
> Bọn Duẫn Đồng
> Gian tham ác
> Tập đoàn Bác
> Hút máu dân
> Bọn gian tà

Gây thán oán
Bao khổ nạn
Nước non nhà

Những đứa bé hiền lành và dễ thương ngoan ngoãn đọc theo Châu không sai một chữ. Tiếp theo Châu chậm chạp đọc đoạn thứ hai để kết thúc bài đồng dao mà nàng đã soạn trong đêm khuya cô tịch trước di ảnh cha với cõi lòng u uất nặng nề.

Tập tầm vông
Em nguyện lòng
Yêu nòi giống
Bọn Việt Cộng
Phải tan tành
Cho dân lành
Sống tự do
Cho ấm no
Khắp mọi nhà
Cho thật thà
Vươn khắp chốn
Cho ngu độn
Mãi không còn
Cho Sài Gòn
Vang tiếng ca
Cho Hồ già
Đi chỗ khác
Cho Đảng "Bác"
Ra pháp trường
Cho tình thương
Hòa nắng ấm

Tập tầm vông
Em nhi đồng
Con nước Việt
Nguyện tha thiết
Với quê hương
Một con đường
Yêu Tổ quốc.

Khi đám học trò nghèo dễ dạy đã thuộc ít nhiều, Châu cho chúng nghỉ. Nàng biết rằng phải dành cho các em một thời gian để ôn nhiều lần mới nhớ. Châu hy vọng các trẻ khác sẽ tò mò và học theo mà không cần gặp Châu. Đó là thử nghiệm chiến tranh tâm lý soạn riêng cho thiếu nhi. Bọn Cộng Sản gian ác đã xảo quyệt nhồi sọ vào tâm hồn thơ ngây của các em bằng những tư tưởng độc địa, đen tối, phản dân tộc. Nhiệm vụ của Châu, người Quốc Gia chống Cộng là phải hướng dẫn, chuẩn bị cho các em một khái niệm căn bản về quê hương, dân tộc, về tình thương yêu nhân bản, về sự bác ái, vị tha, đồng thời ngăn ngừa những nọc độc Cộng Sản xâm chiếm tâm trí non trẻ của các em.

Như đã hứa, Châu mở cái túi vải lớn, lấy ra những viên kẹo xô cô la nho nhỏ hình núm tam giác. Tội nghiệp đám trẻ em con nhà lao động, chúng chưa bao giờ được ăn thứ kẹo nào ngon như thế. Châu đã dành ra một khoản tiền không nhỏ tìm mua loại kẹo này để thưởng những đứa học trò dễ thương của nàng.

Một luồng gió mát dịu thổi vào khu xóm. Một ngọn thu phong êm ả nào cũng vừa thoảng qua tâm hồn Châu.

Chương 31

Phương tiếp tục âm thầm chống lệnh lao động của cán bộ Cộng Sản. Chàng bèn áp dụng thử phương pháp giả sốt của Dũng. Phần ăn chiều Phương tặng cho một người bạn nằm kế bên. Hắn ngạc nhiên, hỏi:

- Sao anh không ăn?

- Tôi bệnh ăn không vô.

Khai đau ốm mà vẫn giữ phần cơm để ăn là gian dối. Chẳng những không được nghỉ lao động mà còn bị khinh khi vì lười biếng. Phương không thèm nói cho bọn tù này biết ý định chống lao động của chàng vì chúng chẳng hiểu và cũng chẳng quan tâm gì đến việc đối kháng. Tuy vậy Phương cũng không muốn bị ngộ nhận là lười biếng, nên chàng hy sinh phần cơm chiều ngọt ngào của mình.

Sau đó Phương nặn kem đánh răng hiệu "Hynos" vào miệng, nuốt xuống dạ dày trọn một ống lớn. Mặt Phương bắt đầu nóng. Phương gật gù, thầm nhủ "Thằng Dũng nói đúng. Anh Hynos đang nấu bếp trong bụng mình."

Phương vẫn tỉnh táo, khỏe khoắn. Chàng không hài lòng lắm, muốn làm cho nó lâm ly bi đát hơn. Phương bước ra ngoài, ngắt một nắm cỏ xanh mang về giường ngủ. Người thanh niên chống Cộng dùng tay cấu mấy miếng xà bông giặt đồ, mỗi miếng độ một lóng tay út rồi đặt nó lên lá cỏ, cuốn tròn lại đưa lên miệng nuốt trửng. Chàng nuốt ba miếng xà bông và chờ đợi kết quả. Phương nghĩ thế nào chàng cũng ói một trận đã đời. Có bao tử nào chịu nổi ba thứ độc một lúc: kem đánh răng, cỏ rừng, và xà bông đá. Nhưng ngạc nhiên làm sao, Phương chẳng thấy buồn nôn gì cả. Cơn nóng sốt giả kéo dài khoảng năm tiếng đồng hồ rồi hết. Bản năng sinh tồn của Phương quả là mạnh.

Chương 32

$\mathcal{S}$au khi bàn tính với Châu xong, Đông đi đến hai tiệm thuốc Bắc quen mua vài vị thuốc đặc biệt để về nhà chế biến thêm với vài chất nữa mà chàng phải tìm mua ở các nơi khác. Chàng biết ít nhiều về thuốc Nam và thuốc Bắc. Trong hoàn cảnh chiến đấu vô cùng khó khăn đầy nguy hiểm này, Đông phải chuẩn bị mọi thứ, có sẵn bên mình nhiều thứ vũ khí khác nhau. Và trong trường hợp cần thiết, phải sẵn sàng chết.

Khi còn trẻ, Đông đã có trong tay toa thuốc chịu đánh không biết đau, nhưng chàng chưa có dịp ứng dụng. Mỗi khi gặp những thầy thuốc giỏi, Đông thường nói chuyện, học thêm nhiều loại dược thảo, và sự chế biến công phu của nó. Ngoài ra chàng cũng biết khá nhiều về kinh Dịch.

Đồng thời Đông có nghe đến phương cách luyện sự tàng hình, nhưng không tin, gạt bỏ ra ngoài. Đông nghĩ sự tàng hình có thể hiện hữu. Đó là sự biến hóa hư ảo của một mô thức đấu tranh mà chàng sẽ tìm hiểu thêm khi có dịp.

Đông trở về nhà gặp Châu. Nàng nói:

- Đông có muốn theo chị về gặp sư phụ của chị không?

Chàng đáp:

- Em muốn đi. Chị tính khi nào mình đi được?

- Để chị sắp xếp việc trong quán cho chu đáo cái đã. Có lẽ vài tuần nữa mình đi. Ồ, chị muốn hỏi em điều này, nhưng hơi ngại.

- Chị em mình chị cần gì cứ hỏi.

Châu do dự giây lát rồi chậm rãi cất tiếng:

- Chuyện tình cảm của Đông thế nào?

Dõi mắt ra xa, Đông trả lời:

- Cô ấy đi lấy chồng rồi.

- Bất đắc dĩ?

- Dạ phải.

Châu khe khẽ thở dài:

- Chị em mình không khác nhau bao nhiêu. Hãy giữ trong lòng những mật ngọt, ấm êm kỷ niệm dù thời gian có chồng chất.

Chương 33

Thằng Nhơn chăm chú têm đồi thuốc lào cho thật gọn gàng, khít khao trước khi mồi lửa. Têm thuốc không chặt, hơi nhiều, không phê mấy. Hắn cầm que lửa lên, sắp sửa châm hút thì Phương gọi lớn:

- Nhơn.

Hắn ngẩng đầu lên nhìn. Khi bốn mắt gặp nhau, hai tay Phương cầm thanh tre cứng đập lên đầu hắn liên tiếp bốn năm cái. Phương không có ý định giết hắn, chỉ dằn mặt thôi, nên chàng dùng cây gậy nhỏ. Nhưng chàng bổ thẳng tay nên hắn đau đớn ghê lắm! Hắn vất điếu cày xuống đất rồi đứng lên phản công. Người hắn đồ sộ, to và khỏe gấp đôi Phương nên chàng không dại gì song đấu với hắn. Vả lại đôi chân Phương đang bị phù thủng, đi đứng khó khăn. Chàng phóng lên giường lết đi thật nhanh để tránh những cú đấm như trời giáng của hắn. Một quả đấm nện xuống mông chàng, trúng phân nửa, khá đau. Phương vội lăn thêm mấy vòng nữa để tránh những cú đấm kế tiếp. Lúc đó mấy người tù ngồi gần đã can giữ hắn lại. Mọi người có vẻ ngạc nhiên và thán phục Phương bởi vì Phương ốm yếu, chân lại bị liệt, đi phải chống gậy vậy mà dám trực diện đập đầu tên tù to lớn, khỏe mạnh như con trâu. Phương đã nhịn hắn nhiều lần. Chàng không muốn ăn thua với người đồng cảnh ngộ, thế mà hắn cứ tưởng Phương hèn nhát, tiếp tục gây hấn, miệt thị và khiêu khích Phương. Bất đắc dĩ chàng phải ra tay. Từ đó về sau, chẳng những hắn không dám hiếp đáp mà còn tránh mặt địch thủ ốm yếu nhưng gan lì của hắn. Những tên tù khác cũng tỏ ra đàng hoàng với Phương hơn. Chàng chua chát kết luận cho riêng mình:

"Trong đại đa số trường hợp, chỉ có hai điều có thể thay đổi con người. Đó là: tài lợi và võ lực. Công bình, đạo đức, hay tâm huấn là những điều mong manh và khan hiếm."

Chương 34

*M*ột cô chiêu đãi viên của quán Lệ Hồng đi nhanh ra phía sau, gọi nho nhỏ:

- Chị Châu, chị Châu ơi!

Đang coi sổ sách chi thu, Châu nhận thấy có điều không ổn, nên đứng lên bước nhanh ra ngoài hỏi cô gái:

- Gì đó Hoa?

Cô gái nói trong hơi thở dồn dập:

- Em thấy có hai chiếc xe Công an đậu trước tiệm
   mình.

Châu trấn an:

- Em bình tĩnh. Để chị lo.

Nói xong, Châu ung dung đi ra, đứng sau bức màn nhỏ, quan sát.

Khoảng bảy tên Công an bước vô quán, kéo ghế ngồi.

Châu ra hiệu cho Hoa bước ra chào khách.

Một tên trong bọn nói lớn tiếng:

- Ở đây có bia ngoại không?

Châu hậm hực nghĩ thầm "Chẳng những có bia ngoại, mà còn có bia nội cho tụi mày nữa. Chống mắt mà xem!"

Hoa bước tới bàn đám Công an đáp:

- Dạ có. Các ông muốn thứ nào?

Hai tên nói nhỏ với nhau vài ba câu, rồi tên lúc nãy lên tiếng:

- Mang ra đây bảy chai "Heineken," nhanh một chút, khát nước quá rồi!

Thường ngày chỉ có những cán bộ ăn hối lộ, có nhiều tiền, mặc thường phục thầm lặng vào quán hưởng thụ thức ăn, uống bia đắt tiền và tán tỉnh các cô chạy bàn. Đây là lần đầu tiên có bọn Công an mặc đồng phục ồn ào đi vô quán, nói năng phách lối, mất dạy.

Một tên khác nói với Hoa:

- Bảo chủ cô mang giấy phép bán quán ra trình cho Thiếu tá.

Hoa vào nói với Châu. Châu bảo Hoa:

- Em nói với nó là chị bận, rồi đưa cho nó xem tờ giấy của mình.

Châu mím chặt đôi môi, tư tưởng riêng "Chiến tranh kết thúc thì quân đội ít được sử dụng. Cấp chỉ huy của quân đội Cộng Sản được đám Chính trị bộ phân phát cho một số quyền lợi làm ăn béo bở để chúng khỏi cò kè, ganh tị với tụi Công an càng ngày càng có thêm nhiều quyền hành, tiền bạc. Đám lãnh tụ bất chính, gian ác hiểu rằng chúng phải dùng bọn Công an thất học, giao cho chúng vũ khí, quyền hành để chúng đàn áp, bỏ tù, và giết hại bất cứ người dân nào có một chút đối kháng dù là nhỏ bé, dù là bất bạo động. Guồng máy Công an càng lúc càng lớn, chức vụ cao càng lúc càng nhiều. Chúng mọc lên như cỏ dại, như rắn rết, côn trùng dơ dáy, độc hại xách nhiễu dân lành cơ cực, không có đủ cơm ăn mỗi ngày. Mình phải tưới dầu xăng đốt cháy hết đám cỏ độc, rắn rết, sâu bọ ngoi lên làm người này. Phải đốt hết, phải giết hết, phải tiêu diệt chúng càng nhiều càng tốt."

Ngay khi ấy thì Đông đi chợ về tới. Hai tay chàng xách nhiều loại thịt heo, thịt gà để làm các món nhậu cho thực khách. Khi bước ngang qua Châu, chàng thấy Châu nháy mắt với mình. Đông hiểu, nhẹ nhàng gật đầu.

Giao thức ăn sống cho người làm bếp, Đông đi ra phía sau, mở cửa tủ lạnh nhỏ, chỉ dành riêng cho Châu và Đông sử dụng, lôi ra một túi nước đá trong cái bao ny lông màu đỏ. Chàng lấy 14 cục nước đá, cho vào cái sô nhỏ rồi bước ra bàn đám Công an. Đông cười tươi tắn chào lũ "chó săn" rồi gắp cho mỗi tên hai cục đá bỏ vào 7 cái ly của chúng.

Sau đó Đông bước ra đường, ghi bảng số của hai chiếc xe Công an rồi nói thầm trong lòng:

"Tụi mày chỉ còn sống được một năm nữa thôi."

Phút thứ sáu mươi mốt.

Chương 35

Phiên gác của Phương bắt đầu lúc 11 giờ khuya. Ngồi bên đống lửa, chàng nghĩ ngợi miên man. Đêm nay có thể là đêm cuối cùng của đời chàng. Phương ôn lại những kỷ niệm đẹp tươi của tháng ngày đèn sách, hình dung những khuôn mặt bạn bè thân thiết. Rồi tư tưởng chàng bay về thăm gia đình, gặp mẹ và anh em ruột thịt. Chàng cũng không quên người cha quá cố. Nét mặt Phương điềm đạm, bình thản trong nỗi buồn u uất, cô đơn.

Người tù đối kháng cho tay vào túi áo, lấy ra viên đạn AK-47. Chàng muốn thử một lần nữa. Cũng như lần trước, Phương dùng một thanh tre nhỏ kẹp viên đạn, tay kia cầm nhánh lửa đốt hạt nổ. Chàng đặt đầu đạn cách bụng mình khoảng ba phân. Phương suy luận rằng đạn AK-47 lớn hơn đạn M-16 nên nổ mạnh hơn. Lần này mục tiêu lớn, và gần hơn so với lần cho nổ vào bàn chân do đó xác suất thành công sẽ cao hơn.

Nhìn đốm lửa đang liên tục đốt nóng đuôi viên đạn, Phương cảm thấy xúc động và hồi hộp. Lúc nào nó sẽ nổ đây? Đầu đạn sẽ ghim vào tim chàng hay chui vào bụng rồi nằm yên ở đó vì thiếu những vòng xoáy cần thiết từ nòng súng? Thời gian qua thật chậm. Bọn tù đã yên giấc. Rừng đêm tĩnh mịch, âm u. Phương trấn tĩnh cảm xúc lo sợ bẩm sinh của con người. Sự hồi hộp trong lòng chàng biến mất. Phương tò mò chờ đợi kết quả. Trong phút giây tuyệt vọng, chán đời tột đỉnh, người ta có thể đưa nòng súng vào đầu và bóp cò ngay lập tức. Tai chưa kịp nghe tiếng nổ thì hồn đã lìa xác. Một cái chết nhanh chóng không đau đớn.

Đàng này Phương không chán đời, không muốn chết. Chàng chỉ muốn thoát khỏi ngục tù tăm tối của Cộng Sản. Phương bắt buộc phải đi vào cửa tử để tìm sinh lộ. Có thể chàng sẽ chết trong đau đớn vì vết thương hành hạ hoặc có cơ hội thuận tiện nhất để đào thoát. Trong vài phút nữa Phương sẽ biết.

Đuôi viên đạn AK-47 đỏ rực. Phương chăm chú nhìn và cố giữ que lửa ở cùng một vị trí để sức nóng được liên tục. Chàng lạnh lùng đè nén nỗi hồi hộp, lo sợ thường tình của một sinh vật. Chàng không còn cảm giác, tư tưởng. Trong phút giây hiện tại, Phương không nhìn thấy, hay cảm nhận một thứ gì khác trên thế gian này. Ngay trước mắt chàng là viên đạn AK đang bị nung đỏ và sẽ nổ tung bất cứ lúc nào. Chàng chỉ thấy viên đạn, chỉ biết có viên đạn, và chờ đợi nó xuyên thủng chiếc bụng đáng thương, vô tội của mình.

Thời gian nặng nề trôi. Đống lửa đã tàn lụn.

Một tiếng nổ lớn, chát chúa vang lên giữa đêm khuya. Phương đưa tay rờ bụng, không thấy ruột phèo gì cả, chỉ nham nhám thuốc súng. Ánh lửa đã tắt từ lâu nên Phương không thấy đầu đạn đã văng đi đâu.

Trong lúc tù nhân đối kháng đang ngẩn ngơ thất vọng, một bóng đen từ trên chiếc võng gần đó lao xuống chỗ chàng ngồi. Giọng bóng đen gay gắt:

- Đ. mẹ, muốn tự tử hả?

Phương nhận ra hắn là Láng trưởng. Chưa kịp nói gì, Phương đã bị hắn túm ngực xô ngã chúi ra cửa. Tiện tay hắn chụp cây nứa tròn gần đó, dộng vào ngực Phương liên tu bất tận. Phương ngã bắn ra sau, cổ và ngực đau buốt. Hắn phóng theo, bồi thêm mấy cú đá vào sườn. Phương gục xuống, toàn thân rúm lại, đau đớn. Tên côn đồ vạm vỡ lôi Phương dậy, và trói thúc ké chàng vào một cây cột gần đó. Phương bị trói suốt đêm.

Đến sáng cán bộ được báo cáo, xuống điều tra rồi ra lệnh đem Phương xiềng vào trụ gỗ giữa sân. Chàng không được mặc áo và bị cúp phần cơm nguyên ngày. Đói, lạnh, Phương đứng trầm lặng giữa trời, bình thản nhìn các bạn tù sinh hoạt. Có một anh hơn bốn mươi tuổi, dừng lại, nhét vào tay Phương một dúm thuốc lào nhỏ. Anh ta không thốt một lời và Phương nói nhỏ tiếng cám ơn.

Qua ngày hôm sau, toàn trại được lệnh tập họp để đến hội trường trung ương xem chiếu phim tài liệu về tội ác Mỹ, "Ngụy." Trên đường đi, Phương chú ý quan sát những chiếc xe vận tải chở dụng cụ phim ảnh vừa đến từ một nơi nào đó. Một ý nghĩ lóe lên trong đầu chàng "Tại sao mình không 'quá giang' một trong các chiếc xe này để về Sài Gòn hay một tỉnh lỵ nào đó. Cách này an toàn và dễ thành công nhất. Mình sẽ chờ đến lúc đoàn xe sắp rời trại trở về căn cứ, chui xuống gầm xe và bám chặt dưới đó. Có thể bị nguy hiểm vì đá bắn lên trúng người, hoặc xe lên cầu ván có độ dốc cao dễ bị cọ xát. Liều vậy! Chẳng còn phương tiện nào tốt hơn trong hoàn cảnh này."

Người Phương bồn chồn, nôn nao khôn tả. Tưởng tượng đến giây phút đặt chân lên thành phố náo nhiệt, đầy đủ thức ăn và được tự do hoàn toàn, Phương cảm thấy như sắp được lên Thiên đàng vĩnh cửu. Chàng sẽ tìm cách trở về quê. Gia đình chắc sẽ ngạc nhiên, vui sướng tột độ, nhất là mẹ chàng.

Phương cố suy đoán, tìm hiểu càng chính xác càng tốt về thời điểm rời trại của đoàn xe Văn công. Điều này rất khó vì Phương không có một dữ kiện nào để dựa vào đó mà suy luận.

Buổi chiếu cuộn phim tuyên truyền tẻ nhạt, láo khoét rồi cũng kết thúc. Các tù nhân đều chán và mệt mỏi. Về đến trại đã hơn mười giờ đêm. Bỗng nhiên một giọng nói hốt hoảng cất lên thật to giữa rừng khuya âm u:

- Thằng Dũng chết rồi anh em ơi!

Những ánh đuốc được thắp sáng quanh chỗ Dũng nằm. Phương cố chen chân nhìn xác Dũng. Mặt hắn trắng bệch, người chỉ còn da bọc xương. Lúc sau này bỗng dưng cơ thể Dũng sa sút tồi tệ. Hắn ít cười và đôi mắt càng ngày càng mất thần. Sống trong hoàn cảnh thiếu dinh dưỡng và nhiều chướng khí như thế này, tù nhân nào cũng gầy gò, ghẻ lở, chân bị nứt da thấy rõ cả thịt bên trong, rất đau nhức. Phương đã chứng kiến nhiều bạn tù "ra đi" một cách chậm chạp. Tử thần chập chờn quanh quẩn trong trại. Không ai biết bao giờ sẽ đến phiên mình.

Phương hỏi một người đứng gần:

- Sao nó chết vậy?

Người này trả lời có vẻ thành thạo:

- Nó nuốt hết ống kem "Hynos" để bị sốt nằm ở nhà. Chẳng biết nó tính chuyện gì. Ai dè nó chịu không nổi, đi luôn.

Phương sững sờ trước thảm cảnh Dũng chết vì ăn kem "Hynos." Hắn đã chỉ Phương và chàng đã thử nghiệm mà chẳng bị hề hấn gì. Bây giờ "bậc thầy" lại phải chết lãng nhách như thế này thì thật là vô lý. Phương thấy tiếc cho Dũng. Tại sao hắn có thể chết một cách dễ dàng như thế? Phương chỉ còn câu trả lời duy nhất là cơ thể Dũng đã suy nhược cực độ. Sức khỏe sút giảm bởi vì thiếu sinh tố cần thiết cho cơ thể. Tuy nhiên, yếu tố tinh thần đóng một vai trò rất quan trọng. Tâm trạng sầu buồn, lo âu, chán nản, tuyệt vọng có thể làm cho tốc độ hủy diệt mầm sống tăng lên bội phần. Phương nghĩ tinh thần Dũng đã suy sụp trầm trọng và ảnh hưởng nặng nề đến sinh lực của hắn.

Chàng bùi ngùi bước ra sân nhìn lên bầu trời đầy sao, lòng bâng khuâng tư lự.

Trong số hàng triệu triệu tinh cầu trên kia có bao nhiêu hành tinh cưu mang sinh vật? Và các sinh vật ấy sống ra sao, có đau khổ, thù hận, bạo tàn như kiếp sống con người trên địa cầu này? Ý nghĩa của kiếp nhân sinh là gì? Có phải cuộc đời chỉ là giấc mộng như Lý Bạch đã nói?!

Xử thế nhược đại mộng.
Cuộc đời giấc mộng lớn.

Những vấn nạn triết lý này luôn luôn ẩn sâu trong một góc nhỏ của tâm linh người thanh niên. Gặp dịp thuận tiện nó xuất hiện và làm chao động tri thức chàng không ít.

Trang Tử nói:

"Khi ta nhận được cái hình hài của ta rồi thì ta giữ nó cho tới khi chết. Nó với những vật khác đâm nhau, mài cọ vào nhau cùng bôn tẩu như những con ngựa, mà không có gì làm cho ngừng được. Buồn thay! Suốt đời khó nhọc mà không thành công gì cả. Tân khổ, mệt mỏi mà không biết để đi tới đâu. Đáng thương thay! Như vậy mà bảo là sống, thử hỏi có ích gì không? Hình hài mà biến hóa thì tinh thần cũng biến hóa. Đó chẳng phải là điều thương tâm ư?"

Triết gia họ Trang vui sướng khi được làm người và nhận định rằng hình thể con người chỉ là một hình thức của hàng vạn sự biến hóa của vũ trụ. Sự biến hóa ấy giống như lửa cháy từ thanh củi này qua thanh củi khác. Củi biến mất, nhưng lửa tồn tại. Sống, chết tiếp nối nhau vô cùng tận. Cho nên người đạt đạo không ham sống, không sợ chết. Sinh ra không vui mừng, chết đi không sợ hãi, không cự tuyệt. Thản nhiên đến, thản nhiên đi, cõi lòng bình lặng, điềm đạm, không để vạn vật làm náo động. Vũ trụ cho ta cái hình hài, cho ta sống để ta lao khổ, cho ta già để ta an nhàn, cho ta chết để ta nghỉ ngơi. Vậy coi sống là cái phúc thì cũng phải coi chết là cái phúc.

Vui, buồn. Thọ, yểu. Sống, chết đều là tương đối. Tuy nhiên đang ở lứa tuổi thanh niên tràn đầy sức sống mà bị đày đọa cho đến chết bởi chính quyền Cộng Sản độc tài, dã man thì thật là đáng tiếc, và đáng căm hận.

Phương thở dài buồn bã. Hình như một ngôi sao vừa rơi rụng. Gió rừng lạnh thổi qua làm chàng rùng mình và nỗi ưu tư, khắc khoải càng thêm trầm hoặc. Phương cảm thấy xót xa cho Dũng, cho mình, và cho nhân thế trên cõi phàm trần.

Chương 36

Châu ra chợ An Đông mua vài thứ trái cây ở miền Tây không có để ngày mai cùng với Đông mang về biếu ẩn sư ở Châu Đốc.

Nàng đi bộ, cầm xách tay đơn giản, nhưng có khá nhiều tiền trong đó. Sắp tới chợ, Châu cảm thấy có một chiếc xe Honda chạy chậm chậm sau lưng mình nhưng nàng không quay đầu lại nhìn. Châu biết sắp có chuyện nên đề phòng. Đúng như dự đoán, chiếc xe gắn máy chợt rồ máy lên rồi phóng tới sát bên người Châu, và một cánh tay vươn ra giựt chiếc bóp của nàng. Đã chuẩn bị trước nên Châu mau lẹ xoay người ba mươi độ, đưa bàn tay phải chụp mạnh vào phía trên cùi chỏ của tên cướp, rồi bước chéo tới dùng tay kia bẻ quặp lại, kéo hắn té nhào xuống đường. Chiếc xe gắn máy mất thăng bằng nên lật ngang. Nữ sĩ phóng tới thần tốc đá vào mặt tên thứ hai khiến mũi hắn phun máu, hai mắt bầm dập không thấy đường. Sau đó nàng xoay lại tên thứ nhất, dùng một thế khóa tay độc đáo của Vovinam mà Đông đã dạy cho nàng mấy tuần trước. Cánh tay phải của tên cướp bị bẻ quặp ra sau lưng hắn, và bị luồn vào khóa kín trong cánh tay trái của Châu. Cánh tay mặt nàng nắm tóc hắn từ phía sau ót kéo ngược xuống lưng, đồng thời nàng nâng cánh tay trái của nàng, bẻ ngược tay phải của hắn lên trên, đi ngược chiều với cái đầu của hắn đang bị bật ngửa ra phía sau. Ngón võ khóa tay bẻ cổ này vô cùng lợi hại. Nạn nhân không có cách gì thoát ra được và phải chịu đau đớn cùng cực trong gọng kềm đi ngược chiều lên xuống. Hắn chịu không nổi van xin:

- Xin chị làm phước tha cho em. Em xin chừa.

Vẫn trong thế khóa cổ, Châu đẩy hắn về phía tên thứ hai đang đau đớn ôm cái mũi lai láng máu. Nàng nghiêm mặt nói:

- Đất nước chúng ta đã bị đảng cướp Cộng Sản xâm chiếm, tàn phá, đày đọa hàng triệu người vô tội. Biết bao tài sản xương máu của đồng bào đã bị chúng vơ vét. Hàng chục ngàn thiếu nữ đã phải bán thân, và vô số người dân nghèo đã phải bán máu. Văn hóa, đạo đức miền Nam đang bị lũ thất học miền Bắc hủy diệt. Mọi người đang tủi nhục, đớn đau.

Các anh là thanh niên khỏe mạnh không đứng vào hàng ngũ chiến đấu lật đổ lũ Việt Cộng độc ác thì ít nhất phải làm một người dân lương thiện, phải ra công sức tự kiếm tiền sinh sống sao lại đi cướp giựt của đồng bào cùng chung cảnh ngộ, hiếp đáp phụ nữ yếu đuối lấy tiền. Các anh có còn một chút lương tri, và lương tâm không?

Hai tên cướp cúi đầu im lặng. Chúng không ngờ một cô gái vóc dáng bình thường lại giỏi võ và có tài ăn nói hùng biện như vậy.

Tên bị khóa tay van xin:

- Xin chị tha tội lần này. Chúng em xin hứa sẽ sửa đổi có nghề nghiệp đàng hoàng kể từ hôm nay.

Người nữ chiến-sĩ-tự-do im lặng, nét mặt giá băng, thản nhiên xiết gọng khóa mạnh hơn khiến cổ hắn muốn gãy và cánh tay sắp lìa. Tên cướp la thét lên một tiếng rồi rên rỉ:

- Em tuyệt đối xin hứa, không bao giờ tái phạm.

Châu liếc nhìn tên cướp cạn thứ hai, rồi nhanh như chớp nàng dùng một thế võ Hiệp khí đạo Đại Hàn, Hapkido, tung chân đá thốc vào bụng hắn một cú trời long đất lở. Hắn đau đớn ôm bụng, cong người năn nỉ:

- Xin chị tha cho tụi em lần này. Xin thề có trời đất, tụi em sẽ làm nghề lương thiện.

Nữ võ sĩ lạnh lùng buông khóa cho tên thứ nhất, rồi đạp hắn ngã nhoài lên người tên thứ hai đang đứng khòm lưng. Nàng dõng dạc ra lệnh:

- Toàn dân miền Nam thân yêu chúng ta đang oán ghét, căm phẫn Cộng Sản miền Bắc và đang trong tình trạng chiến đấu quyết liệt với quân thù. Hai anh phải thức tỉnh và sát cánh cùng những chiến sĩ Phục quốc đang âm thầm đấu tranh toàn diện để tiêu diệt chúng tận gốc rễ. Các anh phải tìm cách giúp đỡ đồng bào yếu đuối, bảo vệ họ càng nhiều càng tốt. Các anh phải xứng đáng là thanh niên Quốc Gia miền Nam, thương mến dân lành và không hợp tác với kẻ thù. Từ nay các anh phải có nghề nghiệp làm ăn lương thiện, và diệt trừ bọn cướp của hèn hạ, bất lương như các anh đã từng sai trái. Nếu các anh vẫn còn "ngựa quen đường cũ" thì tôi sẽ giết các anh như giết hai con ruồi dơ bẩn. Hiểu chưa?

Hai tên cướp "Dạ, dạ" rồi lếch thếch bước đi về phía chiếc xe Honda. Vài đứa bé đứng gần đó vỗ tay nói:

- Chị này hay quá, giỏi quá!

Đi ngang qua một mái hiên vá vỏ xe gắn máy, Châu ung dung bước vào chợ tìm mua trái cây mang về cho thầy.

Chương 37

Phương lẻn trốn đến chỗ đoàn xe Văn công hôm trước để dọ dẫm tình hình và hành động, nhưng chẳng thấy chiếc nào cả. Phương đã mất một cơ hội hiếm có.

Trở về trại, Phương suy nghĩ miên man. Số tù nhân chết càng lúc càng nhiều. Nhìn một người tù sức khỏe suy yếu, người ta có thể đoán khá chính xác là còn mấy ngày nữa người đó sẽ qua đời. Thật là ghê sợ, rợn người! Chưa bao giờ Phương nhìn thấy Tử thần rõ ràng đến thế. Như trường hợp của Phước, Phương nghĩ rằng hai, ba ngày nữa Phước sẽ lìa đời. Nhưng sớm hơn dự đoán của Phương, ngày hôm sau Phước từ từ quị xuống rồi tắt thở.

Phương bất chấp, quyết định tiếp tục đơn độc chống lại lệnh lao động của bọn Quản giáo và tìm cơ hội thoát thân.

Sau mấy lần thất bại trong việc tự gây thương tích bằng những viên đạn Phương dùng cách khác.

Như hai lần cho nổ đạn trước đây, Phương chờ đợi mọi người yên giấc mới hành động. Chàng lấy một chiếc lon sữa bò giấu dưới sạp tre gần đó, đổ đầy nước vào rồi đặt lên đống lửa đang cháy phừng phừng. Khoảng năm phút sau, lon nước sôi. Phương chờ thêm một phút nữa để chắc chắn là nước đã nóng một trăm độ Celcius. Xong, Phương cẩn thận dùng miếng giẻ dày nhấc lon nước ra khỏi lửa.

Phương đưa bàn chân mặt ra chỗ đất trống trải rồi gọn gàng đổ trọn lon nước sôi lên đó. Cảm giác nóng rực khắp bàn chân xuất hiện trước. Vài giây sau, Phương cảm thấy nó mát rượi, thoải mái. Cái mát mẻ ấy kéo dài chừng vài giây ngắn ngủi rồi nhường cho sự nóng rát càng lúc càng khó chịu. Bàn chân chàng phù lên cái bong bóng lớn bằng trái banh.

Phương chịu đau nhức suốt đêm. Đến gần sáng cái bong bóng vỡ, da bầy nhầy lẫn với nước vàng nhớp nhúa trông thật gớm ghiếc.

Cán bộ biết chuyện, ra lệnh cho tù y tá bỏ mặc Phương. Một viên thuốc, một giọt thuốc tím cũng không được phát. Phương chẳng ngạc nhiên mảy may và cũng chẳng lo âu vì chàng biết rõ từ từ vết thương sẽ lành dù không có thuốc.

Mấy ngày sau, y tá Cao đi ngang chỗ Phương nằm, thấy bàn chân nhầy nhụa, hôi hám của người tù bất khuất anh ta không chịu nổi. Lương tâm của một người trong ngành y khoa khiến Cao không thể bỏ mặc bệnh nhân mà anh có thể giúp được. Người y tá nhìn Phương bằng cặp mắt thiện cảm nói:

- Để tôi lấy thuốc tím rửa chân cho anh. Cán bộ quản giáo không biết đâu.

Phương rất xúc động trước lòng nhân ái của người bạn tù, cảm ơn Cao và nằm yên cho anh ta săn sóc vết thương.

Phương nằm liệt giường. Ăn uống, tiểu tiện, đại tiện tại chỗ. Không thoải mái và dơ bẩn, nhưng Phương hài lòng vì chàng đã chiến thắng. Lũ Việt Cộng không thể khuất phục được ý chí phản kháng kiên cường của người thanh niên Quốc Gia. Tự do nào cũng có cái giá của nó. Phương bằng lòng với giá cả này.

Người bạn tù nằm ngay kế bên Phương chịu không nổi chướng khí rừng sâu và thiếu dinh dưỡng vừa qua đời. Xác anh được bó kín trong tấm cao su từ đầu đến chân như đòn bánh tét, chờ ngày hôm sau chôn. Đêm ấy Phương ngủ cạnh tử thi. Chàng nghĩ ngợi mông lung, không nhắm mắt được. Buồn tình, người sinh viên đưa tay xoa đầu xác chết qua lớp cao su. Đêm khuya yên vắng, tịch mịch, trăng thả ánh sáng trắng lạnh xuống căn nhà tranh chơ vơ giữa rừng làm cảnh tượng càng thêm ghê rợn. Không khí âm u, kinh dị hơn chuyện liêu trai. Phương không hề sợ ma, chàng chỉ nghe buồn man mác, ngậm ngùi trước cảnh tử biệt sinh ly. Sự sống và chết giữa hoàn cảnh này chỉ cách nhau đường tơ kẽ tóc.

Các nhà hiền triết Trung Hoa và Việt Nam thường nói:

"Sinh ký tử qui"

Sống gởi tạm cõi đời này, chết trở về nguyên thủy. Về đâu? Linh hồn có hiện hữu và đến một nơi nào đó sau khi lìa khỏi xác thân băng hoại?

Hay chết rồi là hết, chẳng có gì sau khi trút hơi thở cuối cùng.

Đề tài này đã tạo nên nhiều cuộc tranh luận hào hứng giữa các nhà triết học. Một trường phái triết thứ ba buông thõng một câu:

"Linh hồn bất tử hay không? Có cuộc sống khác sau cái chết hay không? Đó là vấn đề bất khả tri của loài người. Không thể biết được thì bận tâm làm gì?"

Phương nghĩ rằng dùng sinh hoạt của sự sống như tư tưởng, suy luận để xác định, tìm hiểu "sinh hoạt" của sự chết là một điều thiếu căn bản giá trị. Phương tự kết luận một cách đơn giản như sau:

Khi sống hãy sống thật mãnh liệt, sống phong phú, đừng sống như xác không hồn. Hãy tận lực chu toàn những điều mình cho là hay, đẹp, có giá trị hữu ích cho nhiều người. Bằng khả năng cá biệt của mình, cố tạo dựng, bồi đắp cuộc sống này cho nó cao đẹp và lý thú. Không băn khoăn về cái chết.

Khi đã chết rồi thì hãy an với cái chết, bay nhảy khắp nơi trong vũ trụ, ngao du Ngân Hà kỳ ảo, tung tăng lướt qua triệu triệu tinh cầu cho thỏa thích. Không băn khoăn về cái sống. Biết đâu khi ấy lại chẳng muốn sống đời tù túng, chật hẹp, tầm thường của kiếp người nông cạn với đầu óc dễ bị một thứ xiềng xích khủng khiếp trói buộc, đó là đồng tiền.

Còn nếu chết là hết thì có một cuộc sống mạnh mẽ, phẩm chất cao, nhiều ý nghĩa trong thời gian hiện hữu trên tinh cầu này là điều mãn nguyện. Chẳng có gì bận tâm.

Phương mỉm cười, rút gọn triết lý nhân sinh của mình vào một câu ngắn gọn, súc tích:

"Hãy sống cho ra sống, chết ra chết, và hư vô ra hư vô"

Trăng đã lên thật cao, Phương ước chừng đã hơn hai giờ sáng. Chàng cảm thấy đói bụng. Ba nắm cơm vắt nhỏ cúng người chết để trên đầu giường rất hấp dẫn. Phương muốn ăn, nhưng thấy hơi xúc phạm kẻ mới qua đời. Tuy nhiên Phương lập luận rằng thức ăn này dành cho người sống chứ không cho người chết. Tập tục cúng giỗ chỉ là hình thức.

Phương nói nhỏ với xác chết:

- Đừng phiền nghe bạn, tôi cần phải sống và tôi phải sống cho ra sống. Tôi phải thoát ra khỏi chốn này. Xin tiêu thụ dùm bạn mấy vắt cơm lạnh tanh này.

Phân trần xong Phương đưa tay lấy cơm cho vào miệng. Chàng nhai đến khi những "hạt ngọc" biến thành nước, một thứ sữa ngọt tự nhiên, bổ dưỡng mua không đâu có. Phương thích thú về khám phá này, và thầm nhủ sau này ra tù sẽ kể lại cho bạn bè nghe. Chàng từ từ uống ngụm sữa-cơm mình vừa làm ra. Trong nửa giờ Phương đã biến chế, sản xuất hết mấy nắm cơm thành những giọt sữa và độc quyền tiêu thụ. Chút cơm làm Phương ấm dạ rồi ngủ thiếp đi dù vết phỏng ở bàn chân vẫn còn đau nhức.

Đúng nửa tháng sau khi Phương tự hủy bàn chân mình bằng nước sôi, thì cả trại được lệnh thu xếp đồ đạc về Sài Gòn. Mọi người hớn hở, vui mừng.

Đoàn công xa ngừng trước cổng Trung tâm Cải huấn nữ phạm nhân cũ ở Thủ Đức. Kiếp sống lao lý trong bốn bức tường bắt đầu. Không có chi đặc biệt. Tập họp, điểm danh, khám bệnh, tắm rửa ...

Chẳng có tin tức gì về việc trả tự do. Mãi đến hai tuần sau, có ba người được thả. Vài ngày kế tiếp có năm người được ra về. Rồi bốn người. Chỉ có bấy nhiêu. Tổng số tù nhân khoảng sáu trăm. Trả tự do kiểu này biết bao giờ mới xong. Tuần kế tiếp, yên tĩnh. Không khí rất nặng nề.

Tin đồn bắt đầu lan ra. Bọn Việt Cộng sẽ đưa tù cải tạo đến một vùng kinh tế mới hoang vu nào đó gần Đồng tháp mười. Một người hỏi Phương:

- Anh Phương thấy sao? Có hy vọng gì không?

Phương bình thản đáp:

- Chẳng biết nữa. Để coi. Lo âu quá ích lợi gì!

Tới đâu tính tới đó.

Anh ta thở dài, nói tiếp:

- Mẹ tôi già quá rồi! Không biết còn có dịp gặp lại bà lần cuối hay không nữa.

Phương nói:

- Anh sẽ về mà. Anh có tội tình gì đâu! Từ ngày Việt Cộng vô đây cả miền Nam đều có tội với tụi nó. Anh sẽ gặp lại mẹ anh, tin tôi đi.

Câu an ủi chân tình của Phương làm người bạn lớn tuổi cảm thấy nhẹ nhàng.

Phương lấy chiếc khăn đang thêu dở dang ra tiếp tục để khỏi phải ngồi không lo lắng vu vơ, suy nghĩ, trông ngóng ngày về khiến tâm thần mệt mỏi. Nhìn đường thêu vụng về, xấu xí Phương không khỏi mỉm cười.

Bỗng có tiếng gọi:

- Giang khải Phương có ở đây không?

Phương ngẩng lên đáp:

- Có mặt.

Người cầm danh sách nói:

- Anh thu xếp quần áo đi theo tôi.

Phương sững sờ tưởng mình đang nằm mơ. Chàng không ngờ mình được trả tự do đột ngột thế này. Phương nhanh nhẹn cho đồ vào túi xách rồi bước theo người thơ ký.

Chương 38

$\mathcal{S}$áng sớm hôm sau, Đông và Châu ngồi xe đò về Châu Đốc thăm ẩn sư. Mỗi người mang trong lòng những tâm tư, cảm nghĩ riêng.

Châu còn nhớ năm ngoái, sau tám tháng cực khổ luyện tập võ nghệ ngày đêm với ẩn sư, Châu phải giao đấu thực sự với bốn cao thủ đồng môn thêm một tháng nữa. Ngày đầu nàng song đấu với một anh, và bị đánh ê ẩm cả người. Ngay sau trận đấu thầy đã nói cho Châu biết những khuyết điểm để sửa đổi. Ngày kế tiếp thầy cho Châu song đấu với một sư huynh khác. Lần này cơ thể Châu cũng bị đả thương nhiều chỗ. Ẩn sư lại chỉ dẫn. Cứ thế, trong suốt một tuần lễ Châu bị những đàn anh cho ăn quyền cước đầy người. Thầy cho Châu nghỉ ngơi một ngày để phục hồi sức lực và chiêm nghiệm những khuyết điểm của mình.

Tuần sau, Châu phải đánh với hai người. Dù đã có kinh nghiệm sau một tuần ê ẩm, Châu vẫn bị bầm dập vì không thể địch nổi hai sư huynh.

Suốt hai tuần lễ đấu quyền cước với bốn võ sĩ giỏi hơn mình Châu đã có những phản ứng, những kinh nghiệm với từng người sư huynh. Nhờ những trận luyện đấu thực sự ấy tài năng võ thuật của Châu tăng lên rất nhiều.

Tuần kế tiếp, thầy bảo Châu song đấu với một sư huynh. Lần này Châu đã cho đàn anh vài cái đấm vô mình. Thấy vậy ẩn sư cho Châu đánh với ba võ sĩ cùng một lúc. Đã biết được lối đánh của từng người, Châu né tránh được những ngón đòn ác liệt của các anh.

Trong tuần lễ chót, Châu đã có thể ăn miếng trả miếng ngang ngửa với hai đàn anh tấn công một lượt. Đó là điều tiến bộ vượt bực hiếm có vì vậy Châu đã được thầy cho hạ sơn, dấn thân vào những cơn bão lửa.

Thời gian theo tập võ và luyện giao đấu dưới sự hướng dẫn tận tình của thầy ròng rã chín tháng trời với những thế võ hiểm hóc, thực dụng trong cuộc chiến đấu gay go ngoài đường phố đã thay đổi thể chất Châu rất nhiều. So với thuở đi học, sức mạnh nàng tăng lên bội phần cùng với sự chịu đựng bền bỉ.

Thầy biết rằng thời gian không có bao nhiêu nên chỉ dạy cho Châu những chiêu thức cao siêu, hạ đối thủ nhanh nhất và dễ áp dụng.

Ngoài những đòn thế sắc xảo của môn phái Thiếu lâm, thầy còn chỉ dẫn cho các đệ tử những chiêu thức giết người cực kỳ lợi hại của võ Hiệp khí đạo Đại Hàn, Hapkido. Tuy cùng chữ viết và tên gọi theo Hán tự, nhưng Hiệp khí đạo Đại Hàn và Hiệp khí đạo Nhật Bản, Aikido hoàn toàn khác nhau. Hapkido có sử dụng cước với những cú đá ngắn gọn, thần tốc và hiệu quả hơn võ Thái cực đạo còn được gọi là Taekwondo. Hôm qua Châu đã dùng thế đá kinh hồn của Hiệp khí đạo Hàn quốc mà dạy cho tên cướp một bài học nhớ đời. Với kiên nhẫn công phu luyện tập những tuyệt chiêu của hai thứ võ và sự chịu đòn dẻo dai, Châu là một võ sĩ lợi hại. Nàng có thể giết hai, ba người đàn ông khỏe mạnh dễ dàng trong khoảng thời gian tích tắc.

Nhờ trí tuệ thông minh và quyết tâm phục hận cho cha, Châu có khả năng chịu đựng đau đớn, mệt nhọc trong khi tập luyện hay giao đấu thực hành. Các võ sĩ đàn anh mến và quý Châu nên xức thuốc cho em gái sau mỗi trận đòn nàng chịu đựng. Cả bốn sư huynh đều thương và kính trọng Châu. Do đó Châu cảm thấy an ủi rất nhiều. Năm người là đệ tử ruột của ẩn sư mà người thường gọi là Ngũ hổ. Thầy trông cậy vào năm đại đệ tử rất nhiều trong việc góp phần tiêu diệt bọn Cộng Sản Việt Nam. Ngoài việc tập luyện võ thuật, thầy còn hướng dẫn những đệ tử trên phương diện triết lý từ ba nguồn Nho, Phật, Lão cùng với một số vấn đề đấu tranh chính trị. Vị ẩn sư quan niệm rằng đó mới chính là điều cốt yếu. Võ nghệ chỉ là căn bản, cần thiết như gốc cây cột trụ, phải vững mạnh ngõ hầu có thể gồng gánh triết lý nhân hòa, thực tiễn cùng với những cành cây chiến lược đấu tranh nặng nề, và những chi nhánh chiến thuật thiên hình vạn trạng, um tùm tỏa rộng ra, vươn lớn mỗi ngày.

Châu và Đông đến nơi cư ngụ của thầy thì thấy căn nhà tranh đã bị bỏ hoang, không một bóng người. Họ thầm lặng đi vòng quanh xem xét từ gốc cây, hòn đá, bụi chuối, và những khoanh củi đang nằm rải rác khắp nơi. Đàn gà cũng biến mất. Không có một dấu vết gì của sự đụng độ.

Đông hỏi Châu:

- Chị có nghĩ là thầy đã dọn đi rồi không?

Châu gật đầu:

- Chắc thầy đã dời chỗ vì lý do an ninh. Vấn đề của mình là làm sao tìm ra chỗ mới của thầy.

Đông góp ý:

- Mình nghỉ mệt một lát rồi chia nhau ra kiếm coi có dấu hiệu nào của thầy để lại không.

Châu đồng ý:

- Phải đó. Mình ăn chút bánh mì rồi đi tìm.

Ăn xong hai người chia ra đi hai hướng khác nhau, càng lúc càng xa ngôi nhà. Bỗng Châu nghe Đông gọi:

- Chị Châu tới đây xem.

Châu vội vàng chạy tới, nhìn theo hướng chỉ của Đông thì thấy một khúc gỗ lớn dài khoảng sáu tấc, phía bên trái là hai thanh gỗ nhỏ xếp liền nhau, mỗi khúc dài khoảng hai tấc. Và bên phải cũng vậy.

Đông ra dấu cho Châu bước qua một bên rồi chàng cũng đi vòng qua khoảng 45 độ và phấn khởi nói lớn:

- Bây giờ hai vạch ngắn nằm ở trên và ở dưới thanh gỗ to. Đây đúng là quái Khảm trong bát quái.

Châu trố mắt nhìn năm khúc gỗ lớn nhỏ dưới đất rồi hỏi Đông:

- Có phải bát quái của dinh Dịch không?

Đông gật gù:

- Đúng vậy. Thầy đã để lại dấu hiệu bí mật cho chúng ta. Theo em hiểu thì quái Khảm có bản chất tự nhiên là nước, theo ngũ hành thuộc dương thủy, phương hướng theo tiên thiên là hướng tây, và theo hậu thiên là hướng bắc.

Châu chen vào:

- Như vậy chúng ta cứ đi về hướng tây bắc, gặp sông suối thì đúng phải không?

Đông khen:

- Chị Châu quả là thông minh.

Châu mỉm cười:
- Thôi chúng ta đi ngay kẻo trời tối.

Hai người đi suốt bốn giờ đồng hồ về hướng tây thì gặp một con suối nhỏ, chung quanh vắng lặng. Đông đề nghị:
- Chúng ta nên chuyển về hướng bắc hy vọng sẽ gặp.
Châu gật đầu rồi cả hai tiếp tục đi. Khoảng hai giờ sau người nữ chiến sĩ Quốc Gia reo lên:
- Có mái nhà đàng kia.
Khi Đông và Châu tới ngôi nhà lá nhỏ bé đó thì gặp một thanh niên đang chẻ củi. Châu nhìn kỹ, nhận ra đó là Tam-hổ. Nàng reo lên:
- Anh Tam, Châu đây.
Người thanh niên ngừng tay nhìn Châu rồi nói lớn:
- Châu. Em đã tìm được nhà rồi. Hai người cũng rất
    giỏi kinh Dịch đó. Mình vô trong.
Đông nở nụ cười tươi tắn nhìn Châu rồi nhẹ cúi đầu chào Tam-hổ. Ba người cùng bước vào nhà.
Châu hỏi:
- Thầy đâu rồi anh Tam?
- Thầy đang tham thiền cạnh góc đá bên trong.
- Bao giờ thì xong?
- Khoảng ba tiếng nữa. Châu và anh bạn ngồi nghỉ.
Nói xong Tam-hổ bưng ra hai chén nước lã:
- Hai người uống chút nước đi.
Đông và Châu ngồi xuống ghế. Trên vách lá một bên là đồ hình bát quái, một bên là chữ "nhẫn." Châu vui tươi nói với Đông:
- Đẹp quá!
Đông đồng ý:

- Trang trí đơn sơ nhưng rất mỹ thuật và có ý nghĩa.

Châu mang trái cây ra bày trên bàn ngay phía dưới thần tự "Nhẫn"

Tối đêm đó, bảy chí sĩ Phục quốc ngồi quây quần chung quanh đống lửa nhỏ: Ẩn sư, Đông, và năm anh em Ngũ hổ gồm có Nhất, Nhị, Tam, Tứ và Châu-hổ. Thầy trầm giọng, đanh thép:

- "Nam quốc sơn hà Nam đế cư." Giang sơn chúng ta đã bị bọn giặc Cộng phương Bắc tràn xuống, gieo rắc độc tố khắp nơi. Dân quê đau khổ lầm than, đói rách. Gông xiềng càng ngày càng nặng. Nghĩ tới mà lòng đau như dao cắt, đêm ngủ không yên. Thầy tuổi đã cao, mặt trời đã xế, nhưng cương quyết gây dựng một ngọn cuồng phong vũ bão quét sạch bọn vô thần, gian ác ra khỏi quê hương. Ngũ hổ các con! Thầy trông đợi vào lòng son bất tử, vào ý chí sắt thép rạng ngời của các con để đất nước này còn không khí, còn ruộng vườn để sống.

Dịu dàng nhìn Đông, ẩn sư nói:

- Cháu Đông, Châu đã cho thầy biết khá nhiều về cháu. Kể từ hôm nay, bảy người chúng ta như là người nhà. Cháu ráng bảo bọc cho Châu. Tội nghiệp Châu-hổ, lẽ ra giờ này Châu đã ăn học thành tài, có chồng xứng đáng, có con ngoan ngoãn dịu hiền chứ đâu phải ngồi đây khổ công luyện tập võ nghệ nhọc nhằn và dấn thân vào con đường cách mạng đấu tranh gian khổ, hiểm nguy.

Châu cúi đầu, một thoáng xúc động trên mặt.

Thầy ngừng lại một chút khi thấy Đông khẽ gật đầu. Ẩn sư nói tiếp:

- Bắt đầu ngày mai, tất cả Ngũ hổ và cháu Đông sẽ cùng trao đổi những ngón quyền cước độc đáo để bổ túc cho nhau. Võ thuật Vovinam, Việt võ đạo là chính phái riêng biệt của nước nhà, Ngũ hổ các con cũng cần biết những chiêu thức lợi hại của môn phái này. Đặc biệt là đòn chân bay lên kẹp cổ đối phương. Cháu Đông đã may mắn gặp được chân sư truyền dạy. Đây là cơ hội tốt để Ngũ hổ trau dồi thêm. Cháu Đông nghĩ sao?

Đông lễ phép đáp:

- Cháu xin nghe lời thầy.

Ẩn sư chậm rãi nói với nét mặt phảng phất vẻ buồn bã:

- Thầy và các con, tất cả chúng ta rồi lần lượt lìa xa cõi đời này. Nhưng mưu mô bành trướng, thâm độc của kẻ thù không bao giờ chấm dứt. Đó là nguy cơ vô cùng to lớn cho giang sơn. Chúng ta cần đốt lên ngọn đuốc thiêng oanh liệt giữ gìn bờ cõi và lưu truyền ánh sáng chính nghĩa này đến ngàn đời về sau. Thầy đã soạn ra năm điều tối yếu làm nền tảng cho cuộc chiến vô cùng khốc liệt sắp tới. Mỗi hổ tử sẽ nhận được một điều ghi trong năm tấm vải này. Châu và cháu Đông cùng nghiên cứu chung một chiến lược.

Ẩn sư đảo mắt nhìn sáu người trẻ tuổi rồi nói tiếp:

- Vì thiên cơ tối mật thầy không thể viết rõ ràng tỉ mỉ Các con sẽ phải nghiền ngẫm và đề ra kế hoạch, chiến thuật chu đáo dựa vào chiến lược ấy. Năm thế chiến lược hiểm hóc này phối hợp nhịp nhàng với nhau sẽ tạo nên một cơn sóng thần kinh thiên động địa, quét sạch quân thù ra khỏi đất nước thân yêu.

Các con phải tuyệt đối giữ bí mật, và chỉ cần biết đến chiến lược của riêng mình thôi.

Đây là "Tàng hình Chiến pháp," đại khắc tinh của đảng Cộng Sản.

Cháu Đông và Ngũ hổ đã hiểu rõ rồi chứ?

Châu và bốn sư huynh đồng thanh đáp "Dạ."

Riêng Đông, chàng cứ tưởng đây là giấc mơ. Nhiều tia chớp xẹt mạnh trong óc người võ sĩ Vovinam, rồi bất chợt chàng đứng nhanh lên, tiến về phía ẩn sư, cung kính chấp hai tay theo thế chào võ thuật:

- Thưa thầy, con đã tìm kiếm bấy lâu nay bây giờ mới gặp. Thật là may mắn! Con rất vui mừng và xin đa tạ thầy đã truyền cho "Tàng hình Chiến pháp."

Trên trời mấy triệu vì sao bừng sáng cùng một lúc trong phút thứ sáu mươi mốt.

Chương 39

Qua sự giới thiệu của người cậu làm Tài công nhiều năm và có uy tín lớn trong giới ngư nghiệp, Phương được phỏng vấn để tuyển chọn làm ngư phủ cho một chiếc tàu Quốc doanh đánh cá.

Lên hết cầu thang bằng gỗ cũ kỹ và dơ bẩn, Phương quẹo trái và gặp ngay phòng Phó Giám đốc công ty Quốc doanh đánh cá. Ông Bảy Huân đưa tay chỉ chiếc ghế mời Phương ngồi. Chàng quan sát thấy gương mặt ông ta trắng xanh trạc năm mươi, dáng dấp to lớn, tóc hớt ngắn, trên bàn có điếu thuốc đang hút dở.

Mắt nhìn vào tờ đơn, ông hỏi, giọng miền nam:

- Anh là sinh viên?

- Dạ.

- Học ngành gì?

- Báo chí ạ.

Ông ngẩng lên nhìn Phương rồi bằng giọng hơi tò mò, hỏi:

- Sao anh lại xin đi ngư phủ?

- Vì gia đình tôi túng quá.

- Anh đã đi đánh cá lần nào chưa?

Phương ngẫm nghĩ vài giây rồi đáp:

- Tôi đi tàu nhiều, nhưng đánh cá chuyên nghiệp thì chưa.
- Tại sao anh không tiếp tục việc học?

Nghe ông Huân hỏi câu này, Phương cảm thấy bực bội nên lạnh lùng đáp:

- Sau ngày 30-4 mọi ước vọng, dự tính của tôi đều sụp đổ. Học để làm gì chứ? Bây giờ lo kiếm cơm sống qua ngày trước đã.

Ông Huân cảm thấy nhột nhạt đổi hướng:

- Anh học ngành Báo chí chắc anh đọc nhiều sách?

Phương dịu giọng đáp:

- Cũng tạm thôi.
- Anh có thể kể tên vài quyển có tính cách lịch sử không?

Sợ bị phiền toái, Phương do dự rồi dè dặt nói:

- Tôi thích đọc những sách lịch sử cận đại viết về hành động yêu nước của những người tích cực chống thực dân Pháp như Nguyễn an Ninh, Ký con Đoàn trần Nghiệp, Nguyễn thái Học, Phó đức Chính v.v... Ngoài ra có những sách viết về Thành cát Tư hãn, Tây Thi... Nhiều lắm! Tôi không nhớ hết.

Thấy ông Huân chăm chú nghe như muốn biết rõ người dân dưới thời Quốc Gia có sinh hoạt tư tưởng như thế nào, Phương hỏi dọ:

- Có phải ông đi tập kết ra Bắc và mới trở vào Nam năm 1975?
- Đúng vậy. Rời miền Nam quá lâu khi trở về mọi thứ đều xa lạ. Tôi rất mê đọc sách và học ngoại ngữ.

Phương hơi ngạc nhiên hỏi:

- Ông thích ngoại ngữ nào? Có phải Pháp văn?
- Không. Anh văn.

Phương cảm thấy lạ lùng, nhìn kỹ người đối diện. Vầng trán cao và đôi mắt sáng của ông Huân phảng phất một nét trí thức nào đó. Ông có thái độ cởi mở, hòa nhã và một tinh thần hiếu học. Phương thầm nghĩ không biết ông ta có dự tính gì khi bày tỏ ước muốn trau dồi Anh ngữ. Qua cách nói chuyện Phương không cảm thấy ông ta đang đứng ở thế đối nghịch. Chàng nghĩ ông Huân là một tiểu tư sản miền Nam chứ không là một đảng viên Cộng Sản cuồng tín dù ông ta đã đứng bên kia chiến tuyến trong nhiều năm. Sẵn có một chút cảm tình, Phương muốn nhân buổi nói chuyện cởi mở này tạo một môi trường thuận tiện để chàng có thể nhờ cậy ông ta những chuyện quan trọng liên quan đến dự tính to lớn của chàng.

- Pháp văn là ngoại ngữ chính của tôi, nhưng tôi cũng còn giữ khá nhiều sách Anh văn. Nếu ông thích tôi có thể cho ông mượn đọc.

Ông Huân cười tươi:

- Tôi chưa biết chữ nào cả. Anh cho tôi mượn sách vỡ lòng thì hay nhất.

Phương cười thông cảm pha một chút thương hại:

- Tôi có sách cho người mới học, không khó đâu.

Nói xong Phương đưa mắt nhìn đồng hồ trên tường, đã hơn mười một giờ trưa. Cuộc tiếp xúc hôm nay tốt đẹp hơn chàng mong muốn. Ở bước đầu như thế là đủ, chàng không muốn nói chuyện riêng tư quá lâu tại công sở có thể tạo sự chú ý cho cán bộ khác, biết đâu chẳng có đồng chí nào của

ông Huân đang theo dõi, nghe ngóng. Bởi lý do ấy, tuy là người được phỏng vấn nhưng Phương lại mở lời kết thúc:
- Như vậy ông ghi cho địa chỉ nhà, chiều mai tôi sẽ ghé qua nếu không có gì bất tiện.

Đưa tờ giấy có ghi địa chỉ cho Phương, ông Huân nói:
- Anh nhớ cho tôi mượn những sách truyện nữa nhé!

Phương cười trấn an:
- Ông yên tâm.

Ông Huân đưa tay chỉ tờ đơn trên bàn nói như hứa hẹn:
- Chiều nay tôi đưa cho anh Thìn, Trưởng phòng tuyển mộ xem lại. Hy vọng là có chỗ trống cho anh.
- Cảm ơn ông.

Những ngày sau đó chẳng những đưa ông Huân mượn sách căn bản Anh ngữ và các quyển sách lý thú của nền văn học phong phú miền Nam, Phương còn ngồi lại nhà ông ta khá lâu để dạy văn phạm Anh văn. Là một người sòng phẳng, ông Huân trả công chàng bằng cách sắp xếp cho chàng xuống làm việc dưới một chiếc tàu đánh cá khá lớn, còn đang sửa chữa. Vì không có kinh nghiệm, Phương được coi như là ngư phủ tập sự. Và để cho sự ăn chia được công bình, chàng phải làm thêm hai việc nữa là nấu ăn và giữ sổ sách.

Trước khi được nhận xuống tàu làm ngư phủ, Phương có ghé nhà Đức, một người bạn khí phách, tốt bụng đã từng bênh vực Phương chống lại đám con nhà giàu, ỷ đông, ỷ thế hiếp đáp Phương trong năm Đệ thất. Tiếc một điều là vì nhà quá nghèo nên Đức phải nghỉ học nửa chừng trong năm Đệ ngũ. Từ đó mất liên lạc cho đến sau ngày miền Nam bị cướp, Phương tình cờ gặp lại Đức ngoài đường phố.

Nhớ nghĩa cử cao đẹp của bạn năm xưa, Phương tìm gặp Đức nhiều lần để rủ bạn cùng vượt biên với mình. Lần đầu, Đức lịch sự từ chối vì lý do giản dị là Đức quá nặng gánh gia đình: một vợ, bốn con nheo nhóc. Phương cảm thông hoàn cảnh bạn, gật gù rồi ra về. Vài ngày sau, Phương trở lại nhà Đức với một tư tưởng khác, thực tiễn cho hoàn cảnh gia đình bạn. Phương phân tích cho Đức thấy rằng nếu Đức ở lại Việt Nam thì dù cho Đức làm việc cần cù tới đâu cũng không đủ sống. Ngược lại, thoát được ra ngoại quốc, Đức sẽ gởi tiền về lo giúp cho gia đình cùng với mẹ và các chị em. Phân ly, đâu ai muốn, nhưng trước hoàn cảnh bế tắc, phải thức thời, dứt khoát ra đi. Đức xiêu lòng, nhận lời. Không bỏ lỡ cơ hội, Phương kéo Đức ra nơi vắng vẻ trình bày khái quát kế hoạch vượt biên của mình. Sẵn có máu con nhà võ, Đức say mê, chăm chú nghe và tán thành việc đánh cướp tàu Quốc doanh đánh cá của Phương.

Phương chỉ dẫn Đức thủ tục xin làm ngư phủ. May mắn cho hai người, khoảng hai tuần sau khi Phương nhận việc, Đức được giấy chấp thuận cho xuống một chiếc tàu khác. Còn một bước nữa phải làm là tìm cách chuyển Đức qua bên tàu Phương để hai người cùng thực hiện âm mưu.

Chương 40

Chiều trong rừng nhiệt đới thâm trầm ghê rợn. Sự ẩm thấp âm u tạo nên không khí hãi hùng của nỗi chết. Chuẩn úy Lăng lạnh lùng bình thản leo lên thân cây to để chuẩn bị cho một đêm yên ngủ giữa muôn trùng nguy hiểm. Bộ quân phục màu xanh bây giờ đã rách tả tơi, màu xanh lá cây đã biến thành màu vàng của cát bụi. Gương mặt thanh tú của người sĩ quan trẻ tuổi bây giờ đen xạm, mệt mỏi vì đã phải hứng chịu quá nhiều tàn phá của chướng khí rừng sâu, của căm phẫn ngút ngàn trào dâng từ cõi lòng tan nát.

Ngày quê hương điêu linh bởi dàn xếp xảo trá lưu manh giữa quân Cộng thù và đồng minh đốn mạt là ngày anh lên đường tìm chiến khí. Anh không biết rõ loại vũ khí quý báu ấy thực sự nằm ở đâu, nhưng anh quyết chí băng rừng tìm kiếm. Anh nghĩ có thể cho đến khi tắt hơi lìa đời cũng chưa tìm được. "Có hề gì?!" Anh thầm nhủ như vậy.

Cũng trong ngày Chuẩn úy Lăng đơn độc ra đi tìm báu khí thì ở vùng Long Xuyên, Châu Đốc nhiều Quân, Cán, Chính chống Cộng đã hiên ngang, oanh liệt hy sinh cho Tổ quốc, cho miền Nam thân yêu, cho miền Tây Nam phần trù phú, ngọt ngào với những câu hò tình tự quê hương, những tình cảm mộc mạc dễ thương, dễ nhớ.

Ghé vai gánh đỡ sơn hà,
Sao anh tỏ mặt mới là trượng phu.

Lăng hiểu rằng đã có rất nhiều chiến sĩ dũng cảm chiến đấu và đã đền nợ nước. Bây giờ quân thù đã chiếm đóng, uất hận tràn lan sông núi.

Đêm nay rồi cũng qua như những đêm trước, vầng thái dương ẩn hiện sau những lớp tre rừng cao chót vót. Cẩn thận Lăng leo xuống cây rồi tiếp tục cuộc hành trình đơn độc. Đến trưa, khi băng ngang con suối nho nhỏ Lăng chợt nghe vài tiếng động. Nhẹ nhàng, dè dặt chàng tiến về phía đó. Một người đàn ông trung niên tuổi non năm mươi, nét mặt phúc hậu đang săn sóc cho một con nai bị thương. Vô cùng ngạc nhiên Lăng hỏi:

- Xin hỏi ông từ đâu đến? Sao lại ở nơi hoang vắng
  này?

Điềm đạm, người trung niên ngẩng đầu lên đáp:

- Nước mất, nhà tan, tôi đi tìm giải pháp. Còn anh,
  chiến địa phong sương, áo quần nhàu nát, anh
  trong binh chủng nào?
- Tôi chưa ra đơn vị, chỉ mới vừa thụ huấn xong, sắp
  là Chuẩn úy thì giặc tràn vào. Nhưng tôi yêu quí
  bộ quân phục lẫm liệt này của miền Nam chúng ta.

Người trung niên chìa tay ra, thân mật:

- Hân hạnh được gặp anh ở đây. Không cần nói ra
  chúng ta có thể hiểu rằng mình là chiến hữu và chí
  hữu với nhau. Tôi tên Thạc, Trung tá Quân y.

Chuẩn úy Lăng đưa tay lên chào kính, rồi thân ái bắt tay người đối diện.

Từ hôm ấy, hai người trở nên bạn tâm giao, tương đắc. Khai rừng, phá lối, vừa đi vừa bàn luận những vấn đề chính trị, quân sự gai góc, nhọc nhằn hơn cây rừng giăng mắc. Hai người đồng cam cộng khổ vượt qua hàng ngàn cây số, khi leo đồi, lúc xuyên qua thác lũ hiểm nguy. Một hôm, Trung tá Thạc và Chuẩn úy Lăng thấy từ phía xa một người đang cõng một người khác. Hai chí hữu nhanh nhẹn tiến tới để xem có thể giúp đỡ được gì không. Khi khoảng cách còn chừng hai mươi thước thì người cõng cất tiếng mừng rỡ:

- Anh Thạc. Không ngờ lại gặp anh ở đây. Anh Cả bị trặc chân, đi không được nên tôi phải cõng.

Trung tá Thạc chạy vội tới vừa bắt tay vừa vỗ vai người chào đón mình:

- Khiết. Gặp lại chú vui quá. Đặt anh Cả xuống để tôi khám xem. Chào anh Cả.

Người được gọi là anh Cả đáp:

- Chào bác sĩ. Tôi đã nói với Khiết là thế nào cũng gặp lại anh mà. Hôm nay chúng ta phải ăn mừng mới được.

Bất chợt một con rắn từ trên cây quăng mình xuống lưng anh Cả. Chuẩn úy Lăng phóng đến nắm ngay cổ rắn bóp mạnh. Con rắn giãy chết ngay lập tức.

- Cảm ơn cậu.

Anh Cả vừa nói vừa nhìn người Chuẩn úy trẻ. Thạc giới thiệu:

- Đây là Lăng, một sĩ quan can đảm, khí phách, trọn lòng tận tụy với quê hương.

Khiết xen vào:

- Đất nước Việt Nam có được nhiều người như Lăng thì tốt biết mấy.

Thạc gật gù:

- Đúng vậy.

Đêm đó, một ánh lửa bập bùng giữa núi rừng âm u. Lửa thiêng rừng rực cháy xua đuổi bóng đêm tà ác, vô minh. Bây giờ đoàn lữ hành có bốn người. Tuổi tác, kiến thức, kinh nghiệm, và hoàn cảnh của mỗi người mỗi khác. Đó là ưu điểm vì sở trường của mỗi người bổ túc cho nhau. Đoạn đường đấu tranh gian khổ có thêm sinh khí rộn ràng. Trung tá Thạc là người nói chuyện ý nhị và dí dỏm nhất. Không ai nhịn cười được, nhất là Lăng, chàng cười ha hả giữa núi rừng. Còn anh Cả thì nghiêm nghị, đôi khi thiếu thông cảm. Trung tá Thạc nói nhỏ với Lăng:

"Lăng đừng để ý, đừng phiền hà, coi như không có gì xảy ra hết."

Lăng nhè nhẹ gật đầu, lòng dâng lên niềm thương mến người bạn vong niên, người chí hữu chân tình, cùng một lòng không đội trời chung với Cộng Sản Việt Nam.

Khiết, người Dân biểu năm xưa, tính tình hào sảng, mưu lược giỏi, một lòng quý trọng Trung tá Thạc. Hai người hay trao đổi những nhận định về thời cuộc, tình hình thế giới trong niềm băn khoăn và ưu tư không nhỏ.

Thắm thoát đã nhiều năm trôi qua sau ngày mất miền Nam Việt Nam. Bốn người vẫn miệt mài âm thầm len lỏi trong núi sâu, rừng thẳm với ý chí sắt đá nguyện thề tiêu diệt Cộng Sản. Vì quá lao tâm, lao lực nên hai năm sau đó Dân biểu Khiết lâm trọng bệnh qua đời. Lăng và Trung tá Thạc buồn lắm! Anh Cả thì lại càng cô độc hơn vì anh Cả thường xuyên gần gũi với Khiết. Tuổi đời cao nhất nên anh Cả càng lúc càng yếu, sinh hoạt hàng ngày cũng kém phần sắc bén.

Một buổi chiều, dưới chân núi hiểm trở, Trung tá Thạc và Lăng bàn luận. Thạc nói:

- Tôi nghĩ chúng ta nên chia ra ba hướng mà đi. Tạm thời, mình đưa anh Cả đến một làng Thượng người Quốc Gia cho anh Cả bớt lao khổ để duy trì vai trò lãnh đạo tinh thần. Tôi và cậu sẽ phải đi hai hướng khác nhau. Lăng nghĩ sao?

Điều này chính Lăng cũng đã nghĩ ngợi rất nhiều, nhưng chưa có dịp nói ra. Lăng đáp:

- Thưa bác, điều bác nói rất đúng. Cháu nghĩ bác tiếp tục giữ vai trò làm chất xi măng keo sơn để gắn bó những anh em nòng cốt lại với nhau. Còn cháu, cháu sẽ phải vượt qua những dãy núi trùng điệp để tìm báu khí. Không có vũ khí kinh thiên động địa ấy thì cơ hội Phục quốc khó thành.

Trung tá Thạc trìu mến vỗ vai người bạn trẻ tuổi:

- Tôi rất đồng ý với cậu. Sáng mai cậu lên đường được không?

- Dạ, sẵn sàng. Bác phải bảo trọng sức khỏe. Thôi cháu phải đi ngủ sớm để mai còn lên đường trước rạng đông. Bọn Việt Cộng vẫn còn đông đảo trong khu rừng này.

Trung tá Thạc ân cần bắt tay người bạn vong niên thâm tình một cách thân ái. Hai chí hữu trao đổi ánh mắt quyết chiến rồi quay lưng đi.

Một con thỏ rừng phóng ra trước mặt Lăng khiến chàng giật mình.

Lăng choàng tỉnh dậy sau một giấc mơ dài lạ lùng với nhiều chi tiết khác thường. Chàng bần thần tự hỏi:

"Đó có phải là tương lai của ta không? Ta có bao giờ là Chuẩn úy đâu. Rồi lại gặp ông Trung tá này, Dân biểu nọ, và còn dùng tay bóp chết rắn... Ta rất sợ và gớm các loài bò sát, nhất là rắn. Thật là một giấc mộng khó hiểu."

Khi bọn Bắc Việt chiếm miền Nam, Lăng đang học dở dang năm thứ ba Đại học Phú Thọ. Chàng siêng năng học để tốt nghiệp kỹ sư ngành Hàng hải ngõ hầu làm việc trên những thương thuyền lớn, thỏa mộng hải hồ năm châu, bốn biển. Biến cố 30 tháng 4 gây phẫn nộ trong lòng người sinh viên Phú Thọ này thật nhiều. Tài chánh gia đình kiệt quệ, Lăng phải cố ngồi lề đường vá vỏ xe Honda kiếm tiền sống lây lất từng ngày. Tuần lễ trước Lăng đã tình cờ chứng kiến cảnh Châu trừng trị lũ cướp. Những ngôn từ đanh thép của thiếu nữ ấy đã lưu lại trong lòng Lăng sự cảm phục vô bờ bến và nhiều suy nghĩ trong tâm tư. Chàng cảm thấy có đôi phần hổ thẹn, nghĩ thầm:

"Tại sao ta có thể ngồi bên lề đường vá bánh xe Honda một cách tầm thường, sống đời tẻ nhạt như thế này. Phải có một cái gì đó xứng đáng hơn, cao đẹp hơn chứ. Những bài thơ về chí làm trai hào hùng, lẫm liệt vẫn còn đâu đó trong trí nhớ mà. Làm sao để khỏi phải lo âu chuyện áo cơm, mà vẫn có thể đóng góp một chút gì cho đất nước?"

Hình ảnh người thiếu nữ tung chân đá tên cướp cứ lởn vởn trong tâm trí Lăng. Chàng chép miệng:

"Nàng thật là tuyệt vời. Ước gì cô ấy là người tình của ta."

Những ngày sau đó Lăng không hăng hái trong việc sửa xe Honda. Chàng liên miên suy nghĩ, cố tìm phương cách nào đó cho hoàn cảnh sống của mình.

Lăng bèn đi tìm người chú ruột, trước đây làm Phó quận, đang lẩn trốn không chịu trình diện học tập. Phải vượt qua bao nhiêu vòng đai tình báo an ninh của người chú Lăng mới đến được một trong nhiều nơi tạm trú bí mật của ông.

Chú Lăng nói:

- Chắc có chuyện quan trọng cháu mới tìm chú phải không?

Lăng đáp:

- Dạ, đúng vậy.

Chú Lăng nói:

- Cháu nói đi rồi chúng ta chia tay. Mình không có nhiều thời giờ. Chú chỉ ở đây vài tiếng đồng hồ rồi phải di chuyển.

Lăng đi thẳng vào vấn đề:

- Hôm trước cháu có chứng kiến tận mắt một cô gái trẻ tuổi đánh gục hai tên cướp rồi giảng thuyết chính trị cho hai tên đó. Cháu vô cùng thán phục, nghĩ lại mình, không bằng cô ta một chút nào hết. Cháu không muốn ngồi lề đường vá vỏ xe như một kẻ thất học. Cháu không có phương tiện vượt biên nên phải ở lại, sống trên quê hương khốn khổ. Nhưng cháu không thể cắn răng chịu nhục, chịu tức nhìn lũ xâm lăng hống hách, bóc lột dân lành. Chú có cao kế gì chỉ dùm cho cháu.

Chú Lăng ngẫm nghĩ vài phút rồi đáp:

- Chú rất cảm thông tâm tình của cháu. Không riêng gì cháu, chú đây cũng vậy. Cháu đã hỏi thì chú nói

cho cháu nghe luôn. Mình phải âm thầm hoạt
động bí mật ngay trong lòng địch.

Lăng chợt ngắt lời chú:

- Chú muốn nói là mình làm gián điệp?

Người chú lắc đầu:

- Không Lăng à. Chúng ta không làm gián điệp cho
ai hết. Mình không có cấp chỉ huy, không có thuộc
hạ để ra lệnh, không có tổ chức hàng dọc từ trên
xuống dưới, không cấp bực, không danh xưng,
tiếng tăm. Chúng ta là chiến-sĩ-tự-do-vô-hình.
Chúng ta sống bình thường như hàng triệu người
dân khác, cũng có công ăn việc làm, cũng có gia
đình, nhưng chúng ta âm thầm chiến đấu trong
bóng tối.

Lăng hỏi:

- Chiến đấu như thế nào? Vũ khí ra sao?

Chú Lăng đưa mắt nhìn lên bầu trời rồi ôn tồn nói:

- Chú không có thời giờ để giảng giải tỉ mỉ cho cháu
  nghe được. Chú chỉ nói cho cháu biết những điểm
  cốt lỏi của trận đánh "Thiên la địa võng" này. Rồi
  chính cháu sẽ điều nghiên, lập kế hoạch phát huy
  sức mạnh và hiệu quả của nó. Cháu nghe cho kỹ
  đây!

- Dạ.

- Dân số của miền Nam chúng ta là ba mươi triệu
  người. Chỉ cần năm phần trăm, tức là một triệu
  rưởi người dân tham gia vào thế "Thiên la địa
  võng" này thì bọn Việt Cộng sẽ sụp đổ.

- Làm sao chúng ta có vũ khí, thưa chú?

- Không cần vũ khí chiến thuật như súng M-16, M-79, lựu đạn, xe tăng. Vũ khí này là sự bất hợp tác và bạo động giới hạn của từng cá nhân riêng lẻ.
- Hơi giống chủ thuyết của Gandhi.
- Không. Hoàn toàn khác. Bất hợp tác trong khi hợp tác.
- Nghĩa là hợp tác giả để khỏi bị để ý, và giam cầm.
- Đúng vậy. Trong lúc hợp tác với chúng thì tìm mọi cách để phá hoại, tùy theo khả năng của từng người. Thí dụ: Người tài xế taxi có thể rải truyền đơn lúc nửa đêm phao tin thất thiệt có hại cho Cộng Sản; Người thợ máy xe hơi có thể mở lỏng con ốc bình chứa nhớt của chiếc xe chở tên sĩ quan cao cấp khi nó đi lên một vùng đồi núi nào đó. Trong lúc xe nằm đường, thì một viên đá to lớn từ trên đồi lăn xuống nghiền nát cả bọn. Đó là loại vũ khí bất tận, thiên hình vạn trạng của những công-dân-đối-kháng, những chiến-sĩ-tự-do-vô-hình.

Lăng hơi đăm chiêu:

- Ai hướng dẫn, lãnh đạo?

Người chú gật gù:

- Tổng hợp sức mạnh vô hình của hơn một triệu công-dân-đối-kháng này sẽ gây nguy khốn và có thể đánh gục kẻ thù, nhưng chúng không bao giờ tìm được lãnh tụ để bắt giam. Đó là ưu điểm tuyệt diệu của chiến lược này. Chúng cũng không phá vỡ được tổ chức vì đây là tổ chức vô-tổ-chức. Nói gọn lại là không có tổ chức, mỗi chiến-sĩ-tự-do-vô-hình tự tìm hiểu sơ hở, yếu điểm của kẻ thù, chờ cơ hội thích hợp mà ra tay tấn công phá hoại rồi biến mất. Trong trận chiến này vấn đề an toàn của chiến sĩ vô hình là ưu tiên hàng đầu. Chiến sĩ không cần phải hy sinh cho bất cứ ai. Đã có quá nhiều lãnh tụ, cấp chỉ huy giả dối phung phí xương máu của người khác trong khi họ an toàn, thụ hưởng. Việc nước là việc chung. Mỗi người phải có một chút trách nhiệm, không thể giao hết cho một, hai vị anh hùng, một nhóm, một tổ chức nào cả. Những người can đảm ấy rồi sẽ phải chịu cảnh tù đày vô hạn định và ngày chiến thắng của cuộc đấu tranh chung vẫn còn thật xa. Chúng ta cần phải có toàn lực tổng hợp mới mong lật đổ được chúng. Chắc cháu còn nhớ chuyện ngụ ngôn "bẻ bó đũa." Một số ít người bất khuất dám lên tiếng trực diện với quân thù, tuy đáng ngưỡng phục, nhưng chỉ là một, hai chiếc đũa bị bẻ gẫy đôi. Nhiều người dân phải cùng đứng lên, cùng chiến đấu trong khả năng của mình. Ai cũng có thể đóng góp, từ thanh niên đến cụ già, em bé, cô gái yếu đuối ..... Mỗi người mỗi việc thích nghi với hoàn cảnh, sức lực, và sự hiểu biết của người đó. Người công-dân-đối-kháng phải tự bảo toàn tính mạng của mình. Những chiến-sĩ-tự-do-vô-hình này không cần đi vào lịch sử để lưu danh hậu thế làm gì. Đời sống rất quí. Không ai muốn chết cả. Nhưng sống trong nô lệ thì cuộc đời cũng không đáng sống. Vì vậy, họ phải chiến đấu trong thế thượng phong, an toàn để chống lại và tiêu diệt bọn cầm quyền đáng chết.

Lăng ngồi yên lắng nghe với nét mặt phấn khởi. Người chú nói tiếp:

- Chiến sĩ vô hình này không vào bưng kháng chiến, không đứng ở góc đường biểu tình và đọc diễn văn phản kháng, không thành lập đảng phái chính trị. Họ chỉ âm thầm gây tổn thương cho kẻ thù tối đa mà không bị nguy hiểm đến tính mạng hay bị bắt cầm tù. Kết quả do hoạt động của họ sẽ trợ giúp cho lực lượng kháng chiến không ít, nếu có kháng chiến thực sự. Nhưng trận binh pháp Càn Khôn này không nhất thiết phải cần có kháng chiến nếu số quân vô hình này đạt được 5% dân số.

- Sao chú chỉ kể đến 30 triệu dân miền Nam mà không tính thêm 32 triệu dân miền Bắc?

- Khi miền Nam mất rồi thì kẻ thù không thể giữ được miền Bắc. Vả lại đại đa số dân miền Bắc khó có thể trở thành chiến-sĩ-tự-do-vô-hình vì họ khác với dân miền Nam. Họ đã bị kềm kẹp quá lâu, không biết tự do thật sự như thế nào.

Uống một ngụm nước, ông chú nói tiếp:

- Chiến sĩ vô hình không bao giờ công khai chống đối và tuyên chiến với kẻ thù. Họ triệt để áp dụng phương pháp của người thợ săn giả làm tiếng heo kêu để dụ cọp đến ăn thịt heo rồi thừa cơ hội quân địch không chuẩn bị mà ra tay tấn công bằng những đòn sấm sét và tiêu diệt địch. Đó là kế "Ban chư ngật hổ," giả làm con heo để ăn thịt con cọp. Bao trùm lên kế sách ấy là triết thuyết thâm thúy của Lão Tử "Đại trí nhược ngu, đại dũng nhược khiếp, đại xảo nhược chuyết." Bậc thông minh, học rộng giả như người ngu đần, dốt nát. Kẻ mạnh mẽ, can đảm làm bộ là người yếu đuối, sợ hãi. Người khéo léo đóng kịch làm đứa vụng về. Tiếp theo kế trận "Ban chư ngật hổ," chiến-sĩ-tự-do-vô-hình có thể sử dụng mưu lược "Sấn hỏa đả kiếp," lợi dụng lúc lửa cháy hỗn loạn mà xuất chiêu khủng khiếp liên tục đánh tan nát kẻ thù để làm chủ tình thế và chiến thắng.

Trong trường hợp kẻ thù tìm đến họ, thì các chiến sĩ vô hình này sẽ giả vờ ngu si, khờ khạo, không biết gì cả, hòa nhã, thân thiện, không chống đối chính quyền bất cứ điều gì để bảo toàn an ninh cá nhân. Nụ cười hợp tác nở trên môi. Nhưng đó là "Tiếu lý tàng đao," trong nụ cười ẩn chứa con dao nhọn.

Lăng hỏi:

- Chúng không thể nào khống chế được sao?

Ông chú hỏi lại:

- Làm sao mà khống chế khi không biết kẻ tấn công mình là ai, trong tổ chức nào? Chính quyền toàn trị, độc tài không thể nào bỏ tù 90 phần trăm dân số, bắn bỏ 50 phần trăm lực lượng công nhân, nông dân. Chúng cũng không có khả năng thuê một Công an để canh chừng mỗi hai người dân. Nói tóm lại, chúng chỉ thấy trùng trùng điệp điệp những mũi tên lao vun vút vào người chúng, còn người cầm cung thì chúng không bao giờ tìm ra vì chẳng có người cầm cung. Một triệu năm trăm ngàn mũi tên tự phát bắn vào nhiều nơi khác nhau như trung tâm truyền tin, đài phát thanh, kho vũ khí,

nhà máy điện, điện thoại, máy vi tính điện tử, nhà băng, khách sạn, nhà hàng, nơi du lịch, hay là chỗ ở của cán bộ trung cấp, cao cấp v.v...
Lăng đặt một câu hỏi hơi bất ngờ:
- Chiến-sĩ-tự-do-vô-hình khác với quân khủng bố như thế nào?
Ông chú cười:
- Khác nhau như nước với lửa. Chiến-sĩ-tự-do-vô-hình không bao giờ muốn chết để đến một nơi nào đó dù là Thiên đàng vĩnh cửu hay Tiên cảnh đầy mỹ nhân. Họ muốn sống một cuộc sống tự do mà bất cứ cá nhân nào sinh ra trên trái đất này đều có quyền hưởng. Đó là quyền tối thượng đương nhiên, không do bất cứ ai ban phát. Kẻ nào tước đoạt quyền tự do ấy là kẻ thù. Chiến sĩ tự do tôn trọng tự do của người khác, và không làm bất cứ điều gì có hại đến tự do, tài sản, và tính mạng của tha nhân. Đó là một xã hội không quy củ, nhưng là một xã hội tự do an bình. Ở thế kỷ thứ 16 chỉ đối đầu với một ít quân Tây ban Nha, giống dân Aztec của xứ Mễ tây Cơ đã ngoan ngoãn chịu khuất phục kẻ xâm lược vì lãnh tụ trước của họ đã tổ chức một xã hội vô cùng chặt chẽ. Khi đầu rắn đã bị chặt, toàn thể phần còn lại phục tùng. Một xã hội chỉ có toàn công-dân-ngoan-ngoãn một cách mù quáng là một xã hội dễ bị mất quyền tự do. Muốn đạt được hoặc duy trì một xã hội tự do, xã hội đó phải có một lực lượng công-dân-đối-kháng khoảng 5% trở lên. Nếu đa số dân chúng chỉ biết kiếm chút tiền sống qua ngày, cam tâm kéo lê

cuộc đời không có tự do, chấp nhận thứ tự do ban phát nhỏ giọt của kẻ thù thì phải công bình mà nói họ đáng bị kềm kẹp như vậy. Đó cũng là vấn đề nhức óc của chúng ta, những người yêu chuộng tự do và phản kháng tới cùng cho chính chúng ta và cho cả dân tộc.

Lăng hỏi:

- Tuyển mộ chiến-sĩ-tự-do-vô-hình như thế nào?

Với nét mặt trang nghiêm, chú của Lăng giải thích:

- Một điểm khác biệt quan trọng của những chiến sĩ Quốc Gia là chúng ta không tuyên truyền giả dối, không mê hoặc, lừa gạt những người kém sáng suốt, thiếu hiểu biết để họ hy sinh xương máu oan uổng cho một ý đồ nào đó. Chúng ta chỉ nêu cho họ thấy rằng họ có quyền và có khả năng đánh đuổi kẻ thống trị. Có một số người căm hận kẻ thù, muốn chống lại, nhưng không biết phải làm sao vì chung quanh họ lúc nào cũng có bọn ăng ten chỉ điểm, chó săn, và nhà tù. Những người đó là đối tượng lý tưởng cho chúng ta hướng dẫn. Một khi họ biết rõ phương thức chiến đấu này an toàn và hiệu quả thì chú tin rằng số người đó sẽ càng ngày càng đông.

Ngừng một chút, ông tiếp:

- Cháu có câu hỏi nào không? Nếu không chú phải đi. Cháu tự suy ngẫm rồi đề ra kế hoạch mà hành động. Chú tin rằng ngoài chú cháu mình ra, còn có nhiều chiến-sĩ-tự-do-vô-hình khác đang sống lặng lẽ khắp nơi, chờ đợi cơ hội thuận tiện là phá nổ kho vũ khí của địch, ám sát sĩ quan cao cấp, in và

phân phát bạc giả làm lũng đoạn kinh tế địch, phá
hoại hệ thống ngân hàng bằng những chương trình
vi tính điện tử, phá những chiến hạm lớn nhỏ,
những máy bay quân sự. Điều quan trọng là kẻ thù
không thể truy tìm thủ phạm vì tác động phá hoại
không xảy ra tức khắc. Nó xảy ra sau một thời
gian nào đó, khi mà kẻ chủ động đã an toàn biến
mất không để lại một dấu vết gì cả.
Và điểm cần nhớ là chiến-sĩ-vô-hình này không
bao giờ được gây tổn thương tính mạng, tài sản của
người dân.
Điều quan trọng là người chiến-sĩ-vô-hình này phải
tuyệt đối bí mật, giữ kín mọi hành tung của mình.
Vợ con, hay chồng con trong nhà cũng không biết.
Chiến sĩ đó không cần lời khen tặng, hay bước lên
khán đài để được vinh danh ngay cả khi quân thù
đã bị tiêu diệt. Chị hoặc anh ta cũng không nhắm
vào một chức vụ gì trong chính quyền mới nếu
thành công. Chị ấy chỉ muốn là một người dân có
tự do. Ai xâm phạm đến tự do đó thì chị chống
lại cho dù chung quanh chị ai cũng im lìm, khuất
phục kẻ thù. Chị đơn độc chiến đấu trong bóng
tối, hiểu rằng ít nhất cũng có một người sống tự do.
Tự do bất tuân theo luật của kẻ thống trị. Tự do sử
dụng mọi phương tiện để đương đầu với kẻ cai trị,
kẻ đã cướp đi quyền tự do tối thượng của chị, kể
cả chính quyền sau này thay thế kẻ thống trị độc
tài trước đây nếu họ thoái hóa biến thành một thứ
độc tài dưới danh xưng mới.

Nghe những luận cứ hùng hồn, vững chắc của người chú, Lăng cảm phục vô cùng. Chàng thắc mắc:

- Những người Cộng Sản thức tỉnh, lương tâm dày vò không chịu được cảnh lầm than, khốn khổ của người cùng huyết thống muốn quay về với chính nghĩa Quốc Gia, dân tộc thì sao?

Ông chú tươi nét mặt đáp:

- Cháu đề cập đến một yếu tố rất quan trọng. Những cán bộ Việt Cộng dù ở cấp bực nào vẫn có thể là một chiến-sĩ-tự-do-vô-hình hữu hiệu. Họ đóng một vai trò có thể tạo nên tác động lớn. Thí dụ như một phi công Việt Cộng có thể mang bom thả lên đầu bọn lãnh tụ ở Hà Nội, Sài Gòn. Hoặc một tướng lãnh quân đội Cộng Sản với đầy đủ phương tiện trong tay, quyết tâm trở về chính nghĩa Quốc Gia, dân tộc có thể đứng lên tuyên bố rằng các tỉnh vùng bốn chiến thuật của chúng ta ngày trước như Cần Thơ, Long Xuyên, Bạc Liêu, Cà Mau, Rạch Giá, Sóc Trăng, Châu Đốc ... tách ra thành một quốc gia riêng biệt tương tự như Singapore tách ra khỏi Mã Lai năm 1965. Với vựa lúa, và sông biển của miền Tây trù phú thì sự tự lập và trường tồn của quốc gia mới này không khó khăn lắm.

Lăng cảm thấy phấn khởi rất nhiều, nhìn ông chú với cặp mắt thân kính rồi nói:

- Cháu hết sức cảm ơn chú. Cháu tin rằng chiến-sĩ-tự-do-vô-hình sẽ đánh bại Việt Cộng.

Người chú thân mật bắt tay Lăng và quả quyết tiếp lời:

- Đúng vậy. Đảng Cộng Sản Việt Nam sẽ bị Đảng Vô Hình tiêu diệt.

Chương 41

Phương vừa đi ngang qua Ty Ngoại thương, bỗng nghe tiếng gọi:

- Phương, Phương.

Quay cổ lại nhìn, Phương nhận ra Minh, hỏi:

- Sao hôm nay có nhiều việc không? Mánh mung thế nào?

Minh cười:

- Mánh mung khỉ gì. Nè, nghe nói mày làm ngư phủ tàu Quốc doanh đánh cá phải không? Chừng nào vượt biên cho tao theo với.

Phương hết hồn, hạ thấp giọng bảo Minh:

- Minh, mày làm ơn đừng có la oang oang giữa đường cho tao nhờ. Khổ quá đi! Tao đói xuống tàu kiếm chút cơm, chút cá. Đi cái gì, đi đâu? Đừng có hại tao Minh ơi!

Nói xong Phương bước thật nhanh trốn tránh thằng bạn hời hợt, nguy hiểm.

Tới ngã ba đường Phương quẹo trái để xuống văn phòng công ty Quốc doanh đánh cá, bỗng trông thấy một cô gái trẻ, chàng hỏi:

- Ánh, em đi đâu đó?

Người thiếu nữ không đáp, nhìn Phương với ánh mắt hờn dỗi và tiếp tục đi. Phương khẽ lắc đầu và nghe buồn buồn. Chàng biết rõ là Ánh đang ghen với Dung.

Trong những ngày tu bổ, sửa sang tàu, Phương và Đức có dịp tiếp xúc với Ánh để thu nhận số lưới tốt cho tàu vì Ánh là trưởng toán vá lưới của công ty Quốc doanh đánh cá. Ánh có nhan sắc trung bình, dáng cao, gầy, để tóc ngắn, tuổi khoảng hai mươi. Ba nàng giữ một chức vụ khá quan trọng trong Ty Hải sản. Mỗi khi thấy Phương nói chuyện với Ánh, vài cô nàng vá lưới ngừng tay, ranh mãnh nhìn hai người, có ý ghép đôi. Ánh vừa e thẹn vừa thích thú. Đức cũng phụ họa, lấy hai câu thơ của Nguyên Sa để ví von hai người:

" Phương vẫn nhớ Ánh ngồi đây tóc ngắn
    Mà mùa thu dài lắm ở chung quanh."

Đối với Phương, chàng không có ý thực sự chinh phục Ánh hay bất cứ người con gái nào khác vì chàng sẽ ra đi trong một thời gian ngắn. Tuy nhiên khi nghĩ đến tương lai bất định, nhiều bất trắc, có thể nguy đến tính mạng Phương lại muốn thụ hưởng phần nào hương vị ngọt ngào của tình cảm trai gái với điều kiện chàng tự đặt ra là không làm mất sự trong trắng của thiếu nữ. Đồng thời chàng cũng muốn dùng việc này để làm bình phong che giấu kế hoạch táo bạo của mình. Phương cố tình muốn cho mọi người thấy rằng chàng là một anh nhà nghèo, không tìm được việc làm thích hợp nên phải xuống tàu làm ngư phủ. Chàng cũng có liên hệ tình cảm và một khi điều kiện tài chính cho phép chàng cũng sẽ có gia đình. Nói tóm lại chàng có đời sống bình thường như những người khác chớ không phải là một kẻ sĩ đang thi hành khổ nhục kế. Tự giới hạn như vậy,

Phương hẹn Ánh đi chơi. Nàng bằng lòng. Để được ra khỏi nhà ban đêm Ánh phải cùng đi với một người trong gia đình. Ánh nói rõ chuyện cho chị nàng biết và nhờ chị giúp. Tuổi tác ngang ngửa nên cô chị nhận lời bao che cho em đi hẹn hò với tình nhân.

Phương chọn một quán yên tĩnh, lịch sự, ngồi trò chuyện với Ánh. Dưới ánh đèn sáng dịu dàng, chàng thấy rõ niềm hân hoan trên mặt cô gái. Đôi mắt Ánh long lanh cảm xúc và môi nàng thường hé nụ cười ý nhị.

Sau khi trao đổi những câu hỏi về cá nhân và gia đình của nhau, Ánh ngập ngừng hỏi Phương:

- Anh quen với em như vầy... anh có định đến nhà em không?

Phương hiểu, nhưng muốn cho rõ ràng chàng hỏi:

- Đến nhà em? Ý em muốn nói là ...

Ánh có vẽ hơi bẽn lẽn, nói nhanh:

- Thì đến nhà gặp ba mẹ em đó.

Phương không ngờ Ánh muốn cột chặt mối dây tình cảm mau chóng như vậy. Chàng cảm thấy hối hận và có lỗi với người con gái ngây thơ, thực thà mới quen này. Ngay buổi đi chơi đầu tiên, Ánh đã mong ước được làm vợ chàng. Phương không có nhiều thời giờ để tự trách mình nữa, chàng lựa lời nói với Ánh:

- Ánh, chuyện đó để từ từ mình tính nghe em.

Vẻ thất vọng hiện lên gương mặt, Ánh im lặng, tay xoay xoay hũ da-ua trên bàn.

Phương phá tan sự yên tĩnh:

- Anh gọi thêm nha?

- Thôi được rồi anh. Em thấy hơi lạnh. Da-ua đặc nầy ăn tới đâu lạnh tới đó.

Phương gật đầu tán thành. Bỗng nhiên Ánh nhìn thẳng vào mặt Phương hỏi một câu sắc gọn:

- Có phải anh xuống tàu để vượt biên không?

Lúc nãy Phương đinh ninh là Ánh thực thà. Điều này có thể đúng trên phương diện tình cảm. Đối diện cuộc đời với những va chạm bén nhọn, chưa chắc. Phương giật mình, lo ngại. Cha của Ánh là Việt Cộng trung cấp, không khéo mọi công trình khó nhọc gây dựng nhiều tháng nay biến thành mộng dã tràng. Phương không dám xem thường người bạn có tình cảm nồng hậu này. Trong đầu chàng những tế bào thần kinh làm việc gấp rút, tận lực. Phương uyển chuyển:

- Em nói đúng. Trước đây anh đã có ý nghĩ ấy, nhưng sau khi quen em, anh không còn muốn đi nữa.

Nét mặt Ánh rạng rỡ, sung sướng. Cô gái nặng tình hoàn toàn tin lời Phương.

Tuy hài lòng về cách đối đáp, ứng biến nhịp nhàng của mình, Phương vẫn cảm thấy bất an trong tâm tưởng. Chàng không ngờ mới có vài ngày quen biết mà Ánh đã thương yêu chàng như vậy. Nếu biết trước chuyện này, ngàn lần Phương cũng chẳng muốn hẹn hò.

Những ngày sau đó, Ánh có vẻ là lạ. Phương hẹn đi chơi nhưng nàng từ chối. Phương cảm thấy hơi khó chịu bởi thái độ lạnh nhạt của Ánh. Và mặc dù chẳng biết lý do, Phương vẫn không tìm hiểu cặn kẽ bởi lẽ đằng nào chàng cũng ra đi.

Tin rằng Ánh không còn quan tâm gì đến mình, Phương bình thản lo công việc hàng ngày.

Chàng phải vào An Hòa, cách thị xã Rạch Giá khoảng năm cây số để canh chừng tàu, và ngủ lại đêm ở đó. Trong xóm có một quán cà phê và cô chủ nhỏ dáng vẻ người học thức. Phương muốn làm quen nhưng trông nét mặt cô ta lộ nét kiêu kỳ nên thôi. Nhìn xuống bộ đồ công nhân đang mặc trên người, Phương mỉm cười, chợt nhớ ra chàng đang đóng vai ngư phủ làm sao nàng biết chàng là người nàng có thể đàm đạo được.

Một buổi chiều, Phương nhảy xuống sông bơi qua bên kia bờ, nơi có chiếc cầu nhỏ để người ta xuống giặt giũ, lấy nước. Chàng ngồi nghỉ mệt trên cầu một chút rồi lại bơi ngược dòng nước, cố luyện tập sức chịu đựng và sự dẻo dai dưới nước để sau này có dịp sử dụng. Phương còn tập thả nổi để dưỡng sức, tập bơi bằng hai cánh tay, còn chân thì để yên làm như chúng đã bị thương không cử động được. Tập bơi tay xong, Phương lại tập bơi chỉ bằng đôi chân, hai tay đưa thẳng lên khỏi đầu. Chàng mệt lả người nên bơi bình thường trở lại cầu ván. Lúc nãy không có một bóng người, đến khi bơi lại gần cầu, Phương thấy một thiếu nữ khoảng mười sáu tuổi, thân hình đầy đặn, mái tóc đen mượt dài quá vai, trên người bộ đồ bà ba màu xanh lá chuối ướt nhẹp dính chặt vào da thịt, đang ngồi tắm. Phương hơi lúng túng, vừa bơi vừa nhìn cô gái thôn dã. Thiếu nữ không lộ vẻ ngượng ngùng chi cả, thản nhiên nhìn lại Phương. Thịt da hồng mịn màng, săn cứng của con gái nhà quê lồ lộ dưới chiếc áo mỏng sũng nước làm Phương rạo rực. Nghĩ đến kế hoạch trọng đại gay go đang thực hiện, chàng nhẹ thở dài bơi ngược ra giữa sông trở về tàu.

Những lúc có việc sổ sách phải làm, Phương đón xe lam trở ra thị xã Rạch Giá để đến phòng Quốc doanh đánh cá. Ở tầng dưới, cạnh cầu thang có một phòng làm việc nhỏ, bên trong một nữ nhân viên đang cúi đầu ghi chép. Phương dừng lại bên đống lưới cao đối diện, cách cửa văn phòng đó khoảng tám thước. Từ chỗ ấy Phương đưa ánh mắt xã giao đến người đang làm việc sau bàn giấy nhỏ. Như bị một luồng điện nhẹ chạm phải, thiếu nữ ngước mặt lên và bắt gặp cái nhìn lạ của Phương. Xong, nàng lại chăm chú đọc giấy tờ ngổn ngang trên bàn. Phương tiếp tục lặng lẽ đứng yên lặng một chỗ. Người thư ký lại ngẩng lên và bốn sóng mắt giao nhau. Phương dùng nhãn thoại để làm quen, và hoa đã đơm bông. Người con gái với gương mặt trái xoan, nước da trắng, cùng mái tóc thật dài đã chú ý chàng. Nàng nhìn Phương như tò mò muốn tìm hiểu chứ không lộ vẻ bực dọc, khó chịu vì bị "chiếu tướng." Hài lòng về kết quả đầu tiên, Phương bước đi lo công việc.

Đến giờ tan sở, Phương đi theo thiếu nữ hỏi chuyện và biết nàng tên Dung, làm việc cho công ty Quốc doanh đánh cá được mười tháng. Nàng ghi địa chỉ nhà và niềm nở mời Phương đến chơi.

Số người làm việc cho Ánh thật đông nên việc Phương giao thiệp với Dung đã đến tai nàng, do đó khi chạm mặt Phương, Ánh đã có thái độ giận dỗi. Đối với Phương, Ánh hay Dung không có gì khác nhau bởi chàng không nghĩ đến chuyện tình yêu, hôn nhân. Trong những ngày ngắn ngủi còn lưu lại quê hương, ngoài những lúc làm việc tay chân và suy tính những diễn biến sắp tới, dự liệu những biến cố có thể xảy ra Phương không biết làm gì để khuây khỏa tâm hồn ngoài việc làm quen và trò chuyện với các thiếu nữ. Sống dưới chế độ Cộng Sản, sáng sớm đã phải bị nhức óc vì giọng nói the thé từ máy phóng thanh phun ra những điều láo khoét, lố bịch và ngu đần. Sách vở, phim ảnh toàn là thứ tuyên truyền chính trị giả dối. Những tác phẩm văn chương, tài liệu thời Quốc Gia Phương còn giữ được trong tay rất ít và đã đọc nhiều lần. Trong môi trường xã hội như vậy, Phương có cảm tưởng hiện đang sống giữa bọn người máy không có nhân tâm, óc não chứa toàn những tư tưởng sai lệch, quá khích, tham lam, độc ác, hiếu sát. Chàng cần một sinh thú nhân bản trong những ngày chót lưu luyến quê hương bởi Phương biết rằng sinh hoạt văn hóa xứ người có nhiều điều không thích hợp với mình. Phương cho là quen biết, trò chuyện với một hay nhiều người con gái mà không hứa hẹn trăm năm giả dối, không gần gủi xác thịt thì không có gì bất chánh, vô lương.

Phương thầm nói với mình:

"Ánh, sau này em sẽ hiểu và không còn ghen tức nữa bởi vì cả em lẫn Dung đều không có anh."

Đến văn phòng Quốc doanh, Phương gặp Đức ở đó. Đức cười tươi báo tin vui:

- Tao đã được chuyển qua tàu mày rồi.

Phương mừng rỡ nói:

-Vậy à. Thuận buồm xuôi gió rồi đó! Mình đi kiếm cà phê đá uống cho vui.

Chương 42

*G*ần một tháng nằm trong An Hòa để sửa chữa, tu bổ, cuối cùng chiếc KG-79 đã sẵn sàng ra khơi.

Ngồi bên Đức trên con tàu chạy êm ả từ An Hòa về bến Rạch Giá, lòng Phương nôn nao căng thẳng. Tương lai sẽ thế nào đây? Đặt chân lên xứ người, hít thở không khí tự do, hay thất bại ê chề bị tù đày tăm tối hoặc vùi thây trong lòng biển?!

Rồi Phương tự nhủ:

"Băn khoăn, lo nghĩ bâng quơ làm gì? Tới đâu tính tới đó. Nhớ anh chàng Papillon, người tù khổ sai không? Gan dạ và bền chí vô cùng. Cứ vững tin đi, rồi sẽ thành công."

Bên trái mặt trời dần dần biến mất dưới đường chân trời xanh lơ dịu mắt.

Chương 43

- *C*hào đồng chí Trung tá. Đây là hồ sơ báo cáo sinh hoạt tám trại tù trong tháng qua.

Người được gọi Trung tá đáp gọn:

- Anh để trên bàn cho tôi.

Khi tên hạ sĩ quan đã ra khỏi phòng, Phúc, người mang lon Trung tá Việt Cộng, vói tay lấy xấp hồ sơ dày. Y mở ra xem lướt qua, rồi ngừng lại chăm chú đọc một trang. Phúc gật gù nói với chính mình:

- Phương đã ra khỏi tù. Hy vọng hắn làm được một cái gì đó cho quê hương Việt Nam. Mình đã cứu thoát khoảng hai trăm Quân, Cán, Chính của người Quốc Gia rồi. Chỉ mới được năm phần trăm. Còn nhiều việc phải làm trước mắt.

Sau khi vào miền Nam, thấy rõ ràng đời sống ấm no, trù phú của toàn thể dân chúng sau vĩ tuyến 17, Phúc vô cùng phẫn nộ vì bị cả hệ thống tuyên truyền gian xảo của Cộng Sản lừa gạt. Là một người có lý tưởng dân tộc, Phúc theo Việt Minh chống thực dân Pháp năm 1945. Khoảng cuối năm 1944, cả song thân Phúc đều chết vì không có cơm ăn. Phúc, khi ấy mới lên 15 tuổi, suýt mất mạng nếu không có chú Tước cứu giúp đúng lúc. Chú Tước là một thương gia nho nhỏ, có lòng hảo tâm thường giúp đỡ người nghèo khó.

Nhưng trận đói năm Ất Dậu quá to lớn, chút ít thực phẩm dư dả của chú Tước không thấm vào đâu. Khi đó Phúc gầy gò, xanh xao, học hành không được bao nhiêu. Thấy gương mặt Phúc có nét thông minh, chú Tước mang về nuôi và dạy dỗ. Chú thường nói với Phúc là phải dùng cái tâm trong sáng mà đối đãi với tất cả mọi người. Chú Tước rất thích thơ Đường và hay đọc cho Phúc nghe vài câu mà chú ưa chuộng nhất. Trong số đó, Phúc nhớ rõ hai câu thơ của Thôi Hiệu mà chính Phúc cũng rung cảm mỗi khi đọc lên:

"Nhật mộ hương quan hà xứ thị?
Yên ba giang thượng sử nhân sầu"

Trời chiều tối, quê nhà nơi đâu?
Trên sông khói tỏa, sóng gợn khiến buồn lòng người.

Sau nhiều năm hăng hái tham gia quân đội, Phúc leo tới chức Trung tá. Lẽ ra Phúc đã lên hàng Tướng, nhưng vì có nhiều lần chống đối các Ủy viên chính trị Trung ương nên Phúc ở nguyên chức vụ Trung tá, có lần suýt bị giáng chức. Các thủ đoạn trong nội bộ mà Phúc biết được đã làm cho y suy nghĩ nhiều. Những lời nghiêm huấn của dưỡng phụ vẫn còn vang vọng trong tâm hồn chưa bị tẩy não của Phúc.

Một câu chuyện lý thú trong Chiến Quốc sách ngày xưa mà chú Tước kể cho Phúc nghe thường ẩn hiện trong lòng Phúc. Đó là chuyện "Mua nghĩa" khá hấp dẫn.

Đời chiến quốc, Phùng Huyên làm thực khách cho Mạnh thường Quân là Tướng quốc nước Tề.

Một hôm Mạnh thường Quân nhờ Phùng Huyên qua đất Tiết để thu các mối nợ. Trước khi ra đi, Phùng Huyên hỏi:

- Thu xong nợ rồi có cần mua thêm vật gì không?

Mạnh thường Quân đáp:

- Xem trong nhà còn thiếu vật gì thì cứ mua về.

Phùng Huyên đến đất Tiết cho người mời tất cả những con nợ của chủ đến đông đủ, rồi truyền rằng Mạnh thường Quân ra lệnh xóa bỏ hết các món nợ. Và để cho mọi người tin tưởng, Phùng Huyên đem đốt toàn bộ văn khế. Những người thiếu nợ và toàn dân đất Tiết rất vui mừng, tung hô vạn tuế.

Khi họ Phùng trở về, Mạnh tướng quân lấy làm lạ cho là đòi nợ gì mau chóng thế, mới hỏi:

- Thu nợ xong chưa?

Phùng Huyên đáp:

- Thưa đã thu xong hết rồi.

Đến khi được hỏi về việc mua đồ vật mang về, Phùng Huyên nói:

- Khi đi Tướng quân bảo mua những vật gì trong nhà còn thiếu. Tôi nghĩ rằng trong cung Tướng công chất chứa nhiều đồ trân bảo, ngoài chuồng nuôi đầy chó ngựa. Thứ mà Tướng công còn thiếu là điều nghĩa, nên tôi trộm lệnh mua điều nghĩa đem về.

Mạnh thường Quân ngạc nhiên hỏi:

- Mua điều nghĩa như thế nào?

Họ Phùng đáp:

- Tôi mạn phép tha cho tất cả các con nợ, nhân đó thiêu hủy các văn khế, được dân vui mừng tung hô, ấy là Tướng công mua được điều nghĩa vậy.

Một năm sau, vua Tề không dùng họ Mạnh làm Tướng quốc nữa, nên ông phải lui về đất Tiết ở. Bấy giờ bá tánh đất Tiết trai gái, già trẻ tranh nhau ra đón rước giữa đường, hoan hô nhiệt liệt. Khi ấy Mạnh thường Quân hiểu ra, quay lại Phùng Huyên mà bảo:

- Tiên sinh vì tôi mà mua điều nghĩa, ngày nay tôi mới trông thấy.

Hôm Phương tổ chức văn nghệ đón xuân, Phúc có ghé qua xem. Nhìn vẻ mặt hơi giống chú Tước, và phong cách nói chuyện của Phương, Phúc có thiện cảm. Và trong một phút tâm tư chao động, nhớ nhà với lời thơ nằm sâu trong tâm khảm *"Trời chiều tối, quê nhà nơi đâu?"* Phúc đã đến nói chuyện với Phương bên cạnh đống củi trong giờ phút đón giao thừa. Sau đó Phúc đã phê điểm tốt và ký lệnh trả tự do sớm cho Phương. Phúc không mua nghĩa để giúp chế độ Cộng Sản tồn tại. Y đã chọn cho mình một con đường để đối kháng lại bè lũ gian manh đang cầm quyền sinh sát trong tay. Phúc hiểu rõ rằng chính mình cũng có thể ngồi trong ngục tối bất cứ lúc nào. Trong thể chế Cộng Sản, kẻ độc ác nhất, gian trá nhất là kẻ thắng trận. Chúng sẵn sàng giết các đồng chí của mình, giết cha mẹ, anh em ruột của mình, hy sinh hàng triệu lương dân vô tội. Phúc biết mình đã lầm đường, lạc lối nhưng không thể nào rút chân ra khỏi Đảng mà không bị ám hại. Y nghĩ suy nhiều ngày và quyết định tìm cách vào Nam để âm thầm, bí mật giúp những quân nhân, công chức, và một số thanh niên có triển vọng giúp nước ra khỏi trại tù cải tạo thật sớm. Phúc nhận thấy chính sách trả thù, đày đọa dành cho miền Nam của thượng cấp là phung phí nhân lực chung của đất nước. Phúc không đồng ý nhưng không có quyền lực để sửa đổi. Cho nên y đành lặng lẽ, bí mật làm những điều theo lương tâm trong sáng như chú Tước dạy bảo.

Chương 44

Điều Phương trông đợi rồi cũng tới. Ngày mai, lúc năm giờ sáng tàu sẽ rời bến ra khơi. Đêm nay Phương cùng một ngư phủ khác ngủ trên tàu. Ông tài công, Đức và tất cả các ngư phủ khác sẽ có mặt lúc sáng sớm ngày mai. Ngồi trên tàu không có gì làm đâm chán, anh ngư phủ kia bước lên bờ đi về phía chợ.

Còn lại một mình, Phương ngồi ngắm sao, tưởng tượng cảnh phố xá náo nhiệt của Singapore, nơi chàng dự định cập bến, cảnh sóng biển chập chùng chen những tiếng nổ trong cuộc đụng chạm dữ dội khó tránh khỏi. Lòng Phương ngổn ngang trăm mối, băn khoăn nghĩ đến biến cố sôi động sẽ diễn ra trong những ngày tới đây. Hơn mười mấy chiếc tàu đánh cá đậu chung quanh như đang say ngủ. Tiếng hát vọng cổ thỉnh thoảng nổi lên rồi im bặt dường như người hát không mấy hứng thú. Ở cuối con đường bến cảng, một quán cà phê nhỏ bên lề còn mở cửa khuya, phía trước có người đặt tủ thuốc lá bán lẻ cho khách qua đường.

Lòng nôn nao như thuở bé nôn nao chờ ngày Tết khiến Phương không ngủ được, hết ngồi tới đứng, khi ngắm sao trời lấp lánh, lúc cúi nhìn mặt nước yên của dòng sông lạnh. Luồng cảm giác cô đơn âm thầm lan rộng trong người làm Phương thèm nhìn khói thuốc. Cho tay vào túi, lôi ra vài tờ giấy bạc in trên thứ giấy tồi tệ có hình tên lãnh tụ gian tà, Phương thầm nghĩ "Có thể đây là món tiền cuối cùng mình tiêu xài trên quê hương tù ngục."

Phương cẩn thận đóng cửa phòng lái tàu rồi lên bờ mua thuốc hút. Lan man nghĩ ngợi Phương đến tủ thuốc lúc nào không hay. Chưa kịp hỏi mua, một giọng nói mừng rỡ vang lên:

- Anh Phương.

Phương nhìn sững người ngồi phía sau tủ thuốc, chính là Cầm, người góa phụ có đôi môi đẹp, cuồng nhiệt mà cách đây hai năm Phương đã vui hưởng ái ân suốt năm ngày dài trên hòn Sơn Rái, một hải đảo có bãi cát sạch, nước trong veo, cây rừng xanh thẳm, tươi mát với sóng biển ầm ì cùng những luồng gió lả lơi tạo nên khung cảnh quyến rũ, thơ mộng. Đôi bạn trẻ cùng chạy nhảy vui chơi trên sườn núi, ngắm nghía những bông hoa rừng tươi sắc đủ loại. Khi mệt họ ngồi nghỉ chân trên tảng đá lớn, đẹp bằng phẳng ngắm những áng mây lười biếng chưa muốn đi xa, rồi họ ôm hôn nhau say sưa giữa cảnh thiên nhiên diễm lệ. Chơi núi chán, Phương kéo Cầm xuống bãi ngồi ngắm sóng đuổi xô từ mù khơi rồi té ùa lên nhau vỡ vụn thành ngàn mảnh trắng xóa khi đập vào những khối đá trầm ngâm, u hoài muôn thuở. Âm thanh mơ hồ ngân động khoan thai nhẹ nhàng rồi dập dồn dũng mãnh đến tột đỉnh, để sau đó buông lơi thanh thoát của hàng ngàn lớp sóng tạo nên tấu khúc thanh tao, êm đềm, thoát tục khiến hồn Phương như trôi lạc lên bồng lai tiên cảnh. Chàng nhắm mắt tận hưởng tặng phẩm vô giá của thiên nhiên mà chàng đặt tên là "lãng nhạc," nhạc của tiếng sóng.

Ngồi cạnh Phương được một chặp, Cầm xoay người qua, hôn lên môi người tình thật lâu. Hình như cặp môi đỏ mộng của Cầm lúc nào cũng thấy lạnh, cần một hơi ấm của da thịt ngọt ngào ấp ủ. Cầm ôm chặt Phương như sợ rằng mai đây chàng bỗng vỡ toang như những bọt nước rạt rào dưới chân ghềnh đá hoang vu.

Điểm rất dễ thương của Cầm là luôn luôn chiều chuộng Phương, trừ một điều và điều đó thật quan trọng đối với chàng. Cầm hiểu rằng Phương đến với nàng chỉ để vui chơi xác thịt nên nàng không hề mong ước được làm vợ Phương. Tuy đứa con gái bảy tuổi đã làm Cầm khá vất vả, nàng vẫn muốn có con với Phương. Biết rõ ý định Cầm, Phương phân trần:

- Cầm, nghe anh nói! Chúng ta gặp nhau tạm bợ, sinh con làm gì cho thêm khổ lụy.

Cầm cương quyết phản đối:

- Em thương anh nên muốn có con với anh. Em nuôi nó được mà, anh khỏi phải lo. Anh tự do bay nhảy, không bị ràng buộc gì hết. Em sẽ xâm tên anh lên mình nó để sau này cha con có thể nhận ra nhau.

Nắm tay Cầm, Phương nhìn thẳng vào mắt nàng nói:

- Anh không thích và không muốn như vậy. Đời sống lầm than, tăm tối không có tự do, tạo ra hài nhi để nó sống vất vưởng là có tội với nó. Cầm, anh mong em nghe lời anh. Anh hiểu và ghi nhớ tình em cho anh, như vậy là đủ rồi.

Sau đó Phương vượt biển lần đầu, thất bại rồi tình thế đẩy đưa khiến chàng ở tù hơn một năm. Khi được trả tự do, Phương về Rạch Giá, gặp lại Cầm. Nàng già đi rất nhiều. Cầm kể lể:

- Anh biết không, em buồn và nhớ anh quá, đi tìm anh
  mà không gặp, em trở về đây. Còn một điều nữa...

Nói tới đây người góa phụ ngập ngừng, nhìn Phương dò
xét. Phương thắc mắc hỏi:

- Điều gì em cứ nói, đừng ngại!
- Anh hứa không được la em nghe.
- Được, anh hứa.
- Em có thai với anh.

Phương giật mình, trố mắt nhìn Cầm không nói một lời.
Cầm kể tiếp:

- Nhưng bào thai yếu quá, bị hư.

Phương vừa vui, vừa buồn. Vui bởi vì hai người không có
con với nhau trong cảnh huống bẽ bàng. Buồn là mầm sống
vừa hình thành đã tan rã. Người thanh niên cảm thấy nặng
nề, trầm ngâm tư lự. Hiểu nỗi ưu sầu, uẩn khúc của người
yêu, Cầm đề nghị:

- Từ nay chúng ta coi nhau như bạn anh nhé!

Phương khẽ gật đầu. Từ đêm đó hai người không gặp lại
nhau.

Sau giây phút ngỡ ngàng, Phương hỏi Cầm:

- Em bán thuốc ở đây được bao lâu rồi?
- Dạ mới hơn tuần nay, mà em chỉ bán ban đêm, ban
  ngày em bán ở bến xe Sài Gòn-Rạch Giá.

Phương gật gù hiểu ra tại sao chàng lên xuống khu này
thường mà không gặp Cầm.

Nhìn người tình xưa giây lát, Phương nói:

- Em xanh và ốm hơn lúc trước. Có bệnh gì không?

Cầm đáp nhỏ:

- Sau kỳ sẩy thai, người em yếu hẳn cộng với đời sống khó khăn, em thấy mình cứ mòn mỏi thêm.
- Em còn ở chỗ cũ?
- Không anh. Càng lúc bà mẹ chồng càng hiếp đáp em. Vì thương con mồ côi cha, em muốn nó được gần bà nội nên cố chịu đựng, nhưng em không thể nhẫn nhịn hơn nữa do đó em dọn đi ở với người bạn gái.

Phương nghe chua xót cho Cầm, nhưng chàng biết mình không làm được gì để giúp nàng. Phương lấy hết tiền trong túi ra đặt lên tủ thuốc, nói nhỏ:

- Cho anh gói thuốc.

Cầm trao cho Phương gói ba số năm và âu yếm nói:

- Anh giữ tiền đi. Em biếu anh mà.

Phương lắc đầu, cười nửa miệng đùa:

- Cất tiền đi em! Anh giàu lắm!

Cầm bật cười:

- Anh đi ngư phủ à?
- Phải.
- Tàu nào vậy?

Phương trỏ tay về hướng con tàu. Cầm buột miệng:

- Tàu lớn quá! Em coi một chút nghe anh.

Phương do dự rồi chàng gật đầu.

Cầm khóa tủ thuốc cùng Phương sánh bước.

Ngọn đèn đường lờ mờ làm cảnh vật khu bến cảng thêm ảm đạm.

Đặt chân xuống tàu, Phương bật lửa đốt thuốc nhưng một luồng gió thổi qua làm tắt. Chàng mở cửa phòng thủy thủ, lách vào bên trong mồi điếu thuốc ngoại quốc. Lâu lắm rồi Phương mới được hút thuốc thơm Ăng Lê đắt tiền, nên hơi thuốc đầu tiên thật thơm tho, ngọt ngào. Cầm nối gót bạn xưa và đứng sát vào người chàng. Qua ánh sáng yếu ớt của ngọn đèn đường, Phương thấy đôi mắt Cầm phảng phất nỗi đam mê nhục thể, nhưng chàng lờ đi, thản nhiên hút thuốc.

Đợi mãi không thấy Phương làm gì, Cầm gọi nhỏ:

- Anh.

Phương bình thản đáp:

- Gì em?

- Hôn em đi!

Phương hôn nhẹ lên mắt và đôi má Cầm rồi tiếp tục hút thuốc. Không chịu nổi cơn rạo rực dục tình, Cầm cúi xuống cắn vào bắp vế non của Phương, nói qua hơi thở dồn dập:

- Anh, cho em đi!

Đã lâu Phương không gần đàn bà nên chàng cũng muốn ân ái với Cầm, nhưng thời gian và hoàn cảnh vô cùng bất tiện và nguy hiểm. Chỉ còn vài tiếng đồng hồ nữa là tàu rời bến ra khơi và cũng rất có thể là chàng sẽ vĩnh viễn rời xa ngục tù Cộng Sản. Dan díu với Cầm đêm nay thập phần nguy hại bởi vì nếu có người biết được chàng sẽ bị đuổi lên bờ. Công lao khó nhọc bấy lâu tan thành mây khói. Trong trường hợp không ai biết và chàng chưa thể ra tay hành động trong những chuyến đánh cá đầu tiên thì việc khắng khít với Cầm chỉ tạo thêm khúc mắc tình cảm vô ích, buồn thương tủi hận.

Khẽ đẩy Cầm ra, Phương dịu dàng nói:

- Không được đâu em. Em nên về nghỉ sớm để khỏi bị kiệt sức.

Cầm buồn bã nhìn Phương bằng ánh mắt thiết tha, hỏi:

- Bao giờ tàu đi?

- Sáng mai.

- Mấy tuần anh về?

- Khoảng ba tuần, nhưng em đừng trông.

Cầm thắc mắc:

- Sao vậy?

Làm sao Cầm biết chuyến đánh cá đầu tiên này cũng có thể là chuyến cuối cùng và đêm nay là đêm lòng Phương đau xót vì phải buộc lòng rời bỏ quê hương để có đời sống tự do mà mỗi một người sinh ra trên địa cầu đều có quyền thụ hưởng.

Phương ôm Cầm vào lòng dỗ dành:

- Sự trông ngóng làm người ta mệt nhọc. Em cần giữ sức khỏe để nuôi con. Thôi khuya quá rồi, em về ngủ đi.

Nói xong Phương bước nhanh ra ngoài. Cầm lặng lẽ rời khỏi con tàu.

Trên trời một vệt sáng vụt qua rồi tắt ngúm. Sao băng.

Chương 45

Ụ̣ng cụ hải hành của các tàu đánh cá Việt Nam chỉ có một món duy nhất là hải bàn. Hải đồ, máy định vị trí con tàu, máy đo chiều sâu, máy tiên đoán thời tiết, và vô tuyến truyền tin là những thứ không một tài công nào dám mơ ước hoặc biết đến.

Để đối phó với những nguy hiểm thiên nhiên sau khi đã làm chủ con tàu, Phương phải thông hiểu nhiều thứ liên quan đến hàng hải. Chưa bao giờ là lính Hải quân và cũng không học một môn nào ở Đại học Hàng hải, Phương phải tự tìm tài liệu nghiên cứu. Trước tiên chàng vào thư viện tìm được vỏn vẹn hai quyển sách viết về thời tiết. Phương đọc nhiều lần rồi tóm lược và ghi nhớ thật kỹ những điều chính yếu quan trọng. Chẳng hạn như thời tiết đang tốt sẽ trở nên xấu nếu một trong các điều sau đây xảy ra:

- Mây Stratus nằm dưới mây Cirrus và càng lúc càng lan rộng.
- Mây Cumulus bành trướng rộng và cao.
- Gió thổi ngược hướng bình thường.

Nhưng Phương thích nhất là định luật gió hai tầng giao chuyển động. Trong trường hợp thời tiết đang xấu người ta có thể biết rằng nó sẽ trở nên tồi tệ hơn nếu khi quay lưng về phía gió trên mặt biển (gió hạ tầng) mà mây bay từ phía trái (do sự hiện diện của gió cao tầng).

Vì tàu đánh cá Việt Nam không có hệ thống định vị trí Loran-C hay GPS nên một số hiểu biết của Phương không thể áp dụng được. Do đó dù biết rõ tọa độ của Rạch Giá là 10 bắc vĩ độ và 105 tây kinh độ, một khi tàu ở biển khơi Phương chỉ có thể ước tính vị trí con tàu theo phương hướng chuyển dịch và thời gian hải hành.

Bình minh dần dần đến. Phương ngồi trong phòng thủy thủ, lặng lẽ nhìn muôn ngàn sóng con chạy nhảy trên mặt biển. Chiếc KG-79, sau những ngày dài nằm bến chán nản, giờ được hít thở gió trùng dương nên hân hoan lao mình về khung trời bao la trước mặt.

Phương được biết là tài công sẽ cho tàu ra khơi khoảng một ngày rưỡi đến hai ngày mới tới vùng ông ta bủa lưới. Trên tàu có tám người, ngoài Phương ra, những người kia là ông Binh, tài công, trạc năm mươi tuổi, biết ít nhiều võ nghệ; ông Tư già lo chăm sóc máy tàu; Liệp, trên hai mươi tuổi, gầy ốm nhưng rắn chắc, khỏe mạnh, nhiều thủ đoạn, nói năng khôn lanh nên được tài công chọn làm thủy thủ trưởng. Ngư phủ đặc biệt trên chiếc KG-79 là Công, vóc dáng cao ráo, da dẻ hồng hào từ Sài Gòn xuống Rạch Giá làm ngư phủ, thư sinh hơn cả Phương. Tiếp theo là Đức và hai ngư phủ chuyên nghiệp khác là Tần và Vũ. Điểm qua nhân sự Phương để ý đến ông Binh và Liệp, hai người có thể sẽ phản công dữ dội một khi chàng ra tay.

Rời bến đã hai ngày, nhưng ông Binh vẫn chưa tìm ra chỗ bủa lưới. Biển khá động nên Công ói mửa suốt ngày. Dân từ Sài Gòn xuống miền Tây tìm đường vượt biên say sóng là chuyện thường, nhưng trên tàu còn một người nữa bị khổ sở vì biển cả là Đức. Đức ói tới mật xanh, mật vàng, người rũ rượi không còn chút sức lực. Phương vừa ngạc nhiên vừa thất vọng, tự nhủ trong lòng "Mình phải hành sự một mình vậy."

Từ lúc rời cảng Rạch Giá, Phương lặng lẽ quan sát mọi sinh hoạt trên tàu như đi đứng, thói quen của từng người. Phương nghĩ rằng không nhất thiết là phải chờ đến khi đánh được một số cá rồi mới hành động vì không một ai nghi ngờ chàng. Do đó Phương có thể thực hiện kế hoạch bất cứ lúc nào hoàn cảnh thuận lợi. Mỗi khi nấu cơm xong, Phương bưng ra sàn tàu phía trước cho mọi người ăn chung. Ông Bình giao lại bánh lái tàu cho Phương điều khiển theo hướng ấn định. Như vậy tất cả bảy người ở cùng vị trí đối diện Phương, rất thuận tiện và an toàn cho chàng làm chủ tình thế.

Qua tới ngày thứ ba, Phương quyết định khởi sự nên nói nhỏ với Đức khi chàng vờ bưng nước cho bạn:

- Hôm nay tao "chơi." Cho mày hay để mày khỏi ngạc nhiên hay giật mình làm cản trở việc của tao. Mày cũng đừng ra mặt, cứ làm như mày cũng là nạn nhân như họ. Nhớ kỹ dùm tao nghe Đức.

Với nét mặt hốc hác, đôi mắt phờ phạc, Đức thều thào nói:

- Mày làm được không?

Phương đáp:

- Đừng lo. Tao làm được. Nhớ, đừng có phản ứng gì hết, để mặc tao.

Nói xong, Phương bỏ đi.

Chương 46

$\mathscr{D}$ ảo nhanh mắt nhìn lên hai bên vách phòng thủy thủ, Phương hài lòng khi thấy hai khẩu súng M-16 vẫn còn nằm yên đó. Chàng dọn cơm nóng ra sàn tàu phía trước cho mọi người cùng ăn. Ông Binh bèn giao tay lái cho Phương rồi lẹ làng bước đến mâm cơm. Tất cả bảy người ở cùng một tụ điểm. Phương cảm thấy tự tin, nắm được nhiều phần thắng trong tay. Chỉ trong vài phút nữa chàng sẽ làm chủ con tàu dài mười chín thước này.

Bỗng nhiên trời đổ mưa. Mọi người bưng chén, bưng tô chạy vô sàn tàu trong bếp ngồi ăn. Phương chắt lưỡi tiếc rẻ và buồn bã trong lòng. Cơn mưa bất ngờ giữa khi trời nắng đã làm đảo lộn kế hoạch của chàng.

Cuộc đời may rủi, rủi may nào ai biết. Đến xế chiều thì máy tàu bị hư nặng, không thể sửa tại chỗ được, đành phải bỏ neo chờ tàu khác đến cứu. Bây giờ Phương lại cảm ơn cơn mưa lạ lùng ban trưa đã cứu mạng chàng. Nếu không nhờ trận mưa kỳ dị ấy Phương đã đi vào con đường cùng sau khi chiếm được tàu bởi vì tọa độ ấy vẫn còn nằm trong hải phận Việt Nam. Tàu hỏng máy nằm một chỗ, sẽ có tàu Quốc doanh võ trang khác ghé lại hỏi han. Một là Phương đầu hàng, hai là phải tấn công cướp thêm chiếc tàu Quốc doanh đó. Phương sẽ chọn giải pháp thứ hai mà chàng biết rằng sẽ vô cùng khốc liệt, có nhiều người chết và không rõ phần thắng về phe nào.

Hai ngày sau, một tàu đánh cá của Trung Cộng ghé lại thăm hỏi và kéo chiếc KG-79 về đất liền. Công và Đức bị ông Binh đuổi lên bờ. Thế là bao nhọc công đem Đức xuống đi chung tàu trở thành vô dụng. Thợ máy cho biết phải chờ đồ mua từ Sài Gòn nên phải mất ba tuần mới có thể ra khơi trở lại. Phương cảm thấy mệt mỏi vì phải chờ đợi. Để lòng khỏi nôn nóng, bồn chồn, Phương tìm đến Dung trò chuyện, giải khuây.

Ngọn đèn dầu trên chiếc bàn thấp đặt giữa căn nhà bé nhỏ tỏa ra ánh sáng vàng nhạt. Dung tươi tắn lấy nước mời Phương. Mồ côi cả cha lẫn mẹ nhiều năm nên Dung quen với cảnh cô đơn, ở một mình trong căn nhà chật chội. Tỉnh nhỏ, phố hẹp nên Dung đã trông thấy Phương những năm trước nhưng chưa có cơ hội kết giao. Tuy chưa quen nhau, nhưng nét mặt nhu hòa cùng với phong cách nhẹ nhàng của Phương đã gây được nhiều cảm tình nơi Dung từ thuở ấy.

Hai người nói chuyện được chốc lát thì có một chiếc xe gắn máy ngừng lại trước nhà. Nghe tiếng gõ cửa Dung bước ra nói mấy câu với hai người khách rồi trở vào. Phương áy náy bảo:

- Thôi anh về để Dung tiếp bạn.

Dung gạt đi:

- Anh cứ ở lại chơi. Chỉ là bạn cùng lớp lúc trước.

Dung nói họ đi rồi. Anh đừng về!

Nói xong Dung nhìn Phương bằng đôi mắt đong đầy tình cảm.

Nhìn gương mặt trái xoan của Dung, Phương hỏi:

- Ở một mình như vầy Dung không buồn sao?

Dung chớp mắt, mơ màng đáp:

- Buồn chứ anh, nhưng biết làm sao đây?

Đưa tay vặn cho ngọn đèn sáng hơn một chút, Phương nhẹ nhàng hỏi:

- Dung tính khi nào Dung lập gia đình?

Dung cười nụ đáp:

- Thời buổi này đời sống bấp bênh, tương lai không biết thế nào nên chẳng muốn nghĩ ngợi. Còn anh?

Phương bật cười:

- Cũng như Dung vậy.

Dung hạ giọng:

- Chừng nào anh vượt biên cho Dung đi theo với.

Giọng nói Dung vừa dọ dẫm vừa thiết tha làm Phương nghe lòng nặng và buồn buồn. Dung đã kín đáo cho chàng biết là nàng đã rõ ý định của chàng khi xuống làm ngư phủ và không mong gì hơn là được chàng dang rộng tay giúp đỡ. Phương sẵn lòng mang nàng và những người quen biết, thân thuộc khác cùng đi nhưng không thể nào thực hiện được việc ấy. Quay tàu về bờ để đón người là hành động rồ dại, chắc chắn sẽ thất bại. Phương đành phải làm người lãnh đạm.

- Đi thì ai không muốn, nhưng làm sao đi được đây?

Nhìn nét mặt trầm buồn của Phương, Dung không nói gì thêm. Tâm hồn không được thoải mái, Phương nói thêm vài câu vô thưởng vô phạt rồi từ giã Dung.

Bước ra đường, Phương cảm thấy lạnh, trời đã vào đông.

Dung đứng nép bên cánh cửa gỗ nhìn theo bóng Phương trải dài trên đường. Một luồng gió khuấy ánh đèn dầu chao động. Ngay giữa khoảng giao tiếp của cây điện đường phố và vùng sáng yếu đuối lao chao của ngọn đèn dầu, đôi mắt Dung ánh lên nỗi buồn sâu thẳm, chơi vơi như khúc sầu vô tận của quê hương sau ngày giặc Bắc xâm lăng, thống trị.

Chương 47

$\mathcal{Đ}$ứng dưới hầm mũi, nơi chuyên để chứa lưới, Phương thoăn thoắt đón bắt lấy những mảng lưới từ trên tàu chuyền xuống sau khi sáu ngư phủ hợp sức nhau kéo lên từ lòng biển. Phần vì ngột ngạt và bị cảm giác "lòa vị trí," phần phải ngửi mùi tanh của lưới cá Phương bị nôn mửa từng chập. Trời khoảng hơn bốn giờ sáng. Mắt Phương mở không lên mà không được ngủ, tay không ngừng tiếp lưới xếp ngay ngắn, gọn gàng từng xấp một. Tuy có mặc áo mưa nhưng nước biển lạnh vãi tung ra từ các ô lưới năm phân vuông rớt ào ạt trên cổ, trên đầu Phương. Khi mùi tanh lên đến mức không chịu nổi, Phương lại ọe ra một ít nước trong bao tử. Chàng vừa mệt lả, buồn ngủ, vừa đói, lạnh lại bị ói liên miên như người say rượu. Phương cảm thấy khổ sở vô cùng vì chưa bao giờ chàng làm một việc lao động, nặng nề trong điều kiện khắc nghiệt như thế này. Thỉnh thoảng chàng ngửa mặt lên trời hít vội thêm dưỡng khí khi lưới chưa thả xuống hầm. Vũ đứng kéo lưới bên trên, thấy rõ sự cực nhọc, chịu đựng của Phương lên tiếng an ủi:

- Ráng chút đi Phương! Không còn nhiều lắm đâu.

Phương gật đầu ra hiệu đã nghe và thầm cảm ơn Vũ.

Chuyến đi đánh cá lần thứ hai này không có Đức, nên Phương phải tính toán, sắp xếp chu đáo mọi việc khi đơn độc ra tay hành động. Hôm nay là ngày thứ ba của chuyến đi và là lần bủa lưới đầu tiên. Phương quyết định cướp tàu hôm nay bởi vì tình trạng máy móc còn tốt, nhiên liệu, thức ăn dồi dào, tàu còn nổi và chàng chưa bị kiệt lực vì thiếu ngủ, việc làm nhọc nhằn ...

Tuy mệt mỏi và thèm ngủ nhưng trí óc Phương rất vững vàng, minh mẫn. Chàng chọn lúc khởi sự là năm giờ sáng. Còn non một tiếng đồng hồ để chuẩn bị.

Phương nhìn lên sàn tàu nói lớn tiếng:

- Anh em đói bụng rồi phải không? Để tôi đi nấu cơm cho anh em ăn.

Được đáp ứng nhu cầu đúng lúc, mọi người tán thành. Phương leo nhanh lên boong và đi thẳng ra phòng nấu ăn phía sau tàu. Chàng lẹ làng đặt nồi cơm lên bếp. Vừa xoay lưng qua thì một con sóng to đánh chiếc tàu nghiêng ngã khiến nồi cơm văng khỏi cái bếp rề sô. Phương bất kể thân mình, chồm tới chụp được nồi cơm và đầu chàng va mạnh vào cạnh tấm sàn gỗ dùng làm chỗ ngủ. Chưa hết đau, một bóng người xuất hiện ngay cửa bếp buông giọng hách dịch:

- Mồi điếu thuốc coi!

Giọng nói ra lệnh của Tánh, gã thanh niên miền Trung khoảng mười sáu tuổi làm Phương nổi nóng. Nhưng chàng kịp thời dằn xuống, lấy điếu thuốc bánh từ tay Tánh, châm lửa.

Rít một hơi thuốc, Tánh hống hách:

- Nhanh lên rồi ra phụ với anh em ngay!

Nói xong Tánh bỏ đi liền. Phương mím môi chửi thầm: "Thằng khốn nạn, chút nữa mày sẽ thấy quan tài!"

Phương lấy dây kẽm cột vào quai nồi cơm để nó khỏi rơi khi sóng lớn, xong chàng bước ra đuôi tàu.

Trời vẫn còn mờ tối. Sao lác đác đó đây. Sóng vẫn ì ầm vỗ vào mạn tàu. Phương thở những hơi dài khoan khoái, rồi chàng cởi trần truồng, ung dung tắm bằng nước ngọt trong thùng phuy. Chàng chuẩn bị cho mọi việc, kể cả cái chết. Lỡ thua bị mất mạng Phương cũng đã tắm rửa sạch sẽ. Ngược lại, mọi sự thành đạt, nhiều nhất là ba ngày chàng sẽ đến Singapore. Do đó hai thùng phuy nước ngọt trên tàu quá dư thừa. Suy luận như vậy, Phương múc nước xối ào ào như ở đất liền. Nước ngọt mát lạnh khiến chàng cảm thấy sảng khoái và sung sức.

Phương lấy bộ đồ "kaki" xanh mới mua ra mặc, đầu đội nón kết. Còn hai cây súng nữa là xong. Từ chỗ nấu bếp nhìn về phía mũi tàu, Phương thấy tình hình chưa thuận lợi. Năm ngư phủ đang kéo lưới ở đầu tàu, Vũ đang cầm lái. Sau lưng Vũ, ông Binh nằm đắp mền ngủ trên tấm phản, song song với tay lái, rộng khoảng một thước dành cho tài công. Từ chỗ ông Binh ngủ đến chỗ nấu cơm là tấm phản để thủy thủ đoàn ngủ, rộng chừng ba thước, dài khoảng năm thước. Có hai trở ngại chính.

Thứ nhất là một khẩu M-16 treo trên vách phòng thủy thủ phía trái, quá gần ông Binh. Phương biết ông ta có võ nên đề phòng tối đa. Chàng sợ vì tiếng động hay một lý do bất ngờ nào đó giúp ông Binh phát giác khi chàng đang bò đến lấy súng thì vô cùng nguy hiểm.

Trở ngại thứ hai là trong trường hợp Phương lấy được súng, ra lệnh cho Vũ ra mũi tàu, trong khi đó ông Binh ở vị trí sau lưng chàng, rất đáng ngại.

Lý tưởng là dồn mọi người về một phía. Phương chờ ông Binh thức dậy lái tàu để Vũ trở ra phía trước kéo lưới. Như vậy khi có vũ khí trong tay, Phương chỉ cần uy hiếp ông

Binh và dồn ông ta về phía mũi tàu, sau lưng chàng không có ai để phải lo đối phó.

Mười lăm phút trôi qua, tình trạng không có gì thay đổi. Phương bắt đầu sốt ruột, nhìn về phương Đông, trời đã bớt tối. Chàng không thể chờ thêm được nữa, phải hành động trước lúc rạng đông.

Hít một hơi thật đầy phổi cho bớt hồi hộp, Phương nhẹ nhàng ngồi lên tấm phản lớn, rồi cẩn thận bò về phía khẩu M-16 treo trên vách phải phòng thủy thủ, cách xa chỗ ông Binh nằm. Ngưng thở, đưa tay lấy khẩu súng rồi vừa nhìn chừng Vũ và ông Binh, Phương bò lui ra cửa sau phòng thủy thủ. Cẩn thận để không gây tiếng động, Phương nhẹ đặt chân xuống sàn tàu và bước ra phía sau. May mắn cho Phương là băng đạn đã gắn sẵn, chàng chỉ việc kéo cần lên đạn.

Cầm súng trong tư thế sẵn sàng khai hỏa, Phương trở lại lấy nốt cây súng treo trên vách trái. Ông Binh vẫn ngủ say và thoát khỏi cái chết thảm khốc bởi vì nếu ông ta mở mắt ra và la hoảng khi thấy Phương đang bò với khẩu súng đen ngòm trong tay, chắc chắn Phương phải nổ súng, ít nhất là sáu viên vào người ông ta. Riêng Vũ, phần vì tiếng động cơ tàu quá lớn và trời còn mờ tối, phần vì phải chăm chú lo quay tay lái tạo thế thuận tiện cho những ngư phủ phía trước kéo lưới được dễ dàng nên không mảy may hay biết gì về những việc đang xảy ra sau lưng.

Chàng lên đạn cây súng thứ hai rồi đeo chéo trước ngực. Ngón trỏ tay phải nằm ngay cò súng khẩu M-16 đầu tiên, Phương thận trọng men theo vách trái bên ngoài phòng thủy thủ để đi về phía phòng lái, nơi Vũ đang đứng điều khiển con tàu. Thấy bóng người hiện ra bên cửa hông phía trái, Vũ quay sang, nhận ra Phương với khẩu súng trường trên tay, ngạc nhiên hỏi:

- Có chuyện gì đó Phương?

Không trả lời, Phương chĩa súng vào người Vũ nói lớn:

- Bỏ tay lái, đi ra mũi tàu!

Vũ vẫn đứng yên, nói:

- Đừng có giỡn Phương!

Không muốn kéo dài tình trạng nguy hiểm này vì ông Binh đang nằm ngủ kế bên, Phương hét lớn, ra lệnh:

- Đi ra đàng trước ngay! Nếu không tao bắn chết.

Phương nâng mũi súng lên như chuẩn bị nhả đạn. Thấy nét mặt dữ tợn và giọng nói quyết liệt của Phương, Vũ biết không phải là chuyện đùa giỡn nên buông tay lái khép nép bước ra cửa phòng lái bên phải.

Phương chỉ thị:

- Đi ra trước mũi tàu.

Thấy Phương chĩa súng vào người Vũ, Liệp ngưng kéo lưới can gián:

- Chuyện gì vậy Phương? Anh em với nhau mà, đừng có làm vậy!

Phương khoát tay ra hiệu bảo Vũ bước về phía năm ngư phủ rồi cao giọng nói:

- Tất cả bỏ lưới xuống và nghe tôi nói.

Nhận thấy đây là biến cố quan trọng, Liệp, ông Tư già, Tần, cùng hai ngư phủ mới là Lân và Tánh đều ngừng tay, chăm chú nhìn Phương.

- Kể từ giờ phút này tất cả phải nghe lời tôi. Nếu ai chống lại tôi sẽ bắn.

Nghe giọng nói đanh thép và nhìn nét mặt đầy sát khí của Phương không ai dám nói gì. Đột nhiên Liệp bước một bước về phía Phương. Vốn đã để ý Liệp từ lâu Phương đưa súng cao hơn, nhắm ngay ngực Liệp, quát:

- Đứng lại! Nếu không sẽ chết.

Liệp điếng hồn trước phản ứng rất hung tợn của Phương, quỳ ngay tại chỗ, chắp tay lạy Phương:

- Đừng bắn! Đừng bắn Phương! Vợ tao đang mang bầu, đừng giết tao Phương ơi!

Phương khó chịu vì bị người khác quỳ lạy trước mặt, hét lớn:

- Đứng lên, không được lạy. Quỳ lạy sẽ bị bắn.

Liệp lật đật đứng lên. Phương nói to:

- Tôi chỉ cướp tàu để vượt biên. Tôi sẽ không làm hại ai nếu đừng chống lại tôi. Cứ làm đúng lời tôi nói thì sống, ngược lại tôi bắn thẳng tay. Tôi nói là làm ai muốn chết thì cứ thử. Vũ, Tần tới mở nắp hầm số hai.

Hai ngư phủ được chỉ định răm rắp thi hành.

Phương ra lệnh:

- Tất cả nhảy xuống hầm.

Tánh, gã ngư phủ trẻ tuổi miền Trung lúc nãy hách dịch với Phương bây giờ mặt xanh mét nhảy xuống hầm trước nhất, kế tiếp là ông già Tư. Liệp lại cất tiếng lôi thôi:

- Anh em mà Phương, cho ở trên đi Phương.

Phương nổi giận:

- Xuống hay là chết?

Liệp vội nhảy. Rồi Tần và Lân lần lượt xuống theo. Vũ sắp nhảy thì Phương đưa tay ngăn:

- Đóng nắp hầm lại! Chừa hở ra một gang tay.

Chờ Vũ làm xong, Phương ngoắt hắn lại gần. Nhìn họng súng đen hướng về phía mình, Vũ sợ sệt nói:

- Đừng bắn tao Phương! Tao không có làm gì mày
  mà.

Phương biết Vũ đang thất thần lo âu sợ hãi vì bị giữ lại
một mình nên ôn tồn nói:

- Vũ, mày đừng sợ! Nếu giết mày tao đã bắn rồi.
  Nghe tao nói đây! Tao cần mày làm vài việc. Nhớ
  là phải làm đúng lời tao dặn, không thêm không
  bớt. Tao sẽ không bắn mày đâu.

Vũ tỏ ra bớt sợ, nói:

- Mày muốn tao làm gì tao cũng làm.
- Tốt lắm! Trước hết mày đi chặt bỏ lưới.

Thấy Vũ có vẻ tiếc số lưới sẽ bị bỏ dưới biển vì chưa kịp
kéo lên hết, Phương gằn giọng:

- Chặt bỏ. Lấy cây dao này đi chặt.

Vừa nói Phương vừa chỉ xuống sàn tàu nơi có cây dao
làm cá mà Phương đã chu đáo để sẵn ở đó mấy tiếng đồng
hồ trước. Vũ lặng lẽ nhặt dao đi ra mũi tàu. "Phập, phập."
Non mười cây số lưới năm bị bỏ rơi trong lòng biển. Vũ trở
lại đứng trước mặt Phương chờ đợi. Mọi diễn tiến xảy ra
chưa đầy mười phút. Ông Binh vẫn say sưa ngủ.

Tay giữ chặt cò súng, Phương bước tới gần Vũ hơn, nói
vừa đủ nghe:

- Bây giờ mày vô kêu ổng thức dậy. Mày nói là lưới
  bị kẹt, kéo không nổi, nhờ ổng ra coi dùm. Nhớ
  đó! Mày phải nói chuyện tự nhiên, không được
  nhìn tao. Và dĩ nhiên là không nói chuyện súng
  ống. Nếu ổng nhìn ra không thấy ai thì mày nói là
  họ xuống hầm sắp cá. Nhớ rõ không?
- Rõ.

- Được. Đi đi. Nè, nhớ một điều, nếu mày nói thêm nói bớt tao sẽ bắn ngay lập tức. Nếu mày làm ổng hoảng sợ tao sẽ giết cả hai. Ráng nhớ đó.

Vũ đi đến phòng lái. Phương cũng lui về, đứng gần cửa trái chờ đợi. Phương thấy ông Binh ngồi nhổm dậy, dáo dác nhìn ra mũi tàu. Không thấy một bóng người, ông Binh biết có chuyện bất thường đã xảy ra nên theo phản ứng tự nhiên của con nhà võ ông đảo mắt quan sát. Tuy cố ý đứng khuất một bên, Phương vẫn bị ông Binh nhìn thấy với khẩu súng lăm lăm trên tay. Ông hoảng hốt thụp đầu xuống. Phương nhanh nhẹn đứng chắn ngay cửa trái, ra lệnh:

- Chú đi ra đàng trước!

Thấy Phương đứng cách mình non ba thước, ông Binh vội lách ra ngoài bằng cửa bên phải, rồi núp sau máy xay nước đá. Thấy ông Binh cứ lấp ló, bất tuân lệnh, Phương nổi nóng chĩa súng lên trần phòng lái bóp cò với chủ ý thị uy. Súng bị kẹt đạn, không nổ. Phương giật mình lo ngại. Trong óc hai lựa chọn hiện ra: Làm tỉnh coi như không có gì, tiếp tục dùng cây súng bị kẹt đạn; hoặc là đổi súng, lấy cây đang mang trước ngực ra sử dụng. Phương quyết định thật nhanh chọn cách thứ nhất vì Phương nghĩ rằng chỉ có một mình chàng biết là súng bị kẹt đạn. Tiếng "cạch" khô khan khi chàng bóp cò không ai nghe được vì tiếng máy tàu quá lớn. Cứ làm tỉnh thiên hạ vẫn sợ. Nếu đổi súng mà ông tài công thấy được, rất có thể ông ta sẽ phóng tới đá chàng văng xuống biển.

Phương hét lớn:

- Đi ra đàng trước ngay, nếu không tôi bắn chết.

Vũ sợ hãi giục ông Binh:

- Đi đi chú, không sao đâu.

Ông Binh lên tiếng:

- Đừng bắn tao Phương ơi! Đừng bắn!

- Được, không bắn. Đi mau lên.

Ông Binh bớt sợ đi ra đầu tàu.

Tay ghìm súng Phương bước theo.

Giọng hốt hoảng, ông Binh hỏi:

- Mấy người kia đâu mất rồi?

Vũ trấn an:

- Không sao đâu chú, tất cả đều ở dưới hầm.

Phương bảo Vũ:

- Mở nắp hầm! Chỉ mở khoảng năm tấc thôi.

Vũ kéo nắp hầm qua một bên rồi nói với ông Binh:

- Chú xuống dưới đi.

Thấy năm ngư phủ đang đứng dưới hầm, ông Binh yên lòng. Khi nghe Vũ nói vậy, ông tài công đưa mắt nhìn kẻ cướp tàu:

Phương hất mũi súng nói sắc gọn:

- Xuống.

Biết không thể làm chi hơn, ông tài công đưa tay vịn miệng hầm, đu người xuống, nâng tổng số người dưới hầm lên sáu. Chỉ còn một mình Vũ trên sàn tàu, Phương thấy cõi lòng nhẹ nhõm, coi như toàn thắng. Phương biết rõ Vũ không phải là người gan lì, thâm độc, và vóc người nhỏ nhắn, không võ nghệ nên chàng chọn Vũ ở lại để nhờ vả.

Nhận thấy khoảng cách bảy thước khá an toàn, Vũ có tấn công cũng không kịp, Phương lẹ làng cởi khẩu súng đeo ngang cổ ra cầm tay rồi đeo khẩu kẹt đạn vào. Phương nhớ lại là khi lên đạn khẩu M-16 đầu tiên, vì sợ gây tiếng động, nên chàng buông cần lên đạn thật nhẹ, do đó viên đạn chưa nhảy lên nòng. Cây thứ hai Phương buông mạnh hơn, nhưng không thể biết được là súng có bị kẹt đạn hay không trừ phi bóp cò.

Cầm chắc khẩu súng đầy ắp đạn trong tay, Phương gọi:

- Vũ, lại đây!

Vũ run sợ, khúm núm đến trước mặt Phương, giọng van lơn:

- Đừng bắn tao nghe Phương!

Tạo vẻ mặt bình thường, Phương dịu giọng:

- Tao đã nói rồi là tao không bắn mày. Bắn mày có lợi ích gì chứ? Vũ, nghe tao nói đây.

Bỗng có tiếng gọi từ dưới hầm cá. Phương bước đến hỏi vọng xuống:

- Có chuyện gì?

Giọng Liệp đáp:

- Ông Tư già mắc cầu, ổng xin lên để đi.

Nghi ngờ có âm mưu phản công, Phương từ chối:

- Không được. Phải đi ở dưới.

Phương bảo Vũ đi lấy giấy đưa xuống cho ông Tư làm vệ sinh cá nhân. Vài phút sau một gói giấy đưa lên. Vũ đón lấy và liệng xuống biển. Có lẽ nỗi sợ hãi đã làm ông Tư phải đại tiện, bây giờ khỏe khoắn, ông lên tiếng:

- Phương, ở dưới này lạnh quá! Cho đem nước đá và cá lên đi Phương!

Thấy yêu cầu hợp lý, Phương đáp:

- Được, chuyền lên đi!

Những con cá thu dài được đưa lên. Vũ hỏi:

- Để dành hay bỏ?

Phương đáp gọn:

- Bỏ. Chỉ chừa lại vài con thôi.

Nước đá vụn ướp cá được xúc vô thùng, chuyền lên sàn tàu đổ đi. Còn một con cá lớn khoảng một trăm ký đã được cưa đôi cần phải đem lên. Vũ thòng sợi dây luộc xuống cho những người trong hầm cột ngang khúc cá rồi xúm lại nâng nửa con cá lên. Bên trên Vũ vận hết sức lực kéo và mang được phần đầu nửa con cá to đặt nằm kế miệng hầm. Thấy Vũ lựa thế để đẩy khúc cá xuống biển, Phương đưa tay ngăn lại và nói với Vũ:

- Bước qua bên phải ba bước.

Trong lúc Vũ bước, Phương liếc nhanh xuống sàn tàu và nhắm mũi súng ngay giữa đầu con cá. Nhắm xong Phương đưa mắt nhìn sóng biển xa xa vài giây rồi bóp cò. Phương bắn để thị uy nhưng giả vờ như không bắn. Nếu có tiếng nổ mọi người mới biết là chàng bắn. Ngược lại, súng kẹt đạn, cũng chẳng ai biết là chàng vừa bóp cò.

"Đùng"

Một tiếng nổ chát chúa, khô khan vang lên. Đầu con cá bị đạn phá một lỗ khá lớn. Sau tiếng nổ là một sự yên lặng lo âu của những con tin đang bị giam. Họ lo ngại rằng kẻ cướp tàu đã bắn Vũ. Phương mỉm cười thú vị bảo Vũ:

- Bây giờ bỏ được rồi.

Vũ sốt sắng, hăng hái làm việc như vừa được Phương tha mạng.

Những người bị nhốt dưới hầm nhờ Vũ đem quần áo để họ thay và mền để đắp vì hơi lạnh của nước đá vẫn còn.

Khi mọi sự đã ổn định, Phương nói lớn cho những người dưới hầm nghe:

- Đây là ngày mà tôi chờ đợi trong mấy tháng nay. Tôi cần lấy chiếc tàu này để vượt biên và tôi sẽ không làm hại một ai nếu đừng chống lại tôi. Khi tới nơi, ai muốn theo tôi thì theo, ai muốn trở về Việt Nam thì về. Trong thời gian này tất cả phải nghe lời tôi. Nếu một người có hành động phản kháng tôi sẽ bắn hết. Tôi dư khả năng để điều khiển tàu một mình. Tôi không muốn giết người vô ích, vậy thôi. Tôi nhắc lại một lần nữa, đừng chống lại, tôi sẽ bắn không nương tay và bắn hết.

Nói xong, Phương cho Vũ kéo nắp hầm lại rồi đi về phía phòng lái tiếp tục câu chuyện dở dang.

- Vũ, tao muốn ra ngoại quốc. Tao cần mày giúp tao. Mày có thể lái tàu được phải không?

Nghĩ ngợi vài giây Vũ nói:

- Phải cần thêm một người coi chăm nhớt máy. Hay là kêu chú Binh lên, để ổng lái, tao lo phần máy tàu.

Phương nghĩ thầm "Điều Vũ nói hợp lý. Bận lái tàu suốt ngày đêm lại phải lo kiểm soát máy móc, một người không thể làm nổi. Quan trọng nhất là máy tàu, phải chăm sóc cẩn thận, nếu không tình hình sẽ rất nguy hiểm. Ông Binh đã bị mình khống chế dễ dàng, tinh thần đang sa sút, chắc không có ý chống cự. Ông ta không ghê gớm như mình dự liệu. Còn thằng Vũ, bản chất hiền lành, nhút nhát, ông Binh có rủ hợp tác phản công nó cũng không dám."

Gật đầu, Phương nói:

- Mày kêu ổng lên đi. Nhớ đóng nắp hầm lại như cũ.

Được thoát khỏi nơi tù túng, ngột ngạt, ông Binh có vẻ nhanh nhẹn như con chim bay giữa trời. Tay ghìm súng, Phương đứng lặng như pho tượng, quan sát tường tận từng cử chỉ, dáng điệu của ông Binh để ước lượng mức độ chân thành, thiện chí hợp tác của con tin. Phương thấy ông Binh có vẻ thoải mái và chịu làm việc cho chàng. Có lẽ ông đã được Phương đối xử đúng khả năng và chức phận của ông ta trong hoàn cảnh mà ông có thể bị Phương bắn giết hoặc hành hạ tùy ý.

Lạnh lùng Phương bước tới hai bước, dõng dạc nói:

- Chú vào phòng lái, quay tàu về hướng 132 độ.

Nhớ rõ ba điều cấm kỵ sau đây: Không được đổi tọa độ, không chạy gần hòn, không cho tàu tới gần các tàu khác. Nếu chú làm sai, tôi bắn ngay lập tức. Cũng nên cho chú biết là tôi rất rành tọa độ, phương hướng. Tàu nhích một chút là tôi biết liền. Sinh mạng chú là do chú tự định đoạt. Có gì bất thường cho tôi biết chứ đừng tự ý hành động. Còn chuyện lặt vặt, chú có thể nhờ thằng Vũ. Một điều chót: Đừng bao giờ có ý nghĩ phản công, chắc chắn sẽ thất bại.

Nói xong Phương xoay người tiến về phía mũi tàu. Trời đã sáng hơn, mặt biển khá yên tĩnh. Con tàu dài mười chín thước đổi hướng, trực chỉ Singapore.

Phương gọi Vũ:

- Mày vào nấu hai bình trà thật đậm cho tao. Để tao dặn mày cái này: Mỗi khi đưa cái gì cho tao, mày phải dừng lại cách tao bốn thước, để đồ xuống rồi đi. Khi cần nói chuyện cũng vậy, khoảng cách là bốn thước, nhớ đó. Còn chuyện này nữa, trong lúc chờ nước sôi, mày vào trong lục lấy hết mấy băng đạn M-16 đem ra cho tao, cây ba dô nết cũng lấy luôn.

Vũ mau mắn nói:

- Được tao sẽ đi nấu nước rồi lấy đạn và dao găm cho mày.

Phương mỉm cười:

- Cám ơn mày. Chờ Vũ đi xa, Phương ra chót mũi tàu buông mình ngồi xuống như vừa trút xong gánh nặng trăm ký. Nhìn thẳng về phòng lái tàu, Phương thấy ông Binh đang chăm chú điều khiển chiếc KG-79 theo đúng hải độ. Chàng hài lòng, cởi khẩu súng kẹt đạn đặt xuống đống lưới trước mặt. Phương tính toán trong đầu là không biết nên giữ hai cây súng hay một. Sau vài phút đắn đo, kẻ cướp tàu quyết định chỉ dùng một khẩu, an toàn và có lợi hơn. Tuy nhiên Phương không muốn vất bỏ khẩu kia, rất uổng. Giải pháp tốt nhất là lấy kim hỏa ra cất vào túi áo. Khẩu súng trở thành vô dụng đối với kẻ khác, nhưng chàng có thể dùng nó bất cứ lúc nào, nếu cần thiết. Phương thích chí, dí dỏm đặt tên cho khẩu súng không có kim hỏa là "cây-súng-hoãn-dịch," còn khẩu đang dùng là "cây-súng-tùy-viên."

Hai tháng trước, trong tiến trình chuẩn bị kế hoạch cướp tàu vượt biên, Phương đã học cách sử dụng súng M-16 và một vài tháo ráp căn bản trong đó có phần tháo gỡ kim hỏa. Người dạy Phương chính là người anh thứ ba, đã từng đi lính dù lâu năm. Anh ta vẽ hình dạng khẩu súng M-16 lên khoảng không gian trước mặt rồi giảng giải tường tận. Phương phải chăm chú và vận dụng tối đa trí tưởng tượng để hình dung. Trước đây Phương đã được một người bạn cho vuốt ve khẩu súng trường thông dụng của Mỹ này vào năm 1972 sau chiến trận mùa hè khốc liệt. Nhờ vậy việc thu nhận những chi tiết kỹ thuật không đến nỗi khó khăn.

Nhìn về hướng phòng lái một lần nữa, Phương cẩn thận đặt khẩu-súng-tùy-viên phía bên tay phải, vừa tầm tay để ứng phó khi cần. Xong chàng nhặt khẩu-súng-hoãn-dịch lên và bắt đầu tháo gỡ. Cấu trúc của loại súng này đơn giản nên trong vài phút Phương đã lấy ra được kim hỏa. Chàng cẩn thận cho cây kim gây nổ vào túi áo trên và gài nút lại.

Vũ khệ nệ ôm hơn mười băng đạn và cây dao găm đi về phía mũi tàu. Nghiêm chỉnh tuân theo lời dặn của Phương, Vũ dừng lại, giữ khoảng cách đúng bốn thước rồi đặt tất cả xuống. Phương tươi nét mặt, nói:

- Cám ơn mày nghe Vũ.

Vũ đáp nhỏ:

- Không có chi.

Phương cầm từng băng đạn lên ngắm nghía kỹ rồi chàng nhặt khẩu-tùy-viên lên, trìu mến vuốt ve và thầm cảm ơn nó. Nhờ khẩu súng vô tri giác này mà chàng thoát khỏi địa ngục Cộng Sản, ra ngoại quốc sống cuộc đời tự do của một con người. Phương nhớ đã nghe những người lính thường ví von "súng là vợ, đạn là con." Trong hoàn cảnh này câu nói ấy quả không sai. Phương yêu quí và xem khẩu súng như là đại ân nhân của mình.

Phương đeo dao găm vào bên sườn trái để phòng bị khi mất súng vẫn có thể xáp lá cà tử chiến.

Tàu lướt sóng phăng phăng tới và thái dương đã trồi lên khỏi mặt biển sau một đêm dài say sưa ngủ. Nền trời trong xanh, thời tiết thật tốt như báo hiệu một tương lai xán lạn đang chờ Phương. Lòng chàng rộn rã niềm vui mới lạ trong chuyến hải trình mạo hiểm đầy bất trắc nhưng cũng chứa nhiều kỳ thú, quyến rũ từ vùng đất tự do mà chàng chưa bao giờ biết.

Vũ lại xuất hiện với bình trà và một cái ly rồi dừng lại cách Phương bốn thước, đặt xuống. Phương dặn dò:
- Mày xuống hầm máy coi châm thêm nhớt rồi mang cơm cho mấy người dưới hầm ăn.
- Được, tao sẽ châm nhớt. Nhưng để tao dọn cơm cho mày trước.
Phương khoát tay:
- Cho họ ăn trước đi. Tao muốn ngồi uống trà đậm một lát.
Vũ quay lưng đi xuống hầm máy.
Chàng trai Quốc Gia ung dung, thoải mái nhắp từng hớp, thưởng thức vị đắng của trà ướp hoa lài.
Nắng hồng non buổi sáng chan hòa khắp nơi biểu hiện sinh lực tràn trề phủ đầy mặt biển xanh lơ dịu hiền, khoáng đạt với hàng triệu lượn sóng con tung tăng chạy nhảy như các đứa bé hồn nhiên, vô tư chơi đùa ở trường mẫu giáo.
Khoan hòa, sóng nép mình qua bên nhường lối cho tàu phăng phăng lướt tới sau khi tung lên ngàn đóa hoa biển trắng xóa, khiết tinh, sáng ngời. Nắng ban mai hằng trầm lặng ngắm nhìn gió và sóng chơi trò đuổi bắt triền miên bất tận, không mệt, không chán, không thắng, không thua. Vẻ đẹp nhẹ nhàng, trác tuyệt của thiên nhiên choáng ngợp cả hồn Phương.
Chàng thở những hơi dài sảng khoái và cảm thấy tiếc là không thể trao tặng cho một ai nét đẹp tuy kín đáo, thâm trầm, nhưng ngút ngàn diễm lệ, tiêu dao mộng ảo bất cùng, vô tận của phong cảnh bình minh trên vùng nước mặn bao la yên tĩnh ngoan hiền.
Ngất say trong chân tuyệt mỹ của thiên nhiên chưa được bao lâu, Phương tự kéo mình trở về thực tại trái ngược,

trong hoàn cảnh xung đột, hung tàn mà chàng là tác nhân chủ động.

Dùng mặt trời làm điểm tựa di động để xác định hướng đi của con tàu mà không cần nhìn tọa độ hải bàn, Phương hài lòng biết rõ là mọi việc tiến hành tốt đẹp. Vũ đi tới đi lui làm phận sự dọn cơm cho mấy người ở dưới hầm ăn. Thỉnh thoảng Phương thấy Vũ nở một nụ cười méo mó.

Mặt trời đã lên khá cao, Phương không muốn có một sơ suất nhỏ nào nên xách súng đứng lên, ngón chỉ lúc nào cũng áp vào cò súng, tiến về thân tàu. Đứng trước phòng lái, xuyên qua lớp kiếng trong, Phương chăm chú nhìn chiếc hải bàn đặt trước mặt ông Binh, lúc ấy nét mặt ông đang căng thẳng, thoáng chút lo âu. Chàng gật gù khi thấy hải bàn chao qua chao lại cộng trừ ba độ so với tọa độ ấn định rồi quay lưng trở về mũi tàu.

Nước trà đậm đặc làm Phương tỉnh táo nhưng cũng làm chàng xót ruột.

Phương dịu dàng bảo Vũ mang cơm và ăn qua loa một tô nhỏ.

Trời càng lúc càng nóng, Phương cởi chiếc áo "kaki" ra, cẩn thận cuộn lại để kế bên đống lưới rồi đi về phòng lái. Như lúc nãy, Phương nhìn vào trong để kiểm soát hướng đi của tàu theo tọa độ trên hải bàn. Vẫn không có gì khác lạ.

Chuyển cây M-16 đã lên đạn sang tay trái, Phương dùng tay phải rút dao găm ra, hạ mình thấp xuống rồi khắc từng chữ lớn, hằn sâu vào lớp gỗ sơn xanh của tấm vách phía trước phòng lái chiếc KG-79. Bên trong ông Binh rất thắc mắc nhưng không dám hỏi bởi nét mặt Phương trông rất nghiêm. Ông nghĩ trong lòng "Mặc kệ nó. Mình mà lỡ nói câu gì hớ hênh nó nổi sùng nổ súng giết mình, bỏ đám con nhỏ bơ vơ."

Say sưa khắc chữ nên Phương không quan tâm chi đến trời nắng càng lúc càng gắt khiến mồ hôi chàng ướt đẫm lưng và trán. Vũ bất ngờ xuất hiện cạnh máy xay nước đá, cách chàng chỉ có ba thước. Quay nhanh mũi súng về phía Vũ, Phương nhìn thẳng vào mặt người thanh niên gầy ốm, ngầm hỏi "có chuyện gì?"

Vũ hơi sựng người vội lên tiếng:
- Tao đem cho mày ly nước đá lạnh.

Phương phì cười:
- Thật là đúng lúc. Trời nắng quá tao đang khát nước đây. Cám ơn mày nhiều.

Vũ tò mò:
- Mày vẽ gì vậy?
- Không phải vẽ. Tao khắc hàng chữ lưu niệm để bà con ở Rạch Giá đọc chơi.
- Xong chưa?
- Sắp xong. Chỉ còn tên tao nữa là hoàn tất.
- Hàng chữ gì vậy?

Phương có cảm tình với Vũ nên nói:
- Mày có thể bước ra ngoài này xem, nhớ đứng xa xa.

Vũ đi bảy tám bước về phía mũi tàu rồi xoay người lại, đọc:
- "Xin tạm biệt quê hương."

Phương chợt nói bâng quơ như nói với chính mình:
- Rồi sẽ có một ngày mình trở lại cố hương.

Lòng bùi ngùi xúc cảm, Phương muốn yên ổn một mình nên đuổi khéo Vũ:

- Trời nóng quá! Mày vào trong nghỉ ngơi để còn lái tàu tiếp ổng nữa.

Chờ Vũ đi khuất, Phương khắc nốt ba chữ Giang khải Phương rồi trở ra mũi tàu với ly nước đá lạnh trên tay.

Ngồi trầm ngâm nghĩ ngợi, Phương đăm đăm nhìn xuống mặt biển đang phản chiếu ánh nắng chói chang.

Chàng nhớ lại những ngày tháng đói rách đi học ở Sài Gòn với thật nhiều ưu tư, ước vọng. Ý thức thật rõ ràng sự bi thảm của cuộc chiến Quốc Gia - Cộng Sản giữa hai miền Nam Bắc làm tổn thương rất nhiều nhân mạng, kinh tế của toàn cõi Việt Nam cùng với nhiều khuyết điểm của chính quyền Nguyễn văn Thiệu đương thời, Phương đã yên lặng đứng hàng giờ ở hành lang Đại học suy tư thật nhiều và ôm ấp một chí hướng không nhỏ.

Biến cố 30-4 khiến chương trình đã được hoạch định rõ ràng của Phương hoàn toàn sụp đổ.

Phương cố lấy bằng Cử nhân ưu hạng để được học bổng du học ở Mỹ quốc. Sau khi lấy bằng Tiến sĩ ở Hoa Kỳ, trở về Việt Nam, Phương sẽ làm giáo sư Đại học vài năm và viết sách. Tiếp theo chàng sẽ tiếp xúc với những người có tâm huyết xây dựng một xã hội Việt Nam tốt đẹp để cùng ra ứng cử vào Thượng nghị viện. Và Phương sẽ nắm chức Chủ tịch Thượng viện. Sau đó ứng cử Tổng thống hầu loại bỏ đám quân phiệt dốt nát, bất tài, tham nhũng, thối nát. Nếu đắc cử Tổng thống Phương sẽ có những hình phạt rất nặng đối với những tên tham nhũng thuộc mọi cấp bậc. Những nơi ăn chơi xa xỉ như vũ trường, quán rượu sẽ bị đánh thuế thật cao ngõ hầu có thêm ngân sách cho các chương trình phúc lợi xã hội cụ thể. Bọn chủ chốt buôn bán ma túy sẽ bị tử hình. Cờ bạc sẽ bị cấm triệt để. Ai vi phạm sẽ bị bỏ tù và làm lao dịch công cộng cho xã hội để bù lại chi phí chính phủ đã tiêu xài cho nhà tù. Vấn đề gái điếm sẽ được một cơ quan đặc trách nghiên cứu tỉ mỉ và toàn diện để có giải pháp thỏa đáng. Chàng thanh niên tha thiết với quê hương sẽ cho xây thật nhiều viện mồ côi, không phải chỉ nuôi ăn mà còn có một chương trình giáo dục đặc biệt, thực tiễn để giúp các em có một tương lai xán lạn huy hoàng. Trong sạch hóa guồng máy hành chánh toàn diện từ trung ương xuống hạ tầng cơ sở. Quan tâm đến đời sống nghèo khổ của người lính và gia đình. Dù trong thời chiến, vẫn phải có một chương trình huấn nghệ để giúp người lính giải ngũ có nghề nghiệp sinh sống. Phương sẽ đi thị sát mặt trận thường xuyên và nâng cao tinh thần chiến đấu của sĩ quan, binh sĩ bằng những lời khích lệ chân tình cùng với những món quà tượng trưng. Chàng sẽ nói chuyện với kẻ thù Bắc Việt, cố công kiên nhẫn thuyết phục đối phương để chấm dứt máu đổ và mang hòa bình đến cho hai miền Nam, Bắc. Nếu thương thuyết không có kết quả và biết chắc là không thể có tái thương thuyết, Phương sẽ cho Bắc tiến, đánh nát Hà Nội bằng những đạo quân tình nguyện cảm tử, bằng những phương thức, thủ đoạn hữu hiệu nhất.

Phương sẽ đặc biệt chú tâm đến sự phát triển kinh tế căn bản lâu dài của miền Nam để bớt lệ thuộc vào đồng minh Hoa Kỳ vì chàng nghĩ rằng không có đồng minh nào quan tâm đến quê hương Việt Nam bằng chính người Việt. Thu phục nhân tâm của toàn dân trong nước để nếu cần phát động một cuộc trường kỳ chiến đấu kham khổ độc lập, bất chấp đồng minh thì vẫn có thể thực hiện được. Phương sẽ mang điện khí về thôn quê hẻo lánh, thắp sáng cuộc đời người dân hiền hòa chất phác. Đường xá, cầu cống, phương tiện thông tin sẽ được tu bổ và phát triển. Chàng sẽ bí mật giám sát các Tỉnh trưởng và Quận trưởng toàn quốc. Trừng phạt, khen thưởng sẽ được áp dụng đúng đắn và thích đáng. Người sinh viên trẻ lập chí này sẽ làm gương cho toàn dân bằng cách sửa đổi, cắt giảm chi phí tối đa những sinh hoạt trong dinh Độc lập và chính quyền địa phương. Đồng thời Phương cũng luôn luôn đề cao cảnh giác nội tuyến nguy hiểm của kẻ thù và sự ám sát đê tiện của chính đồng minh Hoa Kỳ.

Tâm nguyện và hoài bão của Phương giờ đây như bọt biển. Quân thù đã cướp được miền Nam nhờ sự đào ngũ của Mỹ. Năm 1975, Cộng Sản Bắc Việt không hề có chiến thắng. Chúng không thắng trận bởi vì chẳng có chiến. Hợp chủng quốc Hoa Kỳ đã hèn hạ mang trọn miền Nam Việt Nam dâng cho Cộng Sản Nga, Tàu.

Khởi đầu từ hôm nay là một cuộc chiến đấu mới, ngàn lần khó khăn hơn cuộc chiến trước ngày 30 tháng tư, bằng chuyến vượt biển sinh tử tìm tự do. Và sau đó là quyết tâm Phục quốc.

Hướng mắt về phòng lái tàu để canh chừng ông Binh, Phương chợt thấy chiếc nón cối xanh của Liệp đang lủng lẳng treo trên nóc phòng lái. Chàng đứng lên, tiến đến lấy cái nón cối xuống, đặt lên thành tàu rồi đưa súng bắn văng xuống biển. Phương tưởng tượng như vừa hành quyết xong một tên Cộng Sản. Ông Binh ngồi yên như pho tượng, mắt nhìn xuống hải bàn.

Phương ung dung trở lại mũi tàu, rót trà đậm uống. Tuy trà có chất "caffein" Phương vẫn cảm thấy buồn ngủ. Để chống lại sự mỏi mệt tự nhiên của cơ thể, Phương nhấc súng lên, bắn về phía đuôi tàu khiến ông Binh kinh hoảng tột độ. Từ nơi phòng lái nhìn ra, thấy họng súng trực diện không biết đạn bay về đâu. Nhưng Phương đã lượng định chính xác cho đạn đi lệch khỏi phòng điều khiển khoảng một thước. "Đùng." Một viên đi bên trái. "Đùng." Một viên bay qua phía bên phải. Cứ thế, Phương tung ra khoảng bảy, tám viên đạn M-16. Trong tiếng nổ, Phương nghe giọng ông Binh khẩn khoản:

    - Đừng bắn nữa Phương ơi! Lạc đạn chết. Đừng bắn! Đừng bắn nữa!

Vừa tiêu khiển cho đỡ buồn ngủ, vừa uy hiếp tinh thần ông Binh, Phương thấy bắn như vậy đã đủ nên ngừng tay và đưa đầu súng lên mũi hít mùi khói súng khét lẹt. Chàng mỉm cười khi liên tưởng đến những năm xưa còn bé, xuân về đốt pháo đì đùng, hồn nhiên tươi tắn, hít thở khói pháo Tết thơm nồng mùi lưu huỳnh.

Ngồi ngắm mây bay giữa mặt biển bao la trên hải trình vô định đầy bất trắc, hồn Phương bâng khuâng nhớ lại một mùa xuân không xa, chàng đến nhà Uyên, cô bạn gái cùng quê Rạch Giá. Hai người ngồi ăn mứt, uống trà, nói chuyện vui tươi suốt mấy giờ đồng hồ. Người thiếu nữ có làn da thật trắng, gương mặt trái xoan ẩn hiện hai đồng tiền duyên dáng với cặp mắt to đen.

Trước khi về quê ăn Tết, Phương đến thăm Uyên trong một cư xá nào đó ở Sài Gòn. Hai người trao đổi nhiều mẩu chuyện thú vị, trong đó có Hán văn.

Uyên nói:

    - Uyên chưa từng viết chữ Hán. Chắc anh biết nhiều lắm phải không?

Phương đáp:

    - Cũng ít thôi Uyên.

- Tên Uyên viết thế nào anh hở?

Nhìn bức tranh thủy mặc treo trên tường, Phương tìm trong ký ức và nhớ cách viết chữ "Uyên" bằng những nét của Hán tự.

 - Uyên này, may quá, anh nhớ chữ Uyên, một loài chim như trong chữ "uyên ương." Để anh viết cho em xem nha.

Nói xong Phương biết mình lỡ lời gọi Uyên là em nên chàng liếc nhanh nhìn Uyên xem phản ứng của nàng.

Thấy nàng có vẻ thẹn thùng, má hơi ửng hồng, Phương bảo:

- Uyên cho anh xin tờ giấy.

Phương chậm chạp viết chữ "Uyên" cho nàng xem, rồi nói:

- Bây giờ tới phiên Uyên viết.

Uyên cười nhõng nhẽo:

- Nhiều nét như vậy làm sao viết được.

Phương tinh nghịch nhìn Uyên không nói. Thấy Phương nhìn mình bằng ánh mắt ấy, Uyên cự nự:

- Sao anh nhìn Uyên như vậy?

Bấy giờ Phương mới lên tiếng:

 - Uyên có muốn biết viết tên mình bằng Hán tự không?

Uyên đáp nhỏ, rất dễ thương:

- Dạ muốn.

- Anh có một cách.

- Cách gì hở anh?

- Anh cầm tay Uyên để tập cho Uyên viết.

Uyên hỏi khó Phương:

- Cách này có kết quả không?

Phương thành thật:

- Anh cũng không biết. Mình thử nha?

- Dạ.

Bàn tay trắng mịn, mềm mại của Uyên nằm gọn trong lòng tay Phương. Khi ấy Phương ao ước chữ "Uyên" có một ngàn nét để chàng được nắm tay Uyên thật lâu.

Tuy hồi tưởng về quá khứ, Phương vẫn không lơ là việc canh chừng con tàu, và quan sát vùng biển chung quanh. Chợt thấy bóng dáng một chiếc tàu đánh cá Thái Lan xa xa, Phương bảo ông Binh xoay mũi tàu chạy đến đó.

Khi hai tàu đến gần nhau, Phương cất lớn tiếng hỏi nhóm thủy thủ Thái lan:

- Coffee, cigarette?

Một người bên kia đáp:

- No, only water.

Phương cau mày, không vui vì biết rằng tụi Thái Lan bủn xỉn, đưa súng bắn chỉ thiên hai phát, rồi ra lệnh cho tài công chuyển tàu về hướng đã định, tiếp tục đi Singapore.

Một tên ngư phủ Thái Lan chỉ cây súng Phương và hỏi xin. Phương cau mày muốn bắn nó một phát vì thái độ có vẻ như giỡn mặt, nhưng chàng dằn lòng, tha thứ cho nó vì nghĩ rằng nó quá tham lam nên đâm ra ngu đần cực độ, chỉ lắc đầu rồi ra dấu đuổi cả bọn đi. Phương thầm nghĩ chàng có thể cướp chiếc tàu đánh cá Thái Lan đồ sộ này để khi cần chàng có thể dùng nó đi thẳng đến Úc đại Lợi. Nhưng chàng thấy không cần thiết. Hải trình xa đến Úc có nhiều nguy hiểm thời tiết và đá ngầm. Phương nhếch nụ cười bí mật, nhủ thầm "May cho tụi mày đó!"

Sau này khi biết được đồng bào vượt biển bị hải tặc Thái Lan cướp bóc, hãm hiếp, giết người, Phương tức giận ghê gớm. Chàng thường tưởng tượng quang cảnh tàu Thái Lan xáp tới con thuyền bé nhỏ của người Việt mà tấn công, lột vàng bạc, cưỡng bức phụ nữ thì chiếc tàu KG-79 của chàng xuất hiện. Với hỏa lực hùng hậu trong tay, Phương thanh toán đám hải tặc nhanh chóng, dễ dàng. Hình dung những nét mặt vui mừng, sung sướng của đồng bào nạn nhân được chàng cứu mạng, và bảo vệ tài sản cuối cùng họ mang theo Phương nghe lòng ngập tràn hạnh phúc. Thật là tiếc!

Chương 48

Cầm đang đếm tiền chuẩn bị về nhà thì một tên Công an xuất hiện trước tủ thuốc, hỏi:

- Chị bán thuốc lẻ đường này có đăng ký không?

Cầm ngẩng đầu lên, ngạc nhiên hỏi:

- Đăng ký gì? Tôi bán tủ thuốc nhỏ xíu sống qua ngày mà phải đăng ký nữa à?

Tên Công an hầm hừ:

- Dưới Xã hội chủ nghĩa làm cái gì cũng phải đăng ký với nhà nước.

Đang mệt, mong được về nhà nằm nghỉ lại bị làm khó dễ nên Cầm nổi nóng quạt lại:

- Làm đĩ có phải đăng ký không?

Tên Công an nổi giận quát:

- Chị dám giỡn mặt với tôi đấy hở? Chị theo tôi về phòng làm việc.

Nói xong hắn bắt Cầm về giam.

Ba ngày sau thì Cầm được thả về nhà. Nàng vô cùng tức giận và cảm thấy ngộp thở.

Sau khi nghe bạn thuật lại mọi việc, Liễu góp ý:

- Chị nên tìm cách gì khác đi. Em coi bộ khó sống rồi.

Cầm trầm ngâm, thở dài:

- Rạch Giá này trước đây dễ làm ăn, từ ngày tụi nó vô thì mọi thứ đều đảo lộn.

Liễu đề nghị:

- Hay là chị lên Sài Gòn thử thời vận xem sao?

Cầm đáp:

- Năm ngoái chị có lên Sài Gòn tìm anh Phương. Trên đó nhiều bon chen, nhưng chắc có cơ hội. Ở thành phố lớn dù sao cũng đỡ bị xoi mói vì đông người.

Liễu gật gù:

- Chị đi thử một chuyến xem.

Cầm do dự:

- Còn con chị thì sao?

Liễu đáp:

- Chị giao cháu lại cho bà nội. Khi nào chị ổn định rồi thì mang cháu theo. Còn nếu bà nội không chịu thì chị về thăm thường xuyên cũng được. Chị cần lo cho chị trước đã.

Cầm mơ màng nhìn ra ngoài, đáp:

- Ừ, chắc chị thử một chuyến xem sao.

Ba ngày sau Cầm đón xe đò lên Sài Gòn, ngụ tạm nhà một người bà con, cố tìm một việc làm trong tiệm quán nào đó.

Chương 49

$\mathcal{D}$ ến khoảng sáu giờ chiều, ông Binh cho Phương hay là có trục trặc. Tàu không tiến được, có lẽ chân vịt đã tuột mất. Phương lo lắng, nét mặt đanh lại, đăm đăm nhìn ông Binh, dò xét hư thực. Hiểu cái nhìn hoài nghi của Phương, ông Binh lăng xăng:

- Thực tình là chân vịt không còn quay nữa. Để thằng
  Liệp lặn xuống coi thử, Phương nghĩ sao?

Phương suy nghĩ giây lát rồi nói:

- Được, chú kêu nó lên đi!

Liệp sốt sắng hợp tác, cởi áo nhảy tòm xuống biển ngay chỗ bánh lái tàu. Khoảng một phút Liệp nổi lên, cho biết:

- Ống láp bị lờn răng, nhưng chân vịt vẫn còn nguyên.

Phương thở phào nhẹ nhõm. Còn hy vọng.

Liệp và Vũ lục lọi tìm lon đồ hộp đập dẹp để chêm vào chỗ lờn răng. Liệp lặn xuống biển lần nữa, không kết quả:

- Chân vịt nặng quá, đẩy vô không nổi, cần phải có
  nhiều người mới làm được.

Phương đến hầm giam gọi tất cả lên phụ với Liệp để sửa chữa.

Mặt trời đã chìm xuống biển mà năm ngư phủ vẫn còn lặn hụp tìm cách xoay chân vịt cho nó cắn chặt vào ống láp và hai miếng lon dẹp.

Phương bảo Vũ dọn cơm ra rồi chàng gọi những người ở dưới nước lên ăn, nhưng chẳng có ai hưởng ứng. Họ tiếp tục công việc vất vả ấy thêm nửa giờ nữa rồi Liệp leo lên tàu, nói với Phương:

- Làm hoài mà không được. Để mai trời sáng lặn xuống làm lại thử coi.

Phương ra dấu bảo Liệp theo mình đến trước mũi tàu. Nhìn vẻ mặt lạnh lùng của kẻ uy hiếp, Liệp lo âu, sợ có chuyện chẳng lành. Phần bị lạnh vì mình ướt nhem, phần vì sợ Phương sát hại bởi hồi sáng chàng đã hăm là nếu máy tàu tắt thì mọi người cũng tắt theo nên Liệp run lập cập, ngồi co ro, nép mình bên thành tàu, đôi mắt thất thần nhìn Phương chờ đợi. Người cầm súng ôn tồn hỏi:

- Có hy vọng sửa được không Liệp?

- Chắc không sao, nhưng trời tối quá không thấy gì hết, để mai sáng làm tiếp.

Phương hỏi thêm:

- Bây giờ để yên như vậy, chân vịt có bị rớt ra không?

Liệp quả quyết:

- Không đâu. Tao đã chêm một miếng thiếc vô rồi. Ống láp không quay thì chân vịt không thể vuột ra được.

Phương đã biết rõ những điều cần thiết, bảo Liệp:

- Vô kêu anh em ra ăn cơm đi.

Liệp quay gót đi về phía đuôi tàu. Phương chống tay lên mũi súng M-16 suy tính, sắp xếp công việc tối nay.

Phương bưng tô cơm có sẵn đồ ăn do Vũ dọn cho chàng ra phía gần đống lưới trước mũi tàu, vừa ăn vừa canh chừng bảy con tin, đầu súng hướng về phía tài công và đám ngư phủ đang xì xụp ăn uống. Phương chẳng dám sơ hở một chút nào, chàng đặt khẩu súng thật vừa tầm tay để khi có biến chàng có thể nhả đạn trong vòng hai giây đồng hồ mà không cần nhấc súng lên và nhắm. Phương ước lượng nếu bảy người đồng loạt đứng lên nhào đến tấn công thì sẽ có ba, bốn người ngã gục trong hai giây đầu tiên ấy. Sau đó Phương sẽ cầm súng lui về mũi tàu và thanh toán số người còn lại.

May thay là chẳng có chuyện gì đáng tiếc xảy ra. Chưa được năm phút, Phương đã ăn xong. Chàng cầm súng đi đi lại lại. Gió biển thổi vù vù trong buổi hoàng hôn nghe thật buồn. Tương lai không biết sẽ như thế nào. Mọi người đã dùng cơm xong. Phương bảo Mẫn, một ngư phủ:

- Dò thử xem con nước chảy về đâu.

Mẫn làm theo lời Phương ngay, đưa tay chỉ hướng nước chảy. Phương thật yên tâm vì biết rõ hướng ấy là bến bờ Mã Lai, nhưng chàng không nói ra. Vũ lên tiếng:

- Đêm nay mình làm gì?

Phương đáp ngay:

- Thả trôi tàu.

Đảo mắt nhìn ngay ông Binh và đám thủy thủ, Phương ra lệnh:

- Đêm nay tất cả đều phải xuống hầm.

Liệp lèn èn:

- Không sao đâu Phương. Cho anh em ở trên này đi.

Phương khó chịu vì sự kèo nài tôm cá nên chĩa mũi súng vào ngực Liệp lạnh lùng nói:

- Không được. Tất cả phải xuống. Ngay bây giờ.

Liệp riu ríu đi và những người khác nối gót nhảy xuống hầm giam.

Phương kéo nắp hầm đậy lại, chừa hở ra khoảng hai tấc thông hơi rồi chàng trải tấm cao su và ngả lưng xuống. Nằm ngắm sao trời một lát, Phương cảm thấy lạnh nên vào phòng lái lấy chiếc mền ra đắp. Chặp sau Phương lại trổi dậy đi lấy cái máy thu thanh cùng khẩu-súng-hoãn-dịch vô dụng. Chàng cố tình hở hênh để mũi súng ló ra ngay chỗ thông hơi mà bên dưới hầm có thể nhìn thấy rõ ràng để nhử kẻ nào có mưu toan kình chống lấy trộm khẩu súng để phản công. Có lẽ những người dưới hầm biết đó là bẫy của Phương giăng ra nên mũi súng vẫn nằm nguyên vị trí.

Phương dò tìm đài phát thanh Melbourne của Úc nhưng chẳng được, lại nghe nhằm đài Phi luật Tân. Vậy cũng hay. Âm thanh của người nữ xướng ngôn viên bềnh bồng theo làn sóng ngắn khiến lòng Phương nôn nao khó tả. Thế giới tự do gần kề. Tương lai chàng sẽ được thở hít không khí dân chủ quí báu ở một quốc gia nào đó. Xa quê hương thân yêu không khỏi ngậm ngùi, nhưng không thể nào chung sống với bọn đười ươi về thành phố. Nhìn sao trời lấp lánh, lòng cảm khái, người sinh viên khe khẽ hát một câu:

" Ra khơi biết mặt trùng dương biết đời bao la biết ta hải hồ."

Cảm xúc dạt dào Phương hát trọn bài "Người tình không chân dung." Bản nhạc này gắn liền với hình ảnh một đêm trăng sáng năm xưa, chàng nằm trên mui tàu đò từ Rạch Giá đi Phú Quốc, biển thật êm, cảnh sắc mơ màng, huyền ảo, tiếng hát của người nữ ca sĩ vang lên từ chiếc máy thu thanh khi bổng, khi trầm, réo rắt, cảm thương.

Tâm trí lan man Phương chập chờn nhớ đến hình ảnh cô bé tóc dài đen mượt mà chàng đã quen ở Phú Quốc cách nay khoảng bảy năm. Ba năm trước nhân kỳ đi trại hè, Phương ghé thăm thì nàng đã có con. Ngỡ ngàng. Về khuya trời càng lạnh, Phương không thể nào ngủ được. Chàng ngồi dậy, nhìn chung quanh xem có tàu nào đến gần hay không kẻo chiếc KG-79 bị đụng nhằm vì nó đang trôi bập bềnh theo dòng nước. Một chiếc tàu buôn đang di chuyển ở phía Nam cách tàu Phương chừng hai mươi lăm cây số. Không bỏ lỡ cơ hội, Phương dùng đèn pha đánh tín hiệu S.O.S nhiều lần mà không được đáp lại. Phương tắt đèn pha, mở hết đèn sáng ở giữa thân tàu để dễ quan sát con tin rồi chàng vào phòng lái nằm nghỉ. Trên nắp hầm giam Phương vẫn để khẩu súng vô dụng cùng chiếc máy thu thanh còn mở hầu đánh lạc hướng những nạn nhân dưới hầm. Trong phòng lái, Phương tắt hết đèn, cánh cửa hướng đông nơi chàng gối đầu được gài chốt thật kỹ. Cánh cửa tây dưới chân, Phương chỉ đóng kín mà không khóa để khi nghe tiếng động chàng có thể chạy nhanh ra giải quyết biến cố kịp thời. Ngón tay trỏ luôn nằm trong cò súng và khẩu M-16 hướng mũi về cửa tây sẵn sàng nhả đạn nếu có kẻ đột kích Phương. Tuy đã phòng thủ kỹ như vậy, Phương vẫn không dám ngủ. Chàng chỉ nghỉ lưng cho đỡ mệt và khỏi lạnh. Tuy nhiên trong suốt hai mươi bốn giờ qua Phương chẳng hề nhắm mắt nên lát sau chàng thiếp đi lúc nào không hay.

Chương 50

𝒯hời gian trôi qua khá lâu, Phương chợt nghe tiếng gọi văng vẳng dưới hầm:

- Phương ơi, Phương ơi! Trời sáng rồi.

Phương hoảng hồn ngồi bật dậy ngay, không ngờ mình ngủ say sưa đến thế. Nhìn ra cửa phòng lái Phương suýt la to vì vui mừng. Màu xanh lục của đất liền đã hiện rõ ở phía tây. Như vậy sự suy đoán của Phương đã đúng hoàn toàn. Suốt đêm qua tàu trôi với vận tốc khoảng hơn hai hải lý một giờ và nó đã tiến gần đến bán đảo Mã Lai.

Phương mau mắn bước ra hầm giam, lớn tiếng nói vọng xuống:

- Đã thấy bờ rồi.

Ông Binh nói giọng hoan hỉ:

- Cho anh em lên sửa tàu đi Phương.

Phương đáp ngay:

- Được, anh em lên đi.

Nói xong Phương nhặt khẩu súng không kim hỏa đeo lên vai rồi kéo nắp hầm qua để mọi người có thể leo lên.

Phương nói riêng với Vũ:

- Hôm nay là Tết Tây, nấu một nồi chè ăn Tết nghe Vũ.

Vũ cười tươi:

- Ý kiến hay, tao đi nấu liền đây.

Liệp huy động bốn ngư phủ cùng hắn lặn xuống biển sửa chân vịt.

Hơn một giờ sau Liệp trở lên tàu báo tin vui:

- Đã chêm vô được rồi.

Phương dọ dẫm:

- Có chắc là nó dính chặt hay khi tàu chạy nó lại tuột ra nữa.

Liệp quả quyết:

- Không đâu, tụi này đã dùng búa nêm kỹ lắm không thể nào văng ra được. Nếu cho máy chạy ga ăng-ti chắc chắn sẽ không trục trặc.

Nghe Liệp đáp bằng giọng đầy tin tưởng, Phương cảm thấy yên tâm.

Phương bảo ông tài công nổ máy tàu, chạy ga nhỏ nhất, tiến vào bờ Mã Lai.

Bình minh rạng rỡ, nắng chan hòa mặt biển yên tĩnh, xa xa vài con cá "dolphin" nổi lên lặn xuống. Lòng Phương lâng lâng cảm giác sung sướng nôn nao khi nhìn dãy đất tự do đầy quyến rũ trong tầm mắt.

Phương trả tự do cho mọi người, không buộc họ xuống hầm nữa dù điều này trái hẳn nguyên tắc an ninh căn bản. Thủy thủ đoàn tự do đi lại trên tàu, nhưng phải giữ khoảng cách bốn thước với Phương. Chàng nghĩ đàng nào tàu cũng đã tới nơi họ phản công làm gì. Vả lại chân vịt đang bị hư cần phải sửa chữa mới đủ sức trở về Việt Nam. Dù lý luận như thế kẻ chủ động vẫn luôn đề phòng cảnh giác tối đa. Chàng đã lịch sự, hào phóng "chịu chơi" cho tất cả con tin được tiện nghi, thoải mái sinh hoạt bình thường trên tàu. Nếu họ đồng lòng tử chiến với Phương, có thể họ bị giết phân nửa, và số người còn lại có thể áp chế được Phương, cũng có thể cả bọn bị chàng giết hết. Phương thấy rõ điều đó nhưng cứ hành động như vậy vì chàng không thích nhất gan cứ giam cầm người khác dưới hầm chứa cá tù túng, dơ bẩn. Nếu họ ngu dại thì họ sẽ chết thảm khốc, chết hết, vì Phương tự tin rằng chàng sẽ thắng.

Nồi chè thưng đã chín, tài công, ngư phủ mỗi người một chén vui vẻ ăn. Riêng Phương, chàng tiên liệu và chuẩn bị cho một cảnh huống gay go, khốc liệt rất có thể xảy ra. Rút cây dao găm ra ngắm nghía, Phương thấy nó quá cùn lụt nên chàng mài thật bén. Biết đâu nó sẽ là vật hộ mạng quý giá cho chàng. Chuyện gì cũng xảy ra được. Tình hình chủ động trên tàu có thể đảo ngược.

Thấy Phương chăm chú mài dao, Liệp xạo sự:

- Đã tới nơi rồi mà còn mài dao chi nữa Phương?

Phương trừng mắt nhìn hắn, không đáp.

Chiếc KG-79 vẫn khoan thai, chậm chạp tiến vào đất liền. Nắng bắt đầu gay gắt khi mặt trời đứng bóng. Ngồi chơ vơ ở mũi tàu dưới sức nóng hầm hập nhiệt đới Phương cảm thấy mệt mỏi vì suốt hai đêm qua hầu như chàng thức trắng. Bên trong phòng thủy thủ mát mẻ, dễ chịu nhưng Phương không thể vào trong đó ngồi chung với đám con tin được. Rất nguy hiểm vì quá chật hẹp, Phương mất thế năng động, có thể bị khống chế dễ dàng. Dĩ nhiên là trừ tài công lái tàu, Phương có thể đuổi tất cả ra ngoài nắng để chàng vào ngồi một mình cho sướng thân. Nhưng người sinh viên cảm thấy hơi kỳ, tự nhủ rằng "Đã chơi đẹp thì chơi đẹp cho tới cùng luôn." Nghĩ như vậy nên Phương cứ ngồi yên vị, thỉnh thoảng bắn một hai phát súng cho đỡ buồn ngủ.

Vũ và Tần đã ngỏ lời xin đi theo Phương và được chàng chấp thuận. Năm người kia vì nặng nợ gia đình nên muốn trở về. Phương không khuyến khích, cũng chẳng cản ngăn. Tương lai của họ thì tự họ quyết định. Khôn nhờ dại chịu. Người thanh niên nhẩm tính trong đầu, phe chàng bây giờ là ba người. Nếu có xung đột tay chân thì bên Phương vẫn còn yếu thế. Đó là chưa kể đến mức độ trung thành của Tần và Vũ. Tốt nhất là Phương chỉ kể mỗi mình chàng, coi như một chọi năm. Phương chợt mỉm cười, gay go đấy, nhưng chắc chắn là sẽ rất hào hứng vì mọi ngón võ sẽ được đem ra thi thố toàn diện.

Hai cánh tay và gương mặt Phương rát bỏng nên chàng quyết định đi vô phòng thủy thủ nghỉ mát. Phương bảo Vũ mang hết nồi niêu, soong, chảo ra để chàng xếp thành một vòng hình cung trên sàn gỗ lớn dùng làm giường ngủ tạo nên hàng rào âm thanh ngăn cách đám ngư phủ. Phương ngồi dựa lưng vào vách phía tây, cách hàng rào âm thanh khoảng một thước rưỡi. Nếu Phương lỡ ngủ thiếp đi và có người xê dịch để tấn công thì tiếng động sẽ cấp báo cho chàng và một loạt đạn sẽ vãi ra theo hình chữ C về phía con tin. Mắt Phương cay vì thiếu ngủ, cộng thêm tiếng nổ "bành bành" đều đặn của máy tàu khiến chàng mở mắt không lên. Biết rõ mình buồn ngủ thật sự, Phương làm bộ giả vờ ngủ để đôi mắt được nghỉ ngơi năm, mười giây. Chàng nhắm mắt, rồi mở ra, đảo một vòng nhìn mọi người, rồi lại nhắm mắt. Tới lần thứ năm thì Phương mệt lả, không mở mắt nổi. Trong phút thứ sáu mươi mốt đó, đột nhiên giác quan thứ sáu đánh thức Phương dậy. Chàng mở bừng mắt và bắt gặp Liệp đang nhẹ nhàng dời cái nồi lớn qua một bên có lẽ để dọn đường chuẩn bị tấn công Phương. Chàng nghiêm giọng hỏi:

- Làm gì đó ?

Liệp nhỏ nhẹ đáp:

- Dời qua cho nó bớt kêu.

Phương nổi giận muốn bắn Liệp một phát, nhưng chàng kềm lại. Trong lúc ấy, Mẫn, một ngư phủ có ít nhiều cảm tình với Phương, cầm viên đạn M-16 không biết đã lượm ở đâu chỉ vào mặt Phương nói một câu gọn lỏn:

- Ngủ đi. Coi chừng chết nè!

Thái độ kỳ lạ hỗn xược của Mẫn không làm Phương nổi nóng mà khiến chàng hoang mang nên Phương bỏ đi ngay ra mũi tàu.

Trầm lặng ngồi, Phương ôn lại những gì vừa xảy ra và cố ước lượng thời gian ngủ gục là bao lâu, Liệp muốn làm gì khi dời cái nồi, và tại sao Mẫn buột miệng nói lên một câu cảnh cáo đầy thân tình?

Có thể nói lúc ấy lão Tử thần xuất hiện, định kề lưỡi hái vào cổ lấy mạng Phương, nhưng có một sức mạnh nào đó kéo lão đi.

Phương phỏng chừng thời gian chàng thiếp đi kéo dài khoảng hai, ba phút chứ không lâu hơn vì có lẽ Liệp đã lặng lẽ quan sát chàng thật kỹ. Thời gian ấy dư đủ để Liệp thẩm định là Phương đã ngủ gục thật say nên hắn hành động ngay bởi bản tính hắn khá nóng nảy. Không ngờ linh cảm của Phương quá bén nhạy nên mưu toan của hắn bất thành.

Riêng câu nói của Mẫn, có lẽ phát xuất từ lương tâm khi chứng kiến một tai họa sắp xảy đến cho Phương. Tuy bị uy hiếp, giam cầm suốt một ngày nhưng Mẫn thường được

Phương đối đãi tử tế trong những ngày tàu còn đậu ở bến cảng nên không đem lòng oán hận. Lời nói đơn sơ, thô thiển của Mẫn đã xác định rõ ràng ý đồ của Liệp.

Phương muốn mang Liệp ra trừng phạt bằng cách bắn gãy chân hoặc cột dây phao thả xuống biển kéo lê cho hắn mất hồn. Suy đi nghĩ lại, lòng nhân từ trong lòng Phương thắng thế nên chàng bỏ qua cho Liệp chỉ thầm tự trách mình cẩn thận chưa đầy đủ.

Tàu vẫn chậm chạp tiến vào bờ Mã Lai, và Phương gặp vài chiếc ghe nhỏ của ngư dân Mã. Chàng ra dấu nhờ họ đưa chàng vô đất liền, nhưng họ lắc đầu, đưa bàn tay ra dấu cắt cổ để trả lời rằng họ sẽ bị phiền phức với pháp luật nếu giúp đỡ ngoại nhân xâm nhập trái phép.

Đến gần bốn giờ chiều, chiếc KG-79 tới đất liền. Niềm vui trong lòng Phương rộn rã, tràn lan giống như Kha luân Bố ngày xưa hớn hở vui mừng khi tìm ra vùng đất mới. Trong các danh nhân trên thế giới, Phương quý trọng và ngưỡng phục nhà mạo hiểm Christopher Columbus nhất. Tiếc thay đoạn kết cuộc đời ông lại trở nên bi thảm bởi sự hãm hại của lũ người tiểu nhân tham lam ganh tị. Phương thương mến Columbus rất nhiều và cảm thấy ngán ngẩm cho thói đời dơ bẩn.

Giờ phút quyết liệt đã đến, Phương phác họa nhanh một chương trình hành động trong đầu. Chàng tháo gỡ kim hỏa của khẩu-súng-tùy-viên và đeo súng lên vai. Khẩu-súng-hoãn-dịch vô dụng Phương trao cho Vũ, dặn dò:

- Mày giữ kỹ cây súng này, không được đưa cho ai hết . Sau này có thể cần dùng.

Vũ thắc mắc:

- Nhưng mình đã tới bờ rồi mà, đâu cần nữa.

Phương cau mặt, bực dọc:

- Tới bờ thì tới, nhưng đâu biết chuyện gì sẽ xảy ra. Mày nghe lời tao dặn đó, phải giữ cây súng này đàng hoàng.

Vũ chẳng hiểu Phương toan tính gì, nhưng không dám hỏi thêm.

Trong túi áo trên của Phương chẳng có gì ngoài hai cây kim hỏa nhỏ, cơ phận làm nổ viên đạn của hai khẩu súng trường M-16. Ngay ở thắt lưng bên trái là cây dao găm sắc bén.

Thấy đã đến chỗ cần phải neo tàu, Phương ra dấu bảo ông Binh ngừng lại, rồi nói với Liệp:

- Bỏ neo xuống!

Tàu đứng yên cách bờ khoảng hai trăm thước. Mọi người trên tàu lăng xăng trò chuyện và chờ đợi quyết định của Phương. Người thanh niên trầm ngâm nhìn vào bờ. Năm ba người hiếu kỳ đứng trên bãi nhìn ra dò xét. Gần sát bãi cát, bên tay phải chiếc KG-79 có hai ngư thuyền của dân bản xứ. Bên trái là một chiếc ca nô đang thả neo câu cá. Nhìn tới nhìn lui, Phương không bắt gặp một chiếc tàu tuần duyên nào của chính quyền Mã Lai. Người dân Mã vì quá sợ sệt chính phủ nên chỉ đưa mắt nhìn. Phương quay đầu lại quan sát kỹ chiếc ca nô du lịch thì thấy có một người đàn ông da trắng dáng cao cùng một người đàn bà tóc đen không biết là người Tàu hay Mã Lai.

Phương xoay người nói lớn cho mọi người trên tàu nghe:

- Tôi lội đến chiếc ca nô đằng kia nhờ họ báo cho Cảnh sát biết là tàu mình hư cần giúp đỡ. Anh em ở đây không nên làm ồn ào. Chỗ này là đất nước người ta, nếu có xung đột hay nổ súng thì tất cả đi tù. Anh em nhớ đó!

Phương lại sử dụng ngón đòn tâm-lý-chiến như một thứ bảo hiểm phòng hờ bởi vì Vũ và Tần có thể sẽ bị ông Binh và Liệp "làm thịt" ngon lành. Rồi sau đó họ sẽ xuống tay hạ thủ chàng luôn.

Tuy nhiên ông Binh rất cần chàng trong việc ngoại giao nhờ sửa chữa tàu nên Phương tin là chàng sẽ không bị họ tấn công, hãm hại ít ra là trong khi tàu còn hư hỏng.

Vì không tiện đeo súng khi bơi lội và cũng để tránh làm cho người lạ sợ hãi, Phương quyết định bỏ lại súng trên tàu, chỉ đeo cây dao găm bén bên mình. Chàng tiên liệu trong trường hợp phe ông Binh đoạt được súng và kim hỏa chưa chắc họ dám bắn chàng vì gây kinh động và sẽ bị bắt. Như vậy, nếu họ có chủ tâm trả thù Phương thì phương tiện sử dụng sẽ là dao búa. Với một chút võ nghệ cộng thêm cây lưỡi lê bén Phương cảm thấy vững tâm trong trường hợp phải xáp lá cà tử chiến với đối phương.

Cởi khẩu-súng-tùy-viên thân yêu vừa bị gỡ bỏ kim hỏa lúc nãy, Phương trao cho Vũ dặn dò:

- Mày giữ luôn cây này. Tao không đưa thằng Tần vì nó hay táy máy. Nhớ là không được đưa cho ai hết đó.

Dụng ý của Phương khi tháo rời kim hỏa là lỡ ra súng đạn về tay phe nhóm ông Binh thì họ cũng không thể bắn được. Trong trường hợp có người biết cách ráp kim hỏa thì việc đó cũng mất một khoảng thời gian. Và Phương sẽ tấn công ngay lập tức bằng dao găm.

Vì khoảng cách từ chiếc KG-79 đến ca nô khoảng một trăm thước nên Phương cởi áo trong đó có hai cây kim hỏa đưa luôn cho Vũ:

- Cất cái này cẩn thận cho tao.

Nói xong Phương nhìn phe ông Binh một chập như cố tìm những biểu lộ của âm mưu đen tối nào đó, nhưng không thấy. Họ tỏ vẻ băn khoăn cho kết quả chuyến "công du" của chàng.

Phương trấn an:

- Tôi sẽ nhờ họ giúp. Anh em cứ ở đây chờ.

Dặn dò xong, Phương đeo thành tàu, nhẹ nhàng buông mình xuống nước, bơi đến chiếc ca nô.

Thấy Phương bơi về phía mình, hai người khách du lịch ngồi yên chờ đợi. Tới chiếc thuyền câu thể thao, Phương vừa thở vừa nói với người da trắng bằng Anh ngữ:

- Tôi là người vượt biên tị nạn. Tôi dự định tới hải
    cảng Singapore nhưng tàu bị hư. Nhờ ông báo cho
    chính quyền Mã Lai là tôi cần họ giúp sửa tàu.
    Cảm ơn ông nhiều.

Người đàn ông chăm chú lắng nghe rồi nói:

- Ở đây không chứa người tị nạn đâu.

Phương đáp:

- Tôi biết. Tôi sẽ rời khỏi nơi đây khi tàu được sửa
    xong. Nhờ ông giúp tôi bằng cách liên lạc với
    Cảnh sát dùm.

Người đàn bà lặng lẽ quan sát Phương đang ở dưới nước ngẩng đầu lên đối đáp trong lúc người đàn ông da trắng gật đầu nói:

- Được. Tôi đi ngay.

Phương cảm ơn và chào hai người rồi bơi trở về con tàu KG-79.

Vừa bơi Phương vừa ngước mắt nhìn về phía con tàu xem có biến động gì chăng, nhưng tình hình có vẻ yên tĩnh. Sự kiện không ồn ào này chưa hẳn đã làm Phương yên tâm. Biết đâu biến cố đã xảy ra một cách êm thắm: Tần và Vũ đã bị thanh toán không một tiếng động. Sau đó một nhát búa sẽ bổ lên đầu chàng khi Phương leo lên tàu. Mặt Phương đanh lại, máu nóng trong người chạy rần rần. Phương nghĩ rằng trong tình thế này chàng phải hành động đến cùng, không lo âu chùn bước, lạnh lùng đối diện tình hình và giải quyết vấn đề bằng tất cả sự bén nhạy của trí óc, lòng can đảm và sự nhanh nhẹn của tay chân. Cây lưỡi lê quý báu vẫn còn kề cận bên mình. Nó là vũ khí duy nhất có thể bảo vệ mạng sống của chàng.

Khoảng hơn mười phút sau Phương về đến chiếc KG-79. Chàng cảm thấy nhẹ nhõm khi nhận ra Tần và Vũ bình an vô sự. Liệp vui vẻ cúi mình xuống, chìa tay ra cho Phương nắm lấy rồi kéo chàng lên sàn tàu. Sau khi yên vị, Phương chợt khám phá ra Vũ không còn gì trong tay. Chàng kéo Vũ ra một chỗ vắng, hỏi:

- Súng đâu hết rồi?

Vũ rụt rè nói:

- Thằng Liệp kêu đưa.

Phương nổi giận:

- Tao đã dặn mày là không được đưa cho bất cứ ai mà.

Vũ phân trần:

- Thằng Liệp nói là ở nước người ta không nên giữ súng, phải cất đi. Nó đã đem giấu ở hầm bánh lái.

Biết rằng Vũ đã bị Liệp dụ dỗ, Phương cố dằn cơn thịnh nộ vô ích, và một kế hoạch táo bạo thành hình ngay trong đầu chàng. Phương định nói cho Vũ biết rằng chàng sẽ câu cổ Liệp rồi kề dao vào cuống họng bắt hắn làm con tin uy hiếp phe ông Binh, đồng thời Vũ chạy đi lấy lại hai cây súng ở hầm lái.

Phương chưa kịp thực hiện ý định thì một chiếc tàu Cảnh sát Mã Lai chạy hết tốc lực đến. Chúng nhanh nhẹn bước qua chiếc KG-79. Người đi đầu mang cấp bực Đại úy dùng Anh ngữ hỏi Phương bằng giọng hách dịch:

- Có chuyện gì? Tại sao mày ghé vào đây?

Phương không ưa tên Cảnh sát này, nhưng giữ bình tĩnh lạnh lùng đáp:

- Tao không muốn vô đây, nhưng tàu tao hư, muốn
  nhờ mày sửa chữa dùm rồi tao đi Singapore ngay.

Tên sĩ quan xẳng giọng:

- Không có sửa cái gì hết. Mày vô đây được thì mày
  đi được. Đi ngay bây giờ, nếu không tao bắn.

Phương giảng giải:

- Tàu chạy thật chậm vô đây bởi cốt chân vịt bị tuôn
  răng, và nó có thể văng ra bất cứ lúc nào.

Gã Cảnh sát đanh thép:

- Tao không cần biết, mày phải đi.

Trong khi đó những người dưới quyền của tên Đại úy Cảnh sát lục soát thật kỹ phòng lái tàu. Họ tìm thấy hai băng đầy đạn M-16, rồi trao đổi với nhau những ý kiến, suy đoán bằng tiếng Mã. Một nhân viên có nét mặt Tàu, mặc thường phục ra dấu bảo Phương bước vào phòng. Đối diện Phương, người mặc thường phục ra dấu hỏi súng ở đâu. Phương thấy không giấu được nên bảo Liệp đi lấy nộp cho họ. Nhận súng xong, người mặc thường phục lấy ra một tờ giấy yêu cầu Phương lập danh sách thủy thủ đoàn tàu KG-79. Phương ghi tên họ, năm sanh từng người rồi trao cho viên Cảnh sát mặc thường phục. Tiếp theo Phương bước ra khỏi phòng lái, tiến về phía mũi tàu để mong thuyết phục tên sĩ quan:

- Tao là người tị nạn chính trị, mày nên tử tế với tao
.   một chút, cho thợ xuống sửa dùm cốt chân vịt, rồi tao sẽ nhổ neo ngay.

Gã sĩ quan trợn mắt, đưa tay mở bao súng đeo ngang lưng:

- Đừng lôi thôi nữa! Không có giúp đỡ cái gì hết. Tao cho mày năm phút để nhổ neo. Chậm trễ tao bắn chết hết.

Phương thật sự phẫn nộ trước sự đối xử thiếu tình người và kém lịch sự của tên Đại úy Cảnh sát này. Với hai khẩu M-16 và năm trăm viên đạn, Phương dư thừa hỏa lực để "nướng" đám Cảnh sát non mười người này trong bốn mươi giây. Chàng đã ôn hòa nói chuyện lịch sự thế mà hắn cứ đem súng đạn ra hăm dọa. "Được! Chẳng cần mày nữa." Phương thầm nghĩ, rồi nói lớn cho ông Binh nghe:

- Nhổ neo đi, chú mười. Tụi nó không giúp, bắt phải đi liền.

Phương vừa nói dứt câu, một tên Cảnh sát đứng gần đó chỉ vào cây lưỡi lê chàng đang đeo ra dấu bảo tháo ra nộp. Phương giận dữ, trừng mắt nhìn hắn giây lát, rồi "hừ" một tiếng, cởi cây dao găm đưa cho hắn. Kể từ giờ phút này, Phương không còn là con hổ uy vũ với hỏa lực đầy mình nữa, mà chàng chỉ là con nai yếu đuối không một tấc sắt trong tay.

Gã Đại úy Cảnh sát ra lệnh cho thuộc hạ rút lui ngay khi chiếc neo trên tàu KG-79 vừa được kéo lên. Vũ lo lắng hỏi Phương:

- Chú mười chạy đi đâu đây?

Phương nhếch mép cười, trả lời câu hỏi hết sức ngây thơ của Vũ:

- Ổng chạy về Việt Nam chứ đi đâu!

Quả không sai, mũi tàu nhắm hướng bắc tây bắc trở về Việt Nam, nơi chốn thân yêu, đậm đà kỷ niệm mà chàng phải buộc lòng từ bỏ vì không cùng lý tưởng, không chấp nhận sự hiện hữu của đảng Cộng Sản và chính quyền hà khắc bất tài, mị dân, cướp đoạt tài sản của dân.

Khi chiếc tàu Cảnh sát mờ xa, ông Binh xuất hiện ở cửa bên phải của phòng lái tàu với cây dao làm cá trên tay, lớn tiếng ra lệnh:

- Bắt thằng Phương trói lại!

Ngồi trên thành tàu phía đông, xoay lưng ra biển khơi, nhìn vào bờ Mã Lai cây cối xanh um, Phương quyết định nhanh chóng hành động đối phó trong tình thế này. Nhưng chàng chưa thực hiện vội, đùa giỡn với ông Binh:

- Làm gì dữ vậy chú mười? Cây dao làm cá đó chưa
  có mài, lụt nhách à.

Tuy căm tức vì bị chọc quê, ông Binh vẫn đứng nguyên vị trí tiếp tục hò hét:

- Tụi bây có đi bắt nó không?

Chẳng một ngư phủ nào nhúc nhích, kể cả Liệp, người chống đối Phương quyết liệt nhất.

Suốt hai ngày bị áp lực sấm sét, tính mạng mong manh, nhóm thủy thủ vẫn còn khiếp sợ Phương dù chàng đã bị giải giới hoàn toàn. Ngay cả ông Binh, biết võ nghệ, có dao trong tay cũng không dám tiến lên khống chế Phương. Để đỡ mất mặt, ông Binh chỉ thị:

- Dở nắp hầm ra.

Phương nhìn vào bờ, tàu KG-79 càng lúc càng ra khơi, chiếc tàu chở đám Cảnh sát hung hăng, đáng ghét đã mất dạng, và hoàng hôn đang trùm xuống vùng đất xa lạ lạnh lùng, không thân thiện với những người yêu chuộng tự do, nhất quyết không đội trời chung với bọn Cộng Sản.

Nhận thấy vị trí thuận lợi và thời điểm đã tới, vẫn ở thế ngồi Phương xoay người qua bên trái, lao mình xuống biển. Chàng lặn sâu thật lâu, đồng thời bung mình ra khơi để được an toàn khi nổi lên mặt nước mà không bị đả thương bởi dao, búa của đám ông Binh phóng tới. Để đỡ mất sức vì quần áo nặng nề trong lòng biển, Phương cởi bỏ chiếc nón kết, bộ đồ "kaki" xanh mới mua, và toan vứt luôn chiếc quần lót, nhưng chàng đổi ý, giữ lại. Phương tự nhủ "Ở truồng làm sao vào gặp dân làng được."

Khi nổi lên mặt biển, Phương thấy mình cách xa chiếc KG-79 khoảng hơn tám mươi thước, khá an toàn. Nhìn lên boong tàu, Phương thấy Vũ ngồi yên, đôi mắt buồn bã nhìn chàng. Đưa tay vẫy chào Vũ, Phương nói lớn:

- Tao thà chết ở đây chứ không về Việt Nam.

Vũ vẫn ngồi bất động, im lặng.

Tiếng Liệp oang oang:

- Quay mũi tàu lại rượt theo cán nó.

Phương chẳng hề ngạc nhiên trước hành động tàn ác của Liệp bởi chàng hiểu được phần nào tâm địa xấu của hắn. Phương nói lớn tiếng cho Liệp nghe:

- Ê Liệp, chân vịt tàu sắp rớt ra rồi đó.

Phương bình thản hóa giải hành động hung hăng của Liệp bằng đòn tâm lý tàu hư không chạy về tới Việt Nam để hắn không còn chú ý đến việc rượt theo cán Phương. Sau đó chàng vẫn phải lo thoát nguy trước, dùng hết sức bơi theo dòng nước ra khơi. Vì cốt chân vịt bị hư nên con tàu xoay trở chậm chạp. Do đó khoảng cách giữa Phương và chiếc KG-79 đã xa hơn hai trăm thước. Bỗng nhiên có một tiếng ầm vang lên của vật gì rơi xuống biển. Phương đảo mắt quan sát thì thấy một đầu người khi chìm khi nổi. Chàng cất tiếng hỏi để phân định bạn thù hầu có thể đối phó kịp thời:

- Thằng nào đó?

- Tao đây Phương ơi! Tao đi theo mầy.

- Tần đó phải không?

- Phải. Mày có sao không?

Kinh khiếp trước nguy cơ bị chân vịt tàu chặt thành trăm mảnh, Phương không trả lời Tần, tiếp tục bơi ra xa.

Trên boong chiếc tàu KG-79, ông Binh chăm chú nhìn về hướng Việt Nam với niềm băn khoăn lo lắng trong khi Liệp vẫn hăng hái rượt theo cán Phương. Vũ ngồi yên khi Phương lao xuống biển, nhưng khi thấy Liệp quyết tâm, cố ý muốn giết Phương, Vũ cảm thấy bất mãn. Dựa theo câu nói của Phương về vấn đề chân vịt có thể rớt ra, Vũ bước tới phòng tài công can thiệp với ông Binh để cứu Phương, người mà Vũ có nhiều cảm tình từ khi còn ở bến cảng và trong suốt hai ngày bị bắt làm con tin:

- Chú mười, tui nghĩ là thằng Phương không bơi vào bờ nổi đâu, rượt theo nó làm chi cho tốn dầu và chân vịt rớt ra rồi làm sao "dìa" Việt Nam chú mười.

Nghe câu nói chắc nịch, hợp lý của Vũ, ông Bình ra lệnh cho Liệp:

- Liệp, kệ cha thằng Phương, trước sau gì nó cũng chết. Quay tàu về Việt Nam.

Liệp không dám cãi lệnh ông Bình, quay mũi tàu trực chỉ Rạch Giá.

Phương nghe tiếng máy tàu nhỏ dần. Ngoái đầu nhìn lại, chàng vô cùng vui mừng khi thấy chiếc tàu KG đang chậm chạp chạy về quê hương, nơi mà chàng buộc lòng lìa xa vì lý tưởng tự do. Phương thở phào, tâm trí nhẹ nhàng. Chàng ước lượng khoảng cách từ nơi này đến bờ cát khoảng bảy trăm thước. Phấn khởi, tự tin, Phương nhắm thẳng vào bờ, vươn mình lướt nhanh trên mặt nước màu xanh lơ dịu mắt.

Bơi được năm ba phút, Phương lại nghe tiếng Tần văng vẳng:

- Tao mệt quá! Tiếp tao Phương ơi!

Phương hiểu rằng Tần bị mất bình tĩnh nhiều hơn là đuối sức bởi vì Tần khỏe mạnh, to lớn hơn Phương và đã làm ngư phủ sáu, bảy năm. Đồng thời Phương cũng biết rõ là may mắn lắm chàng chỉ vừa đủ sức bơi đến bờ, kè thêm một người là cả hai cùng chết. Chàng nói lớn:

- Đừng có sợ! Cứ bơi rồi nghỉ. Mày sẽ tới bãi cát.

Nói xong Phương nhìn hàng cây xanh trên đất Mã Lai, định vị trí rõ rệt rồi nhắm thẳng lội vào.

Trong lúc đó, Tần bơi loạn xạ, không theo đường hướng nhất định nên bị trôi theo dòng nước về phía nam.

Phương theo đúng phương pháp bơi lội trường kỳ: vừa bơi vừa dưỡng sức, chàng bơi thật nhanh trong vài phút rồi lật ngửa người thả nổi, hít thở thật sâu và chậm. Cứ thế Phương vừa chiến đấu với Tử thần vừa tự nhủ "Mình sẽ đặt chân lên bãi cát mịn của vùng đất tự do. Mình sẽ tới bờ, chắc chắn như vậy." Không có sóng lớn nên Phương không vất vả lắm. Tuy nhiên ở vùng biển lạ, chàng không tránh được lo âu. Có chỗ nước ấm, có chỗ nước lạnh khiến chàng nghĩ đến sự nguy hiểm của trôn nước xoáy, cuốn hút người đang bơi vào sâu trong lòng biển. Do đó Phương chuẩn bị tinh thần đối phó. Trong trường hợp ấy chẳng những chàng không cưỡng lại sức cuốn của nước xoáy mà còn tận lực lặn sâu vào lòng biển để đến chỗ tận cùng của nó. Nơi ấy cột nước xoáy không còn sức cuốn nữa sẽ nhả chàng ra. Và từ đó chàng sẽ từ từ trồi lên mặt biển.

Trong những thống khổ, sầu bi trên cuộc đời đầy tranh đấu, thử thách, lại ẩn tàng những nét đẹp kín đáo, cơ hội tốt lành. Nếu không tránh được bất hạnh, khổ đau thì có cách gì hơn là chấp nhận nó, lăn xả vào hòa mình với nó, lạnh lùng thưởng thức chén đắng cay của riêng mình một cách bình thản, an nhiên nhằm bảo tồn năng lực chiến đấu để khi đến thời điểm cuối của nó, kẻ nhẫn nại phóng mình ra khỏi gọng kềm tỏa một cách dễ dàng và vươn mình về phương đông như ngàn đóa hoa hướng dương rực rỡ đón chào bình minh tươi sáng.

Vừa chuẩn bị tinh thần để đối phó với cột nước xoáy xong, Phương cảm thấy nhột nhột ở lưng. Chàng giật mình, không biết loài thủy sinh vật nào đang lẩn quẩn trên lưng mình nên nhô người lên một chút để trắc nghiệm. Thì ra là mấy chú cá con vừa bơi đua vừa đùa giỡn trên lưng chàng. Phương hết sợ nhưng không khỏi nghĩ đến hung thần của biển cả, cá mập.

Chẳng may một con cá mập nào đói mồi, lang thang gần bờ mượn tạm một phần thân thể của chàng làm bữa ăn tối thì than ôi đành vĩnh biệt cuộc đời. Sự sợ hãi làm Phương tăng thêm sức lực, bơi nhanh hơn. Phương chợt có ý nghĩ cầu khấn Trời, Phật để được phù hộ bình an. Nhưng người thanh niên tự ngăn chận kịp thời bởi chàng nghĩ rằng sự van vái chẳng những không giúp ích gì cho hoàn cảnh chiến đấu cam go trước mặt mà còn có thể khiến chàng phần nào ỷ lại vào sức mạnh huyền bí nên không tận dụng hoàn toàn sức mạnh tinh thần cùng thể xác của con người.

Phương không sùng bái cũng như đả kích một tôn giáo nào vì đó là quyền tự do tuyệt đối của mỗi người, không nên phân biệt tốt, xấu, hay, dở, cao, thấp trong tín ngưỡng. Chàng thích nghiên cứu triết lý Đông, Tây kim cổ và xem mỗi triết thuyết như một đóa hoa giữa khu vườn suy tư kỳ thú của loài người.

Hơn nửa giờ sau Phương tới bờ. Chưa kịp đặt chân lên bãi cát, chàng đã nghe tiếng kêu cứu văng vẳng của Tần. Mừng rỡ, chàng nhanh nhẹn bước ào ạt dưới nước và bàn chân mặt bị một vật bén cắt rất đau. Nhưng Phương bất kể, cố tranh thủ từng phút để cứu người bạn, giờ này có lẽ đã đuối sức.

Sau khi lên bờ, Phương chạy như bay về hướng nam, nơi phát ra tiếng cầu cứu. Trời đã nhá nhem tối nên chàng phải nhìn thật kỹ mới thấy Tần. Phương rất vui mừng khi thấy Tần chỉ còn cách bờ khoảng mười lăm thước và chàng phóng ào xuống, bơi ra kè Tần lên bãi cát. Phương phải dùng hết sức mới bồng được Tần, đặt lên một tảng đá lớn gần đó. Mặt trời vừa lặn không bao lâu nên tảng đá vẫn còn ấm, giúp Tần đỡ run rẩy vì gió biển. Riêng Phương, chàng cũng mệt lả nhưng cảnh vật trước mắt của vùng đất tự do đã làm chàng vui sướng khôn cùng nên quên đi bao nhọc nhằn thể xác. Những cây dừa cao đầy trái chạy dài theo bờ biển trông thật thanh bình, hiền dịu chen giữa những tảng đá trắng ngày nào cũng bị muôn ngàn con sóng lớn, nhỏ vỗ đập vào khi cuồng bạo, lúc nhẹ nhàng. Mờ xa có vài căn nhà bên trong đã lên đèn tạo nên khung cảnh ấm áp, trong đó có lẽ mọi người đang quây quần dùng cơm tối bên ngọn đèn dầu đơn sơ thân mật.

Phương nuốt nước miếng, bụng đói cồn cào vì chàng chỉ ăn qua loa một lần lúc mười giờ sáng.

- Tần, mày đói không?

- Đói. Lạnh nữa. Bây giờ tính sao đây?

Phương băn khoăn:

- Mình phải vô làng xin cơm ăn và áo mặc cái đã, rồi sau đó ...

Tần lo lắng hỏi:

- Sau đó thì sao Phương?

- Chắc mình phải gặp Cảnh sát.

- Nó bỏ tù mình không?

Phương tư lự:

- Ở tù tao không sợ, chỉ sợ nó nổi giận đánh mình mang bệnh thì tức lắm.

- Vậy mình phải làm gì?

Phương cười lạnh lùng:

- Bây giờ mình đi kiếm cái gì ăn trước, rồi sau đó tính sau. Ngồi ở đây hoài cũng đâu có được.

Hai người vong quốc cùng bước về phía có nhà cửa đông đúc trên con đường đất khô ráo sạch sẽ. Mười phút sau họ đi ngang một đám thanh niên đang đứng trò chuyện bên một con thuyền đang đóng dở.

- Ê, ê!

Phương nghe nhưng tảng lờ, tiếp tục đi. Tiếng nói từ đám thanh niên Mã Lai lại cất lên:

- Eh, friend! Where do you go?

Nghe giọng nói không có vẻ ác ý, Phương dừng lại. Một thanh niên biết tiếng Anh bước ra nhìn Phương và Tần rồi hỏi:

- Where are you from?

Phương đảo mắt quan sát đám thanh niên Mã chừng tám người, đa số đều để tóc dài, da rạm nắng và mặc quần áo sặc sỡ nhiều màu, nét mặt chất phác. Chàng cười xã giao đáp:

- We're from Vietnam.

Thanh niên Mã Lai đưa tay chỉ ra biển khơi hỏi tiếp:

- By boat?

Phương gật đầu.

Một thanh niên khác bước ra tặng Phương và Tần một gói thuốc ba số năm. Phương cảm ơn rồi mồi thuốc, hút những hơi dài khoan khoái. Gió đêm càng lúc càng lạnh cho nên những luồng khói thuốc lá vẫn không đủ ấm để giúp Phương khỏi run rẩy. Người thanh niên vừa tặng gói thuốc ra dấu chỉ vào ngực rồi chạy nhanh lên căn nhà gần đó đang thắp đèn măng xông sáng choang. Anh ta trở ra ngay với chiếc áo màu xanh có những sọc xuôi màu đỏ, trao cho Phương.

Phương cảm động nói:

- Thanh you very much. You are so kind.

Người thanh niên hiểu ý, mỉm cười. Thấy Tần đứng bên cạnh run bần bật, Phương nhường áo, nói:

- Tần, mày mặc áo đi! Tao chịu được.

Tần lí nhí cảm ơn rồi mặc ngay vào.

Một người khác mang đến cho Phương và Tần một nải chuối cao chín. Người thanh niên Việt Nam đơn độc cướp thuyền vượt biên không ngờ lại được những người bạn trẻ ngoại quốc đối xử tử tế nồng hậu như vậy. Phương cảm thấy ấm lòng, hạnh phúc. Điếu thuốc thơm và những trái chuối đã làm Phương bớt đói và sảng khoái hơn. Người bạn trẻ biết Anh ngữ lên tiếng:

- I have to report to the police.

Phương nghĩ ngợi vài giây rồi gật đầu.

Hút xong điếu thuốc thứ ba thì Phương thấy một ông Cảnh sát già nét mặt hiền hậu chạy xe đạp đến. Ông làm dấu bảo chàng và Tần đi theo. Phương đưa tay chào từ giã những người bạn Mã Lai tốt bụng rồi nối gót ông Cảnh sát vừa đi vừa dẫn xe đạp.

Chưa được mười phút, Phương và Tần được ông mời vào nhà và cũng là phòng làm việc của ông. Một người đàn bà đứng tuổi, có lẽ là vợ ông bưng ra hai tách trà sữa nóng và một dĩa bánh lạt mời hai người tị nạn. Phương thật sự ngạc nhiên trước sự ân cần và lịch sự của viên Cảnh sát thôn quê này. Lòng chàng dâng lên niềm cảm động và sự biết ơn vô bờ. Nơi này đích thực là thế giới tự do, khác hẳn với cảnh tăm tối, ngục tù, lừa đảo, quỷ quyệt dưới chế độ của bọn Cộng Sản miệng nói toàn những điều lý tưởng, tốt đẹp nhưng hành động thì trái ngược lại.

Trong lúc Tần và Phương vừa ăn uống vừa xem truyền hình thì ngoài cửa chừng hai chục người hiếu kỳ chen chúc nhau nhìn hai người. Bỗng có một tiếng quát to, đám đông tò mò giải tán và hai người Cảnh sát bước vào. Phương nhận ra ngay một người là tên Đại úy hung hăng hồi chiều đã đuổi xô chàng rời đất Mã. Không dài dòng, tên Đại úy cật vấn ngay:

- Tại sao mày trở lại đây?

Phương đáp bằng giọng hậm hực:

- Tao nhờ mày sửa tàu để tao đến Singapore, mày chẳng những không sửa mà còn tịch thu hết vũ khí của tao rồi đuổi đi. Lão tài công xách dao muốn bắt tao đem về nộp cho Việt Cộng. Tao thà chết ở đây chứ nhất định không để bị bắt đem về Việt Nam. Về bển tao sẽ chết thê thảm một cách chậm chạp. Mày hiểu không?

Tên Đại úy tỏ ra lãnh đạm, vừa chỉ vào viên Cảnh sát trẻ đi chung vừa dọa Phương:

- Sáng mai tao sẽ cho thằng này đem mày ra bắn.

Phương phải cố gắng lắm mới ngăn được nụ cười chế giễu, khinh miệt trước lời hăm dọa trẻ nít của tên Đại úy đã đánh giá chàng quá thấp. Phương thản nhiên bưng ly trà sữa uống ngụm chót, ngụ ý nói cho tên Đại úy Cảnh sát cộc cằn biết rằng chàng không mảy may sợ hắn và hắn muốn làm gì thì làm. Đối với bọn cai ngục quản giáo Cộng Sản tàn ác, nham hiểm chàng còn không khuất phục huống chi một sĩ quan Cảnh sát của một nước tự do với luật pháp rõ ràng. Làm gì một sĩ quan Cảnh sát có quyền và có gan hành quyết một người tị nạn chính trị? Phương cười thầm trong bụng.

Khoảng mười một giờ khuya hai người tị nạn bị đẩy vào phòng giam của Ty Cảnh sát Dungun.

Nằm trên sàn xi măng Phương cảm thấy gánh nặng ngàn cân không còn nữa. Suốt bốn mươi tám tiếng đồng hồ cọ sát với cái chết, thần kinh chàng bị căng ra như sợi dây đàn quá độ, sắp đứt. Giờ đây nằm ở chốn này yên ổn, đầu óc nhẹ nhàng, Phương thầm nghĩ "Đã thoát khỏi đời sống nô lệ Cộng Sản rồi. Mộng đã thành. Chuyến đi sanh tử đã qua. Bây giờ ở đây bao lâu cũng được. Ở tù trong một quốc gia tự do vẫn cảm thấy thoải mái hơn là sống ngoài đời dưới chế độ Cộng Sản. Cứ ăn ngủ cho lại sức cái đã."

Qua ngày hôm sau Phương bị gọi lên thẩm vấn. Tên Đại úy bắt chàng điền vào xấp giấy kê khai lý lịch cá nhân từ nhỏ đến khi trưởng thành và kể rõ số súng đạn chàng có. Sau bốn tiếng đồng hồ bị điều tra, Phương hỏi:

- Bây giờ ông giải quyết thế nào? Tôi có được đưa đến trại tị nạn hay không?

Tên Đại úy trả lời cộc lốc:

- Mày sẽ bị trả về Việt Nam.

Hôm trước khi nghe hắn hăm dọa bắn bỏ Phương muốn cười khì, bây giờ chàng cảm thấy lo sợ, hoang mang không biết tên Đại úy hách dịch này nói thật hay hắn dọa nạt, đùa giỡn trên sự băn khoăn, căng thẳng của chàng.

Về đến phòng tạm giam đã gần bảy giờ tối. Tần đưa cho Phương phần cơm của chàng. Phương cầm lấy rồi lạnh lùng ném gói cơm vào góc phòng. Tần ngạc nhiên hỏi:

- Sao vậy Phương?

- Tao không ăn.

Tần nhặt gói cơm mang đến cho Phương:

- Ăn đi! Không ăn chịu sao nổi.

Phương quát lớn:

- Tao nói tao không ăn. Mày nghe rõ chưa? Đừng có làm phiền tao nữa! Mày không biết gì đâu.

Thấy bạn nổi giận, Tần lặng lẽ bước đến cửa song sắt phòng giam, nhìn ra ngoài hành lang, nơi có viên Cảnh sát già đứng gác. Phương nghe Tần "ê a" mấy tiếng rồi ra dấu xin thuốc lá. Chàng lắc đầu chán ngán, nằm xuống nhắm mắt lại để khỏi thấy cảnh xin xỏ bực mình của thằng bạn đồng hành bất đắc dĩ.

Phương đã quyết định bắt đầu tuyệt thực từ tối nay. Và nếu cần, chàng sẽ cắn ngón tay lấy máu viết lên tường để phản đối việc trao trả chàng cho Việt Cộng. Nghĩ xa hơn, nếu việc tuyệt thực vô hiệu, chàng sẽ lao đầu xuống đường tự sát trên chuyến đi dẫn độ về Kuala Lumpur. Tiến trình hành động đã được sắp đặt rõ ràng, quy củ nên Phương cảm thấy nhẹ nhàng trong lòng và đi vào giấc ngủ.

- "Phuông! Phuông!"

Mơ màng nghe tiếng ai gọi tên mình trài trại, phát âm không đúng, Phương mở mắt nhìn ra cửa phòng giam. Một Đại úy Cảnh sát vóc người nhỏ nhắn, nét mặt trí thức và dễ mến hơn tên Đại úy to con hống hách, hỏi Phương:

- Tại sao anh không ăn?

Phương đáp dọ dẫm:

- Tại tôi buồn quá!

- Buồn chuyện gì?

Thấy có hy vọng, Phương đi vào vấn đề:

- Hồi chiều ông Đại úy kia nói rằng sẽ trao trả tôi cho chính quyền Việt Nam. Tôi tuyệt thực phản đối.

Tôi muốn được đưa đến trại tị nạn để sau đó sẽ đi Úc hay Hoa Kỳ. Xin ông cho biết hư thực ra sao.

Viên Sĩ quan từ tốn đáp:

- Không, anh sẽ không bị trả về Việt Nam.

Phương mừng rỡ hỏi lại:

- Các ông sẽ không giao tôi cho Việt Cộng và sẽ đưa tôi đến trại tị nạn à? Có thật không?

- Phải, đó là sự thật. Tuần sau anh sẽ được làm giấy tờ vô trại tị nạn, nhưng anh không được tuyệt thực nữa. Anh phải ăn chúng tôi mới đưa anh nhập trại. Bây giờ ăn đi.

Phương vui mừng đáp nhanh:

- Cảm ơn ông, cảm ơn ông nhiều lắm! Tôi ăn, tôi ăn ngay.

Viên Đại úy trẻ gật gù, bước trở về văn phòng.

Cơm lạnh tanh nên Phương ăn một chút rồi thôi. Niềm vui rộn ràng trong lòng nên Phương không thấy đói. Chàng tưởng tượng cảnh sống đông đúc, nhộn nhịp trong trại tị nạn với các cô gái dễ thương chàng sẽ gặp, đến chuyến phi cơ chở chàng đến đệ tam quốc gia để định cư.

Những hình ảnh tươi đẹp, sống động tiếp nối nhau hiện ra trong tâm tưởng người thanh niên và chàng đi vào giấc ngủ lúc nào không biết.

Sau khi biết rõ hoàn cảnh và lý do bị giam của Phương, Mohammed, người Cảnh sát trung niên chịu trách nhiệm canh giữ phòng giam có cảm tình và hay trò chuyện với chàng.

Có lần ông than với Phương là ông bị bệnh đái đường, đứng gác như vầy mệt quá và nhờ Phương canh chừng cấp trên để ông ngả lưng nằm lên tờ giấy báo trải trên nền xi măng mà nghỉ ngơi. Phương nhận lời, nhìn lên lầu hai, nơi các sĩ quan làm việc xem có xếp nào đi xuống thanh tra để báo động cho Mohammed. Phương cảm thấy buồn cười hết sức, tù canh chừng Cảnh sát. Công việc tình nguyện này làm cho đời sống tạm giam đỡ buồn chán và chàng cảm thấy rất mến ông bạn này. Để đền ơn, Mohammed thường xuyên cho Phương thuốc lá, kẹo. Một ngày nọ viên Cảnh

sát bệnh hoạn có giờ canh tù sớm hơn thường lệ, đến bên
song sắt, mỉm cười nói nhỏ với Phương:

- Hôm nay có món điểm tâm đặc biệt cho bạn.

Nói xong Mohammed cẩn thận quan sát chung quanh rồi
dỡ chiếc nón Cảnh sát lấy ra gói mì xào còn nóng hổi, lẹ
làng dúi vào tay Phương bảo:

- Ăn đi, ngon lắm!

Phương quá đỗi ngạc nhiên và cảm động vô ngần trước
tình bằng hữu tuyệt vời này. Chàng chưa kịp nói lời cảm ơn
thì Mohammed kéo ống quần lên rút ra mấy cây kẹo được
kỹ lưỡng nhét trong vớ cao. Phương cười, Mohammed cũng
cười.

Mỗi khi nhận được quà bánh, thuốc lá, Phương đều chia
đôi với Tần. Tuy vậy Tần vẫn hay xin xỏ mấy người Cảnh
sát trực gác. Phương không hài lòng nói:

- Tần, người ta cho thì lấy chứ đừng xin, coi không
    được. Đừng làm mất mặt người Việt Nam.

Tần làm thinh không nói gì. Phương cứ tưởng Tần đồng
ý và không làm nữa, nhưng chàng lầm, Tần vẫn chứng nào
tật ấy. Phương rất chán nản tỏ ra lạnh lùng không muốn nói
chuyện với hắn và mong được sớm nhập trại để khỏi sống
chung đụng với tên ngư phủ khó ưa này.

Vào những lúc Mohammed không có giờ gác tù, Phương
thường nói chuyện với Ali, ông Cảnh sát già, dáng dấp gầy,
gương mặt xương, thường hay đùa giỡn. Tuy không thân
với Ali bằng Mohammed, nhưng Phương thích Ali vì ông
rất vui tính. Một hôm vừa vào đến hành lang phòng giam,
Ali hạ thấp người xuống, xoạc hai bàn chân thành hình chữ
V, giả làm con vượn, khệnh khạng tiến về phòng giam của
Phương khiến chàng ôm bụng cười đến chảy nước mắt. Ali

còn coi tay cho Phương và nói rằng chàng sẽ có hai vợ và hai con.

Những ngày phải ở phòng tạm câu lưu Cảnh sát Mã Lai chờ đợi là quảng thời gian hạnh phúc của Phương. Tất cả những Cảnh sát viên canh giữ đều ít nhiều có cảm tình với chàng và đối xử rất lịch sự. Chỉ tiếc một điều là niềm an vui đó không trọn vẹn bởi vì lòng tham hạ tiện, khả ố của Tần đã làm Phương nổi giận khiến cảnh sống chung trong phòng giam trở nên ngột ngạt.

Mohammed là một người có lòng từ thiện, thích giúp đỡ tù nhân. Một buổi trưa, ông mang kẹo và thuốc lá đến tặng Phương và Tần. Sau đó ông lại biếu cho người tù ở phòng giam kế bên. Gã ngư phủ tò mò nhìn trộm thế nào không biết, nói với Phương:

- Ổng cho bên đó một gói thật bự.

Phương ném cái nhìn khinh bỉ về phía Tần và không góp chuyện. Hắn bước ra phía cửa phòng giam thò tay qua song sắt, làm dấu xin người tù Mã Lai phòng kế bên cái gì đó. Cơn giận lên cực điểm, Phương hét lên:

- Tần, mày làm cái gì đó? Lại xin đồ nữa hả?

Tần ấp úng:

- Tao, tao...

Đôi mắt Phương sục sôi căm phẫn, long lên như con cọp bị thương, hai bàn tay xòe ra theo thế võ "Karaté." Trong bốn giây chàng có thể phóng đến tấn công Tần như vũ bão và không cách gì kẻ hèn mọn chống đỡ nổi bởi vì cơn thịnh nộ đã khiến sức mạnh trong người Phương cuồn cuộn như thác lũ. Phương rất muốn đập Tần một trận cho bõ ghét, nhưng chàng kịp thời dằn lại vì không muốn người Mã Lai hiểu lầm và nghĩ rằng mang thân tù ở xứ người mà không biết thương mến đùm bọc nhau còn đánh lộn. Dù Phương không muốn Tần làm mất thể diện cả dân tộc Việt Nam và có lý do chính đáng để sử dụng võ lực sau khi đã dùng lời nói khuyên ngăn không được, nhưng làm sao những người ngoại quốc hiểu được đây. Người trai trẻ vong quốc nghiến răng cố nuốt giận, nói với Tần:

- Từ nay về sau mày đừng nói chuyện với tao nữa.

Coi chừng tao sẽ đánh mày một trận thê thảm. Nhớ đó.

Quả đúng như lời viên sĩ quan Cảnh sát hứa, mười ngày sau đêm Phương tuyệt thực, ban căn cước lý lịch của Ty Cảnh sát mời Phương và Tần lên chụp hình và làm giấy tờ nhập trại. Họ còn gọi thợ hớt tóc vào cắt cho hai người tị nạn. Phương từ chối nhưng không được.

Đến ngày thứ hai mươi tám, Phương và Tần được lên xe "Jeep" để vào trại. Tên Đại úy đã từng hăm bắn Phương đến bắt tay chàng dặn dò:

- Don't jump! We're taking you to the camp.

Phương nghĩ thầm "Tên thô lỗ này cũng hiểu mình khá nhiều đấy chứ!"

Chàng mỉm cười lịch sự đáp:

- No, I won't. Thank you for your concern.

Tên Đại úy cũng mỉm cười.

Phương rất tiếc là không gặp Ali và Mohammed để bắt tay từ giã.

Xe chuyển bánh đưa hai thanh niên tị nạn vào trại Pulau Besar thuộc tỉnh Trengganu (còn gọi là Terengganu). Nhìn phố xá chung quanh, lòng Phương ngập tràn sung sướng, mãn nguyện và phấn khởi. Chàng có cảm tưởng mình vừa được chào đời lần thứ hai.

Tự do của con người quý báu và thiêng liêng như vậy! Những kẻ gian ác xâm phạm, đi ngược lại nhân quyền tối thượng này sớm muộn sẽ bị tiêu diệt.

Chương 51

𝒩hững ngày đầu tiên ở trại tị nạn, Phương chán nản, cô đơn, câm lặng, nhìn mọi người dửng dưng. Chàng hơi bực bội, chỉ mong rời trại càng sớm càng tốt. Ước muốn ấy không được toại nguyện nên Phương phải tìm một nguồn sống hứng khởi cho tháng ngày chờ đợi ở đây, dù đó là một cái gì không chắc chắn.

Trong ca đoàn nhà nguyện, Nhã Lan là người nổi bật nhất. Với chiếc mũi thật xinh và vầng trán cao, gương mặt nàng trông thanh thoát, sáng tươi. Nhã Lan nói năng ngọt ngào, duyên dáng, được thiện cảm của mọi người. Phương thản nhiên nhìn ngắm nàng vì chàng không nghĩ rằng mình sẽ có bạn gái trong thời gian trú ngụ ở đây. Tự nhiên tình cảm Phương chai lì như thế.

Cho đến một đêm. Một đêm bình lặng như những đêm khác ở trại tị nạn. Một đêm lòng Phương hé mở, đón nhận một sinh động cho nếp sống tạm bợ trong những ngày long đong đất khách.

Trên đường từ nhà nguyện về nhà, Nhã Lan và Phương chung bước. Một cơn gió thoảng nhẹ nhàng, êm ả luồn vào hồn người thanh niên.

- Đêm nay tối quá Lan nhỉ?

- Dạ

- Nhã Lan! Trong ca đoàn anh thấy Lan là người
  xinh và dễ thương nhất.

Nàng cười ranh mãnh:

- Anh làm bộ khen để em khen lại đấy à?
- Lan nghĩ sai rồi, anh có gì để được khen. Thôi, nên
  nhận đi. Vì từ chối một lời khen tức là muốn được
  khen thêm lần nữa. Anh chỉ khen một lần thôi.

Nhã Lan cười sung sướng lúng túng không biết đối đáp
ra sao. Phương chuyển đề:

- Lan tới đây bao lâu rồi?
- Dạ, được hơn tháng.
- Xin đi Mỹ hay Úc?
- Dạ Thụy Sĩ.
- Thụy Sĩ?
- Dạ
- Có thân nhân ở đó?
- Dạ. Còn anh?
- Mỹ hoặc Pháp chưa biết được. Đâu bốc sớm là đi.
  Ở đây chán quá!
- Gần đến nhà em rồi, xin phép anh.
- Chúc Lan ngủ ngon
- Cám ơn anh. "Bonne nuit."

Chương 52

Căn nhà lá của Nhã Lan quá nhỏ, có thể gọi là chòi. Ngọn đèn dầu tỏa ánh sáng lù mù đặt trong một góc trên chiếc phản. Nàng chào Phương bằng nụ cười rất tươi, lễ phép nói:

- Mời anh Phương ngồi.
- Em đang làm gì đó?
- Nhà mới ăn cơm, em vừa dọn dẹp xong.
- Trễ thế?!
- Dạ.
- Ba em đâu?
- Thầy em đi xem ti vi rồi.
- Tối nay em có lên ca đoàn không?
- Không anh.
- Ừ, cũng chả có gì. Hát thánh ca hoài chán chết! Mình ngồi đây nói dóc vui hơn.

Nàng mỉm cười rót nước mời khách, Phương hỏi:

- Đêm văn nghệ giao thừa vừa qua em thấy sao?
- Khá. Phải không anh?
- Bài "Mừng xuân" với lời chúc khá độc đáo đấy.
- Dạ

- Lan này! Em nghe anh hát thế nào? Thiên hạ vỗ
  tay quá nhưng anh không biết họ tán thưởng tiếng
  anh hát, hay là họ hoan hô cái đầu trọc của anh.

Nhã Lan phì cười:

- Có lẽ cả hai. Giọng anh hay đấy chứ.
- Anh không biết. Đây là lần đầu tiên trình diễn đơn
  ca. Anh nghĩ có lẽ nhờ lời ca hợp cảnh và dáng
  điệu tự nhiên của anh trong lúc hát. Nếu theo tiêu
  chuẩn nghệ thuật, căn bản nhạc lý thì anh dưới
  trung bình nhiều lắm.
- Anh còn nhớ anh chàng Cảnh sát Mã Lai không?
- Nhớ chứ. Anh ta hát cũng khá truyền cảm, em hở?
- Dạ. Anh chàng cứ mời em đi Trengganu hoài.
  Em muốn trêu anh ta, định hỏi đi với mục đích gì.
  Nhưng em quên mất chữ đó.
- "What for?"
- Dạ. Em mất bình tĩnh, không nhớ được.
- Thấy anh ta thật tội, cứ lúng ta lúng túng. Anh
  muốn giúp mà chẳng biết làm sao?

Nhã Lan trố mắt:

- Anh muốn giúp anh ta? Sao vậy?

Phương bật cười.

- Vì anh ta là đồng phái với anh. Thanh niên ai
  cũng có lần qua những giây phút đó. Bởi thế anh
  rất thông cảm anh ta.
- Hẳn ngày xưa anh cũng như thế hả? Anh kể em
  nghe đi.
- Em không cười anh à. Anh coi em như em gái anh
  anh mới kể.
- Dạ. Em đâu dám cười anh.

Phương kể nàng nghe những mẩu chuyện vụng dại, ngây thơ trong thời gian còn ở Trung học, những ngờ nghệch khi tiếp xúc với bạn gái. Có cô bạo dạn nắm tay Phương khiến chàng bối rối đứng ngẩn ngơ. Lần khác chỉ cần "bước một bước" ngắn là Phương có thể hôn họ được, nhưng chàng không làm gì cả. Sau này nghĩ lại thấy mình hơi khờ khạo. Nhã Lan say sưa lắng nghe. Chắc hẳn đây là lần đầu tiên nàng được một người con trai nói cho nàng nghe chuyện tình cảm của họ một cách tự nhiên.

Phương tỏ lộ cho Nhã Lan biết rằng chàng thích quen biết nhiều bạn gái nhưng chưa muốn lấy vợ. Phương cho nàng biết chàng chưa có một định hướng dứt khoát trên phương diện tình cảm. Đôi lúc cũng nghe thèm một mái ấm gia đình, có vợ hiền, con ngoan. Rồi lại sợ mình sẽ chán cảnh sống êm ả, bình thường sau một thời gian ngắn. Đời sống phiêu bồng lãng du có vẻ hấp dẫn hơn. Trên bước đường giang hồ sẽ dừng chân nhiều lần thưởng thức những bông hoa tươi thắm bên đường. Rồi lại cất bước. Cứ thế, vô định. Đàng nào cũng có ưu và khuyết điểm. Bây giờ chưa biết. Chờ thử xem. Đôi khi tình yêu đến, mãnh liệt lôi cuốn, bẻ gãy mọi ý chí của mình. Lúc ấy mình sẽ có chọn lựa, một lựa chọn do ảnh hưởng nặng nề của con tim.

Phương nhìn Nhã Lan với ánh mắt nhiều ý nghĩa, tiếp:

- Vì thế những bạn gái anh, khi họ nghe anh nói thế họ lẩn tránh anh. Kể ra các cô cũng khôn thật.

Nhã Lan hồn nhiên cười.

Phương bắt sang chuyện thơ văn. Đọc nàng nghe những bài Đường thi, những bài thơ tiền chiến, thời chiến ... Nhã Lan chú tâm một cách thích thú. Trước khi nàng cảm thấy chán, Phương chuyển sang chuyện học thi trong kỳ Tú Tài một.

Ở tỉnh nhỏ không có ban C, Phương đành phải tự học. Những thằng bạn học chung từ lớp Đệ thất hầu hết theo ban B. Bởi Phương không có khiếu về Toán, lại chẳng ưa làm con mọt Vạn vật nên tự học ban Văn chương.

Một thằng bạn có ngôi nhà của cha mẹ bỏ trống kéo Phương đến học cho vui. Dần dần các bạn bè kéo đến xin nhập bọn. Tính luôn Phương là đúng một chục mạng. Mỗi thằng có một tư thế học: thằng ngồi bàn, thằng đứng, thằng đi tới đi lui, thằng làm Toán trên bảng, thằng "gạo" Lý hóa, thằng ôn Sử địa, thằng làm "Etude de texte." Phương lừng khừng ôm quyển Luận đề văn chương dày cộm, ngồi bệt xuống nền xi măng, tựa lưng vào tường chăm chú đọc.

Có tiền thì cả đám kéo đi quán uống cà phê. Không đủ tiền ngồi quán phá cô chủ thì mua cà phê đen đựng bọc xách về, thằng hớp một ngụm, cũng đậm đà tình nghĩa.

Một lần, gần nửa đêm, thằng Quảng rủ anh em ra quán. Mười chàng học sinh kéo đi như một cuộc hành quân diệt Cộng. Đường phố vắng lặng, cả bọn vừa đi vừa trò chuyện vang vang. Một chiếc xe đạp ngược chiều, tiến về phía họ.

- Tụi mày đi đâu mà sải như ngựa vậy?

- A! Thầy. Tụi con đi uống cà phê.

- Trời đất! Giờ này tụi mày đi uống cà phê. Chừng nào mới đi ngủ?

- Dạ, ba, bốn giờ sáng.

Ông thầy dạy Pháp văn la mắng, giọng đầy thương mến lũ học trò chăm ngoan:

- Tụi mày muốn nám phổi hết à? Học vừa thôi chứ! Thôi, mai ráng ngủ sớm nghe!

- Dạ. Mời thầy uống cà phê với tụi con.

- Thôi. Tao phải về, cô tụi mày trông.

Ông đạp xe đi. Bọn Phương nhìn nhau cười. Một thằng cất tiếng nhại mấy câu Pháp ngữ mà ông thầy hay lặp đi lặp lại khiến cả bọn cười vang khu phố tĩnh mịch.

Học khuya đói bụng nên bọn Phương tổ chức nấu cháo. "Ông tướng" nào cũng lười nên phân công bằng cách rút thăm. Công việc được chia làm ba phần. Đầu tiên là vo gạo và trông nom nồi cháo; kế đến là làm đồ ăn, thường thường là củ cải muối trộn giấm, đường, ớt; việc sau cùng là rửa nồi, rửa chén. Công tác thứ ba này thằng nào cũng ớn, vì ăn no đâm lười không muốn làm gì cả.

Quyển tự điển Pháp văn của Phương được trưng dụng thường xuyên để rút thăm. Mỗi người lần lượt mở tự điển. Nhìn con số thứ tự của trang bên mặt mà tính điểm như đánh bài cào ba lá. Thí dụ mở nhằm trang 271 là bù, trang 748 là chín nút. Phương cùng các bạn lần lượt thi tuyển ba lần cho ba công tác ẩm thực theo thứ tự như trên.

Công tác nấu cháo thằng Quảng phải thi hành vì nó bù, số 848. Phần làm đồ ăn thằng Thường một nút, chắc phải làm. Nhưng nó chưa phải là người cuối cùng. Còn thằng Quảng. Quảng hí hửng nói với Thường:

- Thôi đi làm đi mày. Nhắm mắt tao cũng "ăn" mà.

Nó đưa tay lật trong khi cả chục cặp mắt nhìn vào trang sách, 352.

Năm, sáu giọng cất lên một lúc:

- Thằng Quảng bù nữa.

Tiếng cười như vỡ chợ. Toàn, chủ nhà, ra hiệu cho mọi người cười nhỏ lại để hàng xóm nghỉ ngơi. Thằng Quảng mặt mày bí xị.

Đến lần chọn thứ ba cho việc rửa chén, rửa nồi. Kỳ này thằng Hiển bù, giao công tác vệ sinh cho nó. Nhưng nó khiếu nại.

- Thằng Quảng chưa lật. Nó chuồn đâu rồi?

Mọi người kiểm điểm "quân số." Thiếu thằng Quảng. Sau cuộc rút thăm lần thứ hai, anh chàng biến đâu mất. Cả bọn chia nhau tìm. Lát sau thằng Hiển lôi thằng Quảng, còn đang quấn mền ra trình diện. Anh chàng cười méo mó. Hiển cười hề hà:

- Ra đây tía non. Đừng có chơi mánh nhá.

Lần này thằng Quảng lại bù nữa. Mọi người cười bò lăn bò càng, cười chảy nước mắt, ruột phèo nhảy lung tung. Trận cười kéo dài khoảng hai phút với tất cả âm thanh của mười buồng phổi cộng lại. Có thằng chịu không nổi đấm bàn, giậm cửa rầm rầm. Chờ trận bão cười lắng xuống Phương nói:

- Hai thằng lật lại đi!

Hiển được 7 nút. Quảng 4 nút.

Đây là một sự kiện hi hữu. Thằng Quảng phải làm cả ba công tác trong một đêm.

Nhã Lan nhìn Phương trìu mến, nói:

- Kỷ niệm của anh đẹp và vui quá hở?!

- Bây giờ nhớ lại thấy buồn buồn em ạ! Trong bọn chỉ có thằng Toàn là may mắn nhất. Hiện nay nó đang ở Pháp. Thằng Hiển nghe nói đã tử trận. Số còn lại bây giờ tứ tán ở Việt Nam.

Phương cúi đầu không nói gì. Căn nhà bé nhỏ cũng lặng thinh. Giây lát Phương ngẩng lên hỏi Nhã Lan:

- Mấy giờ rồi em?

- Dạ hơn mười giờ.

- Mãi nói chuyện quên cả giờ giấc. Thôi anh về. Lan này, những lúc rảnh rỗi em làm gì?
- Buổi chiều em đi bơi. Sáng sớm em dạo biển.
- Cảnh biển buổi sáng chắc đẹp lắm em hở?
- Dạ
- Anh lười đi bơi quá! Không chừng anh bắt chước em đi ngắm cảnh bình minh trên bãi biển xem thế nào.

Lan cười thật tươi tiễn Phương ra cửa.

Chương 53

Sáng hôm sau Phương dậy sớm, ra bãi biển. Một vùng ửng đỏ trên nền trời xanh nhạt bên kia làng Merang. Mấy người bạn đi thăm lưới về, được vài con cá nhỏ, cười chào Phương. Mặt biển phẳng lặng một màu xanh biếc làm nổi bật những xác tàu không vẹn hình hài nằm chơ vơ trên bãi. Khí trời thật tươi mát.

Nhã Lan thong dong đếm từng bước hướng về Phương. Một niềm vui nhè nhẹ len vào hồn, Phương mỉm cười chào nàng. Nhã Lan tươi tắn đáp lại.

Phương hỏi:

- Đêm qua em ngủ ngon chứ?

- Dạ. Anh ra sớm quá nhỉ?

- Ra sớm để kịp thấy mặt trời chớm nở hoa.

Nhã Lan nghiêng đầu nhìn Phương, như muốn tìm hiểu ý tưởng của chàng khi nói câu ấy.

Phương cười nụ, bước đến mé nước:

- Lan có thấy dã tràng bao giờ chưa?

- Chưa anh ạ.

- Có nhiều lúc anh nghĩ rằng mình là một thứ dã tràng trong cuộc đời này.

- Sao anh bi quan vậy?

- Em xem. Giữa cảnh trời đất bao la như thế này, con người có khác chi loài dã tràng yếu đuối. Xây đắp sự nghiệp rồi cũng trở về tay trắng. Một kiếp phù du phải không em?

Nàng thoáng nhìn Phương rồi bâng khuâng dõi mắt ra biển khơi. Chập sau Nhã Lan chỉ tay về dãy cát cong cong đằng xa:

- Anh biết em đặt tên chỗ đó là gì không?

- Là gì hở em?

- Mũi Cà Mau.

Phương bật cười:

- Mũi Cà Mau của Mã Lai?

- Giống quá phải không anh?

- Ờ, em hay lắm!

Nhã Lan cười như đóa hoa buổi sáng.

Chương 54

*N*hững ngày theo sau Phương thường ngắm cảnh biển với Nhã Lan và đến nhà nàng thường hơn. Vào một buổi tối Lan mời Phương dùng kem "flan." Chàng làm khó:

- Em đút anh mới ăn.

Nhã Lan nhìn Phương ngạc nhiên. Phương tiếp:

- Nếu không, anh không ăn đâu.

Lan mỉm cười chiều lòng Phương:

- Ngon quá! Em làm đấy hở?

- Dạ.

- Hôm nào em dạy anh nghe.

- Thôi, em hổng dám đâu.

- Ước gì . . .

- Ước gì anh hở?

- Ước gì anh có vợ, ăn có người đút, khỏi mất công. Em thấy có ai lười hơn anh không?

Nhã Lan nhìn Phương, vừa cười vừa lắc đầu, mái tóc dài rung rung thoảng mùi hương dịu dàng.

- Em cho anh ly nước.

Nàng rót, rồi trao Phương. Chàng không cầm, bảo:

- Em cho anh uống đi.

- Trời ơi! Anh!

Phương nhìn nàng tình tứ. Rồi như bị thôi miên Nhã Lan nâng cái ly thủy tinh lên môi Phương. Những giọt nước thật ngọt. Người thanh niên tưởng chừng như vừa uống những giọt sương trinh trên môi thiếu nữ chưa một lần yêu đương.

Chương 55

$\mathcal{M}$ột buổi sáng yên bình, gặp nhau ở "mũi Cà Mau" Phương nói:

- Em ạ! Đêm qua anh nằm mơ thấy hai chuyện. Em muốn nghe anh kể không?

- Anh kể đi.

- Chuyện thứ nhất, anh thấy ba anh rượt đánh anh không hiểu vì lý do gì. Ông đã mất cách nay mười năm rồi. Ít khi anh chiêm bao thấy ba. Thật là khó hiểu. Còn chuyện thứ hai là ...

Phương ngập ngừng, ngồi xuống, đưa mắt ra hiệu bảo nàng cùng ngồi.

- Chuyện thứ hai anh thấy em và anh . . .

Phương ngưng nói, lượm que củi nhỏ viết lên cát chữ "mình hôn nhau." Nhã Lan "A!" một tiếng lớn, đứng lên quay mặt đi, rồi ngồi xuống viết "em ghét anh."

Chàng trai mỉm cười.

Lan nói:

- Muốn em dùng chữ gay gắt hơn không?

- Đó là giấc mơ, em để ý làm gì.

Nàng mỉm cười cùng Phương sánh bước về.

Phương đột nhiên nắm tay Nhã Lan. Quá bất ngờ nàng không kịp có phản ứng. Giây lát nàng nhẹ rút tay ra, nói:

- Anh không cần phải nhờ em dẫn đường.

Phương chịu thua, nhìn nàng cười nhẹ nhàng.

Đôi bạn trẻ tiếp tục trò chuyện vui vẻ trên đường trở về trại.

Chương 56

*N*hững ngày sau đó Phương nhận thấy có nhiều khác lạ nơi Lan. Có lần gặp chàng ngoài bãi cát nàng lờ đi luôn. Phương cũng không đến hỏi chuyện.

Nhưng khi Phương đến nhà, Lan vẫn niềm nở, vui tươi. Có lúc Phương chợt bắt gặp ánh mắt nàng nhìn Phương thật lạ, như muốn nói điều gì thầm kín.

Dần dà đôi bạn trẻ thân nhau hơn. Tiếng xưng hô "anh, em" bây giờ càng thêm thắm thiết. Nàng thường gọi những người lớn tuổi hơn mình bằng anh và xưng em. Bây giờ Phương cảm thấy tiếng "anh, em" giữa hai người có nồng độ của tình nhân. Nhã Lan hay vuốt nhẹ cánh tay Phương nói:

- Anh gầy quá!

Chàng cười:

- Anh không thích mập em ạ.

Một buổi trưa ở nhà nàng, Nhã Lan nhìn Phương chan chứa mến thương rồi dùng Anh ngữ nói thật nhanh cốt giấu đi sự bối rối, e thẹn:

- I'll kill you if you don't tell me about your love.

Phương thoáng ngạc nhiên, mỉm cười đáp:

- You won't be able to kill me.

Sau đó đôi bạn trẻ đùa giỡn nhau. Nàng đánh vào bàn tay Phương. Chờ lúc Lan sơ ý, Phương cúi xuống cắn vào bắp tay nàng. Lan hờn dỗi:

- Em nghỉ chơi với anh.

Thốt xong, Lan lên giường nằm quay mặt vào vách, mái tóc nàng lòa xòa chảy dài xuống gối. Lòng rộn ràng hạnh phúc, Phương đứng lặng nhìn một chặp rồi ra về.

Đêm sau Phương đến chơi, nàng không tiếp. Phương thắc mắc không hiểu chuyện gì. Đêm kế chàng trở lại.

- Lan! Chuyện gì vậy? Anh đã làm điều gì phật ý em?!

- Tại sao lại không?

Thấy Phương không nói gì, Nhã Lan tiếp:

- Anh có muốn nghe em nói không?

- Anh rất muốn nghe.

- Em có cảm tưởng là anh lợi dụng em

- Thật anh không ngờ là em giận anh vì lý do đó.

Anh không ngờ em xem thường anh như vậy. Anh đinh ninh rằng em hiểu anh, không ngờ ngược lại.

- Anh ở địa vị khác nên không thấy và anh xem như tự nhiên. Nhưng đối với em như thế không thích hợp.

- Anh không thể chấp nhận danh dự bị tổn thương.

Tuy nhiên anh không muốn mất một người bạn.

Nhã Lan vẫn im lặng. Phương tiếp:

- Em đang mệt, hôm khác ta sẽ nói nhiều hơn. Bây giờ anh về.

Chương 57

*P*ulau Besar đêm ....

Nhã Lan em,

Thật là ngoài sức tưởng tượng của anh. Anh không ngờ là em có ý nghĩ như thế đối với anh. Và em là người đầu tiên trong trại này khinh thường anh.

Em có biết rằng sau khi nghe em nói, lòng anh dâng lên một niềm chua chát vô biên, một nỗi bực tức dữ dội khiến anh muốn xóa bỏ tất cả một cách lạnh lùng, bình thản. Nhưng anh trầm tĩnh, đắn đo từng lời để nói với em trong lúc đó.

Em ơi! Anh biết rằng bên cạnh khoái lạc bao giờ cũng có đau khổ. Em đã cho anh những giờ phút êm đềm, hạnh phúc thì em cũng có thể mang đến sự ưu phiền khổ não. Nhưng anh không ngờ là nó đến vì chuyện hiểu lầm đáng tiếc ấy.

Hỡi ơi! Thật anh không ngờ. Em có nhìn thấy cơn bão phẫn nộ đang cuồng loạn trong lòng anh không?! Anh xoay ngọn đèn, cốt ý để em thấy và cảm nhận được sự chân thành của anh. Nhưng em đã không nhìn anh.

Lan em. Đây là đầu tiên trong đời anh nghe một người bạn gái nói với anh như thế.

Em nghĩ rằng anh đến với em là vì sắc đẹp, nhục dục ư? Không, em có nét đẹp nhẹ nhàng thanh thoát chứ không mê hồn quyến rũ.

Anh đến với em vì tâm hồn em hơn là thể xác. Nếu anh cần lợi dụng thể xác một người con gái thì anh không chọn em. Anh đến với một người khác, lôi cuốn, nóng bỏng hơn em.

Trưa hôm đó, anh cao hứng đùa giỡn với em, hồn nhiên như một đứa trẻ thơ. Không hề có một tà ý nào.

Thật sự là như vậy. Tin hay không là quyền của em.

Em hiểu anh là điều tốt. Ngược lại, chẳng sao! Anh tự biết mình là đủ rồi.

Mong em sáng suốt trước khi khẳng định một điều gì để khỏi phải hối tiếc vì lầm lẫn.

Anh thân ái của em.

Chương 58

𝒮au khi trao lá thư cho Nhã Lan, Phương chờ qua ngày hôm sau đến nhà nàng.

- Anh ngồi xuống đây, anh.

Phương ngần ngại. Ba nàng đang ngủ trưa với hai đứa em. Lan ngồi trên tấm sạp nhỏ ở cuối giường. Nàng nhích vô trong bảo Phương ngồi cạnh. Quá gần. Lan như hiểu ý, đưa mắt nhìn ba nàng rồi thong thả trấn an Phương:

- Anh ngồi xuống đi.

Nhã Lan nắm tay Phương.

- Anh có nhận lời xin lỗi của em không?

Chàng im lặng nhìn bàn tay nàng đang ấp ủ tay mình.

- Anh cho em xin lỗi nghe! Em cảm thấy xúc phạm anh nhiều quá.

Phương khẽ gật. Nàng buông tay, úp mặt lên lưng chàng nức nở khóc. Phương ngỡ ngàng ngồi bất động.

- Đừng khóc nữa em!

Nhã Lan lau nước mắt, nhưng vẫn còn đôi chút sụt sùi. Chờ nàng bình thường trở lại, Phương rút trong túi áo ra đưa nàng xem tờ đơn xin đi Pháp, nói:

- Anh không biết có nên đi Pháp hay chờ Mỹ. Em giúp ý kiến anh đi.

Tuy Nhã Lan rất muốn Phương đi Pháp để sau này hai đứa dễ đến với nhau, nhưng nghĩ đến tương lai chàng, nàng đáp.

- Em nghĩ anh nên chờ đi Mỹ. Đời sống ở Pháp khó khăn hơn Mỹ nhiều.

Phương nhìn ra ngoài, bâng khuâng nghĩ ngợi.

Nhã Lan hớn hở:

- Anh này! Hôm trước em đi Trengganu mua ít "fromage Suisse." Anh dùng thử xem.

Nét mặt rạng rỡ, thanh thoát, Nhã Lan đã nhận lỗi và được Phương tha thứ. Nàng sung sướng. Lan khóc vì sung sướng. Nàng nhìn chàng với ánh mắt đầy ắp thương yêu.

Phương hôn lên tóc người tình.

- Cảm ơn em đã cho anh những ngày hạnh phúc ở đây. Đừng làm anh buồn như thế nữa nghe em! Anh thương em.

Nàng ngả đầu lên vai chàng, dịu dàng nói:

- Anh tha thứ cho em nghe. Em hứa sẽ không tái phạm. Em . . .

Nhã Lan xúc động không nói hết câu. Phương xiết chặt tay nàng, ra về.

Chương 59

𝒫hương tình nguyện phụ giúp ban đại diện trại lo việc phân phối thực phẩm ở bãi "supply" ngay bờ sông cho toàn thể người tị nạn trong trại Pulau Besar.

Một hôm văn phòng Cao ủy tị nạn Liên hiệp quốc cho chở tới một số vật liệu xây cất để làm nhà sinh hoạt cho dân trong trại. Ông trại trưởng mời hai người tị nạn có bằng Kiến trúc ra điều khiển công tác xây cất đó. Hai ông này có máu quan liêu hách dịch, nói năng như ra lệnh cho nên những thanh niên tình nguyện bất mãn, tẩy chay không thèm làm. Hậu quả là số cây ván nằm nguyên phơi nắng, phơi mưa. Phương cũng là một trong số người tình nguyện xây cất nên biết rõ sự việc. Phương nghĩ thầm: "Hai Kiến trúc sư tị nạn thật là mơ ngủ. Có phải họ là chủ công ty bỏ tiền bạc ra thuê mướn nhân công đâu mà ăn nói phách lối, khinh thị. Những người tham gia toàn là những người tốt, tận lòng giúp đỡ đồng bào trong trại chứ họ có phải là nô lệ của hai người đó đâu. Mảnh bằng Kiến trúc dù có giá trị tới đâu mà thất nhân tâm thì coi như giẻ rách.

Cái tật của nhiều người Việt Nam là như vậy đó. Chẳng biết có phải là 'ăn nhằm bã thúi' của mấy thằng Tây thực dân khốn kiếp đáng ghét hay không?"

Vì không thể đứng yên nhìn số vật liệu bị hư hỏng một

cách hoang phí, Phương bèn đến gặp ông trưởng trại nói rõ đầu đuôi câu chuyện và yêu cầu hai điều:

- Thứ nhất là chấp thuận cho Phương đứng ra điều khiển công tác đó.
- Thứ hai là cung cấp tín dụng để Phương có thể vô tiệm nước mua đồ ăn, thức uống cho anh em tình nguyện rồi sau đó ban đại diện trại thanh toán số nợ ấy.

Ông trưởng trại thấy Phương có khả năng và nhiệt tâm chân thành nên đồng ý. Phương vui lắm, chạy đi kết hợp anh em lại và tiến hành công việc ngay lập tức. Mọi người chung sức làm việc rất thân thiện và vui vẻ. Chỉ hai tuần sau là xong. Bạn đại diện trại bèn làm lễ khánh thành khá long trọng.

Trong ngày lễ khánh thành đó, không có mặt Phương. Chàng rủ một ông bạn họa sĩ - người tình nguyện vào phút chót lo việc trang trí - đi vô trong rừng nằm nghe chim hót.

Đồng bào tị nạn trong trại hầu như ai cũng biết Phương và dành cho chàng ít nhiều cảm tình.

Ngoài các công tác xã hội, Phương còn gia nhập đoàn thanh niên Chí nguyện, sinh hoạt thường xuyên với mười hai người. Đoàn viên trao đổi và bình luận tin tức chính trị. Tên Đinh bá Thi về nước sau vụ lôi thôi ở Hoa Kỳ, rồi bị tai nạn xe hơi chết vài tháng sau đó. Ai cũng hiểu là Đinh bá Thi bị đảng Cộng Sản giết.

Có một đêm, những thanh niên Chí nguyện này phát giác một chiếc tàu đang mưu toan quay trở về Việt Nam do một tên Việt Cộng xách động. Âm mưu ấy đã bị đoàn Chí nguyện của Phương phá hỏng hoàn toàn. Tên Việt Cộng bị giao cho chính quyền Mã Lai định đoạt số phận.

Buổi tối, Phương thường ghé qua nhà nguyện, hát thánh ca chung với Nhã Lan dù chàng không phải là người theo đạo Công giáo.

Những sinh hoạt liên tục tiếp nối nhau mỗi ngày giúp người thanh niên tránh khỏi sự tẻ nhạt do ăn không, ngồi rồi. Mang bản tính năng động, Phương không thích ngồi ù lì một chỗ. Song song với những hoạt động vừa kể, Phương còn dạy Anh văn cho vài người bạn ở chung nhà, viết nhật ký, chép thơ, và nhạc.

Một số thân hữu trong trại yêu cầu Phương kể chuyện vượt biên cho họ nghe. Bình trà nóng, bao thuốc lá, rồi câu chuyện bắt đầu. Qua những tiếp xúc tự nhiên, cởi mở đó Phương thu hút được nhiều cảm tình của đồng bào trong trại. Đồng thời Phương cũng bị ganh ghét bởi một tên du đãng khét tiếng mà ai cũng không muốn dây dưa tới. Hắn là người duy nhất sống sót trong nhóm bảy thanh niên bị lênh đênh trên biển cả suốt một tháng trời. Sáu người đồng cảnh ngộ với hắn đã chết khi lên bờ vì bị lủng ruột sau bữa ăn đầu tiên quá no. Qua một tháng nhịn đói, hệ thống tiêu hóa rất yếu, nạn nhân phải húp nước súp vài ngày, rồi mới ăn cháo lỏng thêm mấy ngày nữa, sau đó mới ăn cơm nhão một thời gian cho bao tử và ruột làm quen với thức ăn cứng. Sáu thanh niên kia đã chết vì ăn không đúng cách. Tên du đãng vì lý do nào đó lại còn sống. Từ đó hắn nổi tiếng là người-chết-đi-sống-lại, và có thái độ phách lối, tự phụ, nghĩ mình là trung tâm của vũ trụ.

Buổi chiều nọ, Phương được một thanh niên lai Tàu mời uống cà phê. Thanh niên này rất ngưỡng mộ sự gan dạ của Phương trong chuyến ra đi sanh tử của chàng, và muốn nghe câu chuyện cướp tàu đánh cá quốc doanh gây cấn.

Trong khi Phương thoải mái kể chuyện, một cái vỏ chai không từ bên phải chiếc bàn hai người đang ngồi bay ào tới, va chạm mạnh vào cạnh bàn. Bạn Phương giật mình nao núng. Phương biết có người muốn gây sự với mình nên bảo người bạn ngồi chung bàn:

- Anh cứ coi như không có gì. Đừng nhìn nó.

Dặn bạn xong, Phương bình thản tiếp tục câu chuyện. Năm phút sau một vỏ chai khác bay tới đập mạnh vào chân bàn. Phương mỉm cười nói với bạn:

- Nó mà liệng một cái nữa là tôi "nhậu" nó ngay.

Anh cứ ngồi yên coi tôi làm, đừng can thiệp.

Nói xong, Phương lại kể chuyện tiếp. Tên du đãng thấy Phương coi hắn không ra gì nên lặng lẽ rút lui.

Chương 60

- Thưa, bác đang sửa nhà?
- Ờ, che thêm mái hiên cho mát.
- Để cháu phụ bác cho mau.
- Cám ơn anh, không có gì nhiều. Con Lan nó đi tắm biển rồi.
- Dạ. Xin phép bác cháu về.

Từ giã ông Tấn, Phương nôn nao ra bãi. Trời đang nắng gắt không có ai tắm. Chàng bước về phía mấy cây dương, nơi đó Nhã Lan đang nằm dưới tàng cây với chiếc nón rộng vành úp trên mặt. Phương cúi lượm nhánh cây nhỏ, bước đến đập khẽ vào chân nàng. Nhã Lan dỡ nón nhìn Phương mỉm cười. Chàng ngồi xuống, hỏi:

- Em ngủ được không?

Nàng lắc đầu:

- Nắng quá anh nhỉ!
- Ờ. Em đúng là công chúa ngủ trong rừng. Anh nằm với em nhé!
- Dạ.
- Anh mới ghé nhà em. Nghe ba nói em ở ngoài này anh mừng quá. Nằm với anh thế này em có ngại gì không?

- Không anh ạ. Em cảm thấy tâm hồn thật bình yên, sung sướng. Ngày xưa đọc tiểu thuyết, tới đoạn cặp tình nhân hôn nhau em thấy ghê tởm làm sao.

Phương mỉm cười:

- Hôn nhau chỉ là một cử chỉ bộc lộ tình cảm. Lời nói không đủ để tỏ bày tình yêu. Và khi nó lên đến cao độ, người ta làm tình với nhau. Hai tâm hồn, hai thân xác cùng hòa hợp. Đó là lẽ tự nhiên của Tạo hóa. Không có gì gọi là xấu xa, đê tiện. Em hiểu chứ?

- Dạ. Có khi nào không yêu nhau mà người ta làm tình không hở anh?

- Có chứ. Họ thỏa mãn nhu cầu sinh lý hay để đổi lấy một điều lợi nào đó.

Lan ơi! Ước gì chúng ta được nằm bên nhau như thế này mãi. Anh muốn quên đời, quên hết, chỉ biết có em thôi. Tương lai, sự nghiệp anh không tha thiết tới nữa.

Phương mơ màng nhìn lên bầu trời trong vắt.

- Để anh kể em nghe câu chuyện này:

"Một khách du lịch Tây phương đến thăm nước Trung Hoa. Bữa nọ, ông ta đến một làng ven biển gặp một ngư phủ đang nằm lim dim dưới gốc cây. Khách du lịch hỏi:

- Bác không đánh cá à?

- Có chứ. Tôi đã kiếm được số cá đủ ăn hôm nay rồi.

- Sao bác không đánh thêm?

- Để làm gì?

- Để có nhiều tiền hơn.

- Có nhiều tiền hơn để làm gì?

- Để tậu chiếc tàu to hơn.

- Mua tàu to để làm gì?

- Để được nhiều cá hơn, giàu hơn.

- Giàu hơn để làm gì?

- Bác sắm thêm nhiều tàu nữa, bác sẽ làm chủ.

- Làm chủ để làm gì?

- Bác sẽ được sung sướng, khỏi phải lo nghĩ.

- Thế bây giờ tôi không sung sướng sao? Tôi đang ngắm mây bay, nghe chim hót, thưởng thức âm nhạc của biển cả, gió trời. Hà tất phải tìm kiếm hạnh phúc ở đâu xa?

Nhã Lan nhìn Phương:

- Lý thú quá anh nhỉ! Nhưng em không muốn anh vì em mà bỏ tất cả. Em không muốn anh là một người tầm thường. Em thương anh vì anh có lý tưởng cao cả. Hoài bão làm đẹp quê hương mà anh thường tâm sự với em đã làm em nghĩ ngợi thật nhiều.

Phương bóp tay nàng.

- Mình kiếm chỗ nào mát hơn. Ở đây nắng quá!

Đôi bạn trẻ tiến về chân đồi kế bên làng Merang. Dáng người Nhã Lan cao với mái tóc dài bay lượn theo từng làn gió biển dịu dàng thổi qua làm tâm hồn Phương lâng lâng trong mộng tình lãng mạn. Chàng tạm quên đi những phấn đấu, những suy tưởng gay go, căng thẳng trong chí hướng tang bồng. Phương để con tim thơ thới giữa khung cảnh an bình có nhiều mật ngọt tuổi xuân. Lách vào chòm cây khá rậm, Phương bẻ một nhánh nhỏ dùng để mở lối. Sẵn tay chàng đùa giỡn, quất nhẹ vào mông Nhã Lan mấy cái.

- Một roi, hai roi, em đáng đánh đòn lắm này.

- Em tội gì mà phải bị đánh đòn?

- Tội đi chơi với anh.

Nhã Lan giật roi:

- Anh mới đáng ăn đòn. Tội dụ dỗ em. Cúi xuống đi.

Phương làm ra vẻ sợ sệt, ngoan ngoãn nằm xấp xuống cỏ, năn nỉ:

- Em trót dại. Chị tha cho em lần này.

- Từ nay em phải nghe lời chị nhé! Lần này chị tha, chỉ cảnh cáo ba roi thôi.

Chờ Nhã Lan đánh xong, Phương bật dậy, ôm nàng ngã xuống cỏ. Đôi nhân tình cười vang hạnh phúc.

Họ cùng nằm nghiêng, tay chân ôm chặt lấy nhau, và Phương đặt nụ hôn đầu tiên lên môi nàng. Nhã Lan say sưa nhắm nghiền mắt, hơi thở dồn dập, đôi môi tiếp đón những bước đi "tango" lả lướt từ chiếc lưỡi mềm đam mê của Phương.

Một người lính gác Mã Lai từ xa tiến về phía hai người. Phương vờ như không thấy, vẫn ôm hôn Nhã Lan. Chờ anh ta đến gần, Phương buông Nhã Lan ra và nói khẽ vào tai người yêu:

- Có người đến phá đám tụi mình.

Anh ta không biết Anh ngữ, nói một tràng tiếng Mã Lai. Phương mỉm cười, gật gù, trong lúc Nhã Lan trố mắt hết nhìn người lính đến nhìn người tình.

Phương bảo Nhã Lan:

- Mình đi chỗ khác em ơi!

Phương chào người lính rồi kéo Nhã Lan đi.

Nàng thắc mắc:

- Ông ta nói cái gì mà thấy anh cứ gật đầu hoài vậy?

- Anh đâu biết ổng nói gì. Nhưng anh hiểu ý ông ta. Người Mã Lai họ rất sùng đạo. Có lẽ ông ta muốn tụi mình tìm nơi khác kín đáo hơn. Chỗ họ gác cách nơi mình nằm đâu có hơn trăm thước.

Hai bạn trẻ nhìn nhau cười. Phương đưa tay chỉ về phía đồi xanh xa xa nói:

- Mình đi về phía đó chơi nghe em?

- Dạ.

Nắng đã dịu bớt, hai người sánh bước với cõi lòng êm ả, du dương khúc nhạc tình thánh thót hòa điệu cùng tiếng sóng ầm ì đều đặn, thanh bình.

Phương bỗng hỏi:

- Ở Việt Nam em học chương trình Pháp phải không?

- Dạ, còn anh?

- Anh học chương trình Việt. Sau này lên Sài Gòn học lớp 12 ban C chung với rất đông học sinh trường Pháp chuyển qua anh thấy Pháp văn của mình còn quá yếu. Ông thầy Pháp văn già chê bai anh thậm tệ.

- Như vậy anh phải cố gắng lắm có phải không?

- Đúng vậy em, nhưng các môn khác như Triết, và Việt văn thì anh giỏi hơn họ. Mà thôi, anh đâu có ưa gì tụi Pháp. Anh chọn Pháp văn vì khi còn nhỏ, mỗi lần theo mẹ ra chợ Rạch Giá, ghé vào tiệm thuốc Tây mua vài chai thuốc các cô trong tiệm tỏ vẻ phách lối, nói chuyện thiếu lễ độ với má anh. Anh tức lắm nên chọn Pháp văn để khi cần thì dạy cho các cô ấy bài học về lễ độ.

Nhã Lan có vẻ chú ý hỏi tiếp:

- Em nghe nói ở Rạch Giá có tượng thờ anh hùng chống Pháp Nguyễn trung Trực, phải không anh?
- Đúng vậy. Anh hùng Nguyễn trung Trực đã mang tuổi trẻ và mạng sống ra cứu nước giúp dân. Trận tấn công và chiếm đồn Rạch Giá, một trung tâm đầu não tỉnh Kiên Giang đã gây thiệt hại rất lớn cho thực dân Pháp trên cả hai phương diện vật chất và tinh thần. Sĩ quan, binh lính bị giết, vũ khí bị tịch thu và tiếng vang chấn động mạnh lên tinh thần bọn thực dân Pháp đang cai trị. Vị anh hùng họ Nguyễn hy sinh cho non sông lúc mới có 30 tuổi.

Trong cuộc chiến thắng đồn Rạch Giá năm 1868 ấy, bên cạnh Nguyễn trung Trực còn có vị anh hùng lẫy lừng khác nữa là Lâm quang Ky, người Việt gốc Hoa đã yêu nước, thương dân tộc Việt Nam không kém bất kỳ anh hùng nào khác. Theo lời kể lại thì khi quân Pháp có thêm viện binh, chúng phản công dữ dội, và trong tình thế hiểm nghèo, Lâm quang Ky cùng một số nghĩa quân cảm tử tự nguyện ở lại cầm chân quân Pháp, để Nguyễn trung Trực rút lực lượng chính về Hòn Chông. Lâm quang Ky mặc chiến bào của Nguyễn trung Trực, cầm cờ lệnh, cố tình chiến đấu kéo dài thời gian. Cuối cùng, quân Pháp bắt được ông cùng với sáu nghĩa binh khác. Khi ấy, chỉ huy quân Pháp đinh ninh ông là Nguyễn trung Trực nên không cho quân truy đuổi nữa. Qua ngày hôm sau, cai đội Lượm vì biết rõ mặt Lâm quang Ky nên việc bị bại lộ. Rất tức giận, Pháp sai người

đem tất cả ra chém chết tại chợ Rạch Giá mà
không cần xét xử. Có thể nói rằng Lâm quang Ky
là một Lê Lai thứ hai.

Phương ngừng lại giây lát rồi nói tiếp:

- Nhiều cuộc tấn công kháng Pháp bị thất bại một
phần lớn là do sự tiếp tay đắc lực của bọn Việt
gian đáng chết. Thực dân Pháp quỉ quyệt đã dùng
bơ sữa chiêu dụ những tên Việt gian làm tay sai
chống lại các anh hùng quật khởi, điển hình là
Lãnh binh Huỳnh công Tấn đã dẫn binh lính ra
Phú Quốc vây đánh và bắt được Nguyễn trung
Trực. Trần bá Lộc, Đỗ hữu Phương (Tổng đốc
Phương) cũng đã cúi đầu làm chó săn cho giặc,
giết hại rất nhiều nghĩa sĩ, anh hùng Việt Nam
chống Pháp. Thật là căm phẫn và đau buồn!
Em biết không tụi thực dân Pháp đã có những
hành động vô cùng hèn hạ đáng khinh bỉ. Chúng
đã cho quật mồ những anh hùng Việt Nam để trả
thù sau khi cuộc giao chiến kết thúc. Chúng man
rợ không kém gì những dân tộc bán khai trong
rừng rú. Kinh đô ánh sáng Ba Lê chỉ là bình phong
láo khoét, vô nghĩa.

Nhã Lan góp lời:

- Đất nước mình có anh hùng và cũng không thiếu
Việt gian đáng ghét. Nếu không có lũ Việt gian
thì quê hương đỡ khổ biết bao. Làm sao ngăn
ngừa được Việt gian xuất hiện hở anh?

Phương đăm chiêu, tư lự:

- Danh và lợi là miếng mồi khó từ chối. Những kẻ
không có tâm đức sẵn sàng đàn áp người khác,

bán rẻ quê hương để đổi lấy chút tiền tài, chức tước. Muốn giảm bớt sự sinh sôi, nẩy nở của loại người ấy cần phải có một chương trình giáo dục lâu dài khởi đầu từ lớp mẫu giáo dạy về tâm dục, và đức dục. Tâm huấn ấy sẽ góp phần đào tạo nhiều người tốt và nhờ đó giảm bớt bọn Việt gian.

Nhã Lan nhẹ thở dài nói:

- Bây giờ Cộng Sản đang dùng sắt máu cai trị dân lành trên quê hương. Vô cùng bi đát, lầm than.

Phương đồng ý:

- Em nói đúng. Chúng ta cần phải tiêu diệt Cộng Sản trước. Khi lòng dân đã nổ tung thì không bạo lực nào có thể đàn áp nổi.

Nhã Lan nhìn ánh mặt trời rồi nói:

- Em phải về lo cơm nước cho thầy em. Hôm nào mình nói chuyện tiếp nha.

Hai người chia tay. Lan trở vô trại, còn Phương thì chậm rãi đi về phía một xác tàu vượt biên không vẹn hình hài đang nằm chơ vơ trên bãi cát.

Chương 61

Tâm trạng Nhã Lan trước đây gần giống cõi lòng thơ dại, u uẩn buồn của nhân vật Alissa trong quyển "La porte étroite" dưới ngòi bút André Gide. Bây giờ nàng đã bước vào chân trời mới, nhiều hương hoa, màu sắc với dáng dấp hồn nhiên đáng yêu.

Buổi tối nàng hẹn gặp Phương ở bờ sông.

- Anh. Em nói anh nghe chuyện này. Sau khi đi tắm biển với anh về, ba cấm em tuyệt đối không được gặp anh.

Phương lặng lẽ ngồi yên. Lan nói tiếp:

- Em muốn cho anh tất cả những gì quý báu nhất của người con gái. Em tức ba em quá!

Nàng ngả vào lòng người yêu khóc tức tưởi. Phương khẽ lắc đầu, hôn lên trán và ôm lấy bờ vai rung rung của nàng.

Trăng sáng vằng vặc, cỏ cây im lìm, hàng dừa và những cây dương bên kia sông đã say ngủ. Tất cả chìm lắng trong khung cảnh huyền ảo, tĩnh mịch. Mặt sông không một gợn sóng, gió đã về nơi nào xa xôi ngơi nghỉ. Nhưng phong ba đã dậy trong lòng hai kẻ yêu nhau.

Nhã Lan và Phương cùng im lặng, mỗi người mang tâm cảm riêng. Phương nhận thức mọi sự việc đều là tạm bợ. Đời người phù du. Những cơn mơ nối tiếp nhau. Kết hợp rồi xa cách. Khói mây hư ảo, sắc không. Phú quý, thị phi, vinh nhục, công danh rồi như ánh chớp. Lòng Phương chán ngán, chơi vơi. Chàng yêu Nhã Lan mệt nhoài trong vùng tâm linh siêu việt, ở đó hai người như hòa làm một, phiêu bồng miên viễn, lượn lờ trong mây gió. Không còn ngôn ngữ, không biết loài người, không nhớ mẹ cha. Tim chàng đang rung vang khúc nhạc tuyệt mỹ lạ thường. Hồn người trai đang choáng ngợp cơn bão tình với dáng dấp Nhã Lan lượn lờ trong đó. Rồi đây mai này phân ly rời đoạn. Tương phùng tái ngộ biết đến bao giờ?!

Nhã Lan vẫn còn thổn thức trong vòng tay Phương. Lan đang cận kề bên cạnh mà Phương cảm thấy nàng mất hút xa khơi. Cả người chàng không còn cảm giác. Những tiếng nấc uất ức, nghẹn ngào của Nhã Lan càng làm Phương não lòng, sầu héo. Phương đưa tay dịu dàng vuốt suối tóc đen của Lan rồi nói:

- Đừng khóc nữa em! Những giọt nước mắt của em làm anh đau nhói trong lòng.

Lan ngừng khóc, đưa tay ôm chặt lấy Phương. Đôi tình nhân bềnh bồng trong mơ ảo, hư ảnh phù phiếm. Cuộc tình hai người như chiếc lá mùa thu chao đảo trong giông bão gia phong khắc nghiệt. Thời gian dường như ngưng đọng dưới ánh trăng buồn bã.

Chập sau, Nhã Lan ngồi thẳng người lên nói nhỏ:

- Em phải về.

Phương hôn lên tóc Nhã Lan, trầm giọng nói:

- Hãy cố bình thản nghe em.

Lan đáp dịu dàng:

- Dạ. Anh về chung với em hay ngồi lại đây?

Phương xiết nhẹ bàn tay Lan đáp:

- Anh muốn ngồi lại đây một mình.

Chờ Lan đi xa, Phương rút thuốc ra mồi lửa hút. Tâm trí chập chờn xa vắng.

Nhã Lan hưởng trọn vẹn tình thương của thân phụ, được cưng chiều hết mực. Trinh nữ đã bị hứa hôn từ lúc còn bé nhỏ, thơ ngây. Người chồng tương lai nàng đang du học ở Bỉ quốc. Cha Lan cương quyết giữ tròn lời hứa. Ông đồng ý cho phép nàng giao thiệp rộng rãi, nhưng "cấm" nàng yêu. Ông muốn nàng hồn nhiên đến khi về nhà chồng. Và chưa bao giờ nàng làm nghịch lòng cha. Khi gặp Phương cuộc sống của nàng trở nên xáo trộn hoàn toàn. Một hôm, Lan tâm sự với Phương:

- Em đang sống yên ổn thì anh đến khuấy động. Em đã suy nghĩ kỹ rồi, em không muốn gặp anh nữa, nhưng em vẫn thương anh, anh nhé! Em sợ đau khổ.

Phương bất mãn nói:

- Này, nghe anh hỏi. Một vị tướng chưa ra chiến trận mà bị bắt buộc phải đầu hàng, có được không?

Nhã Lan đáp:

- Nhưng phải so sánh lực lượng hai bên chứ. Bên địch quá hùng hậu, chắc chắn phải thua.

Phương phản đối:

- Dù thế nào thì cũng phải đánh một trận, có chết cũng vui lòng.

Nhã Lan tuyệt vọng:

- Chỉ hao quân vô ích mà thôi.

Chương 62

$\mathcal{B}$ác sĩ Tuấn tiếp Phương ở chiếc lều nhà binh to lớn dùng làm nơi trú ngụ cho hai gia đình.

Ông nói bằng giọng thân mật:

- Mời Phương ngồi. Cậu uống trà nhé!

Phương ôn tồn đáp:

- Dạ, trà hay nước lã cũng được. Bác khỏe chứ?

Bác sĩ Tuấn cười thân thiện:

- Nhờ trời tôi vẫn khỏe. Sao, Phương có việc gì cần bàn với tôi?

Phương đi thẳng vào vấn đề:

- Cháu nghe nhiều người trong trại phàn nàn về việc ban đại diện không chịu phát thư liền mà mang về nhà đến ngày hôm sau mới đưa. Vấn đề ngân phiếu trong thư bị thất lạc là một đề tài gay go sôi nổi hiện nay.

Bác sĩ Tuấn trầm ngâm giây lát rồi nói:

- Việc này rất tế nhị và nhạy cảm. Tuần tới có phiên họp với ban đại diện tôi sẽ khéo léo đưa ra.

Phương nóng lòng:

- Tuần tới thì lâu quá. Hay là cháu sẽ triệu tập một buổi họp bất thường gồm có ban cố vấn của bác cùng với ban đại diện và đoàn chí nguyện của cháu cộng thêm vài người trí thức như luật sư, giáo sư trong trại. Bác thấy sao?

Biết rõ tính khí người đối diện, bác sĩ Tuấn mỉm cười:

- Cậu thấy cần phải làm như vậy thì cứ tiến hành. Tôi đồng ý với cậu.

Phương vui vẻ nói với ông trưởng ban cố vấn trại tị nạn:

- Cháu rất vui khi được bác tin tưởng và ủng hộ. Hy vọng là chúng ta sẽ giải quyết vấn đề tốt đẹp. Nếu không thì ...

Ông Tuấn hỏi ngay:

- Nếu không thì sao hả Phương?

Phương nói thẳng:

- Nếu không thì tụi cháu sẽ đảo chánh ban đại diện và mời bác ra làm trưởng trại.

Ông Tuấn xua tay:

- E rằng tôi không đủ điều kiện để hoàn thành công tác đó. Từ từ chúng ta bàn tiếp. Mình đi từ bước một Phương nhé!

Phương trấn an người bạn vong niên:

- Bác yên tâm. Đó là việc bất đắc dĩ thôi. Mình chỉ tạm trú ở đây vài tháng rồi đi. Có danh lợi gì ở mảnh đất tạm bợ này đâu. Cháu sẽ trở lại cho bác biết tình hình. Bây giờ cháu xin phép cáo từ.

Hai người bắt tay thân mật.

Rời căn lều bác sĩ Tuấn với tâm trạng thoải mái, Phương ghé nhà Trang chơi.

Thấy Phương đứng nơi cửa, Trang vui tươi chào:

- Anh Phương. Mời anh vô nhà em chơi. Anh có khỏe không?

Nghe giọng nói hớn hở của Trang, Phương đáp:

- Anh khỏe lắm Trang, chỉ bị đen vì phơi nắng suốt ngày.

Trang cười:

- Coi anh thật đúng là tướng cướp biển, nhưng là tướng cướp thư sinh.

Phương bật cười:

- Chưa bao giờ nghe bốn chữ "tướng cướp thư sinh." Trang là một nhà ngôn ngữ học tài ba đó.

Trang cười to:

- Anh Phương ơi! Nhà ngôn ngữ học cái gì. Em đặt biệt hiệu cho anh vì thấy anh giống như vậy thôi. Trời hơi nóng, để em pha ly nước chanh cho anh dùng.

Nói xong Trang bước ngay vô trong làm ly nước rồi mời Phương. Trang nhỏ hơn Phương ba tuổi, vượt biên với ông chú. Nàng rất thích và quý mến Phương, xem chàng như người anh thân thiết. Trang biết rõ sự giao du giữa Phương và Nhã Lan nên tình cảm Trang dành cho Phương hoàn toàn trong sáng như hai anh em. Trang tiếp xúc với nhiều người trong trại để sưu tập những bản nhạc thời Quốc Gia, và những bài thơ tiền chiến rồi cho Phương mượn về chép lại. Hai người rất hợp ý với nhau và buổi nói chuyện nào cũng kéo dài mấy tiếng đồng hồ. Phương rất thích tính tình cởi mở, thân ái dịu dàng của Trang. Chàng nhận thấy mình rất may mắn được nhiều người trong trại dành cho cảm tình nồng hậu. Chàng biết rồi đây trên bước đường tị nạn nơi xứ người, cuộc sống mới đầy bon chen, căng thẳng sẽ làm tâm thần chàng khô khan, trống vắng. Trong ý thức đó, Phương giao tiếp rộng rãi với nhiều người trong trại Besar để tắm mát trong dòng suối giao cảm thân mật của tình người tị nạn tha hương. Trang là một bạn hữu tuyệt vời của chàng.

Trang nhìn Phương nói:

- Anh Phương ngâm cho em nghe vài bài thơ đi.

Phương cười mỉm đáp:

- Ngâm thơ mà không có tiếng sáo thì kém hay.

Trang nhẹ hất mái tóc qua một bên nói:

- Được mà anh Phương. Nghe anh chị trong ca đoàn nói anh ngâm bài thơ "Hồ trường" rất hay. Anh ngâm cho em nghe đi. Anh uống chút nước chanh rồi bắt đầu nha.

Nhìn vẻ mặt hồn nhiên, rất dễ thương của Trang, Phương không thể từ chối:

- Được. Anh ngâm xong rồi thì Trang hát cho anh nghe chịu không?

- Được chứ anh. Anh thích em hát bài gì?

- Bài "Biển mặn."

- Dạ. Em sẽ chiều lòng Phương đại huynh.

Ngôi nhà lá nhỏ vang lên tiếng ngâm thơ, tiếng hát vừa đủ cho hai người nghe trong buổi tối thanh bình, êm ả của trại tị nạn Pulau Besar hiền hòa.

Chương 63

Phiên họp giữa ban cố vấn, ban đại diện trại và đoàn chí nguyện của Phương hoàn toàn thất bại. Hai người trong ban đại diện đã tỏ vẻ hung hăng đả kích ông Tuấn dữ dội. Phương và mấy người bạn bất mãn bỏ ra về, sắp đặt một kế hoạch riêng.

Phương gấp rút dọ ý và chọn được năm người đồng lòng quyết tâm cùng Phương làm cuộc đảo chánh lật đổ ban đại diện vì không thể chấp nhận sự ăn chận tiền tiếp tế gởi đến cho đồng bào tị nạn từ thân nhân ở các quốc gia tự do.

Nhiệm vụ của Phương là chiếm lấy phòng phát thanh và đọc bản cáo trạng hai trang tố giác sự làm việc bất chánh, dơ bẩn của ban đại diện. Các bạn thân của Phương sẽ phụ trách phần đương đầu với khoảng hai mươi hai tên an ninh dưới quyền trưởng trại. Một cuộc va chạm gay go bất cân xứng, nhưng phe nhóm của Phương không nao núng.

Ngày giờ hành động đã sắp đặt. Phương có mặt ở phòng phát thanh chuẩn bị ra tay thì bỗng nhiên có tin báo là một phái đoàn cao cấp của Mã Lai sẽ bất ngờ viếng thăm trại trong vòng 45 phút. Do đó Phương đành hủy bỏ cuộc đảo chánh và dự trù sẽ thực hiện trong một ngày không xa.

Hai hôm sau, buổi chiều tối khi đang trên đường đến nhà người bạn, Phương gặp một toán an ninh trại gồm 13 tên võ trang dao, gậy và búa. Tên trưởng toán dẫn đầu ào ào tiến đến Phương. Chàng đưa tay ra chận đám an ninh trại và lớn tiếng nói:

- Nếu các anh muốn nói chuyện với tôi thì phải đứng ngay lại, cách tôi bốn thước.

Thấy vẻ mặt đanh thép của Phương, tên trưởng toán đưa tay ra dấu bảo cả bọn đứng lại. Hắn hỏi Phương:

- Tại sao anh đánh anh Thành thê thảm như vậy?

Nhìn thẳng vào đôi mắt tên trưởng toán an ninh, Phương dõng dạc nói:

- Anh đã hiểu lầm hoàn toàn. Đêm đó nếu không có tôi can thiệp thì anh Thành chắc không còn sống. Chính tôi đã ngăn chận đám người kia và đưa anh Thành đi an toàn. Tại sao lại có chuyện sai lạc to lớn như vầy? Ai nói với anh là tôi ra tay?

Tên trưởng toán đáp:

- Có người nói là toán chí nguyện của anh đánh anh Thành vì tình nghi anh ta là Việt Cộng.

Phương phản đối:

- Hoàn toàn sai. Tôi biết anh Thành không phải là Việt Cộng. Đám Việt Cộng xách động lén lút mang tàu rời khỏi trại tị nạn chạy về Việt Nam đã bị chúng tôi phát hiện lúc 3 giờ sáng cách đây năm ngày. Chúng tôi đã giao họ cho Cảnh sát Mã Lai xử tội. Việc anh Thành bị đánh là do thù oán cá nhân với ai tôi không biết. Bây giờ các anh đã biết rõ sự thật. Hãy đi điều tra đi.

Nói xong Phương ung dung bước như không có chuyện gì xảy ra.

Vài phút sau, bốn người bạn trong nhà 49A kéo lên tiếp cứu Phương. Chàng cảm ơn những người bạn ấy và cho họ biết rằng chàng đã giải quyết xong một cách êm thắm. Đám an ninh trại vẫn không để Phương yên. Chúng tâu cáo, vu khống chàng với Cảnh sát Mã Lai và Ty Cảnh sát địa phương gởi giấy mời Phương ra gặp họ. Nhìn tờ giấy mời, Phương biết là thật nên bình thản xuống ca nô qua bên kia sông gặp hai Sĩ quan Cảnh sát. Phương cười lớn khi nghe Cảnh sát nói rằng chàng bị tố cáo là Việt Cộng. Phương bình tĩnh trình bày rõ ràng mọi việc và quay ngược lại tố giác bọn an ninh và ban đại diện trại. Hai người Sĩ quan thấy lý lẽ của Phương vững chắc nên xin lỗi chàng và mang ca nô đưa chàng trở về làng Besar.

Trong khi Phương ngồi nói chuyện với Cảnh sát Mã Lai thì một người bạn thân của Phương nghe tin tụi an ninh tiếp xúc với Phương rồi không thấy tông tích Phương đâu cả nên nghĩ rằng chàng đã bị giết và liệng xác xuống biển nên y lên chùa gióng chuông, thắp nhang thề là nếu Phương bị hề hấn gì thì trọn gia đình thằng cầm đầu tụi an ninh sẽ bị giết hết. May thay khi bước khỏi ca nô trở về trại Phương được cấp báo về tình trạng đổ máu sắp diễn ra nên chàng vội vàng đi tìm thằng bạn và tránh khỏi cuộc giết chóc vô ích. Khi gặp Phương nó vén ống quần cho Phương thấy cây dao dài sắc bén đang giấu ở đó rồi cằn nhằn chàng:

- Sao mày không cho tao biết? Tưởng tụi nó làm thịt
  mày và liệng xác mày xuống biển rồi chớ.
Phương cười:
- Thấy tờ giấy mời của Cảnh sát tao nghĩ là không có
  gì nguy hiểm và phải đi liền nên không cho mày
  biết ngay được. Thôi, đi kiếm cà phê uống.

Chương 64

*P*ulau Besar ngày . . .

Nhã Lan em,

Em có ngạc nhiên khi không thấy anh hiện diện trong buổi văn nghệ khánh thành nhà sinh hoạt của trại tị nạn? Anh đi lang thang trong rừng, suy tư cuộc đời và gặm nhấm nỗi buồn mênh mang. Tất cả sự việc đang xảy ra đều trở nên vô nghĩa đối với anh.

Em yêu.

Buồn, khổ em có thể khóc và vơi đi phần nào. Còn anh, không thể. Nó âm thầm dày xéo con tim anh, và anh lặng lẽ chịu đựng.

Ngồi nhìn em hát, nghĩ đến ngày mai của em, anh xót xa vô hạn. Anh không thể đứng nhìn em đi vào con đường ảm đạm, tầm thường. Anh không thể để em sống với một người mà em không yêu. Anh muốn em sống vui thú bên anh, một hạnh phúc nồng nàn, tự nhiên như trời đất.

Ba em lo lắng cho em, muốn em sung sướng nên luôn can thiệp vào đời sống nội tâm của em. Ba tự nhận quan niệm sống của ba khôn ngoan, sáng suốt nên muốn em phải theo đúng khuôn mẫu đó, để em được hạnh phúc. Không riêng gì ba em mà hầu hết các bậc cha mẹ đều nghĩ thế.

Họ đâu biết rằng sự can thiệp nồng nàn yêu thương của họ chỉ gieo đau khổ cho con cái về phương diện tinh thần. Anh đang sắp sửa tìm biện pháp gỡ rối cho chúng ta thì em lại muốn lánh mặt anh. Anh hiểu tâm trạng em khi em nói câu ấy. Nhưng tại sao em không hy vọng và tin tưởng rằng anh sẽ thuyết phục được ba em. Em ơi! Anh cảm thấy không thể xa em được, dù trong một ngày. Anh muốn gục đầu lên ngực em để nghe nhịp tim em đập. Anh muốn hôn em đến hơi thở cuối cùng. Anh muốn ôm ghì lấy em trong đêm nay.

Em yêu. Anh không thể viết thêm nữa. Anh quá mệt mỏi và xúc động.

Ôm em, hôn em và cắn em thật đau.

Anh của em.

Đọc lá thư chan chứa tình cảm của người yêu, Nhã Lan không còn ý định xa Phương nữa. Hai người vui đùa suốt ngày trên bãi vắng, tình tự dưới những gốc dương. Chàng định "yêu" nàng nhưng thấy nàng quá thẹn thùng, bối rối nên thôi. Họ chỉ hôn nhau.

- Trước khi rời trại này anh muốn lưu lại một kỷ niệm trên thân xác em. Có nên không hở em?

- Nên. Em sẵn sàng dâng hiến anh tất cả vì anh xứng đáng để nhận.

Nói xong nàng nhìn Phương đắm đuối và nhè nhẹ vuốt má tình nhân. Phương dịu dàng nói:

- Hôm nay em gợi tình quá, khiến anh hết chịu nổi.

Em ác lắm, khích động anh rồi từ chối.

- Em có lỗi với anh. Để buổi tối nào nghe anh. Em
  sợ anh nhìn thấy. Em sợ vỡ mộng. Sao anh không
  chiếm đoạt em ngay đêm đó?
- Anh không thể hành động như thế. Em đang buồn
  và mất bình tĩnh. Nói thật với em, đêm ấy lòng
  anh thản nhiên, không một ham muốn nào. Anh
  có thể ngồi bất động bên em. Nhưng không lẽ anh
  cứ trơ ra đó, nên anh ôm và hôn em. Nếu một
  người nào khác ở địa vị anh thì sự trong trắng của
  em sẽ như thế nào?
- Như vậy họ là người hạ tiện hở anh?

Phương mỉm cười nâng càm nàng lên cắn nhè nhẹ.

- Ba em đã làm một việc rất đúng và rất sai khi ra
  lệnh cấm em gặp anh.

Đôi uyên ương ôm chặt lấy nhau như sợ rằng sắp vĩnh
viễn lìa xa.

Nhã Lan tặng Phương một bài thơ viết bằng Pháp ngữ.

Pulau Besar,
Đảo thơ mộng huyền ảo.
Nơi đây em đã gặp anh.
Anh là tình yêu, là hạnh phúc, là đớn đau,
  là hơi thở của em.
Anh không nghe sao anh?

Tiếng phi lao thì thầm, tiếng chim hót,
  và điệu nhạc muôn đời của sóng biển
Tất cả như chào đón sự hợp nhất của chúng ta.
Anh không thấy sao anh?
Bầu trời trong sáng làm sao!
Vầng thái dương hối hả vươn lên để thưởng ngoạn
  niềm hân hoan rạng rỡ của chúng mình.
Gió hiu hiu như điệu nhạc êm êm của đất trời ru
  em vào giấc mộng triền miên.
Anh yêu của em!
Anh có yêu em không?
Và có muốn em thuộc về anh?
Xin tỏ bày thẳng thắn cho em nghe, anh nhé!
Anh,
Anh có muốn cùng em miên viễn lãng du phiêu
  bồng trên cõi đời này không, hở anh?
Và một ngày nào đó mọi người sẽ biết đến chúng
  ta với mối tình nồng thắm hơn bất cứ cặp tình
  nhân nào trên thế giới.

Lan và Phương say mê, đắm đuối bên nhau như cặp vợ chồng son. Có lần Phương dắt Nhã Lan lên "Thiên thai." Chưa được nửa đường chàng trở lại. Nàng thơ ngây hỏi:

- Xong rồi hở anh?

Phương mỉm cười lắc đầu:

- Không. Chưa có gì. Anh sợ em mang thai.

- Thế mà em cứ tưởng …

- Đâu có nhanh như vậy.

- Làm tình rắc rối quá anh nhỉ?

Phương phì cười.

Dưới ánh trăng lờ mờ, gương mặt Nhã Lan trông ngây dại, quyến rũ làm sao. Phương cố gắng tự chủ, dập tắt ngọn lửa yêu đương đang ngùn ngụt trong lòng. Yêu Lan, chàng phải nghĩ đến tương lai của nàng, trấn áp dục vọng đang cuồng nhiệt giữa cảnh thơ mộng gợi tình. Nàng như con cừu non ngoan ngoãn trước miệng cọp. Phương biết tương lai tình yêu của hai người còn rất nhiều trắc trở nên không muốn gây đau khổ, phiền muộn cho nàng. Ngoài ra chàng cũng nghĩ đến cha nàng ...

Nhã Lan ngồi dậy mặc đồ, chợt nhìn thấy phần dưới của Phương nàng rúng động cả người quay mặt đi.

Những ngày tiếp theo sau Nhã Lan tránh mặt người tình. Phương gạn hỏi, nàng khóc nức nở:

    - Em đã nhìn thấy "của anh." Trời ơi! Em không xóa bỏ hình ảnh đó được. Em sẽ không bao giờ lấy chồng.

Phương vỗ về nàng thật lâu và nói rằng sau này chỉ hôn nhau thôi, không như thế nữa.

Dần dần Nhã Lan quên đi "hình ảnh kinh hoàng" đó. Mặc cảm tội lỗi, xấu xa phai dần trong tâm hồn trinh bạch, thơ ngây của nàng.

Chương 65

𝒞ha Nhã Lan biết con gái mình thường xuyên lén lút gặp Phương tình tự nên ông tỏ thái độ quyết liệt.

Nhã Lan buồn rầu nói với Phương:

- Anh ơi! Em cảm thấy có lỗi với ba em. Nếu không có ba em ở đây, em có thể đi chơi với anh tự do hay sống với anh mà không sợ tiếng thị phi.

Phương không nói gì. Lan tiếp:

- Anh ... Em không còn yêu anh nữa.

Người thanh niên hơi cau mày:

- Tại sao em phải nói dối như vậy hở Lan?

Nhã Lan thở dài:

- Em muốn anh đừng nghĩ đến em nữa.

Thốt xong nàng quay bước. Phương yên lặng nhìn theo. Bờ vai nàng rung rung xúc động.

𝐵*esar ngày . . .*

Lan em.

Hãy ngoan ngoãn vâng lời ba của em. Bình thản trong nếp sống như thuở chưa gặp anh. Nên nghĩ đến người chồng tương lai của em hơn là anh. Còn anh, anh đã hành quyết tình yêu của anh. Nó chết rồi em ạ! Anh lại tiếp tục cô đơn dấn bước trong đêm tối bão giông của kiếp người phù phiếm. Anh sẽ cười ngạo mạn trong nỗi cô độc triền miên.

Anh

Sau khi gởi cho Nhã Lan lá thư ngắn, Phương nằm nhà làm thơ, đọc báo, cố gắng quên nàng. Chàng phải chiến đấu khổ sở với ý muốn con tim. Thật là đau đớn. Gần nhau mà chẳng được gặp nhau. Bốn ngày sau, Phương nhận thư nàng.

Anh yêu,
Có lẽ em chết mất. Em không còn chịu đựng nổi nữa. Hãy đến với em!
Xa anh, cả vũ trụ như u buồn, ảm đạm. Anh yêu! Xin anh đến với em. Nếu không chắc em giết anh mất.

Anh ơi có phải vì anh?
Mà em mỗi sáng lang thang bờ hồ?
Mỏi trông về rặng liễu xanh,
Dáng người dong dỏng, long lanh mắt huyền.
Một tuần đã lặng lẽ trôi.
Đợi hoài không gặp em thôi ngóng chờ.
Giận anh, nước mắt hoen mi
Ghét em, anh có yêu gì em đâu!

Đôi nhân tình lại tìm đến nhau, ôm ấp, hôn nhau đắm đuối. Sóng tình cuồng loạn như đê vỡ. Phương không dằn lòng nổi, đòi làm tình với nàng.

Tuy đang cùng Phương mê đắm, nhưng trong lòng Nhã Lan lúc nào cũng nơm nớp lo sợ cha đi tìm và bị những lời mắng nhiếc đớn đau nên Lan dịu dàng từ chối và muốn về vì sợ ba nàng trông đợi.

Phương thông cảm nói với người tình:

- Em ngồi lại vài phút nữa với anh. Anh muốn nâng niu từng sợi tóc óng ả, dễ thương của em để mai này có xa nhau anh cũng còn một chút kỷ niệm êm đềm. Anh rất yêu thích mái tóc dài mượt mà này.

Lan âu yếm ngả đầu vào vai Phương, buông lơi suối tóc trinh hương phủ lên ngực người tình rồi nhắm mắt hưởng thụ giây phút tuyệt vời bên người thanh niên mà nàng vô cùng thương yêu.

Chương 66

Sau khi dạy Anh văn cho mấy người bạn ở chung trong căn nhà 49A của trại tị nạn Pulau Besar, Phương lấy giấy viết một bài nghị luận chính trị. Viết xong, chàng đọc lại thật kỹ để sửa vài chỗ chưa được hoàn chỉnh.

Trời đã bớt nắng và buổi chiều đang chậm chạp đến. Những cơn gió êm dịu từ biển thổi vào căn nhà lá đơn sơ nhưng chan chứa tình thân bằng hữu. Chủ nhà là Phú, một người bạn học chung lớp trong những năm Tiểu học ở xã Mong Thọ năm xưa. Phú không học lên Trung học mà đi làm nghề đánh cá từ thuở đó và nắm chức tài công trong nhiều năm. Sau ngày mất nước Phú chở người vượt biển và có chút đỉnh vàng. Phú lên trại trước Phương mấy tháng và đã dựng lên một ngôi nhà lá khang trang ở chung với sáu người bạn.

Khi Phương rời Ty Cảnh sát Dungun vô trại thì vài ngày sau gặp Phú. Hai người bạn cũ mừng vui khôn xiết và Phú mời Phương về ở chung nhà. Sau khi biết chuyến ra đi táo bạo, đầy gian nguy của Phương, Phú rất thán phục, đối xử với chàng bằng tấm lòng trân trọng, quý mến. Phú ân cần trao tặng Phương một số tiền Mã Lai để chàng mua giấy, viết và vài thứ cần thiết khác. Đáp lại lòng tốt của Phú, người thanh niên cướp tàu Quốc doanh tình nguyện dạy

Anh văn cho tất cả anh em trong nhà. Cuộc sống rất thuận hòa, vui tươi. Nhiều tiếng cười rộn rã thường xuyên. Trong số anh em có người thanh niên trẻ nhất tên Hùng Tâm. Tướng mạo Hùng Tâm cũng tương xứng với cái tên. Hùng Tâm dí dỏm đặt biệt hiệu cho Phương là "Phương tặc đại huynh." Phương cười vui và rất thích cái "nick name" ấy. Chàng mến Hùng Tâm, xem nó như đứa em trai của mình.

Đang coi lại bài viết, Phương bỗng nghe tiếng gọi:

- Anh Phương.

Chàng ngẩng lên và thấy Nhã Lan đang đứng trước cửa. Nhanh nhẹn, Phương cầm nguyên bài chính luận bước ra nói:

- Ô, Lan em! Hôm nay công chúa đến thăm hàn sĩ, thật là vui!

Lan mắc cỡ:

- Em đâu có đẹp gì đâu mà anh gọi em là công chúa.

Phương đáp:

- Em đẹp chứ, nhất là trái tim của em.

Nhã Lan hơi thẹn, hỏi:

- Anh có muốn ra bãi dương ngồi với em không?

Phương đáp nhanh:

- Muốn em. Thật là đúng lúc, anh cũng cần bước ra ngoài một chút cho đầu óc thoải mái. Mình đi em.

Đôi nhân tình thong thả nhàn du ra bờ biển và chọn một gốc cây dương liễu to lớn, nhiều bóng mát ngồi xuống.

Thấy Phương cầm một xấp giấy trong tay, Nhã Lan thắc mắc:

- Anh đang viết cái gì đó phải không?

Phương trả lời:

- Anh vừa viết xong một bài nghị luận. Em có muốn đọc không?

- Dạ muốn.

Phương trao cho người tình tập giấy khoảng 15 trang.

Trong khi Nhã Lan chú tâm đọc, Phương dựa lưng vào gốc cây nhìn ra biển xa xa, có nhiều tia nắng lấp lánh, rực rỡ sáng tươi. Chàng nghĩ rồi sẽ có một ngày quê hương Việt Nam bừng sống lại, hàng hàng lớp lớp thanh niên, thiếu nữ yêu thương non sông sẽ đứng lên phá vỡ ngục tù, chặt đứt xích xiềng của bè lũ Cộng Sản Việt Nam và Cộng Sản quốc tế. Toàn thể đồng bào Việt Nam có quyền tuyệt đối hưởng tự do nhân quyền bất khả xâm phạm. Bọn Cộng Sản Việt Nam độc ác, đáng chết sẽ gặp ngày không có đất dung thân. Sức mạnh của hàng triệu trái tim dân Việt và hồn thiêng sông núi Việt Nam sẽ thiêu đốt bọn quỷ đỏ đội lốt người. Những chiến sĩ chống Cộng cũng sẽ hiên ngang khí phách như các vị anh hùng Nguyễn trung Trực, Lâm quang Ky, Trương công Định, Thủ khoa Huân, Nguyễn an Ninh, Hoàng hoa Thám, Hoàng Diệu, Đinh công Tráng, Nguyễn thiện Thuật, Cao Thắng, Phan đình Phùng ......

Nhã Lan đọc xong bài viết của Phương nói:

- Bài anh viết sâu sắc và có hồn lắm! Em đọc mà cảm thấy phấn khởi, lôi cuốn. Trong phần mở đầu em thích câu "Ước mơ hằng hữu là quê hương huy hoàng." Thật tội cho đất nước mình, triền miên chống ngoại xâm, rồi nội chiến, và bây giờ bị cai trị bởi một giai cấp mới tàn khốc, nham hiểm và dốt nát, mượn tà thuyết Cộng Sản không tưởng để đày đọa dân lành. Ước gì chúng ta có thật nhiều người tâm huyết, tận tụy với đất nước, không tham danh lợi nhỏ nhen, cùng chung sức giải cứu và xây dựng quê hương thì hay biết chừng nào.

- Anh đồng ý với em. Anh nghĩ nếu có được mười phần trăm dân chúng Việt Nam ý thức được vai trò quan trọng của người dân một nước, muốn có dân chủ, tự do thật sự, đồng lòng hăng hái dành mười phần trăm thời giờ và tiền bạc của riêng mình cho việc phục hồi, bảo vệ và xây dựng quê hương thì chắc chắn nước Việt Nam chúng ta sẽ giàu mạnh, dân Việt Nam sẽ hạnh phúc. Khổ nổi đại đa số quần chúng không cho đó là bổn phận của mình, giao khoán mọi việc cho một thiểu số làm chính trị tha hồ thao túng. Thiểu số này thường là bọn thời cơ chủ nghĩa, hay chính khách xôi thịt chuyên nghiệp, bọn thèm khát danh vọng, tiếng tăm hoặc tướng, tá trong quân đội chẳng có kiến thức căn bản gì về chính trị vì họ chưa bao giờ được học hỏi, rèn luyện, chuẩn bị cho công việc khó khăn đó, gặp thời cơ nắm được quyền bính rồi vơ vét tài sản quốc gia.

Vấn đề trước mắt là chế độ Cộng Sản hiện nay phải bị hủy diệt, xóa bỏ hoàn toàn.

Người Quốc Gia không hòa hợp, hòa giải, hay thỏa hiệp gì với chúng.

Sau đó toàn dân Việt Nam phải được giáo dục về chính trị ngõ hầu ý thức được vai trò chính yếu, quan trọng của mình. Họ phải hiểu rằng chính quyền được lập ra để phục vụ dân. Chính quyền đây bao gồm cả ba ngành lập pháp, hành pháp và tư pháp. Người dân phải quan tâm đến sinh hoạt chính trị của quốc gia, thường xuyên giám sát mọi hành động của chính quyền các cấp, sẵn sàng loại trừ và chế tài bất cứ cá nhân, phe nhóm nào đi ngược lại quyền lợi chung của quốc gia, dân tộc.

Nhã Lan đào sâu vấn đề hơn:

- Em nghĩ là cần phải thiết lập một quy chế tương đối không quá khó khăn để người dân có thể loại trừ hay chế tài một kẻ cai trị có quyền lực. Anh có đồng ý không?

Phương gật đầu tán thành:

- Đúng vậy.

Một Hiến pháp dân chủ sẽ là mô thức cho định chế chính trị. Và quan trọng hơn hết là người dân phải thực sự nhận lấy quyền làm chủ. Muốn thế người dân Việt phải có một kiến thức tối thiểu nào đó và tinh thần tích cực tham gia sinh hoạt chính trị, một sinh hoạt có ảnh hưởng trực tiếp đến tính mạng, tài sản và hạnh phúc của mình. Sở dĩ một cá nhân hay một thiểu số lãnh đạo có được quyền hành là vì người dân tự nguyện giao cho họ hoặc bị bắt buộc công nhận quyền hành của họ. Khi toàn thể dân chúng đồng loạt quyết tâm đứng lên đòi lại quyền hành thì kẻ cai trị không thể nào đứng vững. Chúng chỉ có thể giết và bỏ tù một số nào đó chứ không thể giết và bắt giam toàn thể nhân dân.

Phương cảm thấy rất thú vị khi bàn những vấn đề chính trị với Nhã Lan bởi vì nàng cũng thích phân tích và góp ý vào những khía cạnh liên quan đến đời sống của tập thể xã hội, thường xuyên có những xung đột, đấu tranh.

Cách nay hai năm sau khi Nhã Lan thi đậu Tú Tài nhất, mẹ Lan thưởng cho nàng một chuyến du lịch ở một vùng duyên hải nơi có người cậu ruột đang làm Phó Tỉnh trưởng ở đó. Cậu Nhã Lan rất thương nàng nên dành cho Lan sự tiếp đãi đặc biệt, từ việc ăn uống đến du ngoạn cảnh đẹp. Biết Lan là người thông minh và có tâm hồn sâu sắc, ông đề cập khá nhiều đến những vấn đề liên quan tới quốc gia, dân tộc.

Ông giảng giải cho Lan biết sự gian manh xảo quyệt của Cộng Sản Bắc Việt. Chúng đã phản bội tổ tiên, cúi đầu làm tay sai cho Nga Xô và Trung Cộng, lúc nào cũng muốn thôn tính miền Nam Việt Nam dồi dào tài nguyên. Cậu Lan cũng không quên đề cập đến sự thần thánh hóa lãnh tụ Hồ chí Minh của bọn văn nô và bộ máy tuyên truyền láo khoét của chúng dù tên tội đồ này đã gây ra nhiều tội ác từ việc dan díu với nhiều người đàn bà rồi ra lệnh cho thuộc hạ thủ tiêu tàn nhẫn đến vụ giết người dã man trong cuộc đấu tố cải cách ruộng đất.....

Điều đáng phỉ nhổ là tên Hồ tặc luôn sử dụng trò "ném đá giấu tay" không bao giờ nhận mình là thủ phạm. Bên cạnh đó, còn có chuyện mạo nhận văn chương của người khác một cách trơ trẽn, vô liêm sỉ.

Nhã Lan biết khá nhiều và rõ ràng những thủ đoạn ác độc, dã man của bọn Cộng Sản. Do đó, khi gặp Phương, người cùng chí hướng chống Cộng quyết liệt, Nhã Lan rất kính trọng và yêu thương chàng.

Có mấy người quen đi thăm lưới bắt cá về cúi đầu chào Phương. Họ nhìn chàng và Nhã Lan với ánh mắt thân tình, ngụ ý hai người xứng đôi. Phương đáp trả bằng nụ cười tươi tắn "cảm ơn"

Một vài nhánh dương liễu nho nhỏ rơi xuống hai người. Besar chuẩn bị đón chào hoàng hôn. Nhã Lan và Phương chia tay.

Khi Phương về tới ngã ba quẹo vô nhà thì gặp anh Tải, Trưởng khu A. Tải nói:

- Tìm anh nãy giờ mà không gặp.

Phương ngạc nhiên hỏi:

- Anh tìm tôi có chuyện gì vậy anh Tải?

Tải đưa cho Phương một gói tròn dài và nói:

- Anh cầm cái này về dùng.

Phương ngạc nhiên hỏi người đối diện:

- Cái gì đó anh?

Anh Tải cười tươi tắn:

- Nửa ký thịt heo.

Phương trố mắt ngạc nhiên:

- Nửa ký thịt heo? Ở đâu anh có? Sao anh lại đưa cho tôi?

Tải cười hề hà:

- Tôi nhờ người quen mua một ký, biếu anh phân nửa ăn cho vui.

Phương vỡ lẽ nói ngay:

- Trời đất! Tại sao anh lại tử tế với tôi quá vậy?!

Tải phá lên cười:

- Không tử tế với anh thì tử tế với ai bây giờ? Anh là hải tặc giang hồ phiêu bạt, đói rách lang thang. Không tiếp tế cho anh thì đưa cho ai chứ?!

Phương vô cùng xúc động trước hành động hào sảng của người cựu công chức Việt Nam Cộng Hòa đang làm trưởng khu A nơi căn nhà lá của Phú tọa lạc.

Nghe cách nói ví von rất thân tình của Tải, Phương cũng bật cười khanh khách. Mấy tuần trước, Tải mời Phương đi uống nước và muốn nghe chuyện cướp tàu vượt biển của chàng. Kể đi kể lại nhiều lần, nên Phương cảm thấy chán, không muốn thuật chuyện nữa, nhưng Tải thiết tha yêu cầu nên Phương cố gắng chiều lòng người bạn mới quen có tư cách đứng đắn này. Bởi quý trọng Phương nên Tải mang biếu chàng miếng thịt heo khó tìm.

Phương cảm động bắt tay Tải nói:

- Cám ơn anh thật nhiều. Tôi sẽ mang về nhà cho tất cả anh em cùng thưởng thức. Và nếu anh có điều gì cần tụi này, xin cứ tự nhiên cho biết. Chúng ta là anh em bốn biển một nhà phải không?

Tải gật đầu bắt tay Phương đáp:

- Đúng vậy. Dùng cái tâm trong sáng mà đối đãi với nhau thì chúng ta đã là anh em rồi. Tôi phải đi lo vài việc cho đồng bào khu A. Anh em mình sẽ gặp lại sau.

Chương 67

$\mathcal{N}$hững ngày kế tiếp hai người rất khó gặp nhau. Để kết thúc tình trạng lửng lơ ấy Phương quyết định gặp ông Tấn nói tất cả sự thật vì Nhã Lan vẫn luôn nói dối với ba nàng là hai người chỉ là bạn, không có tình ý gì với nhau. Nhã Lan không có can đảm bộc lộ vì nàng biết chắc rằng ba nàng sẽ phẫn nộ và bao nhiêu lời trách mắng sẽ đổ lên đầu mình. Người thiếu nữ mới biết yêu lần đầu âm thầm chịu đựng nỗi trái ngang. Có khi nàng nhìn Phương mà đôi dòng lệ trôi dài trên hai gò má buồn bã. Nhã Lan chỉ có cách duy nhất là tăng thêm những buổi hẹn hò lén lút được ngày nào hay ngày ấy.

Đối với Phương, chàng không muốn tiếp tục tình trạng thầm lén đó nữa.

Buổi trưa Phương đến nhà Lan, ba nàng bận việc, chàng hẹn tối sẽ trở lại gặp ông. Lan hay chuyện, đi tìm Phương nhưng không gặp chàng.

Tối đến, Phương trở lại, Nhã Lan đón ở cửa, kéo chàng ra gốc dương ngoài bãi.

- Anh định gặp ba em để nói chuyện gì?

- Anh không thể chịu đựng thêm nữa. Đã đến lúc phải nói tất cả sự thật cho ba rõ. Dù hậu quả thế nào cũng được.

- Anh có biết chuyện gì sẽ xảy đến cho em không?
Anh đâu có sao. Còn em, bao nhiêu đày đọa sẽ
trút vào em. Anh không nghĩ đến em chút nào
hết.
Nhã Lan giận dỗi muốn quay về. Phương ôn tồn:
- Em ở lại với anh.
Nàng nghe lời người tình, đứng lại. Phương khẽ chắt
lưỡi:
- Thật ra anh cũng không biết tính sao! Ý em thế
nào, nói anh nghe đi.
Nhã Lan im lặng một lúc đáp:
- Anh vẫn đến gặp ba em. Nhưng anh phải nói
ngược lại những gì anh muốn nói.
- Nghĩa là . . .
- Em với anh không có gì.
- Không. Anh không thể nói như thế được.
- Tùy anh. Từ nay anh đừng gặp em nữa.
Nói xong Nhã Lan đứng lên bước nhanh về nhà.
- Lan! Lan!
Nhã Lan vẫn không đứng lại.
Phương rảo bước theo:
- Ừ, anh sẽ nói theo ý em muốn. Mai anh chờ em
ngoài bãi nhé!
Giọng nàng lảnh lót.
- Không. Anh đừng chờ em.

Chương 68

- *L*an. Con có yêu anh Phương không?

- Thưa không.

Nhã Lan lạnh lùng đáp rồi quay ra.

- Đó! Anh thấy không? Con tôi nó có cả chục thằng bạn trai, chứ đâu có riêng mình anh. Anh tưởng nó yêu anh à?

Phương cay đắng cả người, ngồi bất động. Chàng đã nói với ba nàng những gì nàng muốn chàng trình bày. Nhưng ông gạt phăng, mỉa mai và dồn Phương vào ngõ cụt.

- Bạn? Không có cái gì gọi là bạn giữa thằng con trai và đứa con gái. Tất cả đều muốn chiếm đoạt con tôi. Thằng nào cũng là chó cả.

Thấy ông tự mâu thuẫn, vô lý và dùng lời lẽ khiếm nhã Phương căm giận uất người nhưng cố gắng giữ bình tĩnh vì chàng không muốn làm đau lòng người yêu.

Phương nhớ lại những giờ phút thần tiên, êm đềm hạnh phúc cùng với Nhã Lan vui đùa trên bãi cỏ, dưới tàng cây dương liễu dịu dàng. Giữa cảnh thiên nhiên thơ mộng, gợi tình, Nhã Lan đã sẵn sàng hiến dâng cả hồn lẫn xác cho Phương. Nàng yêu mê chàng say đắm, nhiệt tình, trọn vẹn. Không đắn đo, suy tính Lan ngất ngây trong mật ngọt tình yêu đầu đời và sung sướng cho chàng tất cả. Phương cũng cuồng nhiệt đam mê bên thân xác trinh nguyên của người tình đầu tiên yêu thương, khắng khít, chiều chuộng chàng.

Nằm trên người Lan, Phương xiết chặt, hôn hít cuồng loạn lên mắt, mũi và môi nàng. Lan mê lịm, nhắm mắt tận hưởng yêu thương vũ bão của người tình. Nhạc biển du dương êm ái như phụ họa cho cuộc ái ân của đôi tình nhân trẻ. Khát vọng nhục thể lên cao, Phương bắt đầu "yêu" Nhã Lan. Nàng vẫn nhắm mắt đắm chìm trong bể hoan lạc ái ân, mặc cho người yêu chủ động. Dưới ánh sáng lờ mờ của mảnh trăng non treo lơ lửng, Phương nhìn ngắm Nhã Lan. Nét mặt ngây thơ, hiền ngoan như chú nai vàng vô tội đang hiến thân cho mảnh hổ của Nhã Lan làm Phương nghĩ ngợi. Lý trí nhắc nhở chàng đây là trại tị nạn. Nếu Lan mang thai với chàng thì thật là khốn khó cho nàng bởi vì Phương sẽ rời trại một ngày rất gần. Phương lại nghĩ đến ba Nhã Lan và có thể tưởng tượng được nỗi buồn bã, đớn đau của ông. Chắc chắn là ông sẽ đau khổ vô cùng và cảm thấy xấu hổ với những người quen biết nhất là người bạn thân mà ông đã kết tình thông gia từ ngày Nhã Lan năm, sáu tuổi. Đối với ông, Nhã Lan đã là vợ của con rể ông hiện đang sinh sống ở nước Bỉ. Và trách nhiệm nặng nề của ông là giữ gìn sự trinh bạch của Nhã Lan.

Theo luân lý cổ Đông phương, cái quý giá nhất của đời người con gái đang nằm trong tay Phương. Thân phụ của Nhã Lan có uất hận, tủi nhục, đau khổ hay không là tùy sự quyết định của Phương. Nhã Lan có phải chịu những đay nghiến, giận dữ của cha hay không cũng do nơi Phương. Trong giờ phút này Nhã Lan đang bị sóng tình cuốn xoáy, nhận chìm trong đại dương tình ái ngất ngây. Nàng không cần suy nghĩ viễn vông. Nàng yêu và kính trọng Phương. Chàng xứng đáng để nàng cho tất cả, không cần biết hậu quả ra sao. Phương rất cảm động trước tình yêu tuyệt đối của Nhã Lan. Và chính vì thế chàng càng suy nghĩ nhiều hơn cho tương lai Nhã Lan. Yêu Lan, Phương phải tránh cho nàng những vấp ngã khổ đau, nhất là trong thời gian tạm trú tại trại tị nạn.

Phương cũng hiểu rằng nếu chàng không lợi dụng hoàn cảnh này, chiếm đoạt Lan, tạo sự đã rồi, nắm thế thượng phong thì không đời nào ba Nhã Lan gã nàng cho Phương. Một khi Nhã Lan có con với chàng thì chính ông là người sẽ phải xuống nước nhỏ, cầu cạnh chàng chớ không phải Phương. Vừa hưởng thụ khoái lạc vừa chiến thắng. Còn gì bằng?! Kẻ có lợi nhất là Phương. Người bất hạnh nhất là cha Nhã Lan. Còn nàng, chắc phải chịu ít nhiều khổ lụy gia đình, xã hội.

Dù hy vọng chính thức kết hôn với Nhã Lan rất mong manh, nhưng Phương tin vào tình yêu của nàng. Tình yêu ấy sẽ phải qua nhiều cuộc thử thách gay go và nếu nó vượt thắng mọi sự thì niềm mãn nguyện, hân hoan trong lòng Phương mới đáng kể. Thủ đoạn "chuyện đã rồi" tuy hiệu nghiệm và thực tế, nhưng Phương không muốn dùng vì chàng cho là nó không cao thượng. Chàng yêu Nhã Lan bằng mối tình chân thành cao cả chứ không chỉ để chiếm đoạt, sinh con trong môi trường thiếu chuẩn bị. Sự lưu tâm của Phương dành cho ông Tấn nằm im kín trong đáy lòng chàng, chẳng ai biết, kể cả Nhã Lan. Và ông Tấn không bao giờ ngờ rằng Phương đã đối xử tốt với ông như vậy. Phương chẳng cần nói lên điều này. Chàng chỉ hành động theo lương tâm cho tình yêu tuyệt vời của hai người.

Chàng không muốn ích kỷ. Yêu quý Lan, Phương phải nghĩ đến cha nàng, dù ông không mảy may ưa chàng.

Cố nén thèm khát, Phương buông Nhã Lan ra, bỏ dở cuộc ân ái. Trinh tiết của Nhã Lan toàn vẹn và ông Tấn thoát khỏi những tháng ngày căm tức, tủi hờn.

Tình yêu hai người thắm thiết, mặn nồng như vậy mà ông Tấn nào chịu hiểu cho. Ông xem Lan như vật sở hữu chứ không như một con người cá biệt có cảm xúc, suy tư, tình cảm, tự do riêng. Ông đã mang đến Nhã Lan rất nhiều đau khổ mà cứ tưởng rằng mình xây dựng hạnh phúc cho con. Đối với Phương, ông tỏ vẻ khinh bỉ dù chàng chưa có một hành động nào để đáng bị đối xử như vậy. Ông coi rẻ Phương vì chàng nghèo. Chỉ có thế.

Tuy nổi giận trong lòng nhưng Phương đã đè nén xuống, bình tĩnh, ung dung lý luận uyển chuyển với người đàn ông mà Phương có thể bóp nát nếu chàng muốn:

- Thưa bác, cháu không biết nói thế nào để bác hiểu rằng Lan và cháu yêu nhau. Có những điều cháu không thể nói thẳng với bác được. Xin bác hiểu cho. Cháu tin rằng Nhã Lan yêu cháu cũng như cháu yêu Nhã Lan.

- Anh nói con Lan nó yêu anh. Được rồi! Tôi gọi nó vào hỏi.

Nhã Lan không đủ ý chí bộc lộ tình cảm lòng mình, và rất sợ cha nên đã trả lời như thế.

Nhã Lan đã cùng với thân phụ nàng đạp mạnh Phương xuống dòng thác lũ. Được thể ông Tấn châm biếm, nhục mạ chàng thêm.

Phương kiên tâm nhẫn nhịn:

- Thưa bác, Nhã Lan vì sợ hãi cái gì đó chứ thực ra
không đúng như vậy. Cháu có thể chứng minh
được điều ấy. Nhưng không lẽ cháu kể bác nghe
những gì xảy ra giữa hai đứa trong các buổi đi
chơi.

Ông Tấn có vẻ nao núng trước vẻ mặt bình tĩnh và lời
nói chững chạc của Phương. Ông đổi chiến thuật:

- Thế bây giờ anh muốn gì? Anh muốn lấy nó làm
vợ phải không?

Phương đáp nhanh:

- Dạ không. Hôm nay cháu chỉ muốn thưa để bác rõ
chuyện tình yêu của Nhã Lan và cháu mà thôi.
Còn việc lấy Nhã Lan làm vợ là chuyện tương lai.
Cháu yêu Lan, không muốn Lan đau khổ cho nên
cháu tha thiết mong bác để nàng tự chọn ý trung
nhân. Nếu sau này Lan quyết định lấy một người
nào khác, cháu cũng không buồn vì đó là ý muốn
của Lan. Cháu chỉ sợ Lan đau khổ vì bị bắt buộc
phải sống với một người mà Lan không yêu.

Nghe Phương giải bày như thế, ba nàng trầm ngâm giây
lát rồi nói:

- Đời anh còn dài. Anh có tương lai của anh. Lan có
tương lai của nó. Chuyện vợ chồng đâu phải một
ngày một buổi. Bởi thế tôi yêu cầu anh để cho gia
đình tôi yên trong thời gian ở đây. Sau khi đến đệ
tam quốc gia nó muốn liên lạc với ai tùy ý nó, nó
muốn chọn ai thì chọn, khôn nhờ dại chịu. Nhưng
anh đừng làm phiền tôi trong lúc tạm trú ở đây.

Phương biết ông dùng kế hoãn binh, nên khóa cửa ngõ
không để ông thoát:

- Vâng. Ước nguyện của cháu chỉ có thế. Cháu mong rằng sau này Nhã Lan sẽ được hoàn toàn tự do như lời bác nói. Bác yên tâm, cháu sẽ không làm phiền bác trong lúc ở đây. Và cháu tin rằng trong tương lai bác sẽ để Nhã Lan tự do giao thiệp như lời bác nói. Mục đích buổi nói chuyện của cháu hôm nay chỉ có thế. Cháu xin cảm ơn bác.

Chương 69

$\mathcal{H}$ai tuần sau đó Phương có tên trong danh sách rời trại tị nạn đi Hoa Kỳ định cư. Nhã Lan điên cuồng sầu khổ. Nàng quá xúc động không nói được nên mượn những trang giấy trắng kể lể nỗi lòng.

Pulau Besar ngày ......

Ngày mai anh sẽ lên đường để mãi mãi chúng ta không còn gặp nhau nữa. Tự nhiên em có linh cảm như thế. Hôm nay là ngày cuối cùng em còn được nhìn thấy anh, em còn được thấy lòng mình ấm lại khi gần anh. Những tình cảm tốt đẹp anh dành cho em, em giữ lấy nó thật kỹ vì đó là tất cả những gì quý báu nhất mà từ trước tới nay em có được.

Anh đi, kỷ niệm của chúng ta trong thời gian qua sẽ đè nặng lên tim em biết chừng nào! Còn phần anh, em nghĩ rằng một cuộc sống mới sẽ làm anh quên em. Không phải chỉ có thế thôi đâu, vấn đề lý tưởng, chí nguyện sẽ làm mờ nhạt tất cả. Em sẽ không buồn trách anh đâu. Có lẽ em thương anh vì con người anh không giống như mọi người.

Em đọc trong mắt anh những ý nghĩ cao cả. Anh không tầm thường. Điều đó càng làm cho em quý trọng anh hơn nữa.

Anh Phương! Em thấy chuyện tương lai sao mờ mịt, u ám quá! Không có anh gần em, ai sẽ giúp em vượt qua những trở lực đây? Em sẽ gãy đổ như một cành cây mục nát. Rồi đây khi gặp lại em, anh sẽ mỉm cười chua chát lạnh lùng quay đi ..... Em không còn xứng đáng với tình yêu của anh nữa.

Anh! Làm sao em có thể nói cho anh hiểu là em thương anh thật nhiều. Em muốn hét to lên, đạp nát cái trại này khi nghe tin anh đi. Có cách nào níu kéo lại những gì đã qua không anh? Em muốn anh ở lại với em. Em sẽ buồn, buồn thật buồn và cô đơn nhiều lắm khi anh đi.

Anh ạ, bạn em đâu ai hiểu em bằng anh. Em nhìn họ, cảm thấy thương hại họ vì họ tầm thường, nhỏ mọn quá! Còn những anh chàng theo đuổi em, họ buồn cười đến tội nghiệp. Em cần có anh bên cạnh em.

Nhã Lan

Pulau Besar ngày ......

Sáng nay, khi ngủ dậy em chợt thấy bàng hoàng vì anh sắp lên đường trong một vài giờ nữa thôi.

> *"Người đi một nửa hồn tôi chết*
> *Một nửa hồn kia bỗng dại khờ"*

Hai câu thơ trên diễn tả thật đúng tâm trạng của em trong ba ngày qua.

Anh! Nếu thầy em không cho chúng mình tự do vào những năm sắp tới thì sao hả anh? Khi ấy, có thể anh không còn là anh bây giờ; và em chắc không dễ thay đổi như anh đâu anh ạ.

Con gái thường chịu đựng, nhẫn nhục hơn con trai. Tình yêu là yếu tố quan trọng nhất đối với họ trong đời sống, chi phối mọi suy nghĩ, sinh hoạt của họ cho đến khi họ không còn thở được nữa.

Ý nghĩ anh sắp lên đường làm trí óc em rối loạn. Loa phóng thanh mời những người đi Mỹ ra bãi "supply" rồi đó.

Xa anh vĩnh viễn! Pulau Besar chỉ còn là một kỷ niệm phai mờ.

Sáu tháng sau khi qua Suisse, em sẽ đi thăm anh.

Nhã Lan

Chương 70

Trại chuyển tiếp Kuala Lumpur,

Nhã Lan thương yêu,

Sáng nay anh đã viết và gởi thư đến Cao ủy tị nạn dùm cho ba em rồi dù mệt và bận làm vài thủ tục đi định cư.

Anh nằm mơ màng nhớ em, rồi chợp mắt ngủ. Một người bạn gọi dậy lãnh cơm. Vừa ăn xong, hơn 2 giờ trưa. Eo ơi! Lãnh cơm và thức ăn giống y như lãnh thực phẩm ở trại Besar vậy. Anh sợ quá! Đời sống ở đây không khác gì ở nhà tù. Dĩ nhiên là sướng hơn nhà giam, nhưng anh thấy nó ngột ngạt, tù túng không chịu nổi. Bốn, năm trăm người mà chỉ có sáu, bảy phòng vệ sinh. Nước không đủ xài. Con nít khóc om sòm.

Anh sợ và ghét nhất hình ảnh phân phát đồ ăn. Bóng dáng của nô lệ, ngục tù.

Anh luôn luôn được bạn bè ân cần giúp đỡ trên nhiều phương diện. Đó là niềm an ủi, và là phần thưởng cho những việc làm vô vụ lợi của anh trong suốt mấy tháng qua cho đồng bào trong trại tị nạn Besar. Em biết không, Gia Lê, một anh chàng người Việt gốc Hoa ân cần hậu đãi anh trong suốt chuyến đi từ trại lên Kuala Lumpur. Gia Lê đối *xử với anh như anh em ruột thịt trong nhà. Sự quý mến của nhiều người dành cho anh đã vượt qua ngoài mong ước của anh. Quả thật anh rất ngạc nhiên và cảm động vô cùng. Thì ra bên cạnh những kẻ xấu xa, gian ác cũng còn nhiều người có trái tim trong sáng, cao đẹp.*

Nhã Lan em,

Xe lăn bánh được một đỗi, anh đọc lại thư em. Rồi anh đưa mắt nhìn rừng cây chập chùng bên ngoài, nhìn những người trên xe. Ngồi cạnh anh là đôi vợ chồng trẻ đang âu yếm nhau.

Đăm đăm dõi mắt về tương lai, gục đầu tìm lại dĩ vãng Besar của chúng ta, buồn rưng rức, hăng hái rộn ràng say sưa, rồi suy tư miên man. Anh chơi vơi, dật dờ trong suốt hành trình. Tâm trạng rối bời. Thương em phải ở lại trong muộn sầu cô lẻ. Nhớ từng nét mặt, lời nói em. Hình bóng em ngự trị trọn vẹn tâm hồn anh. Ngôn từ nghèo nàn không đủ để anh nói lên tất cả nỗi lòng của mình. Buồn cho tình yêu thơ đẹp, tuyệt vời và bi đát, éo le. Anh nhận được thiện cảm của nhiều người chung quanh nhưng luôn cảm thấy bơ vơ, cô độc. Không ai có thể sưởi ấm lòng anh. Chỉ có em và riêng em mà thôi.

Nhã Lan ơi! Lòng anh ngậm ngùi, thổn thức. Chuỗi ngày dài băng giá từ nay phủ kín hồn em và anh. Ngực anh nặng nề, đau nhói. Anh nhìn thấy tình yêu vô bờ, và sự hy sinh to lớn của em trong lá thư sau cùng em viết cho anh.

Lan em.

Hồi sáng này anh đã khám sức khỏe tổng quát, rất tốt, chỉ còn chờ chụp hình phổi và thử máu nữa là xong. Em có biết anh sẽ đi định cư ở đâu không? Tiểu bang Michigan. Anh nghĩ rằng hội bảo lãnh anh là nhà thờ anh đã viết thư mấy tháng trước. Khi xem địa chỉ nơi sẽ đến trên tờ giấy lăn tay, anh bật cười khanh khách. Lại đến ngay vùng đất lạnh mà mình không thích. Có một anh bạn già cùng đi Michigan với anh. Thấy hơi tức cười.

Anh sẽ đương đầu với cái lạnh. Chiếc áo em thường mặc, trao tặng anh trong buổi chia tay ở Besar sẽ ôm sát lấy anh, như em ôm anh ngày nào. Em ơi! Anh gọi tên em bằng âm thanh kéo dài như em đã từng gọi anh như thế. Và anh cũng không thể nào quên được giọng hát buồn buồn của em khi em hát bài "Tình quê hương." Em đã hát thật hay câu hát chót "Ôi buồn nhớ quê hương." Và em cũng đã sửa lời "Ôi buồn nhớ anh Phương."

Nhã Lan em.
Cảnh chiều mờ mờ, rừng cao su trùng điệp. Anh ngồi trong nhà nguyện, nơi yên vắng nhất. Trong nhà thờ dùng làm trại chuyển tiếp cho người Việt tị nạn này không có đủ chỗ ngủ cho mọi người. Những chiếc giường ngủ kê sát vào nhau, tiếng nói chuyện ồn ào, tiếng con nít la hét khiến anh nhức đầu quá chừng. Anh được cấp cho một chỗ nằm, nhưng ít khi ngủ ở đó. Anh tìm một nơi vắng vẻ, kê bốn chiếc ghế gỗ lại nằm ngủ. Đến bốn giờ sáng, phần vì bị muỗi cắn, phần vì lạnh, anh bước lên xe buýt nằm ở băng chót. Tới sáu giờ xe nổ máy chạy trở về Trengganu nên anh phải xuống xe và dậy luôn. Đêm nay và có lẽ những đêm kế tiếp anh sẽ ngủ ở nhà nguyện này, có nhiều băng ghế yên tĩnh, thoải mái hơn ngủ trong trung tâm chính. Thú vị và thoải mái lắm. Muốn nằm đâu thì nằm.

Khi anh vừa tới trại chuyển tiếp này mấy người bạn của hai đứa mình chạy ra niềm nở đón chào anh. Thân tình và ấm lòng vô cùng. Đời sống dễ thương làm sao! Chỉ có nỗi nhớ nhung em làm anh buồn rười rượi.

Anh dừng ở đây. Cầu chúc em sớm lên đường.

Ôm em và thương em thật nhiều.

Anh

Chương 71

$\mathcal{V}$ừa trao phong thư cho người phụ trách thư tín xong, Phương bước đi lên đồi cổ thụ. Từ phía bên phải cũng có một người đi cùng hướng. Tới ngã ba đường hai người gặp nhau. Người đàn ông trung niên lên tiếng:

- Chào Phương, khỏe không?

Phương mỉm cười đáp:

- Khỏe lắm, trong kia ồn ào nên ra đây cho nhẹ cái đầu. Còn anh thì sao? Đi tiểu bang nào?

- Về Colorado. Phương sẽ tới đâu?

- Michigan. Toàn là xứ lạnh.

Khi còn ở trong trại Besar, Phương đã quen biết Hoán, nhưng không có dịp thuận tiện nói chuyện. Hoán lớn hơn Phương khoảng mười tuổi và có nhiều cảm tình với Phương nên hai người đối đáp rất thoải mái. Trước ngày mất nước Hoán mang cấp bậc Thiếu tá làm việc trong Bộ Tổng tham mưu Sài Gòn. Hoán không trình diện đi tù cải tạo, thay tên đổi họ, luồn lách khắp nơi bằng nhiều phương thức và đã vượt biển thành công.

Hai người cùng ngồi xuống một khúc gỗ to khá sạch sẽ. Hoán hỏi:

- Khi tới Mỹ rồi Phương định làm gì?

Phương trầm ngâm giây lát rồi đáp:

- Cũng chưa biết rõ. Chắc là đi làm kiếm chút tiền
  gởi về cho gia đình rồi từ từ tính sau.

Hoán gật gù:

- Như vậy cũng được. Cái gì cũng cần phải có tiền.
  Phương có tính đi học lại không?

Đưa tay lượm một nhánh gỗ nhỏ, Phương mơ màng nói:

- Không biết học ngành gì đây. Không có năng khiếu
  về toán và khoa học thì không thể nào học y khoa,
  kỹ thuật để làm bác sĩ, kỹ sư. Lại chẳng thích. Còn
  trở lại ngành báo chí đã học dang dở thì không
  thoải mái. Tụi báo chí Mỹ đã làm tan nát chính
  nghĩa chiến đấu chống Cộng của quân dân miền
  Nam. Bây giờ đi làm công cho tụi nó sao?

Hoán tỏ vẻ thông hiểu và đồng tình với Phương:

- Tụi truyền thông thiên tả gian xảo, ác hại ở Hoa Kỳ
  và đài B.B.C tà đạo, sát nhân ở Anh đã gây thiệt
  hại không biết bao nhiêu cho miền Nam chúng ta.
  Tôi đồng ý với Phương, lãnh lương của tụi nó là
  phải viết theo hướng đi của chúng. Như vậy chẳng
  thà đi làm lao động đủ sống qua ngày mà không
  vương tội đồng lõa. Phương có nghĩ đến các ngành
  khác không?

- Có anh. Làm giáo sư thì tôi không thích. Còn học
  "Business" xong rồi chỉ là một thứ thơ ký thôi. Cấp
  ngạch cao thấp chút đỉnh, lương nhiều, lương ít hơn
  kém nhau chẳng bao nhiêu.

Hoán tư lự:

- Chúng ta là thứ dân vong quốc, ăn nhờ, ở đậu tạm
  bợ trên xứ người. Chắc là phải tìm đường trở về
  quê hương Phục quốc.

Phương đáp ứng:

- Đúng vậy anh Hoán. Trước ngày mất nước, tôi say mê học, mong muốn xuất ngoại du học lấy cái bằng Tiến sĩ. Bây giờ thì tôi thấy bằng cấp trở nên vô nghĩa, vô giá trị. Thông thường trong đại đa số trường hợp mục đích tối hậu của việc ghi tên Đại học, lấy mảnh bằng là chỉ để đi làm có tiền nhiều hơn, và đỡ vất vả hơn. Thế thôi. Đối với những người sống nhiều nội tâm, chọn xứ người làm quê hương vĩnh viễn và sống an cư hồn nhiên vui sướng hưởng thụ là điều khó xảy ra. Làm sao mà an nhiên tọa hưởng, ngụp lặn trong xa hoa, vật chất trong khi tâm tưởng mình luôn vang dội những tiếng kêu khóc nghẹn ngào, những phẫn nộ cuồng sôi?! Làm sao có thể vô tâm, vô cảm như thế được phải không anh?

Đôi mắt Hoán phảng phất nét buồn:

- Tôi hoàn toàn đồng cảm, đồng ý với Phương. Chúng ta phải làm một cái gì đó dù biết rằng thiên lao vạn khổ. Nếu mình không bị bọn Cộng Sản giết, đó là một cái may mắn. Nếu biển Nam Hải không chôn chúng mình xuống lòng nước, ấy là ơn trên. Vậy thì bây giờ mình sống ở đây để làm gì? Việc mình làm đừng bao giờ trông chờ kết quả. Cứ làm và phải làm. Nếu qua đây chỉ vì việc duy nhất là tìm miếng bánh mì thừa thì thà rằng chúng ta ở lại với bọn Cộng Sản để chia sớt nỗi khổ với cha mẹ, anh em, bạn bè còn hơn. Tôi bất ngờ được tin một thằng đệ tử vừa mới chết. Nó qua đây chờ mãi mà không gặp tôi để cùng hoạt động nên buồn bã, bực tức. Rồi trong một lúc điên cuồng nó đã tự tử bằng cách đốt xe lao xuống đèo ở North Dakota. Buồn cho nó không nhẫn nại.

Phương thở dài:

- Đáng tiếc và đáng buồn. Nhưng tôi hiểu được tâm trạng đó.

Bâng khuâng nhìn vào khoảng không trước mặt, Hoán nói giọng trầm buồn:

- Miền Nam Việt Nam chết tức tưởi, đớn đau. Thiếu tướng Lê văn Hưng muốn chiến đấu đến viên đạn cuối cùng nhưng không được, đành phải tự tử chết bỏ lại vợ hiền, con thơ bé bỏng vô cùng đau xót. Đại tá Hồ ngọc Cẩn đã tử chiến, và bị bắt. Trước khi bị hành quyết, Đại tá Cẩn đã dõng dạc nói với quân thù "Lịch sử sẽ phê phán các anh là giặc đỏ hay tôi là ngụy. Các anh muốn giết tôi cứ giết đi. Đả đảo Cộng Sản." Thiếu Tướng Nguyễn khoa Nam cũng anh dũng tự kết liễu cuộc đời mình khi mới có 48 tuổi để bảo toàn khí tiết, danh dự của một Tư Lệnh Quân khu 4. Thiếu Tướng Phạm văn Phú, Chuẩn tướng Lê nguyên Vỹ, Chuẩn tướng Trần văn Hai đều tự sát để tận trung báo quốc. Dân biểu Huỳnh văn Lầu ở Châu Đốc đã từ chối ra đi, ban lệnh tử chiến, giết nhiều địch quân, trọn đạo pháp, tình người, vẹn nợ nước. Trong phút cuối đời, người đã khí khái, bất khuất tuyên bố với hàng ngàn người dân rằng "Tôi không hề có tội với đồng bào, tôi là chiến sĩ Quốc Gia tự do. Tôi chống Cộng đến hơi thở cuối cùng." Anh hùng Huỳnh văn Lầu đã oanh liệt hiến thân cho non sông, Tổ quốc.

Và nhiều chiến sĩ can trường, dũng cảm không ai kịp ghi tên tuổi cũng đã âm thầm cho nổ lựu đạn cùng chết để khỏi phải chịu cảnh đọa đày nhục nhã.

Tuy ít khi có dịp trò chuyện trong thời gian ở trại Besar, nhưng Phương rất có cảm tình với Hoán vì người bạn mới này đến với Phương với tấm lòng rộng mở, không e dè. Hoán biết Phương cưu mang hoài bão đẹp, cùng chí hướng nên không ngại bộc lộ tâm huyết của mình. Hoán ân cần mời Phương dùng điểm tâm, uống cà phê trong những ngày tạm trú trong nhà thờ trưng dụng làm trại chuyển tiếp chờ lên đường đi định cư. Bình thường Hoán trầm ngâm, ít nói. Nhưng một khi gặp đúng người đồng lý tưởng, cùng nguyện vọng người sĩ quan tham mưu này chân thành phơi bày cảm nghĩ, tư tưởng của mình thẳng thắn. Phương cảm nhận được sự thành thực đó nên chàng đáp lại trong tình thân mến, cùng chiến tuyến chống Cộng Sản.

Phương hỏi Hoán:

- Ngày nào anh lên đường đi Mỹ?

- Khoảng ba tuần nữa.

- Tốt lắm! Mình trao đổi địa chỉ. Đây là nơi tôi sắp đến. Chúng ta sẽ liên lạc để cùng bàn tính những gì cần làm trong tương lai.

Hoán nhận mảnh giấy nhỏ có địa chỉ của Phương rồi vui tươi nói:

- Hay lắm Phương! Chúng ta sẽ cùng tìm hiểu, nghiên cứu kế hoạch sau khi đặt chân lên đất Mỹ.

Nói xong Hoán ghi địa chỉ của mình cho Phương. Hai người chia tay lúc thành phố Kuala Lumpur náo nhiệt vừa lên đèn.

Chương 72

Ṭrại tị nạn Pulau Besar bị ngăn cách với làng Merang của Mã Lai bằng một con sông, luôn có lính canh gác. Mọi người phải ở trong trại nơi chứa khoảng ba ngàn người Việt vong quốc. Từ bên trong làng tị nạn đi thẳng ra ngoài, hơi quẹo qua bên trái là hướng tới bãi biển, bước qua tay phải là đến bờ sông với cây cầu nhỏ để bước xuống ca nô đi qua làng Merang nơi có xe đò đưa lên tỉnh lớn tên Trengganu. Thỉnh thoảng chính quyền Mã Lai cho dân tị nạn mười cái "pass" để lên thành phố Trengganu mua sắm.

Bãi biển của trại Besar sạch sẽ, cát trắng hơi vàng vàng, có vài chiếc tàu vượt biển nằm trên bãi chỉ còn trơ thân tàu với những mảnh gỗ đã bạc màu theo thời gian, trông buồn buồn nỗi nhớ quê hương.

Loa phóng thanh Besar sáng sớm đã cho trổi dậy bài hát dân ca vui tươi của những cư dân trong quần đảo Malay rất phổ biến trong ba nước Indonesia, Malaysia, Singapore:

> *Rasa sayang, hey!*
> *Rasa sayang sayang hey!*
> *Hey lihat nona jauh,*
> *Rasa sayang sayang hey!*

I've got that loving feeling, hey!
I've got that loving feeling, hey!
See that girl in the distance,
I've got that loving feeling hey!

Nhã Lan đi ra biển mà lòng buồn áo não khi tiếng nhạc dân ca rộn rã xoáy vào tai nàng. Mấy tuần trước đây nàng và Phương đã cùng hát chung bản nhạc ngắn, vui nhộn này. Đôi nam nữ tung tăng, hân hoan, say đắm nắm tay nhau chạy ra biển trong cảnh đẹp sáng tươi của ánh bình minh rực rỡ như đóa than hồng ấm trong tim. Cặp tình nhân son trẻ tràn trề sức sống, ngập đầy thương yêu rong chơi hồn nhiên trên bãi cát, dưới gốc dương trong khung trời tự do của phần đất tạm dung chờ ngày định cư vĩnh viễn. Lan đi dần đến gốc dương nơi hai người đã nằm bên nhau dưới bóng cây trong những buổi trưa nóng bức. Thiếu nữ ngồi xuống thẫn thờ cầm nhánh cây nhỏ lên nhìn ngắm với nét mặt không hồn. Lan còn nhớ rõ dòng chữ đẹp Phương đã nắn nót trên cát bằng Pháp ngữ thay vì chữ Việt để Lan đỡ thẹn thùng "Lúc nào anh cũng nghĩ về em. Anh muốn ôm em, hôn em tối nay." Đó là lời hẹn ái ân mà Phương "dụ dỗ" nàng. Phải rồi, Lan đã đánh đòn Phương ba roi về tội quyến rũ. Ba roi ấy như ba sợi dây bền bỉ trói chặt đôi trái tim lãng mạn bên nhau, và cũng là những sợi dây rắn chắc xiết cổ hai người bởi nghịch cảnh ngang trái, bẽ bàng, bởi đối kháng bất khả khoan dung. Đắm đuối trong đại dương luyến ái, đôi tình nhân chỉ biết sống từng ngày, cố tránh né, chống đỡ những đòn sấm sét khắt khe của người cha hung dữ, độc tài. Bất giác, đôi dòng lệ lăn dài trên má. Lan thổn thức, nhớ nhung người yêu, lo nghĩ "Giờ này anh ấy đang làm gì, có ăn uống bổ dưỡng không, có đầy đủ áo mặc khi mùa đông tới không...?!" Khi Phương còn ở đây Nhã Lan thường xuyên bảo em nàng mang sữa, trứng gà, và mì gói tới cho chàng dùng. "Bây giờ nơi phương bắc Mỹ lạc lõng, ai sẽ chăm sóc cho anh ấy?" Lan thầm nghĩ như vậy.

Trong những đêm khuya vắng ở bãi "supply" dưới vầng trăng sáng nhẹ nhàng tỏa xuống mặt sông Merang phẳng lặng hiền hòa, Nhã Lan và người tình đã ôm hôn nhau đắm đuối, ngọt ngào không còn biết gì đến khung cảnh chung quanh và thời gian.

Có một buổi sáng Nhã Lan ra biển gặp Phương nằm đắp mền ngủ trên bãi cát, Lan bước đến đánh thức chàng dậy. Nàng hỏi "Trại cấm không cho ai ra ngoài bãi biển ngủ sao anh ở đây?" Phương phì cười, đáp "Họ cấm là chuyện của họ. Anh hứng thú ra đây ngủ thì anh đi." Lan lắc đầu trước câu nói ngang tàng của người tình. Lối sống bất cần đời đó cũng là một phần hấp dẫn Nhã Lan và khiến nàng yêu quý Phương. Lan còn nhớ có lần Phương kể nàng nghe chuyện năm xưa khi Phương mới có mười bốn tuổi mà đã dám nhổ nước miếng lăng nhục một Trung sĩ Quân cảnh bởi người này đã làm việc bất công khi ngăn chận không cho Phương qua cầu một chiều, lại cho nhiều thiếu nữ qua. Hắn đạp xe rượt theo bắt được Phương, giải giao cho Ty Cảnh sát tỉnh. Thấy Phương không có tội gì, Ty Cảnh sát thả Phương về.

Nhã Lan biết Phương là người hiền tâm, nhưng tính tình vô cùng cứng cỏi, không hề sợ bất cứ ai. Điều này làm Lan lo buồn, rầu rĩ bởi vì sự cương cường của Phương chắc chắn sẽ đụng chạm khốc liệt với cái độc đoán, hung tợn của cha nàng. Nhã Lan ôm đầu nức nở khóc. Nàng tha thiết gọi tên người yêu rồi cầm nhánh cây khô viết lên cát:

"Em yêu anh. Em nhớ anh. Anh Phương của em."

Chương 73

$\mathcal{K}$hoảng một tháng sau khi Phương rời trại chuyển tiếp ở Kuala Lumpur thì gia đình Nhã Lan được sắp xếp ngày rời trại đi định cư. Phái đoàn của Thụy Sĩ làm giấy tờ mau chóng, hiệu quả hơn các nước khác.

Ngay khi đến ngôi nhà thờ dùng làm nơi dừng chân cho khách Việt tị nạn ở thủ đô Mã Lai, Lan tìm gặp người quen hỏi chỗ nằm của Phương. Nhã Lan rảo bước đến đó. May cho nàng là chủ nhân chiếc giường đi ra bên ngoài chưa về. Nàng đứng nhìn ngắm chiếc giường cũ kỹ đã có bóng dáng người tình trên ấy. Nhã Lan đưa tay xoa nhẹ thành giường bằng gỗ màu nâu đen như những lần ngồi âu yếm bên nhau Lan thường nhẹ vuốt cánh tay gầy của người yêu. Đôi mắt đờ đẫn, Lan đứng yên thật lâu như cố tìm hơi ấm và hình dáng Phương. Theo thời gian cảm xúc trào dâng lên, nàng cố kềm lòng để khỏi bật khóc, rồi vội bước nhanh ra ngoài.

Lan cúi đầu đi về hướng ngọn đồi có vài cây cổ thụ cành lá thật lớn. Nhẹ nhàng ngồi xuống băng ghế đá, cô gái đưa hai tay ôm mặt, đầu cúi xuống thẫn thờ.

Khoảng hai tuần trước đây, khi còn ở Besar, Nhã Lan đã vui mừng khi nhận được thư Phương gởi, nhưng ba Nhã Lan cấm nàng không được thư từ với người mà ông không chấp nhận. Tuy nhiên nàng vẫn lén lút viết cho chàng kể rõ sự tình của hai cha con và ưu tư, băn khoăn cho người yêu ở phương trời lạ đang cô đơn buồn bã, đang bực tức vì đại cuộc Phục quốc còn quá xa vời, mong manh. Đọc thư người tình, lòng Nhã Lan ngập tràn thương yêu và nàng muốn có mặt ngay bên cạnh Phương để cùng chia xẻ nỗi buồn khổ với chàng. Lan muốn điên lên khi biết rằng Phương buồn, hút thuốc nhiều để phổi bị yếu đi. Những người đến đây một lượt với Phương nhưng chưa tới ngày rời khỏi Mã Lai đã cho Lan biết Phương bị nghi ngờ mang bệnh lao phổi.

Một tuần trước khi lên xe đi Kuala Lumpur, Nhã Lan đã nằm mơ thấy Phương đến gõ cửa nhà nàng với bàn tay đẫm máu và khuôn mặt thật dữ dằn khiến Lan vô cùng sợ hãi. Và đó không phải là giấc mơ duy nhất. Từ ngày Phương rời trại Besar, Lan đã gặp nhiều ác mộng kinh khiếp như thế.

Cũng có khi Nhã Lan chiêm bao thấy hai người tình tự dưới gốc cây dương và ngồi ngắm biển. Nàng đã ngẩn ngơ tiếc nuối cơn mơ thật đẹp ấy.

Trái tim trinh hương, thánh thiện của Nhã Lan như chập chờn bay theo hồn và bóng của Phương. Nàng lo sợ rồi đây ước muốn cùng sóng đôi trên đường đời sẽ không thực hiện được. Nhưng Lan vẫn cương quyết giữ lời hứa là sáu tháng sau khi đến Thụy Sĩ nàng sẽ đi Mỹ thăm Phương.

Lan ngồi co ro thả hồn trôi về quá khứ với tháng ngày thương yêu diễm tuyệt bên người tình.

Chập chờn ẩn hiện trong tâm trí Nhã Lan là giông bão áp bức cuồng nộ của thân phụ. Những lời cấm cản nơi cha nàng như sợi kẽm gai xiết chặt làm rỉ máu trái tim non nớt, mong manh của Lan.

Nàng đau đớn vùng vẫy, muốn phá tung, muốn đập vỡ thứ tù ngục tinh thần ấy. Nhã Lan mơ hồ cảm nhận rằng nàng phải quật cường, phải phấn đấu quyết liệt, phải tự mình đương đầu với nghịch cảnh để có tự do luyến ái, tự do đến với người tình mang hoài bão lý tưởng phụng sự quê hương dân tộc.

Vượt qua khỏi phút thứ sáu mươi, tâm tưởng Nhã Lan bừng sáng. Nàng hiểu rõ và tin rằng đã đến lúc chính nàng phải đứng lên tranh đấu cho tự do, hạnh phúc của mình.

Lan biết là nếu nàng không quyết tâm giành lấy tự do tình cảm cá nhân riêng thì không ai giúp nàng được. Rồi đây cuộc đời nàng sẽ tàn tạ như chiếc lá úa nằm dưới gốc cây mơ ước hão huyền. Tự do không thể tự nhiên mà có. Nó phải được tranh đấu để lấy lại một khi đã mất đi.

Lan cảm thấy kình lực câu thúc nội tâm của mình mãnh liệt không kém sức đàn áp, kềm kẹp trong chế độ độc tài man rợ của Việt Cộng. Lan trực cảm rằng những người dân của các nước Cộng Sản đều có cùng tâm thức ngột ngạt, lo âu và thù ghét chính quyền. Lan đã không chấp nhận sự độc tài của bọn Cộng Sản miền Bắc nên liều chết vượt biển tìm cuộc sống tự do. Làm sao mà Nhã Lan quên được những hành động ác ôn, dã man do bọn Cộng Sản gây ra, và nhân cách đê tiện, vô đạo đức, cùng với tâm hồn độc địa rắn rết của tên đại ma đầu Hồ chí Minh?! Càng thù ghét, khinh khi bọn Việt Cộng bao nhiêu thì Nhã Lan càng thương yêu, kính trọng Phương bấy nhiêu.

Giờ đây tơ yêu lỡ làng éo le, ngang trái đau buồn. Chính thân phụ của Nhã Lan lại là một nhà độc tài trên phương diện tình cảm yêu đương trai gái.

Lan bị sức ép vũ bão từ đôi hướng: những đợt sóng tình yêu đương cuồng nhiệt của Phương dành cho nàng, và sự lạnh lùng, khắt nghiệt cấm đoán của cha nàng. Cường độ của hai thế lực đối nghịch tương đương với nhau khiến tâm hồn thơ ngây, bé bỏng của cô gái vượt biển tị nạn phải chịu đớn đau, sầu khổ trong muôn trùng cảm xúc.

Không chịu nổi sức ép cuồng bạo vô hình khủng khiếp, Nhã Lan khóc tức tưởi.

Những giọt nước mắt đớn đau rơi rớt không ngừng trên đôi má xanh xao, sầu muộn của người con gái vừa tròn hai mươi tuổi. Lan nấc lên từng tiếng não nề khiến đôi vai run rẩy từng hồi.

Ngọn đồi không có một chút gió. Tất cả như nín thở cảm thông nỗi đoạn trường quần quại của trinh nữ đáng thương.

Nhã Lan khóc. Lệ tràn đại dương. Chỉ có tiếng khóc và dòng nước mắt thảm sầu mới làm nàng vơi đi phần nào cơn bão xé gan loạn đả, đang nghiệt ngã cày nát con tim.

Một chiếc lá vàng rơi xuống bên cạnh Lan.

Một giọt máu trong tim nàng cũng vừa nhỏ xuống.

Những giọt máu thê lương hòa điệu với những giọt nước mắt ai oán khóc cho mối tình ngang trái, bẽ bàng, đau xót.

Nhã Lan ngồi yên như pho tượng mà nức nở khóc thật lâu không biết gì đến thời gian, cảnh vật chung quanh.

Ba Nhã Lan hốt hoảng nhờ vài người quen đi tìm nàng. Hơn hai tiếng đồng hồ không thấy bóng dáng Nhã Lan đâu cả khiến ông vô cùng lo lắng. Không bao giờ tâm trạng ông được yên ổn. Lúc nào ông cũng nơm nớp lo sợ Nhã Lan sẽ chắp cánh bay đi tìm Phương. Càng nghĩ đến viễn ảnh ấy ông càng căm ghét Phương. Ông nhủ thầm trong lòng "Thằng khốn nạn! Mày cướp tàu được chứ không thể nào cướp được con gái của tao đâu. Tao nhất quyết phải thắng mày."

Một người quen trở về báo cho ông biết là đã nhìn thấy Nhã Lan đang khóc nơi băng đá trên đồi cổ thụ. Ông vội vàng chạy đến ngồi xuống bên con gái cưng, nhẹ nhàng choàng tay qua vai Nhã Lan, nói:

- Con làm thầy hết hồn. Về phòng rửa mặt rồi chuẩn bị ăn cơm.

Nhã Lan đứng lên, đưa tay lau những giọt nước mắt còn đọng trên má. Nàng không nhìn cha mà nhìn về phía trước, nhìn về tương lai tươi sáng không còn kềm kẹp áp bức, không còn an phận, cam tâm chịu đựng bất công vô lý với lòng cương quyết tranh đấu cho tự do, hạnh phúc chính đáng của mình.

Như không biết đến sự có mặt của ông Tấn bên cạnh, Nhã Lan thả hồn về một nơi ở bắc Mỹ xa xôi với tâm tình thống thiết:

"Anh yêu ơi! Hình bóng anh cứ chập chờn ẩn hiện trong tim em. Em đã yêu anh quá sâu đậm. Em đã thuộc về anh hoàn toàn, vĩnh viễn. Mặc dù có ba bên cạnh, với gương mặt sầu não, lòng yêu anh vẫn tiếp tục nẩy nở, tràn ngập như ngọn sóng thần vũ bão. Và ba em không đủ sức, đủ tài, đủ trí để vớt em ra khỏi cơn sóng ấy.

Chữ hiếu nặng nề làm sao em mang nổi?! Em đến với anh đây. Đến với anh cùng hành trang tình yêu đầy ắp con tim và nặng trĩu hai vai. Người con gái ngoan ngoãn nghe lời ba ngày nào bây giờ như nữ chúa sơn lâm rừng thẳm. Rồi đây những tiếng thét kinh thiên động địa rừng sâu sẽ thay thế tiếng khóc nỉ non trong đêm khuya thanh vắng. Em phải bảo vệ tình yêu của hai đứa mình hơn cả Tổng thống bảo vệ đất nước. Ba em sẽ cố tìm mọi cách để em buông lỏng vòng đai. Nhưng không, em sẽ giữ mãi chiến tuyến một khi em vẫn còn yêu anh.

Anh ơi! Anh thương của em.

Em yêu anh vô cùng vô tận, yêu anh cả đến mấy ngàn kiếp sau vẫn còn yêu.

Em biết rõ căn bệnh siêu hình nơi anh, em rất hiểu.

Và em bực tức, buồn bã quá! Nhiều lúc em tự nói riêng với mình:

'Làm cách nào cho người tình của tôi vui sống? Thương yêu tôi dành cho chàng không đủ sức để thoa dịu tâm hồn đang nổi loạn ấy. Tôi thương chàng hơn cả cuộc sống của chính tôi. Nếu tôi có thể hy sinh mạng sống cho chàng tôi cũng vui sướng.'

Anh ơi, anh! Anh muốn em làm gì cho anh hở?

Em muốn có thật nhiều tiền trao cho anh thực hiện lý tưởng cao cả. Em cảm thấy đó có thể là lối thoát cho anh. Anh, em yêu anh, nhưng tình yêu không đem lại cho anh những gì cụ thể. Trái lại, em muốn nó phải giúp anh một cách đắc lực nhất.

Anh yêu, em ao ước được gánh chia một ít ưu tư để anh bớt lo nghĩ. Nếu em chỉ biết duy nhất một điều là thương anh thôi thì em quả thật hết sức vô dụng. Em xin anh hãy chia xẻ cùng em. Anh em mình sẽ chịu chung nỗi ưu sầu. Anh nói đúng, tình yêu mà làm gì, chỉ thêm vướng bận bước chân anh. Em chỉ cần nằm một góc thật nhỏ trong tim anh thôi. Đối với em, như thế là đủ lắm rồi.

Giá em có phép thần, em sẽ ban hạnh phúc đến mọi người trên cõi đời này. Riêng Việt Nam đau khổ, em sẽ biến quê hương mình thành cõi Thiên đàng. Nơi này dành riêng cho những dân tộc mang nhiều thống khổ nhất thế giới.

Việt Nam, quê hương yêu quý, là nơi em ao ước trở về một ngày, cùng với anh, khi bóng dáng quân thù Cộng Sản không còn nữa. Chúng ta chỉ hạnh phúc thực sự trên mảnh đất quê hương này."

◇ ◇ ◇

Hoa Kỳ đầu thu 2013

Văn Chương Tuyển Phẩm

MÂY KHÓI

Lãng tử chiều tà lang thang bước
Khói xám hoàng hôn nắng rụng dần
Tha hương khắc khoải sầu non nước
Ẩm hận trông vời phong tỏa vân.

NIỀM TIN

Quyết sẽ có một ngày kia núi lở
Sấm rền vang ôi đất nước tưng bừng
Sông căm hờn dựng sóng bước đi lên
Ngày Phục quốc ngày tàn vong Cộng sản.

2

MỒ CÔI

Thưa cha con đã chết rồi
Chết từ ngày ấy xa vời vời xa
Ngày con òa khóc oa oa
Đón chào thế giới mù lòa tối tăm
Lãng du thân xác phiêu bồng
Đôi chân mỏi mệt cõi lòng xót xa
Tìm đâu mây lụa vườn hoa
Vươn hình gấm vóc chan hòa thế gian?
Bao năm cha biệt cõi đời
Con hoang nghĩa địa bời bời khổ đau
Cha ơi! cha ở phương nào?
Có hay con đã rơi vào đắng cay?
Lòng con đã chết thơ ngây
Đau thương căm hận tháng ngày khôn nguôi.

THI SĨ

Là thi sĩ chẳng là ru với gió
Mà tung gươm vùng vẫy loạn vườn thơ
Ngông nghênh hát bên cuộc đời chối bỏ
Buông tiếng cười con Tạo lắm ngu ngơ

Là thi sĩ nghĩa là mang tiếng khóc
Lệ dâng trào lên ngòi bút, thế nhân
Với hoạt cảnh lầm than và tang tóc
Thương kiếp người sao lắm cảnh ly phân

Là thi sĩ nghĩa là mang đại hận
Cho bao người khắc khoải kiếp tù nhân
Cất tiếng thét rung nền trời căm phẫn
Đòi ác nhân về bái kiến Tử thần

Là thi sĩ nghĩa là mang hơi ấm
Trải đêm dài lạnh lẽo chốn nhân gian
Đưa tay vớt những xác thân chìm đắm
Trong ưu sầu tuyệt vọng bởi gian nan

TÂM NIỆM

Làm trai đứng ở trong trời đất
Phải giết gian hùng cứu núi sông
Tâm can nung chí hờn vong quốc
Một gánh càn khôn chẳng đổi lòng

◇ ◇ ◇

MƯA

Đêm nay phố vắng mưa nhiều quá!
Sấm chớp rền vang gió lạnh lùng
Co ro khắc khoải hồn băng giá
Đời có gì đâu buồn mông lung!

NHẠC ĐỜI

Em hãy khóc cho tình sầu nhắm mắt
Ngủ miên trường trong chua xót đắng cay
Khóc đi em thương cuộc tình đã mất
Hồn thọ tang cơn ác mộng ban ngày

Em hãy khóc cho son nhòe phấn nhạt
Cho tình xưa trở lại phút chiêm bao
Và mất hút trong địa cầu tan nát
Em bàng hoàng, ôi tận thế rồi sao?!

Em hãy khóc cho đời lên tiếng nhạc
Cho cung buồn trầm bổng điệu tình yêu
Cho Định mệnh vui cười lên tiếng hát
Cho mồ hoang, mả lạnh vẻ tiêu điều

Em hãy khóc cho tình xưa tuyệt vọng
Cho ê chề đau đớn mảnh hồn thơ
Cho ngang trái vươn hình trong cuộc sống
Cho con người sao cứ mãi ngu ngơ.

TƯƠNG TƯ

Đôi ta nay đã bệnh rồi
Tương tư luyến tiếc bồi hồi ngóng trông
Anh buồn u uất cõi lòng
Em nằm "khám lạnh" long đong cuộc đời
Tình yêu ngắn ngủi than ơi!
Chết trong tức tưởi rã rời hai tim
Thương nhau nào có lỗi gì?
Sao ta phải chịu thị phi lụy phiền
Hồn anh đã hết bình yên
Bao nhiêu uất hận khi thiêng bão bùng
Từ nay gục chết thơ ngây
Linh hồn nổi loạn đắp xây hận thù
Ngàn sau mãi mãi mùa thu
Độc hành lãng tử phù du miệt mài
Em ơi còn nhớ thương ai?
Đảo thơ tình mộng cuồng say một lần
Một lần tình mộng cuồng say
Pu-Lau kỷ niệm tháng ngày khôn phai

◇

1979

TÙ NHÂN

Bốn phía tường ngăn, nóc kẽm gai
Bên trên tôn nóng phủ đêm ngày
Kiến bò, rác rưới lưng nằm ngủ
Ẩm mốc xông lên cảnh đọa đày

Ngẫm nghĩ càng thêm thấy nực cười
Cuộc đời sao hiếm những vui tươi
Nhìn quanh ta thấy gông xiềng xích
Thấy bọn cuồng mê thấy lũ người

Mang kiếp tù nhân của thế gian
Hồn mơ lìa bỏ cõi hung tàn
Về quê ý giới nơi hồ uyển
Say tình nồng thắm với Thi Chân

Kiếp người nay phải trả cho xong
Phấn đấu bền gan quyết một lòng
Hồn thơ ảo tưởng không còn nữa
Thép ngời đứng dậy chém cuồng phong

PHẪN NỘ

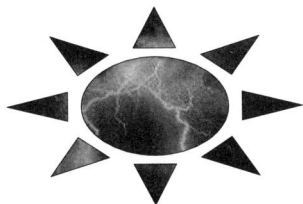

Tay vung quả đấm lên trời
Hỏi rằng Thượng Đế có ngồi đấy chăng?
Có nhìn, có thấy bạo tàn
Đông dương quỷ đỏ, sài lang tung hoành?

Tay vung quả đấm lên trời
Sao ta bất lực một đời phù sinh?
Mộng mơ tay nắm thiên kình
Ngày đêm dằn vặt trăm nghìn đớn đau

Tay vung quả đấm lên trời
Hỏi rằng Thượng Đế có mời ta chăng?
Ta lên ngôi vị Thiên Hoàng
Suối nguồn hạnh phúc tuôn tràn muôn nơi

Tay vung quả đấm lên trời
Hỏi rằng nhân thế có cười ta say?
Nhìn thu đếm lá thu bay
Bao nhiêu lá rụng ngất ngây nỗi buồn.

ẢO ẢNH

Sầu độc ẩm uống từng dòng não nuột
Bước thang mây tìm hạnh phúc bâng quơ
Trong hư ảo chập chùng nghe núi khóc
Nỗi u hoài vây kín biển cô đơn

Yên tĩnh quá vùng hư vô huyền thoại
Chuỗi ngày dài ấp ủ ước mơ lung
Tìm nghiệp cả ngàn năm chưa được có
Nỗi hận lòng chôn chặt đáy tim côi

Không gian rộng tay gầy chưa đủ sức
Thời gian dài không đuổi kịp, đôi chân
Lưỡi yếu đuối ngàn lời chưa thốt nổi
Thân xác buồn vơ vẩn kiếp phù sinh

Ngoảnh mặt lại ngắm mình thêm chán nản
Tư tưởng nào tuyệt vọng giữa đêm khuya
Hồn ưu uất nghìn thu chưa được tỏ
Luống ngậm ngùi uống trọn giấc chiêm bao

Thức giấc đạp tung chăn tháp ngà son vỡ nát
Vườn vai rút xoẹt kiếm bầy quỷ đổ tan tành

ÔM ĐỊA CẦU

những muốn xây cuộc đời bằng hoa tươi cỏ mịn
ôm địa cầu say ngủ giấc yêu thương
nhưng đời giông tố tràn tang tóc
nên phải tung hoành gươm máu tanh

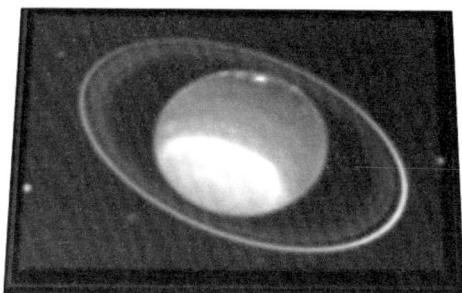

QUỐC HỒN

Tay run dòng lệ nhòa kim sử
Bút đổ tâm tư họa cổ sầu
Khí thiêng sông núi Nam còn ngự
Gió lộng cờ cao quỷ rụng đầu.

ĐÂY ĐÓ

này bàn tiệc với cao lương mỹ tửu
nọ mâm cơm khoai độn nuốt cầm hơi
đây tự do, yên ấm nếp ăn chơi
đó nô lệ, cơ hàn thân điêu đứng

này và nọ, ôi trời ơi, đây đó!
ta quay cuồng trong mộng ảnh lung linh
đời như thế hỏi sao lòng thanh thản
tâm sự gì, một màu máu bi thương?!

EM TÔI

em dại như cọng cỏ non
thơ ngây như đoá mây hồng
trang đài như dòng suối mát
diễm kiều như lụa thiên thanh

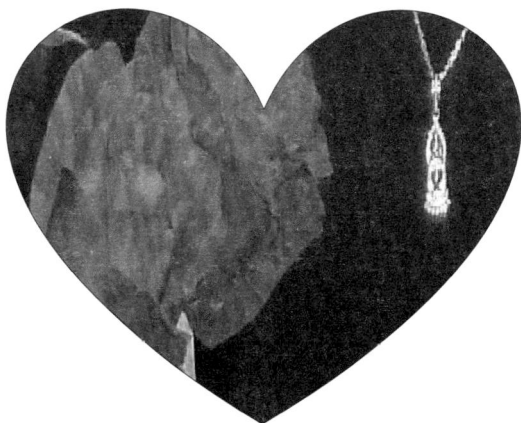

em mơ tình ngát mộng
ươm say nhạc chân tình
bay cùng mây gió lộng
trong sắc thắm bình minh

cha bị xử bắn
mẹ buồn đau bệnh
cửa nhà tiêu tán
sau ngày "cách mạng"

em tội lớn
con "ngụy quyền"
giờ trôi giạt
ở nơi đâu?

Việt Nam
xơ xác
thân em
bần hàn

"xã
hội
chủ
nghĩa"

◇

Mùa đông buốt giá Michigan 1978

TÂM NGUYỆN

Thuở chào đời tôi khóc bằng tiếng Việt
Bước đến trường tôi học chữ quê hương
Nên tôi nhớ và ôm lòng bi thiết
Cho bao người đang sầu khổ đau thương

Đời trước mặt nhưng tôi nhìn quá khứ
Chốn quê xưa tôi có lắm vui buồn
Nay điêu tàn vì một bầy quỷ dữ
Nay xác xơ vì một lũ điên cuồng

Tôi có óc, còn tim nên chẳng thể
Quên cội nguồn, quên đất nước thương đau
Say hoan lạc khi dân mình nô lệ
Sống nhởn nhơ khi quê mẹ tiêu điều

Tôi chống Cộng và muôn đời chống Cộng
Dẫu gian nguy, khốn khó quyết không sờn
Giết quân thù cho dân mình được sống
Cho non sông thôi hết tiếng căm hờn.

◇ ◇ ◇

NGẠO NGHỄ

Vỗ tay vang toát ra ngàn sinh khí
Ngửa mặt cười để chứng tỏ hiên ngang
Chấp cuộc đời trăm ngàn triệu lầm than
Tâm nhân ái cháy bùng thiêng đại chí.

QUANG PHỤC

Đêm giao mùa lòng ta rộn rã
Tiếng non sông vang nhịp bước đều
Trường Sơn ơi, Việt Nam gấm vóc
Ta trở về đánh nát Cộng quân

Giờ đã tới ta phản công oanh liệt
Bừng lửa thiêng đuốc dậy nơi nơi
Giờ quyết thắng xông lên tàn sát
Quân Cộng thù, rửa hận quê hương.

BÓNG QUÊ HƯƠNG

đời sấm sét
đi trên bốn tầng mây
lướt qua ba ngàn ngọn núi
vỗ sóng tám vạn con sông
đưa gươm hồ hải
chém tan hai triệu quân thù
ngước nhìn trời cao
ngâm bài thơ non nước
vang vang hận
du du sầu
về phố làng xưa
hoang sơ tan nát
cảm hoài
hằn học
bứng cỏ thả về trời
tìm suối chiêm bao
lòng run
mơ màng đau xót
quê hương
bao thế kỷ u buồn
loang lở màu tang
hằng đêm
đứng gọi trăng về
lắng nghe độc khúc bi hùng
của bóng ma vận khứ.

XA LỘ

bên xa lộ
hoàng hôn xuống
cùng với mưa
tiếng mưa quen thuộc muôn đời
của ngày nào quá khứ
bây giờ vẫn vậy
và năm tháng miên viễn mai sau

◇

cô quạnh
bốn khung cửa xe
trời đất u buồn theo những lớp mây chồng chất
dáng mây không xa lạ
điệu mưa không xa lạ
chỉ có con đường không quen
với những "exits" và "rest areas"
con đường nơi đây êm ái, thênh thang
đâu có gập ghềnh, chật hẹp
đường Việt Nam
thống khổ
kinh hoàng
tang tóc

◇

bầu trời u ám
tiếng mưa quen thuộc muôn đời
là tất cả
là quê hương
bây giờ
khung trời Việt Nam
buổi sáng đã có hoàng hôn
buổi trưa không có mặt trời
và buổi chiều chỉ có bóng đêm

◇

trên xa lộ hàng ngàn dặm
chỉ có mưa và hoàng hôn
những giọt mưa
cường toan
nhỏ vào hồn
loang lổ
buốt cháy
đau thương
hận thù
căm phẫn

◇

20

chập chùng mây xám
là khăn tang bao la
ôm kín mảnh hồn
vọng quốc

◇

trên mảnh đất phồn thịnh, tự do này
nào có gì ngoài mưa buồn và mây xám
ôi!
mưa muôn đời
mây vạn thuở
thương nhớ quê hương mịt mùng hố thẳm

◇

Một chuyến xuyên bang 1979

21

CHIM

vỗ cánh
chim vẫn vỗ cánh đều
trời bao la
gió lồng lộng
chim bay
về phía trước
bỏ sau lưng những khóm cây và dãy nhà thấp kém
chim vươn mình ra khơi
màu xanh bên dưới
lòng chim chơi vơi
vũ trụ không cùng
chân chim bé nhỏ
làm sao cỡi địa cầu?!
vầng dương vừa chìm xuống biển
chim cúi đầu lặng thinh
khí lạnh trùng trùng
se sắt
chim buồn mông lung
màn đêm giăng đặc
tổ ấm lìa xa
lửa máu căm hờn

tổ ấm lìa xa
canh hai
canh ba
gió viễn xứ lạnh lùng
mây tha phương hờ hững
chỗ nào chim nương thân?!
nát lòng
cố quận
mờ xa
quằn quại
đêm mù chảy máu mắt
ngày hỏa sơn căm phẫn
"Việt điểu"
"Việt điểu"
nơi nào
"sào nam chi"?

thái bình dương biền biệt
đêm bao vây chặt chẽ
lòng chim không chùng
cánh chim vẫn miệt mài vỗ giữa không trung lãnh đạm
cô đơn
cô đơn
chim vẫn thách đố nghìn trùng bão táp
vỗ cánh
chim vẫn vỗ cánh đều
bay về phía trước
nát lòng
cố quận
mờ xa
quằn quại
đêm mù chảy máu mắt
ngày hỏa sơn căm phẫn
chim bay
cõi lòng tơi tả

◇

Aug-13-1984

VỠ MÁU

Ta cởi bỏ lồng ngực
Bưng trái tim uống căm hờn xối xả
Máu
Máu đã vỡ tung muôn triệu oán thù
Bước lên trời
Gom gió
Vung tay đánh sập trần gian
Đi cô đơn trong thinh lặng
Hững hờ bắt tay Hư vô
Có một bãi cỏ xanh nào đó để ta ngả lưng hay không?
Đêm cứ dài muôn đời mà ta không thể nào ngủ được
Đâu dễ tìm được mơ!
Đâu dễ tìm được trăng!
Đâu dễ tìm được tiếng dương cầm thánh thót từ nụ hoa
nhân ái
Hãy cười lên gió ơi!
Hãy khóc đi mưa ơi!
Hãy tê tái đi tuyết ơi!
Hãy sụp đổ đi vũ trụ ơi!
Ta sẽ ngồi làm thơ và giải khát bằng những chén máu

Rồi bay
Cười vang
Loạng choạng trong cơn say
Tinh tú không dám thở
Lo sợ nhìn
Ha ha!
Ta lại cười
Âm vang bay tung tóe
Kình ngư cỡi sóng lớn
Lắng tai nghe
Nước mắt giàn giụa
Mây bỏ đi biệt tích
Mặt trời trốn mất
Yên tĩnh
Thật yên tĩnh
Kia!
Những chiếc đầu lâu
Ta đón lấy
Mùi đau thương
Mùi nước mắt
Mùi máu
Ta đưa lên trán làm vành khăn tang.

◇ ◇ ◇

Thơ đối Xuân

Tết về, đất khách bâng khuâng mộng
Mười năm ấp ủ chí tang bồng
Xuân đến, quê nhà mòn mỏi ngóng
Một ngày hóa giải xích xiềng gông

Jan-12-2001, 3pm
Xuân Tân Tỵ

Yêu Anh

Phải chăng anh là mộng
Mà trăm năm em chỉ thấy một lần?
Phải chăng anh là mơ
Mà trọn kiếp đơn lai?
Một lần thôi, một lần thôi!

◇

Sầu từng đêm em ấp,
Nhớ tàn canh em mang,
Mộng tình cao chót núi,
Tiếng lòng ôi héo hon.

28

Anh hỡi anh yêu, anh ngàn xa cách.
Em mãi yêu anh, lệ tràn đôi mắt.
Nhớ cuốn em về hư vô đau buốt.
Anh hỡi anh yêu, máu hồng run rẩy vì anh.

◇

Trời mùa đông băng giá,
Tuyết phủ đầy tim em,
Anh đâu rồi anh hỡi?!
Anh đâu rồi anh ơi?!
Co ro em mong đợi,
Thẫn thờ em nhớ mong,
Cõi lòng ôi quạnh quẽ,
Thiên đàng em ngóng trông.
Phải chăng anh là bóng
Trọn đời em hoài công?
Anh hỡi anh ơi!
Em khóc vì anh, em chết vì anh.

◇

Phù vân, ôi mây nổi.
Lệ tình, cắn máu tay.
Lòng đau như lụa xé.
Đêm tàn nào có hay.

Anh hỡi, phải chăng anh là mộng?
Mà trăm năm em chỉ gặp một lần.
Anh ơi, phải chăng anh là bóng?
Mà trọn kiếp em hằng mơ.
Anh hỡi anh ơi!
Em khóc vì anh, em chết vì anh.
Tình quân biền biệt,
Máu tràn đau khổ ngàn thu.

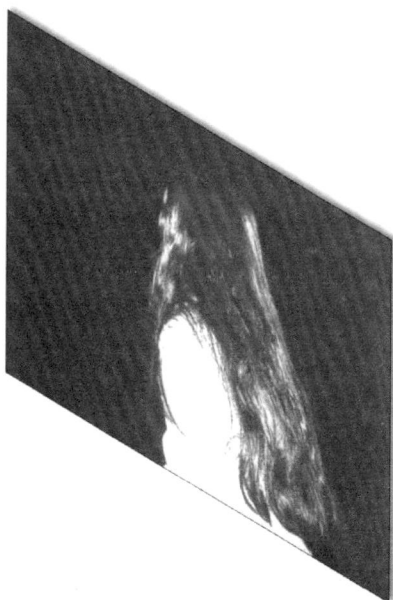

Mẹ Việt Nam

Mẹ còn đằm mà dang tay chưa đón

Những đứa con trung nghĩa phải lìa quê

Người tạt nguyện, đói khát, dạ tái tê

Cùng lúng chùm xích xiềng trong tủi hận

Bọn phản nghịch mang danh Mẹ lập bàn

Chúng phỉnh phờ, trục lợi, giả nghĩa nhân

Phá giang sơn, bạo loạn tràn xứ sản

Tội thấu trời không che mắt thế gian

32

Mẹ mong nhớ, thường chờ trông hy vọng

Thằng con mình lưu lạc bốn phương trời

Sớm trở về đúng rằm tháng giêng Công

Cho quê hương thôi rách nát tơi bời

Thư bưa

Vũ Hồi 07

Cây đào

Springfield
tên đẹp của một thành phố
cánh đồng Xuân
nhưng mà Xuân chưa về
có lẽ còn trôi giạt
đâu đó ở nam cực
nhiều căn nhà trong xóm Edsal bỏ trống
tiêu điều tội nghiệp
mưa hoàng hôn tấu khúc nhạc nát lòng
một chiếc xe bé nhỏ cô đơn
chạy lòng vòng trong khu xóm đìu hiu
những giọt mưa lạnh lùng
ào ạt đổ xuống mái nhà rong rêu phiền muộn
chiếc xe quẹo trái
dừng lại trước một ngôi nhà
ánh đèn run rẩy trong hơi lạnh
một gia đình người Mễ rồi sẽ dọn đi
trong luyến lưu bất hạnh
mùa Xuân chưa về
mưa buồn gió lạnh se sắt lòng ai
đôi lữ khách xuống xe

những đóa hoa đào màu trắng, màu hồng
ngã nghiêng trong mưa gió
cửa mở
ánh đèn trắng vàng chao đảo
giọng người đàn bà Mễ
"me, go, foreclosed"
một trong hàng vạn gia đình bất hạnh
lữ khách cáo từ
cơn mưa bỗng nhiên vũ bão
cây đào quị xuống
hoa lá tả tơi
chiếc Celica rời khu xóm hoang tàn
nữ khách co ro trong lòng xe chật hẹp
ánh mắt long lanh xúc cảm trong bóng tối nhạt nhòe
ân cần, trìu mến
nàng âu yếm nắm tay người tình nói nhỏ
"em yêu anh"

◇

May-11-2009, 7am

Chú tiểu xấu xí

Chú tiểu có gương mặt xấu xí
Tay chân khẳng khiu
Lên thiền đường trễ
Bị phạt diện bích một giờ
Chú mơ màng nghĩ đến con nai bé nhỏ đang bị thương
Lòng lo âu
Không biết những lá cây chú dùng có cầm máu được không

◇

Năm giờ sáng
Trăng non lơ lửng trên khu rừng trước mặt
"Ồ, nai vẫn còn sống" - Chú mừng vui nói một mình
Máu hai bên đùi nai đã khô
Chú đưa tay nhẹ vuốt lên mặt nai thì thầm
"Không sao đâu, vài ngày nữa nai sẽ được rong chơi"
Chú đi hái thêm một ít cỏ thuốc đắp lên vết thương
Rồi móc trong túi ra ba trái táo cho nai ăn

Khi về chùa chú tiểu lại trễ lần niệm kinh buổi sáng
Lại bị nghi là lấy trộm táo
Bị phạt bốn giờ diện bích tọa

◇

Một tuần sau
Chú đang gánh nước về chùa
Bỗng nghe sột soạt
Một con nai phóng ra, chạy về chú tiểu
"Ồ, có phải là ngươi không?"
Chú ngồi xuống ôm nai vào lòng
Rồi vô ý làm đổ thùng nước

◇

Về chùa không trễ lần kinh chiều
Nhưng không đủ nước
Chú bị phạt diện bích bốn giờ

◇

Ngày rằm có nhiều người viếng chùa
Chú ân cần đón tiếp
Có một thiếu nữ trạc mười lăm
Trượt chân té
Chú nhanh chân nhào đến giữ cô khỏi rơi xuống đồi
Thiếu nữ mừng rỡ ôm chặt lấy chú

◇

Buổi tối nơi chính điện trước bàn thờ Phật
Chú phải đọc kinh sám hối

Miệng đọc kinh mà lòng chú hoang mang tự hỏi
"Mình có làm gì sai trái đâu"

◇

Thiền sư bệnh nặng
Mọi người buồn bã
Lòng thản nhiên, chú đi về cánh rừng sau chùa nơi có nhiều
rắn rít
Nhớ có người nói rằng nơi nào nhiều rắn nơi ấy có thuốc hay
Đi mãi chú vẫn không nhận diện được thứ cỏ nào có thể
làm thuốc
Đang đăm chiêu suy tính
Chú thấy một con rắn đang bị tảng đá lớn đè nặng
Không chần chờ, chú chạy đến đẩy tảng đá ra
Rắn thoát nạn, bò nhanh vào bụi rậm
Chú lững thững về chùa
Hoàng hôn tràn lan

◇

Tiếng chuông mõ vang rền
Mọi người đọc kinh cầu an cho Thiền sư
Bụng đói
Chú lẻn vào bếp bốc cơm nguội ăn
Rồi đi ngủ

◇

Lương y đến chùa bắt mạch cho Thiền sư
Khẽ thở dài

Mọi người lo lắng
Lương y nói
"Bệnh nặng, e rằng quá trễ"
Trầm ngâm giây lát, rồi tiếp
"Nếu phân đắng, hy vọng cứu được"
Đảo mắt nhìn mấy chục chú tiểu bao quanh, rồi hỏi
"Có ai tình nguyện nếm thử phân của Thiền sư?"
Các chú tiểu nhìn nhau
Chú tiểu xấu xí lặng lẽ bước đến lương y
"Tôi nếm phân"
Lương y lấy mẩu phân trao chú tiểu
Phân đắng
Mọi người thở phào

◇

Chú tiểu lặng lẽ bước ra khỏi chùa
Đi về khu rừng bên trái
Trời bỗng sấm sét đổ mưa
Chiếc áo màu nâu ướt nhẹp
Chú ngửa mặt nhìn trời
Mong tìm bắt ánh chớp thinh không
Loé sáng vũ trụ vô cùng.

◇

Jan-25-2010, 8:30pm

Chơi vơi

Tay quấn chăn mong kéo giấc mộng tàn

Hồn níu bóng cố tìm người yêu cũ

Oct-4-2012, 8am

Cố nhân

Sóng ngưng
Nàng xuất hiện
Danh xưng
Công chúa biển
Mây tan
Chàng dừng bước
Tên gọi
Khách giang hồ
Đêm sơ giao hạnh ngộ
Sao trời ca hát
Sóng nhạc thủy cung
Vang lừng ái khúc
Gió khuya chập chờn vi vút không gian
Gót thướt tha, môi nở nhụy diễm kiều
Tóc lơi xõa, mi cong dài mơ mộng
Nàng đẹp lắm, tuổi xanh tràn hy vọng
Hành trang đời, hương sắc lộng bình minh
Kẻ lãng du ngây ngất đóa hoa tình
Yêu chớm nở bên nàng tiên say đắm

◇

Xuân rơi hố thẳm
Biển dậy phong ba

Tỳ bà ai oán
Mỹ nhân trôi giạt đảo sầu
Bềnh bồng mộng, thực khổ đau chập chùng
Trời đêm ngơ ngẩn buồn lung
Ngàn sao giấu mặt, lệ chừng tuôn rơi
Cuộc đời hư ảo than ơi!
Lên môi chén đắng, đơn côi nghẹn ngào

◇

Phù vân chàng trở lại
Tim đau lòng tê tái
Đoạn trường yêu cố nhân

◇ ◇ ◇

July-1-1993, 1am

42

Nắng vô tình

Trời im gió nắng vô tình thiêu đốt
Em thẫn thờ lê gót phỏng da chân
Đèo núi xa, dốc mịt mù bụi đỏ
Chuyến xe đò xuyên Việt trở về Nam

Tim rướm máu, mắt không còn lệ ướt
Nỗi đoạn trường vô tận xót xa đau
Quê hương mất, trăm ngàn người ngã ngựa
Chết mỏi mòn trong những trại tập trung

Anh có biết thân gầy em mệt lả?
Đường chông gai máu rịn nửa bàn chân
Trong ba lô anh có khóc âm thầm?!
Hài cốt trắng trên người, em chao ngã

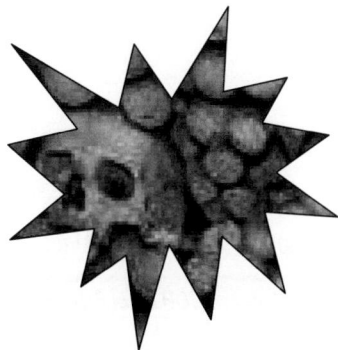

Anh có nhớ những ngày xưa thơ mộng
Vang tiếng cười anh làm ngựa em phi?
Quằn lưng em, chừ, xương anh bất động
Hận thù này em tạc dạ khắc ghi

Hung tin trễ ba năm, ngày anh mất
Quảy ba lô, bình rượu với nhang đèn
Em mệt đuối chuyến miền Nam ra Bắc
Kiếm mộ anh, bao nước mắt nghẹn ngào

Thương anh lắm, em sợ anh giá lạnh
Không khói hương, cô quạnh giữa rừng già
Nên quyết tâm quật mộ đón anh ra
Về xứ cũ, đất miền Nam bất hạnh

Anh yêu quý, em nguyện lòng tranh đấu
Giết quân thù để giải cứu muôn dân
Cõi tiêu dao, anh hãy nghỉ an bình
Em tiếp nối con đường đầy xương máu

◇

Sept-11-2000, 2:30am

Dec-17-2001, 2:30am

44

Trăng Caribbean

Kìa em!

Ai bỏ quên ngọn đèn dầu lao chao đằng kia giữa đám mây?

- Vâng, trăng non.

Em có thấy trên mặt biển một vệt sáng dài tung tăng như dải lụa Tây Thi?

- Em mường tượng được.

Và điệu nhạc du dương bên mạn thuyền, em có nghe?

- Vâng, em biết.

Còn mùi nước mặn nồng trên vùng biển tự do?

- Thưa anh, em cảm được.

Mấy giọt nước vừa tung bắn lên, em nếm thử xem muối Caribbean có mặn hơn quê mình?

- Không anh ạ! Còn thua cả nước mắt em.

Hãy nắm lấy tay anh!

- Em cố.

Em làm sao vậy?

- Giữa "Thiên đàng láo khoét" em đã mất ngũ quan.

Em còn đôi chân và khối óc.

- Anh nói đúng.

Đã đến lúc quyết định và đứng lên!

- Vâng em nghe. Đã đến lúc đứng lên đập vỡ chế độ bần cùng, nô lệ.

Hôn em từ biệt.

- Chào anh, hẹn ngày mai tươi sáng.

◇ ◇ ◇

Gươm thiêng

Dân căm, thét: "Hỡi gươm thiêng đất Tổ!
Hãy trảm đầu lũ Cộng Sản ác tham.
Và chớ tha bọn Việt gian vô số
Đang hội hè uống máu tủy dân Nam!"

Đảng chưa rã, hồng kỳ chưa bị xé
Bọn Cộng quyền còn bóp cổ sinh linh
Thì đừng nói những điều hèn, ngụy biện
Về dựng xây, hòa giải với quân thù!

Hỡi hồn thiêng của giang sơn cẩm tú!
Hãy gióng lên những tiếng trống kinh hoàng
Hủy diệt hết lũ mặt người lòng thú
Cho hiền dân được no ấm, bình an

Dân căm, thét: "Hỡi gươm thiêng đất Tổ!
Hãy trảm đầu lũ Cộng Sản ác tham.
Và chớ tha bọn Việt gian vô số
Đang hội hè uống máu tủy dân Nam!"

2amDec-31-1995, 2am

Một chữ tình

Bóng trăng say đổ tang thương máu
Gió loạn đêm tàn trở giấc kinh
Thinh không sóng vỗ nghe cuồng bạo
Nhân mộng phù du, một chữ tình

April-16-1994, 6pm

Vỡ vụn

Tôi sống cuộc đời không của riêng tôi
Những đợt sóng xô đẩy, vùi dập
Tôi cầu cứu
Âm vang vô vọng
Đành buông mình theo triều nước
Và đúng như điều linh cảm từ lâu
Tôi vỡ vụn
Bây giờ tôi là chiếc lá úa tàn tạ nằm dưới gốc cây mơ ước
Có chồng, có con
Và ngày tháng trôi qua trong phiền muộn
Cố nhân ở một nơi nào đó xa xăm
Tang bồng chí cả
Có lẽ chàng cũng buồn khổ như tôi
Khi tưởng về quá khứ với bao kỷ niệm của tình yêu
Tôi đã đầu hàng nghịch cảnh
Bội thệ với chàng
Không ngờ tôi đã rơi ngã
Bàng hoàng
Mộng buồn đang thống trị đời tôi
Mỏi mệt
Chán chường

Chuyện Mỵ Châu

Ngày xưa có chuyện Mỵ Châu
Rải lông ngỗng trắng vó câu dặm trường
Kẻ thù tìm bắt Quân vương
Tan tành xã tắc, quê hương ngục tù
Vua cha căm phẫn cận thù
Chém ngay Công chúa đần ngu bên mình
Ngày nay đời sống văn minh
Phi cơ, vô tuyến, truyền hình, đô la
Việt kiều bốn bể gần xa
Mỗi năm bạc tỷ đem ra tiêu xài
Về quê lướt thướt hình hài
Trao tiền cho Vẹm độc tài hại dân
Ngày xưa có một nội thù
Bây giờ hàng vạn mùa thu lá vàng
Non sông sao hết lầm than
Kẻ thù Cộng Sản tan hoang khốn cùng?!
Nửa đêm tư tưởng mông lung
Quê nhà, vận nước trùng trùng xót xa!

◇

Jan-19-2001, 00am. Mùng 6 Tết Tân Ty.

49

Áng lụa

Cát bụi mịt mù mây nổi trôi
Phong ba bão táp gió xa gần
Nhân sinh chìm nổi mờ hư ảo
Áng lụa ngang trời phong thủy vân

◇

Dec-20-2000, 10pm

◇ ◇ ◇

Êm ả

Vườn xuân gió lượn, nắng mai hồng
Vẳng nghe tiếng hát khúc thong dong
Tiêu dao ái mộng ôm trời đất
Tim nở hoa tình, say bướm ong

◇

June-16-1995, 10pm

Sao được bình yên?!

Làm sao tôi có thể vui và làm thơ phúc lạc?!
Khi trùng trùng sóng nước đại dương
Là tiếng hờn căm uất nghẹn của dân lành
Lá rừng tan tác mùa thu
Ôi những linh hồn bi ai
Khổ đau trong xiềng xích đỏ
Giang sơn ngắc ngoải điêu tàn
Muôn dân đày đọa, cơ hàn triền miên
Tâm làm sao được bình yên?!
Khi còn Cộng Đảng chuyên quyền ác gian
Vung thơ cào xé tim gan
Quyết lòng tiêu diệt lũ tàn hại dân.

Aug-22-2000, 2am

51

Bão táp

Đời loạn lạc em một mình chống đỡ
Bão táp đời em phải chịu lầm than
Chốn nương thân, em chập chùng lầm lỡ
Anh lặng người, nghe sầu héo tràn lan

Sept-4-2003

◇

Kiếp người

Xuân mời ưu ái đóa hồng
Mơ tình thơ mộng hoa lòng đắm say
Hạ về sắt lạnh bàn tay
Vung lên đầu giặc khôn phai lời thề
Thu sầu nửa tỉnh nửa mê
Vàng sân lá rụng tái tê mảnh hồn
Đông khô cây rũ càn khôn
Nhân sinh mộng mị trường tồn hay không?!

Dec-1-1993

Chẻ sông

Nguyện chẻ sông dài, cắt núi cao
Mơ trời thơ mộng cõi ngàn sao
Say trăng cuồng ái rung hoàn vũ
Thân xác vô thường ôi chiêm bao!

July-22-1997

◇

Thiên địa

Máu này chảy tới chảy lui
Ngày đêm căm hận khôn nguôi tấc lòng
Sao còn hàng vạn lũ vong?
Sao còn những đứa a tòng Cộng quân?
Tương lai sẽ có một lần
Sấm rền thiên địa tan tành các ngươi.

Dec-12-1993

Linh ái

Chim xoải cánh trùng dương ngàn vạn dặm
Gió mệt nhoài đại lục mỏi mòn xa
Ái nhân ơi, người sao mà xa thẳm!
Chốn yêu nào ngây ngất vạn tiên hoa
Hồn đôi bóng quyện vào nhau tan loãng
Ngát hương tình, ân ái khúc linh ca

Sept-20-2007, 10pm

◇

Thuyền trăng

Tình nửa chuyến gió lơi buồn sông vắng
Cơn mê nào đã mỏi cánh băng trinh
Mây trôi lãng đãng vương sầu tủi
Gãy vụn thuyền trăng nát cả lòng

April-21-1980

54

Ngàn sao

Ta đã qua những tinh cầu tráng lệ
Đời huy hoàng muôn sinh vật giàu sang
Nhưng tha thiết ta chỉ yêu trần thế
Bởi nơi này em đang sống lầm than

July-8-1993

◇

Học trò

Người bạn ngày xưa ngỡ chết rồi
Chừ đây sống lại giữa hồn tôi
Êm mơ kỷ niệm trời quê cũ
Thuở ấy học trò đẹp í ôi!

Mar-15-1993

Ngọc Chân tinh

Ngọc Chân mờ ảo đẹp vời
Ong vàng bay lượn bời bời nhớ mong
Bao giờ tìm được đóa hồng
Ong bay cùng mộng, tơ lòng nở hoa

Sept-5-2007, 9am

◇

Một đêm ở Winterthur

đêm nằm nghiêng nửa phần tim đau nhói
gọi em về lấp kín khoảng chăn không
giấc chiêm bao như mảnh đời trôi nổi
mơ dã tràng, sóng biển đã mênh mông

Nov-28-1980, 3am.

56

Tê tái

không gian bay loạn ngàn hoa trắng
hoa buổi chiều đông nở lạnh lùng
tuyết ơi xin chớ làm tê tái!
những mái nhà kia lắm đoạn trường!

◇

Winterthur, Nov-29-1980

Gặp tiên

Tiểu tiên loáng biến, vỡ cơn mơ
Tay níu chăn êm, mộng thoáng mờ
Mỹ diện tươi cười xuân ảnh lộng
Hương yêu nồng thắm ngát hồn thơ

◇

Mar-15-1996
Nhớ giấc mơ gặp tiên đêm trước.

Our meal

Today I cook the favorite meal
That you prepared many years ago
When I was a teenager
Who enjoyed that food so much

From my vivid memory
I rode a bike with you
On a steep road under the hot sun
Quietly we passed rows of rubber trees

A small village in the highland
Surrounded by rain forest
With poor plantation workers
We struggled so hard to make a living

One day you disciplined me with your hand
While I was holding a sharp chisel
Reflexly I raised it up to shield myself
It cut your hand badly

Yet, generously, you forgave me
Care for me with your best ability
Then one day you left the world
When I was only fourteen

My beloved daddy!
Today I cook the meal we both like
Offering you, somewhere in Heaven
Please forgive me again for cutting your hand!

◇

Mar-18-2001, 6pm

Đoản văn

Ong vàng và tiên nữ 1

Ong vàng bị đày ra hải đảo đã hơn trăm năm mà chưa được về "Tiên hoa viên"

Suốt ngày Ong bay lượn ra biển rồi vòng qua ghềnh thác, ngao du cùng mây gió cho quên ngày, đoạn tháng. Nhìn mây trôi lơ lửng, Ong nhớ lại những ngày thơ mộng, êm đềm, Ong cùng nàng Tiên dễ thương dạo vườn hồng trên tiên cảnh. Ong luôn quấn quýt trên mái tóc mịn màng, thơm ngát của nàng. Nàng tiên cũng nâng niu, dịu dàng với Ong. Cả hai thường thức khuya, cùng ngắm trăng và dõi mắt về các vì tinh tú thật xa, cùng mang ý nghĩ là sẽ bay đến những tinh cầu ấy, góp nhặt thêm những đóa hoa lạ về "Tiên hoa viên". Ong ngắm các tinh tú xa ngút ngàn mà bâng khuâng trầm tư, không biết nàng Tiên bây giờ đang ở đâu. Ong buồn lắm!

Một buổi chiều, Ong sầu muộn, ủ rũ bên cành cây nhãn, không màng đến việc tìm mật cho ấm lòng. Bỗng từ xa bay đến một chú Gà Cồ. Gà Cồ hỏi Ong:

- Làm gì đó, sao có vẻ buồn quá vậy?

Ong uể oải trả lời:

- Cũng hơi buồn. Gà đi đâu đó?

Gà Cồ hí hửng đáp:

- Bà vợ mới ấp xong, nở được 12 đứa xinh lắm.
- Mừng cho gà đó.
- Cảm ơn Ong. Ăn gì chưa?
- Chưa.
- Sao vậy?
- Buồn.
- Sao buồn?
- Nhớ "Tiên hoa viên"
- Sao nhớ?
- Vì có nhiều hoa tươi thắm.
- Gì nữa?
- Nhớ nàng Tiên.
- Tiên nào?
- Tiên trông nom vườn hoa.
- Sao lại nhớ nàng?
- Vì nàng dễ thương.
- Dễ thương ra sao?
- Nàng hay đặt ta lên tóc nàng mà bay lượn trong vườn.
- Thích không?
- Thích lắm!
- Nàng Tiên đâu rồi?
- Bị đày biệt tăm.
- Đày đi đâu?
- Không biết.
- Sao không ráng tìm?
- Cánh nhỏ quá bay không nổi.

Gà Cồ cau mày suy nghĩ. Một chú Gà Ác bay đến. Gà Cồ hớn hở:

- Tới đây chơi Gà Ác ơi.

Gà Ác hỏi:

- Hai anh đang bàn chuyện gì vậy?

Gà Cồ hạ thấp giọng:

- Anh Ong muốn về "Tiên hoa viên".

Gà Ác hỏi:

- "Tiên hoa viên" ở đâu?

Gà Cồ đáp:

- Xa lắm.

Gà Ác tỏ vẻ khó chịu:

- Xa lắm nhưng là ở đâu mới được.

Gà Cồ đưa mắt nhìn Ong vàng:

- "Tiên hoa viên" ở trong tinh tú nào?

Ong vàng chớp mắt trả lời:

- Trong tinh tú có tên là "Ảo Chân tinh", nằm gần cuối dãy Ngân hà.

Hai chú gà trố mắt nhìn nhau. Gà Ác chắt lưỡi:

- Xa quá làm sao về được?!

Một chú Gà Tre từ đâu đáp xuống thật nhanh, ti toe:

- Tiệc tùng gì vậy?

Gà Ác cáu kỉnh:

- Tiệc con khỉ gì, anh Ong đang buồn nè.

Gà Tre gáy ba tiếng ngắn rồi hỏi Gà Ác:

- Ác nè, anh Ong buồn chuyện gì vậy?

Gà Cồ đáp thay bạn:

- Anh Ong muốn về "Ảo Chân tinh" nhưng không bay nổi.

Gà Tre nổi tiếng là học rộng, biết nhiều nhìn lên không trung nghĩ ngợi giây lát rồi nói:

- May ra có cách này.

Gà Cồ dồn dập hỏi:

- Cách gì vậy?

Gà Tre đảo mắt nhìn Ong vàng, Gà Ác, Gà Cồ rồi thong thả nói:

- Dân số của loài gà chúng ta trên đảo này là 100 ngàn. Tên gà nào cũng có thể bay như chim, nếu chúng ta đồng lòng quyết tâm giúp anh Ong vàng về tiên cảnh thì chúng ta phải hy sinh.

Gà Ác chất vấn:

- Hy sinh như thế nào?

Gà Tre nghiêm giọng:

- Chúng ta phải hy sinh bộ cánh của mình. Chúng ta phải mất 5 năm mới có lại bộ cánh mới. Hy sinh là như thế.

Gà Cồ nhanh nhẩu:

- Không thành vấn đề.

Gà Ác thắc mắc:

- Liệu 100 ngàn bộ cánh ghép lại có đủ cho anh Ong bay về "Ảo Chân tinh" không?

Gà Tre đắn đo nói:

- Nếu không bị vẫn thạch vũ trụ bắn nhằm thì anh Ong có thể về đến nơi.

Gà Cồ đập nhẹ lên vai Ong vàng hỏi:

- Anh Ong nghĩ sao về việc anh em gà chúng tôi giúp đỡ?

Ong trầm ngâm, rồi hỏi gà Tre:

- Ta muốn đi tìm Tiên nữ và đưa nàng về luôn, liệu 100 ngàn bộ cánh này chở nổi cả hai không?

Gà Tre lắc đầu:

- Viễn du liên vũ trụ quá xa, bách thiên vũ, 100 ngàn bộ cánh này chỉ mang nổi Ong thôi.

Ong vàng thiểu não:

- Về một mình thì về làm gì?!

Một nàng chim Áo tím ghé lại:

- Mấy anh họp hành gì đó cho em nghe được không?

Gà Ác đáp:

- Được chứ. Áo tím này, lâu quá không gặp, gia đình ra sao?

Áo tím nhoẻn miệng:

- Tốt đẹp. Anh hai của Áo tím vừa luyện được một đường bay mới, rất nhanh.

Gà Cồ phụ họa:

- Như vậy thì hay quá. Hôm nào dư dả ngũ cốc thì cho tụi này chút đỉnh nghe. Bươi quào dưới đất khó nhọc quá đi thôi!

Áo tím vui vẻ:

- Chúng ta cùng loài cầm, sao lại không giúp chứ? Khi nào cần, các anh cứ gáy lên ba tiếng ngắn, ba tiếng dài, rồi lại ba tiếng ngắn nữa, làm tín hiệu S.O.S là em bay đến với một số ngũ cốc cho các anh.

Gà Cồ đập cánh vui tươi:

- Hay lắm, hay lắm! Tình "Huynh Đệ Tỷ Muội" của chúng ta bất diệt.

Gà Tre chợt hỏi Áo tím:

- Áo tím có biết "Đại Ưng Vũ" ở đâu không?

Áo tím đáp ngay:

- Em không biết "Đại Ưng Vũ" ở đâu cả. Y chợt biến chợt hiện khó hiểu lắm! À mà anh hỏi "Đại Ưng Vũ" để làm gì?

Gà Tre lên tiếng:

- Nghe đồn rằng bộ cánh của y mạnh kinh hồn.

Áo tím tò mò:

- Bộ cánh mạnh mẽ của "Đại Ưng Vũ" có dính líu gì đến anh?

Gà Tre bực mình:

- Anh không cần gì cả. Anh đang nghĩ đến việc giúp anh Ong đi tìm và đưa Tiên nữ về "Tiên hoa viên".

Áo tím lẩn thẩn hỏi tiếp:

- Không biết "Đại Ưng Vũ" ở đâu thì làm sao mà giúp?

Bỗng có tiếng sột soạt từ một lùm cây gần đó. Một chị Nai vàng thong thả bước ra, nói:

- Nãy giờ tôi tình cờ nghe được hết câu chuyện của các anh. Tôi rất cảm động về tấm lòng bằng hữu quý báu này. Để tôi giúp cho các anh.

Tôi và các em tôi thường ra ghềnh thác uống nước dưới đêm trăng. Có lần chúng tôi trông thấy một đại bàng khổng lồ sà xuống thác, xòe đôi cánh ra mà tắm rửa. Theo truyền thuyết thì cứ mỗi sáu năm Đại bàng trở lại hòn đảo này và đến Uyên Ương thác mà tắm vào đêm

rằm tháng chín. Mấy anh muốn gặp "Đại Ưng
Vũ" thì đến chờ ở thác Uyên Ương.

Gà Tre lạc quan:

- Thế chị Nai có biết là còn bao lâu nữa thì đáo hạn
sáu năm không?

Nai vàng ngơ ngác chưa trả lời Gà Tre thì có một chú
Thỏ phóng đến.

Gà Cồ lăng xăng:

- Thỏ Ngọc, Thỏ Ngọc, ta biết ngươi lúc nào cũng
ghi chép ngày tháng. Cho biết bao giờ thì đáo
hạn sáu năm "Đại Ưng Vũ" trở lại đảo này.

Thỏ Ngọc đưa hai ngón chân ra.

Gà Cồ hỏi lại cho chắc:

- Hai năm nữa phải không?

Thỏ Ngọc vểnh đôi tai lên, gật đầu, rồi phóng đi mất
dạng.

Gà Cồ quay lại Ong vàng nói:

- Phải chờ hai năm nữa mới có thể nhờ "Đại Ưng
Vũ" giúp đi tìm Tiên nữ.

Ong vàng thở dài:

- Lâu quá!

Gà Cồ an ủi:

- Đành vậy biết sao bây giờ!

Gà Ác góp ý:

- Anh Ong ở đây cũng được mà, gấp làm chi?

Gà Cồ mắng Gà Ác:

- Không biết gì hết. Anh Ong đang nhớ Tiên nữ.
Hai bên đã xa nhau hơn trăm năm nay rồi.

Gà Ác quay lưng đi lẩm bẩm:

   - Tại sao lại nhớ dữ vậy?!

   Áo Tím thính tai nghe được bèn bay đến bên Gà Ác, kề vào tai Gà Ác nói nhỏ:

   - Tại vì anh Ong thương Tiên nữ.

◇

Aug-13-2007, 11:45pm

Đoản văn

Ong vàng và tiên nữ 2

Vương Mẫu hỏi:

- Hữu Thường Tiên, Hồng Tiên nữ xuống trần đã bao năm rồi?

Hữu Thường Tiên mở sổ ra xem, đáp:

- Thưa đã 150 năm.

Vương Mẫu thở dài:

- Tội nghiệp nó, tâm tính đôn hậu, thương người, phải cái tội cứng đầu. Phẩm hạnh tu học ra sao?

- Xin thưa khá lắm.

- Còn Ong vàng đang làm gì?

Tả Thường Tiên chen vào:

- Ong vàng vẫn còn ngang bướng, đang tập họp trăm ngàn con gà rừng ở hoang đảo, lại toan tính liên kết với "Đại Ưng Vũ" dùng thiên khí công đi tìm Hồng nữ rồi sau đó chấp cánh bay về Tiên giới.

Vương Mẫu lắc đầu, nhẹ giọng:

- Ong vàng cũng là trung Tiên xuất sắc, lòng dạ khoáng đạt, bao dung, nhưng ôm mộng quá lớn, muốn sửa đổi luật Tiên triều.

Nói tới đây Vương Mẫu thở dài:

- Ta đã bao lần khuyên can nhưng Ong vàng vẫn trung thành với khí tiết của mình.

Hữu Thường Tiên bước đến gần Vương Mẫu hỏi:

- Bây giờ Vương Mẫu định liệu ra sao cho Hồng nữ và Ong vàng?

Dõi mắt về khoảng không có nhiều áng tinh thủy long lanh trăm màu sắc rực rỡ, Vương Mẫu chậm rãi nói:

- Ta muốn triệu hồi Hồng nữ về đây.

Hữu Thường Tiên cung kính:

- Vương Mẫu có tính cho Ong vàng về luôn không?

- Ta cũng muốn cho Ong vàng về cùng lúc với Hồng nữ, và chọn ngày tốt lành tác hợp cho cả hai, nhưng mà . . .

- Nhưng mà sao thưa Vương Mẫu?

- Các việc Ong vàng đang toan tính đều đã ghi vào sổ, tội cưỡng chống lệnh trên khó lòng dung thứ. Ta không thể làm gì hơn. Ngày Thiên hà Tinh tú quần hội tháng tới, ngươi cho Đại Hạc mang Hồng nữ về đây.

- Thưa Vương Mẫu, xin thi hành thượng lệnh.

◇

Đại Hạc đáp xuống mời Hồng Tiên nữ bước lên tấm thân nhỏ nhắn nhưng vô cùng mạnh mẽ của Đại Hạc. Hồng nữ hỏi Đại Hạc:

- Hạc ơi, có đi đón Ong vàng không?

Đại Hạc buồn bã nhìn Hồng nữ đáp:

- Đại Hạc không có lệnh đón Ong vàng. Nghe nói Ong vàng còn phải chịu đọa đày thêm 500 năm nữa.

Hồng nữ choáng váng đứng không vững:

- Tại sao vậy, Đại Hạc có biết không?

- Ong vàng bị kết tội bướng bỉnh, toan tính việc chống lại Tiên triều. Thật là tội nghiệp. Ngày xưa Đại Hạc thường ngao du vũ trụ cùng với Ong vàng, vừa bay vừa ngâm thơ, ca hát vui thú biết bao. Bây giờ Đại Hạc không có bạn nhàn du buồn biết chừng nào. Thôi Hồng nữ hãy bước lên kẻo không còn kịp ngày Thiên hà Tinh tú quần hội.

Hồng nữ lắc đầu:

- Ta không đi.

Đại Hạc thắc mắc:

- Sao Hồng nữ không chịu đi?

- Ta chỉ đi khi nào có Ong vàng cùng trở về. Đại Hạc về nói với Vương Mẫu là hãy xét lại công nghiệp Ong vàng mà không hành phạt. Ong vàng chỉ muốn làm điều tốt cho Tiên triều thôi. Không chấp thuận thì thôi sao lại đày ải quá lâu như vậy. Ta nhất định chờ đợi Ong vàng.

Đại Hạc chán nản:

- Thật là khó xử cho Đại Hạc này.

Hồng nữ trấn an:

- Đại Hạc cứ về một mình đi, không sao đâu. Ta không đi là do ý muốn của riêng ta, Đại Hạc đâu có liên lụy gì mà sợ.

Đại Hạc bước đến, hôn nhẹ lên má Hồng nữ rồi bay vút thật nhanh.

Trên cao mấy ngàn tinh tú nổ tung, ánh sáng chói lòa. Hồng tiên nữ thẫn thờ nhìn lên, lòng sầu đau đớn.

◊

Sept-19-2007, 12:06am

Đoản văn

Ky và Chúa quỷ

Quỷ Chúa hạch tội:

- Ky, sao ngươi dám cả gan tranh chấp với ta ?

Ky run sợ nói:

- Dạ con đâu dám tranh chấp với ngài .

Quỷ Chúa phán:

- Đập đầu nó 50 cái. Bằng chứng rõ ràng còn dám chối cãi. Ta và đám quỷ nhỏ độc quyền nắm giữ các chức vua đê tiện, bỉ ổi, độc ác nhất vũ trụ. Ngươi cả gan dám xí phần. Năm 1975 ngươi tuyên bố láo lếu, kêu gọi quân dân miền Nam ở lại tử thủ đánh bọn Việt Cộng. Ngươi muốn làm vua xảo ngôn. Truyền phạt bấm lưỡi ngươi 20 lổ như các nhóc tì cái Mỹ, và uống 5 lít dầu hắc. Sau đó ngươi qua Mỹ làm ăn chẳng ra gì, nói năng nhảm nhí, ôm mông, bợ đít thằng Nguyễn minh Triết, cấu kết với Việt Cộng gieo đau thương, khổ nạn cho đồng bào. Hành động này chứng tỏ tham vọng của ngươi muốn nắm nhiều chức vua một lúc như vua lười biếng, vua vô liêm sĩ, vua phản quốc, vua Việt gian, vua ác nhân. Tội này lớn vô cùng. Một mạng ngươi đền không đủ đâu.

Ta là chúa loài quỷ, không giống như mấy thằng Mỹ làm chính trị giả nhân, giả nghĩa, phản bội đồng minh, không tốt lành hơn ngươi bao nhiêu đâu, bày ra luật lệ cá nhân, tội ai người đó chịu. Hừ, ta muốn mang hết giòng họ, con cái 100 đời của ngươi ra tùng xẻo để răn đe những tên Việt gian khốn kiếp, dơ bẩn khác. Lũ quỷ con đâu, mang thằng Ky ra nhúng dấm. Nhớ ăn từ từ. Đừng quên chừa món đặc biệt cho mấy con quỷ cái của tụi mày. Bãi họp.

◇

Sept-1-2007, 11:50pm

Đoản văn

Huyết lệ

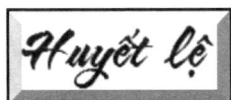

*H*uyện Sơn Hạc có rừng núi hùng vĩ, tráng lệ. Cuộc sống người dân trong làng yên ấm, vui tươi.

Trong huyện có một thương gia quá ngũ tuần, sinh được ba người con. Hai cô con gái lớn tính tình cương nghị như thanh niên. Cả hai đều giỏi võ. Riêng thiếu niên mười bảy tuổi là con trai duy nhất trong nhà, lại không thích võ nghệ, đao kiếm. Cậu ta chỉ thích làm thơ phú, ngắm mây, ngoạn cảnh, thưởng thức cảnh đẹp của núi rừng.

Khoảng thời gian sau này có bọn cướp núi, chuyên hoành hành cướp bóc dân lành, làm nhục phụ nữ. Chúng dòm ngó gia đình lão thương gia, nhưng vì hai cô con gái quá giỏi võ nghệ nên chúng còn e dè, chưa ra tay hành động.

Một hôm cậu thiếu niên vui thú đi lang thang thật xa, đến tận bìa rừng. Chẳng may có một tên thảo khấu thấy được, hắn liền thổi tín hiệu báo cho đồng bọn biết. Thế là chúng kéo đến bắt sống cậu.

Chúng mang cậu về, giam trong hang đá sâu kín trong lòng núi. Trong hang động có ba ao thiên nhiên, trong đó có nhiều con quái vật, hung hăng và ăn thịt người giống như loài cá sấu dưới đầm lầy.

Bọn cướp núi dùng thứ dây rừng đặc biệt, rất dẻo dai, bền bỉ trói thiếu niên vào thân cây cẩm lai, rất chắc chắn. Mỗi ngày chúng chỉ cho cậu ăn một chén cơm với vài cục muối hột. Nước uống cũng vậy, chỉ một chén.

Chúng đã giam cậu gần hai tháng nay mà chưa thả hay giết chết vì chúng đang chờ tiền chuộc mạng. Lão thương gia vì bận đi giao hàng tận mãi gần kinh đô nên chưa về kịp để giải quyết vụ bắt cóc. Khi được tin, lão buồn lắm, vội vã thu xếp đồ về quê, nhưng đường đi quá xa xôi, hiểm trở, không thể tới nơi nhanh chóng được.

Bọn cướp núi tuy sử dụng võ lực để cướp bóc, nhưng chúng cũng khôn lanh, thủ đoạn ghê gớm. Đầu óc chúng lúc nào cũng nghĩ suy mọi điều gian xảo, độc ác để thỏa mãn lòng tham, thú tính man rợ của chúng. Bao nhiêu phụ nữ đã bị chúng làm nhục. Đàn ông thì bị chúng tra tấn, rồi thủ tiêu cực kỳ dã man. Chúng dùng xác nạn nhân để nuôi bầy ác thú dưới ao tù dơ bẩn, gớm ghiếc.

Cậu thiếu niên bị chúng trói ròng rã ngày đêm. Cánh tay cậu bị dây rừng khứa sâu vào da thịt, máu đổ ra, giòi tửa đã bắt đầu nhung nhúc. Cậu đau đớn, thiểu não vô cùng, đã mấy lần ngất xỉu vì kiệt sức.

Một ngày kia, bọn cướp núi mang về hai mẹ con. Bà mẹ khoảng bốn mươi, cô con gái khoảng mười bốn tuổi. Cô bé có chiếc mũi cao, thẳng, thật xinh. Chúng đánh đập bà mẹ để bắt bà khai chỗ giấu vàng mà chúng nghi ngờ. Bà một mực nói là không còn gì nữa. Có bao nhiêu đã bị chúng lột sạch rồi. Bà khóc lóc, nài nỉ mà chúng không tha. Cô bé cũng bị chúng đánh. Một tên cầm roi dây rừng quất vào mắt khiến cô bé bị lòa không thấy đường. Chỗ hai mẹ con bị giam cách nơi thiếu niên khá xa.

Vài hôm sau bọn thảo khấu mở tiệc tưng bừng liên hoan vì chúng vừa cướp được một mối lớn. Có một tên làm bánh nướng rất ngon. Mùi bánh thơm lừng cả hang động. Một tên khác trong bọn thổi sáo khá du dương, trầm bỗng. Bọn này quỷ quyệt khó lường. Nếu không biết rõ nguồn gốc của chúng chắc chắn sẽ bị chúng lừa. Chúng đóng vai nghệ sĩ tài tình. Chúng mở tiệm ăn, tiệm bánh trá hình để dò xét du khách giàu có dừng chân nghỉ ngơi.

Cậu thiếu niên cảm thấy bụng đói cồn cào, tuy đêm qua không ngon giấc vì phải ngủ ngồi, tay quặp ra sau. Những luồng cảm giác đau đớn không ngừng hành hạ cánh tay cậu. Mùi bánh nướng làm cậu thêm đói. Bỗng nhiên cậu nghe có tiếng động phía bên tay trái. Cố gắng xoay người nhìn qua cậu thấy cô bé đang lê từng bước khó nhọc vì chân bị thương khá nặng. Mắt không nhìn thấy đường đi, cô bé cứ dò dẫm từ chút, từ chút đi về hướng có tiếng sáo và mùi bánh nướng.

Muốn đến nơi bọn cướp núi man rợ đang ồn ào ăn nhậu phải qua một chặng đường rất dài. Trên chặng đường này có ba cái ao chứa đầy quái vật ghê tởm. Trên mỗi chiếc ao, bọn cướp núi có làm cây cầu khỉ chênh vênh. Chỉ những người quen đi cầu khỉ như chúng mới qua được. Bằng không sẽ té xuống làm mồi cho lũ quái vật dưới nước.

Cô bé đã bị đói suốt ba ngày nay. Mắt sưng và làm mủ. Chân bị sai khớp xương vì đòn thù. Cô bé khóc la đến kiệt sức. Tâm thần rối loạn. Ở lứa tuổi còn non nớt cô bé không có những phán đoán sáng suốt, chín chắn. Cô muốn đi tìm chút bánh nướng cho đỡ cơn đói hành hạ. Và tiếng sáo khi bổng khi trầm khiến cô quên mất rằng cô đang nằm trong tay bọn cướp núi cực kỳ nguy hiểm. Cô mường tượng đến thôn làng hiền hòa, chất phác của cô. Vì thế cô bé cố sức lần mò về hướng mùi bánh nướng thơm lừng tỏa ra và tiếng sáo du dương. Ao quái vật đầu tiên đang chờ đón cô bé.

Cậu thiếu niên tuy đói lả, nhưng thuở nhỏ đã đọc nhiều sách, đã thường xuyên tìm chỗ vắng lặng trầm tư, suy ngẫm về cuộc đời, về sự tranh chấp của con người nên tâm trí cậu vượt xa trước tuổi. Khi thấy cô bé mò mẫm đi về hướng chiếc ao quái vật trong lúc mùi bánh nướng thơm ngát, và tiếng sáo văng vẳng cậu thiếu niên hiểu ngay. Cậu vùng vẫy hai cánh tay đau buốt, cố thoát khỏi sợi dây oan nghiệt nhưng vô ích. Sợi dây rừng lợi hại đã hằn sâu gần đến xương. Cơn đau như thác đổ làm cậu muốn xỉu. Cậu cố mở miệng la lớn, nhưng chiếc giẻ hôi hám đã nêm cứng miệng cậu. Bọn cướp núi ác ôn chỉ lấy giẻ ra khi cho cậu thức ăn. Sau đó chúng lại nhét miếng giẻ dơ dáy vô miệng cậu. Thân phận cậu còn thua con heo nằm trong chuồng ở nhà cậu. Thiếu niên cố hết sức để cứu mạng cô bé vì cậu biết chắc rằng cô bé sẽ rơi xuống chiếc ao có mấy con quái vật lúc nào cũng đói mồi.

Trong khi ấy cô bé tiếp tục lần từng bước, từng bước về chiếc ao tử thần. Thiếu niên bàng hoàng, kinh khiếp trước cảnh tượng trước mắt. Một cái chết rợn người sẽ diễn ra trước đôi mắt tinh anh của cậu. Cậu thảng thốt, lo âu, cố vùng vẫy một lần nữa mong thoát ra khỏi sợi dây rừng để chạy đến chận cô bé lại. Thêm một lần thất vọng. Máu ở hai cánh tay cậu lại tươm ra. Những con giòi lại có dịp nhúc nhích, cắn sâu vào thịt cậu. Người thiếu niên buồn rũ rượi. Mạng sống cô bé không còn bao lâu nữa. Cậu nhìn quanh hang động xem có một cơ may nào hiện hữu hay không. Tuyệt nhiên vô vọng. Cậu đớn đau trong lòng, tâm can cậu nhói buốt. Cái đau nơi cánh tay vì lở loét và giòi đụt khoét tuy rùng rợn, nhưng không hơn nỗi đau trùng điệp trong trái tim từ ái của cậu khi đôi mắt cậu phải chứng kiến thần chết đang từ từ kề lưỡi hái vào cổ cô bé non dại, ngây thơ. Chàng thư sinh nhỏ tuổi ngất lịm đi vì xúc động.

Trên mặt đất nơi cây cẩm lai có hai đốm màu đỏ. Huyết lệ.

◇

Sept-1-2007, 7:35pm

Đoản văn

Phản kháng

$\mathcal{N}$gười đàn bà nằm dưới, hơi thở hổn hển. Người đàn ông nằm trên, nhấp nhô, mệt nhọc. Bỗng người đàn bà hỏi:

- Khi rảnh rang anh làm gì để tiêu khiển?

Người đàn ông ngừng lại một chút đáp:

- Anh đi câu cá. Còn em?
- Em viết văn.
- Viết văn? Em viết văn từ bao giờ?
- Lâu lắm rồi.
- Sao đi làm nghề này?
- Không đủ sống. Chữ nghĩa rẻ quá!
- Vừa viết văn vừa tìm một việc làm khác, chắc cũng không đến đỗi nào mà.

Người đàn bà nhoẻn miệng cười:

- Nói thật với anh, em dùng văn chương để nói lên một vấn đề trọng đại.

Người đàn ông ngồi bật dậy, thắc mắc:

- Vấn đề trọng đại gì?

Người đàn bà nghiêm trang:

- Lột trần tình dục để phản kháng.

Khách mua dâm choáng váng:

- Phản kháng ai, phản kháng cái gì?

Người đàn bà ú ở:

- Thì là văn chương phản kháng.

Khách vỗ mạnh vào trán mình:

- Không thể nào hiểu nổi.

Người đàn bà hứng chí:

- Làm sao anh hiểu nổi?! Một số nhà văn nữ tụi em muốn viết sao thì viết, trần truồng, hang hóc, càng dơ dáy càng tốt.

Khách choáng váng:

- Để làm gì?

Người đàn bà kiêu hãnh:

- Để phản kháng. Sao anh mau quên quá vậy?!

Khách không chịu thua:

- Phản kháng ai, phản kháng cái gì?

Người đàn bà ú ở:

- Thì là văn chương phản kháng.

Khách tội nghiệp:

- Để anh trả lời dùm cho.

Người đàn bà tò mò:

- Nói đi.

Khách cười hóm hỉnh

- Phản kháng vi trùng AIDS.

Người đàn bà có vẻ không hiểu:

- Không phải đâu. Chắc không?

Khách cười ha hả:

- Phản kháng vi trùng AIDS cũng không nổi đâu.

Chúng nó có óc hài hước lắm! Chúng sẽ ngồi đấu láo với nhau và cười bò lăn, bò càng khi nghe vài nhà văn trong nước lớn tiếng nói rằng dùng thứ văn chương "sex" dơ dáy, bẩn thỉu để phản kháng ... chấm chấm. Xách cây viết làm văn nô kiếm cơm sống qua ngày thì cứ làm đừng tuyên bố láo lếu khiến tụi SIDA nó lăn đùng ra chết vì ôm bụng cười ngất.

◊

Sept-1-2007, 9:45pm

Đoản văn

Ma bị Sida

Bóng ma nhảy tưng tưng trên bàn thờ, ôm đầu rên rỉ, miệng lẩm bẩm:

- Sao nó lại sang qua cho mình? Sao lại là mình?

Bóng ma thấy trong người khó chịu lắm, hay bị cảm cúm. Nó hỏi vài người bạn thì được biết đó là triệu chứng bệnh SIDA. Con ma nổi cơn điên, đập bàn thờ, nhang đèn rơi loảng xoảng. Tên đàn ông hoảng hốt thắp nhang vái lạy. Người đàn bà dâm loạn mất hồn vía bỏ trốn.

Bóng ma hét lớn:

- Sao nó lại lây cho tao cái bệnh quỷ đó. Thằng Hồ chí Minh cực kỳ gian ác, dâm dục sao không truyền vi trùng ếch (AIDS) cho nó mà truyền cho tao?! Thằng Hồ bị SIDA mới phải chớ.

Nói xong Bóng ma phẫn nộ đốt rụi căn nhà.

◇

Sept-1-2007, 10:40pm

83

Đoản văn

Đọc sách

$\mathcal{L}$inh bước ra khỏi Hotel Mediterranean, đi dọc bãi cát khoảng vài trăm thước để nhìn sơ qua cảnh bãi biển nổi tiếng của đảo Rhodes thuộc Hy Lạp. Đảo Rhodes nằm trong quần đảo Dodecanese, khoảng giữa biển Aegean và Địa trung Hải. Bãi đầy người, các cô nằm phơi nắng trông khá hấp dẫn. Chàng tìm thuê một ghế nằm nghỉ mát, thoải mái để từng luồng gió mơn man da thịt như cuốn trôi đi những căng thẳng, mệt mỏi trong tháng ngày dài làm việc. Linh là Manager phụ trách việc sản xuất hàng hóa của một công ty Pháp ở Paris. Chàng làm ở đây đã tám năm, được mọi người kính trọng vì chàng luôn chuyên cần và lúc nào cũng hăng hái giúp đỡ người khác. Thường xuyên mang việc về nhà làm đến khuya, nên bao giờ công việc dưới quyền Linh cũng trôi chảy tốt đẹp. Ông Phó Giám đốc rất mến Linh nên thúc giục chàng lấy hai tuần nghỉ hè cho thư dãn và bồi bổ sức lực.

Trước khi Linh đi nghỉ hè khoảng sáu tháng, công ty có thu nhận thêm một Marketing Manager người Việt tên Hằng. Cô này học giỏi, thông minh nhưng chưa có kinh nghiệm nhiều. Trong vài tuần đầu còn bỡ ngỡ với việc mới Hằng đã hỏi Linh một số dữ kiện liên quan đến việc sản xuất mà Linh đang nắm. Linh vui vẻ trình bày đầy đủ cho Hằng rõ. Sau hai người trở thành bạn khá thân. Ngày Linh ra phi trường, chính Hằng muốn lái xe đưa Linh đi dù chàng có đầy đủ phương tiện.

Dưới ánh nắng rực rỡ của vùng biển Địa trung Hải, Linh hít những hơi dài, nuốt từng luồng không khí trong lành của gió biển vào hai buồng phổi. Chàng mỉm cười tự nhủ "Bây giờ mình có quyền lười biếng để bù vào những ngày tận lực làm việc từ sáng đến khuya". Chàng nhếch môi cười nhẹ khi nhớ lại lời nói của ông xếp "Linh này, làm vừa vừa thôi, tụi kia theo không kịp than phiền rồi đó" Linh gật đầu nhưng chàng nghĩ làm sao mà làm vừa vừa được. Làm việc thì phải kỹ lưỡng, có phẩm chất cao, và tới nơi tới chốn, chứ làm vừa vừa là làm sao. Tuy nhiên chàng cũng biết khôn ngoan "politic" chút chút nên từ trên xuống dưới đều hài lòng với chàng. Tâm thần nhẹ nhàng, Linh liên tưởng đến Hằng, giờ này chắc cô nàng đang chăm chú nhìn vào màn ảnh máy vi tính để đúc kết những con số cho kế hoạch thị trường thương mại trong ba tháng tới. Đối với Linh làm Marketing Manager không cực nhọc bao nhiêu, nhưng chàng biết tính Hằng rất kỹ lưỡng nên nàng làm việc khá nhiều giờ.

Hằng có suối tóc dài và đầy nên mỗi lần gội đầu nàng phải ngồi chờ khô thật lâu. Nàng có giọng nói thanh tao, êm ái mang chút vị ngọt nên Linh rất thích nghe nàng nói chuyện. Có lúc Linh nói điều dí dỏm làm nàng cười dòn tan, như suối mật ngọt rót vào tai làm chàng ngây ngất, thú vị. Hằng nói năng nhã nhặn, lễ phép lúc nào cũng kính nể Linh khiến chàng có nhiều thiện cảm với Hằng. Linh ước thầm chuyến nghỉ hè này có Hằng đi cùng thì trọn vẹn, vui thú biết bao. Chàng mở túi xách nhỏ lấy ra quyển sách triết Đông phương mà chàng muốn đọc từ lâu nhưng không có thời giờ. Đọc được vài trang, mái tóc của Hằng lại hiện ra trên trang giấy. Chàng khẽ lắc đầu đọc tiếp. Câu nói "Vì thiên hạ mà mất một sợi lông cũng không làm" của Dương Tử như lời thách đố với triết lý Kiêm ái của Mặc Tử. Linh thích nghe các triết gia tranh luận để trí óc chàng có dịp làm việc mạnh hơn. Linh cười thoải mái, xếp sách lại, nhắm mắt mơ màng nghĩ đến Hằng. Một hôm hai người cùng ăn trưa trong một tiệm gần nơi làm việc Hằng cho Linh biết là nàng rất thích hoa hồng. Nàng ao ước có một mảnh vườn khá rộng để có thể trồng vài ngàn cây hoa hồng đủ loại.

Linh đùa:

    - Làm sao mà cắt tỉa cho nổi? Chắc phải làm việc suốt tháng, lại còn bị gai đâm. Nhiều quá! Chừng mười cây được rồi.

Hằng ngẫm nghĩ:

    - Vậy thì năm trăm cây được hôn?

Linh làm bộ nhăn mặt:

    - Cũng còn nhiều.

Hằng tiếp:

    - Thôi ba trăm cây.

Linh cười:

    - Có thể. Vậy phải mướn người. Nhưng ở Paris này đất đai nhà cửa đắt đỏ lắm, phải đi về các tỉnh xa mới được.

Hằng cười cười:

- Nói vậy thôi, bây giờ phải lo kiếm ít tiền cái đã.

Linh góp ý:

- Biết đâu anh may mắn tìm được miếng đất nho
  nhỏ ở ngoại ô Paris, anh sẽ trồng 300 cây hồng
  cho Hằng, chính giữa có ngôi nhà thủy tạ,
  chung quanh có vài đàn cá bơi lội nhởn nhơ.

Linh hỏi Hằng:

- Thử tưởng tượng anh và Hằng đang ngắm đàn cá
  bơi lội. Có phải cá đang vui không?

Hằng vặn vẹo:

- Anh có phải là cá đâu mà biết cá đang vui.

Linh không chịu thua:

- Anh không phải là cá, nhưng cá biết cá đang vui.

Hằng tấn công:

- Sao anh dám quả quyết là cá biết cá đang vui?

Linh cười ha hả:

- Hằng có phải là cá đâu sao Hằng nói chắc là cá
  không biết cá đang vui.

Linh nói một hơi dài toàn là cá vui, cá không vui khiến
Hằng cười ngặt nghẽo. Linh lại có dịp nghe mật ngọt âm
thanh làm tâm thần chàng sảng khoái.

Linh mở sách ra đọc tiếp. Bây giờ thì chàng không
thấy Dương Tử hay Mặc Tử mà chỉ thấy Linh Tử và Hằng
Tử.

◇

Sept-8-2007, 9:55pm

Đoản văn

Thư gởi chị

Thưa chị,

Em mạo muội viết lá thư này gửi đến chị mà trong lòng run sợ làm sao. Em sợ lắm! Em sợ chị nổi giận rồi chị hành hạ em và có thể giết chết em nữa. Em xin chị trầm tĩnh nghĩ suy để có thể cảm thông cho hoàn cảnh em. Nếu chị không thương em thì cũng đừng ghét bỏ em nghe chị. Em trông đợi vào tấm lòng từ ái của chị biết bao.

Có lẽ chị bắt đầu bực dọc vì em rào đón quá nhiều. Em không dám làm chị nổi nóng đâu. Em xin đi thẳng vào vấn đề ngay.

Thưa chị, em là đứa em nhỏ bé hàng ngày làm việc không ngừng nghỉ để mang dưỡng khí trong lành nuôi sống hàng tỉ tế bào trong cơ thể chị. Có những lúc em cảm thấy không được khỏe, nhưng vẫn cố gắng hết sức để chu toàn bổn phận. Em vui sướng khi mang thật nhiều oxygen đến cho anh Tim để lọc sạch máu dơ, bồi bổ các anh chị khác như anh Thận, chị Gan ...

Nhưng chị ơi, có nhiều lúc chị buồn phiền, chị hút thuốc. Luồng khói độc hại ấy có khoảng 4,000 hóa chất ghê gớm thay phiên nhau xâu xé người em.

Em hiểu tâm trạng muộn phiền, trống vắng, sầu tư của chị. Và em thương chị lắm, nhưng em không biết làm gì hơn ngoài việc hô hấp dưỡng khí cho chị.

Chị yêu dấu, chị có biết rằng mỗi luồng khói chị hít vào là một trận cuồng phong làm em bị thiệt hại to lớn. Xin đưa vài thí dụ cho chị dễ hình dung nha.

Tên ma quỉ "Polycyclic Aromatic Hydrocarbons" phối hợp với mụ phù thủy ác độc "N-nitrosamines" gây thương tật trầm trọng cho khoảng 2 triệu tế bào của em.

Tên dã man "Acrolein" đã thâm độc tẩy não 9 triệu tế bào trong lòng em, sai khiến chúng bất tuân lệnh của em, và đốt phá các vùng lân cận.

Những đứa lưu manh khác thì dùng chiến thuật biển người uy hiếp, bao vây Quân đoàn thiện chiến Gene p53 của em. Quân đoàn xuất sắc này bị cầm chân không đi tiếp viện được nên các Sư đoàn khác của em bị tấn công và tàn phá nặng.

Chưa hết. Bọn đặc công nguy hiểm Benzo-a-pyrene còn giáp công, cận chiến với đoàn quân trừ bị DNA của em. Chúng phá hết công thức, mật mã làm tê liệt hàng ngàn địa điểm sinh hoạt của em.

Chị ơi! Em sợ hãi và lo lắng lắm! Xin chị thương em mà đừng hút thuốc nữa để em khỏi bị bọn tà ma khủng khiếp, tàn ác ấy hành hạ chị nhé! Em sẽ ngàn đời nhớ ơn chị. À, chị có biết tại sao em lại biết đến việc viết thư gởi chị không? Sự việc thế này:

Em nằm mơ gặp một người lãng du cô độc, đang trầm tư dõi mắt về phương trời xa có những áng mây mờ ảo chập chùng. Em bèn kể lể nỗi lòng và nhờ người ấy giúp. Vẫn hướng mắt về nơi xa xôi mờ ảo, người ấy nói với em rằng không thể trực tiếp giúp em được, bảo em nên viết một lá thư trình bày thảm cảnh bi thương của em cho chị rõ, may ra chị nghĩ lại mà cứu vớt xác thân em.

Em mừng lắm, và viết ngay cho chị đây. Cầu chúc chị lòng vui, ý mãn.

Đứa em yếu đuối của chị.

Phế thị Phổi.

◇

Aug-27-2007

Đoản văn

Buổi sáng đầu thu

Duy mở mắt nhìn đồng hồ, bảy giờ sáng. Ngoài cửa sổ âm thanh vang động khác thường. Duy cảm nhận ngay, mỉm cười nửa vời trong lòng, nhủ "mưa thu", và liên tưởng đến bản nhạc mà chàng rất thích "Giọt mưa thu". Chàng nghĩ có lẽ nhạc sĩ Đ T Phong cũng được thiên nhiên ưu đãi như chàng: giã từ giấc ngủ ngon bởi nhạc điệu thánh thót, khoan nhã của những giọt mưa non đầu mùa thu êm ả. Trong tâm tưởng đó chàng cảm thấy khoan khoái, hạnh phúc tràn trề. Duy nhắm mắt lại, uống từng giọt-réo-rắt-tuyệt-vời vào hồn, tận hưởng khúc nhạc thần tiên của trời đất, khúc nhạc chỉ một lần lướt qua rồi trôi vào hư vô. Cùng với nhạc, gió nhẹ nhàng đến mang theo khí lạnh dịu hiền. Chàng trải lòng mời gió ghé chơi. Niềm sảng khoái, yên bình, thanh thản lan tràn trong cơ thể, Duy xoay người ôm tấm chăn êm với ý nghĩ buồn buồn "Giá mình có người yêu bên cạnh trong giờ phút này thì hạnh phúc biết bao!" Tâm hồn khoáng đạt nên bao giờ Duy cũng muốn chia sớt niềm sung sướng của mình cho một người nào đó. Nhưng chưa lần nào chàng toại nguyện. Chàng thở hít không khí cô đơn theo từng nhịp đập của con tim, con tim mong manh dễ vỡ như thủy tinh, con tim ngập tràn xúc cảm và rung động theo từng biến chuyển diệu kỳ của vạn vật. Nhiều lúc Duy tự hỏi và không trả lời được. Chàng không hiểu tại sao mình cứ mãi sống đơn lẻ như thế này. Bằng cách trả lời bình thường, thực tế thì không có gì khó khăn cả. Nhưng Duy có một cảm thức mơ hồ - và chàng luôn luôn cố gắng suy tư với hy vọng đạt lý được cảm thức đó - là đằng sau một sự việc thực tế, một hoàn cảnh tại hữu có một uyên nguyên kỳ bí nào đó chi phối. Có khi Duy sợ hãi, không dám tiến bước vào khu rừng triết lý mênh mông, nhưng rồi Duy cũng trở lại đó sau bao lần tóe máu tâm linh. Chàng cố tìm một trái cây ngon tuyệt vời, đúng vị để thỏa cơn khát dị kỳ của linh tưởng. Cánh đồng cỏ êm ái dưới kia làm sao có được thứ quả ấy. Duy cứ mãi lang thang từ khu rừng này sang đồi núi nọ với mảnh hồn ướt đẫm mồ hôi và con tim rịn máu. Duy hội ngộ vài thiếu nữ xinh ngoan. Nhưng rồi chàng phải giã từ lần lượt vì tư tưởng và nếp sống của chàng quá khác thường. Sự khác thường ấy mang đến con tim nhạy cảm của chàng những mối tình đam mê, say đắm, nồng nàn. Để rồi cũng chính sự khác thường ấy lạnh lùng giết chết tình yêu. Sự chia ly ít khi do chàng chủ động. Tuy nhiên, nếu truy nguyên thì chàng là tác nhân chính. Chàng đã ngạo nghễ xây lâu đài trên cát. Sự sụp đổ đã nằm sẵn ở nền móng. Chàng biết điều đó. Duy giống như một kiến trúc sư ngông nghênh muốn hoàn thành tác phẩm của mình mà không chịu lệ thuộc vào những định luật vật lý. Nền tảng của sáng tạo phẩm là hình-ảnh-phi-thường. Chưa một lần nào hình-ảnh-phi-thường ấy chống đỡ nổi một cơn sóng chứa đựng mùi vị trăm-con-sông-cuộc-đời. Duy lặng lẽ ra đi, cõi lòng đau xé.

Con ơi con nói trớ trêu
Áo mặc trong mình đến nỗi gió bay

Thân em chân lấm tay bùn
Anh người hiển giả chung cùng được đâu

Ai về nhắn với người xưa
Lời thề phai lạt nhưng chưa thay lòng

Ai làm cho dạ em buồn
Cho con bướm lụy, chuồn chuồn lụy theo

Biển Đông sóng gợn tứ mùa
Ai cho bậu uống thuốc bùa bậu mê.

Buổi chợ đông, con cá hồng anh chê lạt
Tan chợ rồi, con tép bạc anh khen ngon.

Chẳng chè, chẳng chén sao say
Chẳng thương chẳng nhớ sao hay đi tìm?

Cơm sôi, lửa cháy, gạo nhảy tưng bừng
Anh thương em như lửa nọ cháy phừng
Dầu cho lở núi, tan rừng cũng thương.

Dế ngâm sầu nhiều câu rỉ rả
Nhớ bạn chung tình thức cả năm canh

Đó đi tu đây xin ở sãi
Ăn đĩa tương chùa trọn ngãi cùng nhau

Đêm nằm bỏ tóc qua mình
Thề cho bán mạng kẻo tình nghi oan.

Đêm khuya đèn tắt nhang tàn
Dế ngâm rỉ rả dạ càng sầu riêng,

Đứt tay một chút còn đau
Huống chi nhơn ngãi lìa nhau sao đành

Em về anh mượn khăn tay
Gói câu tình nghĩa lâu ngày sợ quên

Gọi đò chẳng thấy đò sang
Phải chăng người cũ phụ phàng khách xưa?

Nhớ ai lệ chảy ngùi ngùi
Khăn lau chẳng sạch, áo chùi chẳng khô

Quý gì một nải chuối xanh
Năm bảy người giành cho mủ dính tay
Mủ dính tay anh chùi đọt cỏ
Đã thương nàng rồi không bỏ được đâu

Ra về không lẽ về luôn
Để khăn xéo lại lệ tuôn em chùi.

Sông dài cá lội biệt tăm
Người thương đâu vắng chỗ nằm còn đây

Khoát mùng ra thấy mùng không
Gối loan bỏ đó, lệ hồng tuôn rơi

Sông sâu sóng bủa láng cò
Thương em vì bởi câu hò có duyên.

Thò tay bẻ nhánh mai tàn
Bỗng nhìn thấy bạn hai hàng lệ sa

Thương em tình gởi trong mơ
Nhớ em rạo rực như bờ sóng xô

Thò tay ngắt ngọn rau ngò
Thấy anh còn nhỏ, giữ bò em thương

Tiếc công đắp đập, be bờ
Để cho người khác đem lờ tới đơm

Tu đâu cho anh tu cùng
Mai sau thành Phật ngồi chung một bàn

Trách ai tham đó, bỏ đăng
Thấy lê quên lựu, thấy trăng quên đèn

Vì ai thiếp mới xa chàng
Tại con chim cú vào làng kêu đêm

Thò tay mà ngắt ngọn ngò
Thương em đứt ruột, giả đò ngó lơ

Con Tám níu, con Chín trì,
Mười ơi, sao em để vậy, còn gì áo anh?

Pulau Besa Refugee Camp (Mid 1978)

1"N 102°56'39.8"E

101

Trân trọng cảm ơn quý độc giả.